பொன்னியின் செல்வன்

நான்காம் பாகம்

கிழக்கு வெளியீடுகளாக... கல்கியின் பிற நாவல்கள்

பார்த்திபன் கனவு

சிவகாமியின் சபதம்

பொன்னியின் செல்வன்

நான்காம் பாகம்

அமரர் கல்கி

கிழக்கு

பொன்னியின் செல்வன் (நான்காம் பாகம்)
Ponniyin Selvan (Fourth Part)
by Kalki

Kizhakku First Edition: December 2011
360 Pages
Printed in India.

ISBN 978-81-8493-686-5
Title No. Kizhakku 656

Kizhakku Pathippagam
177/103, First Floor,
Ambal's Building, Lloyds Road,
Royapettah, Chennai 600 014.
Ph: +91-44-4200-9603

Email : support@nhm.in
Website : www.nhm.in

Kizhakku Pathippagam is an imprint of New Horizon Media Private Limited

நான்காம் பாகம்

மணிமகுடம்

பொன்னியின் செல்வன்

நான்காம் பாகம்: மணிமகுடம்

முதலாவது அத்தியாயம்

கெடிலக் கரையில்

திருமுனைப்பாடி நாட்டை வளப்படுத்திய இனிய நீர்ப் பெருக்குடைய நதிகளில் கெடிலம் நதியும் ஒன்று. அப்பர் பெருமானை ஆட்கொண்ட இறைவன் எழுந்தருளியிருந்த திருவதிகை வீரட்டானம் இந்த நதிக் கரையில் இருக்கிறது. சுந்தரமூர்த்தியைத் தடுத்தாட்கொண்ட பெருமான் வாழும் திருநாவலூர் இந்நதியின் அருகிலேதான் இருக்கிறது. இந்த இரண்டு க்ஷேத்திரங்களுக்கும் மத்தியில் தொண்டை நாட்டிலிருந்து நடு நாட்டுக்கும் சோழ நாட்டுக்கும் செல்லும் இராஜபாட்டை அந்த நாளில் அமைந்திருந்தது. இராஜபாட்டை கெடில நதியைக் கடக்கும் துறை எப்போதும் கலகலவென்று இருக்கும். நதிக் கரையில் உள்ள மரங்களில் பறவைகளின் குரல்களும், அவை இறகை அடித்துக்கொள்ளும் சத்தமும் கேட்டுக் கொண்டிருக்கும். பிரயாணிகள் அங்கே வண்டிகளிலிருந்து மாட்டை அவிழ்த்து விட்டுக் கட்டுச் சாதம் உண்பார்கள். உண்ணும்போது அவர்கள் விளையாட்டாக வானில் எறியும் சோற்றைக் காக்கைகள் வந்து அப்படியே கொத்திக் கொண்டு போகும். இவற்றையெல்லாம் பார்க்கும் இளம் சிறார்கள் கை தட்டி ஆரவாரித்தும், 'ஆஹா' என்று வியப்பொலிகள் செய்தும், கலகலவென்று சிரித்தும், தங்கள் குதூகலத்தை வெளியிடுவார்கள்.

ஐப்பசி மாதம் ஆரம்பத்தில் கெடில நதியில் வழக்கத்தைவிட அதிகமாகவே வெள்ளம் போய்க்கொண்டிருந்தது. இதனால் உச்சி வேளையில் அங்கே கட்டுச் சாதம் அருந்துவதற்காகத் தங்கிய பிரயாணிகளின் ஆரவார ஒலிகளும் அதிகமாயிருந்தன. அந்த ஒலிகளெல்லாம் அமுங்கிப் போகும்படியான ஒரு பெரும் ஆரவாரம் திடீரென்று சற்றுத் தூரத்தில் சாலையில் எழுந்தது கேட்டுப் பிரயாணிகள் வியப்புற்றார்கள். அவர்களில் சிலர் கரையேறிப் பார்த்தார்கள். முதலில் புழுதிப் படலம் மட்டுமே தெரிந்தது. பிறகு யானை, குதிரை, பல்லக்கு, பரிவட்டம் ஏந்துவோர் முதலிய இராஜ

பரிவாரங்கள் வருவது தெரிந்தது. சிறிது அருகில் அப்பரிவாரங்கள் நெருங்கி வந்ததும் கட்டியக்காரர்களின் முழக்கம் தெளிவாகக் கேட்டது.

'பன்னிரண்டாம் பிராயத்தில் போர்க்களம் புகுந்த வீராதி வீரர், வீரபாண்டியன் தலைகொண்ட கோப்பரகேசரி, இரட்டை மண்டலத்தார் சொப்பனத்தில் கண்டு அஞ்சும் சிங்கம், தொண்டை மண்டலாதிபதி, வடதிசை மாதண்ட நாயகர், மூன்று உலகமுடைய சுந்தரசோழ சக்கரவர்த்தியின் திருமகனார், ஆதித்த கரிகால சோழ மகாராஜா வருகிறார்! பராக்!'

இடி முழக்கக் குரலில் எட்டுத் திசையும் எதிரொலி செய்யும்படி எழுந்த இந்தக் கோஷத்தைக் கேட்டதும் கெடில நதித்துறையில் இருந்தவர் அனைவரும் அவசர அவசரமாகக் கரையேறினார்கள். அத்தகைய வீராதி வீரனைக் காண வேண்டுமென்ற ஆவலுடன் நதித்துறையில் நடுவில் வழி விட்டுவிட்டு இருபுறமும் அவர்கள் ஒதுங்கி நின்றார்கள்.

கட்டியக்காரர்கள், எக்காளம் ஊதுவோர், பரிச்சின்னம் ஏந்துவோர் ஆகியவர்கள் முதலில் வந்து தண்ணீர்த் துறையை அடைந்தார்கள். பரிவாரங்களுக்குப் பின்னால் மூன்று குதிரைகள் ஒன்றின் பக்கம், ஒன்றாக வந்தன, மூன்று குதிரைகள் மீதும் மூன்று இளம் வீரர்கள் வீற்றிருந்தார்கள். அவர்களைத் தூரத்தில் பார்த்த போதே ஜனங்கள் அவர்களைச் சுட்டிக் காட்டி இன்னார் இன்னவர் என்று பேசத் தொடங்கினார்கள். 'நடுவில் உள்ள குதிரை மீது வருகிறவர்தான் ஆதித்த கரிகாலர்! பொற் கிரீடத்தைப் பார்த்தவுடனே தெரிய வில்லையா? வெய்யில் படும்போது எப்படி கிரீடம் ஜொலிக்கிறது!' என்றான் ஒருவன்.

'இந்தக் கிரீடத்தைப் போய்ச் சொல்லப் போகிறாயே? கரிகால்வளவன் அணிந்திருந்த மணி மகுடத்தை இவர் சிரசில் தாங்கும் போதல்லவா பார்க்க வேண்டும்? அது கோடி சூரியப் பிரகாசமாகக் கண்கள் கூசும்படி ஜொலிக்குமாம்!' என்றான் இன்னொருவன்.

'அது கரிகால்வளவன் கிரீடம் அல்ல தம்பி! அப்படிச் சம்பிரதாயமாகச் சொல்வதுதான். பராந்தக சக்கரவர்த்தியின் காலத்தில் செய்த மணிமகுடத்தைத்தான் இப்போது சுந்தர சோழர் அணிந்திருக்கிறார். இன்னும் எத்தனை நாளைக்கோ, தெரியவில்லை!' என்றான் மற்றொருவன்.

'சுந்தர சோழரின் வாழ்நாளை இப்படித்தான் சில காலமாக எண்ணிக் கொண்டிருக்கிறார்கள். அவர் சிரஞ்சீவியாயிருப்பார் என்று தோன்றுகிறது!' என்றான் முதலில் பேசியவன்.

'நன்றாயிருக்கட்டும், அவர் உயிரோடிருக்கும் வரையில் நாடு நகரமெல்லாம் குழப்பமில்லாமலிருக்கும்!'

‘அப்படியும் சொல்வதற்கில்லை. பொன்னியின் செல்வனைக் கடல் கொண்டு விட்டதாகச் செய்தி வந்ததிலிருந்து, சோழ நாடெங்கும் ஒரே அல்லோலகல்லோலமாயிருக்கிறதாம். எப்போது சண்டை மூளுமோ என்று அங்கிருந்து வந்தவர்கள் எல்லாம் சொல்லி வருகிறார்கள்.’

‘யாருக்கும் யாருக்கும் சண்டை? எதற்காகச் சண்டை?’

‘பழுவேட்டரையர்களுக்கும், கொடும்பாளூர் வேளாளருக்கும் சண்டை மூளும் என்று சொல்கிறார்கள். அப்படியொன்றும் ஏற்படாமல் தடுப்பதற்காகத்தான் கடம்பூர் சம்புவரையர் மாளிகையில் சிற்றரசர்கள் கூடுகிறார்களாம். ஆதித்த கரிகாலரும் அங்கேதான் போகிறாராம்.’

‘குதிரைகள் நெருங்கி வந்துவிட்டன; இரைந்து பேசாதீர்கள்!’ என்று ஒருவன் எச்சரித்துவிட்டு, ‘இளவரசர் ஆதித்த கரிகாலரின் முகம் எவ்வளவு வாட்டமடைந்திருக்கிறது பார்த்தாயா?’ என்று கேட்டான்.

‘அவர் முகம் வாட்டமடைந்தில்லாமல் எப்படியிருக்கும்? ஆதித்த கரிகாலருக்குத் தம்பியின் பேரில் பிராணன். அப்படிப்பட்ட தம்பியைப் பற்றித் தகவல் தெரியவில்லையென்றால் தமையனுக்கு வருத்தமாயிராதா? தந்தையோ நடமாட்டமில்லாமலிருக்கிறார்!’

‘இதெல்லாம் உலகத்தில் இயற்கை, தம்பி! இளவரசருடைய முகவாட்டத்துக்குக் காரணம் இவையெல்லாம் அல்ல. இரட்டை மண்டலத்தார் மீது படையெடுத்துப் போக வேண்டும் என்று கரிகாலருக்கு ஆசை; அது கைகூடவில்லையே என்றுதான் கவலை!’

‘அது ஏன் கைகூடவில்லை? யார் இவரைப் படையெடுத்துப் போக வேண்டாம் என்று தடுக்கிறார்கள்?’

‘வேறு யார்? பழுவேட்டரையர்கள்தான்! படையெடுப்புக்கு வேண்டிய தளவாட சாமக்கிரியைகள் கொடுக்க மறுக்கிறார் களாம்!’

‘ஏதேதோ இல்லாத காரணங்களையெல்லாம் கற்பித்துச் சொல்லு கிறார்கள். உண்மைக் காரணம் உங்கள் ஒருவருக்கும் தெரியவில்லை’ என்றான் ஒருவன்.

‘எல்லாம் தெரிந்தவனே! உண்மைக் காரணத்தை நீதான் சொல்லேன்!’ என்று இன்னொருவன் கேட்டான்.

‘ஆதித்த கரிகாலர் யாரோ ஒரு பாண்டிய நாட்டுப் பெண் மீது காதல் கொண்டிருந்தாராம். இளவரசர் வடபெண்ணைப் போருக்குச் சென்றிருந்தபோது, பெரிய பழுவேட்டரையர் அப்பெண்ணை மணந்து கொண்டுவிட்டாராம். அவள்தான் இப்போது பழுவூர் இளையராணி யாக விளங்கிச் சோழநாட்டில் சர்வாதிகாரம் செலுத்துகிறாள். அதிலிருந்து ஆதித்த கரிகாலரின் மனமே பேதலித்துப் போய்விட்டதாம்!’

'இருக்கலாம்; இருக்கலாம்? உலகத்தில் எல்லாச் சண்டைகளுக் கும் யாராவது ஒரு பெண்தான் காரணமாயிருப்பாள் என்று பெரியவர்கள் சொல்லியிருக்கிறார்கள் அல்லவா?'

'எந்தப் பெரியவர்கள், தம்பி, அப்படிச் சொல்லியிருக்கிறார்கள்? சுத்தப் பைத்தியக்காரத்தனம்! இளவரசர் ஒரு பெண்ணை விரும்பினார் என்றால், அவள் போய் ஒரு அறுபது வயதுக்கிழவனை மணந்து கொள்ளுவாளா? சொல்லுகிறவர்கள் சொன்னால் கேட்பவர்களுக்கு மதி இல்லையா?'

'அப்படியானால் ஆதித்த கரிகாலருக்கு இன்னும் கலியாண மாகாமலிருப்பானேன்? நீர்தான் சொல்லுமே?'

'சும்மா இருங்கள்! இதோ நெருங்கி வந்துவிட்டார்கள். இளவரச ருக்கு வலது புறத்தில் வருகின்றவன்தான் பார்த்திபேந்திர பல்லவன் போலிருக்கிறது. இடது புறத்தில் வருகின்றவன் யார்? வாணர் குலத்து வந்தியத்தேவனா?'

'இல்லை; இல்லை! கடம்பூர் சம்புவரையர் மகன் கந்தமாறன். ஓலை கொடுத்து அனுப்பினால் இளவரசர் ஒருவேளை வரமாட்டார் என்று சம்புவரையர் தம் மகனையே அவரை அழைத்துவர அனுப்பியிருக்கிறார்.'

'இதிலிருந்து ஏதோ விஷயம் மிக முக்கியமானது என்று தெரிகிறது.'

'அந்த முக்கியமான விஷயம் இராஜரீக சம்பந்தமானதாகவும் இருக்கலாம். ஆதித்த கரிகாலருக்குத் திருமணம் ஆகாதிருக்கும் வரையில் சிற்றரசர்கள் அவரை வலை போட்டுப் பிடிக்க முயன்று கொண்டுதானிருப்பார்கள். முதன் முதலில் அவரை மணந்துகொள்ளும் பெண் சோழ சாம்ராஜ்யத்தின் சிங்காதனத்தில் அமரும் பாக்கியம் பெறுவாள் அல்லவா?'

மேற்கண்டவாறெல்லாம் கெடில நதிக்கரையில் வேடிக்கை பார்த்துக்கொண்டு நின்றிருந்த ஜனங்கள் பலவிதமாகப் பேசிக் கொண்டிருந்தார்கள்.

மூன்று குதிரைகளும் வந்து தண்ணீர்க் கரையோரம் நின்றன.

குதிரைகளுக்குப் பின்னால் வந்த ரதம் சற்று அப்பால், அரச மரத்தடியில் நின்றது. அந்த ரதத்தில் எண்பது பிராயமான வீரக் கிழவர் திருக்கோவலூர் மலையமான் இருந்தார். தண்ணீர்க் கரை ஓரத்தில் குதிரை மேலிருந்த வண்ணம் ஆதித்த கரிகாலன் திரும்பி அவரைப் பார்த்தான்.

இரண்டாம் அத்தியாயம்

பாட்டனும் பேரனும்

பின்னால் ரதத்தில் வந்த கிழவர் சமிக்ஞை செய்யவே, ஆதித்த கரிகாலன் குதிரையைத் திருப்பிக்கொண்டு அவர் வீற்றிருந்த ரதத்தின் அருகில் சென்றான்.

'குழந்தாய்! கரிகாலா! நான் இவ்விடத்தில் உங்களிடம் விடை பெற்றுக்கொண்டு திருக்கோவலூர் போக எண்ணுகிறேன். போவதற்கு முன்னால் உன்னிடம் சில முக்கிய விஷயங்கள் சொல்ல வேண்டும். சற்றுக் குதிரையிலிருந்து இறங்கி அந்த அரச மரத்தடியிலுள்ள மேடைக்கு வா!' என்றார்.

'அப்படியே ஆகட்டும், தாத்தா!' என்று ஆதித்த கரிகாலன் குதிரையிலிருந்து கீழே குதித்தான்.

கிழவரும் ரதத்திலிருந்து இறங்கினார்.

இருவரும் அரசமரத்தடி மேடைக்குச் சென்றார்கள்.

அப்போது பார்த்திபேந்திரன், கந்தமாறனைப் பார்த்து, 'நல்ல வேளையாகப் போயிற்று. இந்தக் கிழவர் விடேன் தொடேன் என்று நம்முடன் நெடுகிலும் வந்து விடுவாரோ எனப் பயந்து கொண்டிருந்தேன்' என்றான்.

'அப்படித் தொடர்ந்து வந்தால் இவரை வெள்ளாற்றின் பிரவாகத்தில் தள்ளி முழுக அடித்து விடுவது என்று நான் எண்ணியிருந்தேன்!' என்றான் கந்தமாறன்.

இருவரும் தங்கள் பேச்சில் தாங்களே சிரித்து மகிழ்ந்தார்கள்.

ஆதித்த கரிகாலனைப் பார்த்து மலைநாடு உடையாராகிய திருக்கோவலூர் மலையமான் சொல்லலுற்றார்:-

'ஆதித்தா! இன்றைக்கு இருபத்து நான்கு ஆண்டுகளுக்கு முன்னால் நீ பிறந்தாய்! திருக்கோவலூரில் என்னுடைய அரண்மனையிலேதான் பிறந்தாய்! அச்சமயம் நடந்த கொண்டாட்டங்கள் நேற்று நடந்தது போல் எனக்கு ஞாபகமிருக்கின்றன. உன்னுடைய குலத்தைச் சேர்ந்தவர்களும், என்னுடைய குடியைச் சேர்ந்தவர்களும், சோழ நாட்டையும் தொண்டை நாட்டையும் சேர்ந்த சிற்றரசர்கள் பலரும் வந்திருந்தார்கள். இவர்கள் எல்லோரையும் சேர்ந்த வீரர்கள் முப்பதினாயிரம் பேர் வந்திருந்தார்கள். அவர்களுக்கெல்லாம் நடந்த விருந்தின் விமரிசையைச் சொல்லி முடியாது. உன் தந்தையின் பட்டாபிஷேக வைபவத்தின்போதுகூட அத்தகைய விருந்துகளும் கோலாகலங்களும் நடைபெறவில்லை. என் பொக்கிஷத்தில் என் முன்னோர்கள் காலத்திலிருந்து நூறு வருஷங்களாகச் சேர்த்து வைத்திருந்த பொருள் அவ்வளவும் அந்த மூன்று நாள் கொண்டாட்டத்தில் தீர்ந்துபோய்விட்டது!

அச்சமயம் உன்னுடைய கொள்ளுப் பாட்டனாராகிய பராந்தக சக்கரவர்த்தியே திருக்கோவலூருக்கு வந்திருந்தார். உன் பெரிய பாட்டனார் கண்டராதித்தரும், உன் தந்தை சுந்தர சோழரும் வந்திருந்தார்கள். ஆண் குழந்தை பிறந்த செய்தி அறிந்ததும் அவர்கள் அனைவரும் அடைந்த ஆனந்தத்துக்கு அளவே யில்லை. சோழ குலத்தை விளங்க வைப்பதற்கு நீ பிறந்து விட்டாய் என்று குதூகலம் அடைந்தார்கள். உன் பாட்டனின் மூத்த தமையன்மார்களுக்கு அதுவரையில் சந்ததியில்லை. அரிஞ்சயனுக்கும் உன் தகப்பன் ஒரே மகனாக விளங்கினான். அவன் உன் பிராயத்தில் மன்மதனையொத்த அழகுடன் விளங்கினான். சோழ குலத்திலோ அல்லது தமிழகத்துச் சிற்றரசர் வம்சத்திலோ அவ்வளவு அழகுடைய பிள்ளையை யாரும் அதற்கு முன் கண்டதில்லை. இதனால் உன் தந்தைக்குச் சில சங்கடங்களும் நேர்ந்தன. குடும்பத்தார் அனைவருக்கும் அவன் செல்லப் பிள்ளையாக இருந்தான். அரண்மனைப் பெண்டிர்கள் அவனுக்குப் பெண் வேடம் போட்டுப் பார்த்து மகிழ்ந்தார்கள். 'இவன் மட்டும் பெண்ணாகப் பிறந்திருந்தால்?' என்று பேசிப்பேசிப் பூரித்தார்கள். உன் தந்தைக்குத் தங்கள் பெண்ணைக் கொடுப்பதற்கு இலங்கை முதலாவது விந்திய பர்வதம் வரையில் உள்ள மன்னாதி மன்னர்களும், சிற்றரசர்களும் தவம் கிடந்தார்கள். அர்ச்சுனனையும் மன்மதனையும் நிகர்த்த அழகன் அவன் என்பதுடன் சோழ சிங்காதனத்துக்கு உரியவன் என்ற எண்ணத்தினாலும் அவ்வளவு ஆர்வத்துடன் இருந்தார்கள். உன் தந்தையை மருமகனாகப் பெறும்பேறு கடைசியில் எனக்குக் கிடைத்தது.

'எங்கள் வம்சத்தில் நாங்கள் ஆண் ஆகட்டும், பெண் ஆகட்டும் மேனி அழகுக்குப் பெயர் போனவர்கள் அல்ல. ஆண் பிள்ளைகள் உடம்பில்

எத்தனைக்கெத்தனை போர்க்காயங்களைப் பெறுகிறோமோ அவ்வளவுக்கு அழகுடையவர்களாக எண்ணிக் கொள்வோம். எங்கள் குலத்துப் பெண்களுக்குக் கற்பும், குணமும்தான் அழகும், ஆபரணமும். உன் தந்தைக்கு என் மகளைக் கலியாணம் செய்வதென்று தீர்மானித்தபோது, மலையமானாடு முழுதும் அல்லோல கல்லோலப் பட்டது. அவ்வளவுக்குத் தமிழகத்துச் சிற்றரசர்கள் எல்லாரும் அசூயை கொண்டார்கள்; அதை நான் பொருட்படுத்தவில்லை. மூன்று உலகம் பிரமிக்கும்படியாக உன் பெற்றோர்களின் திருமணம் தஞ்சையில் நடந்தது. என்றாலும் அப்போது நடந்த கொண்டாட் டத்தைக் காட்டிலும் நீ பிறந்தபோது திருக்கோவலூரில் நடந்த கொண்டாட்டந் தான் அதிகக் குதூகலமாயிருந்தது. உனக்கு என்ன பெயர் வைப்பது என்பதுபற்றிக் குதூகலமான சர்ச்சை நடந்தது. சிலர் உன் குலத்து முன்னோரில் மிகப் புகழ் பெற்ற கரிகால் வளவன் பெயரை இடவேண்டும் என்றார்கள். நானும் இன்னும் சிலரும் உன் பெரிய பாட்டனார் இராஜாதித்தியர் பெயரைத்தான் வைக்க வேண்டும் என்று வற்புறுத்தினோம். கடைசியில் இரண்டையும் சேர்த்து 'ஆதித்த கரிகாலன்' என்று உனக்கு நாமகரணம் செய்தார்கள்.

அதோ பார்! ஆதித்தா! திருநாவலூரின் கோவில் சிகரம் தெரிகிறது. நம்பி ஆரூரர் சுந்தரமூர்த்தி அடிகள் பிறந்த ஸ்தலம் அது. அங்கே, இன்றைக்கு இருபத்தைந்து ஆண்டுகளுக்கு முன்னால் உன் பெரிய பாட்டனார் இராஜாதித்ய சோழர் முகாம் செய்திருந்தார். கதைகளிலும், காவியங்களிலும் வரும் எத்தனையோ வீரர்களைப் பற்றிக் கேட்டறிந்திருக்கிறேன். இந்த வீரத் தமிழகத் தில் எவ்வளவோ வீரர்களைப் பார்த்துமிருக்கிறேன். ஆனால் இராஜாதித்யரைப் போன்ற இன்னொரு வீரரைப் பார்த்தது மில்லை; கேட்டதுமில்லை. போர்க்களத்தில் அவர் போர் செய்வதைப் பார்த்தவர்கள் யாராயிருந்தாலும், அப்படித்தான் சொல்லுவார்கள்.

ஒரு மாபெரும் சைன்யத்தைத் திரட்டிக்கொண்டு வடநாட்டின் மீது படையெடுத்துச் செல்ல அவர் இங்கே ஆயத்தம் செய்து கொண்டிருந்தார். இரட்டை மண்டலத்து அரசனாகிய கன்னர தேவனை முறியடித்து, மானியகேடம் என்னும் அவனுடைய தலைநகரைத் தரைமட்டமாக்க வேண்டும் என்று அவர் உறுதி கொண்டிருந்தார். முன்னொரு காலத்தில் பல்லவ குலத்து மாமல்ல சக்கரவர்த்தி வாதாபி நகரை அழித்ததுபோல், மானியகேட நகரை அடியோடு அழித்தால் தான் இரட்டை மண்டலத்தாரின் கொட்டம் அடங்கும் என்றும், தானும் மாமல்லரைப்போல் புகழ் பெறலாம் என்றும் இராஜாதித்யர் எண்ணினார். அதற்கு வேண்டிய மாபெரும் சைன்யத்தைத் திரட்டுவ தென்றால் இலேசான காரியமா? மாமல்லர் ஏழு வருஷ காலம் படை

திரட்டியதாகச் சொல்லுவார்கள். அவ்வளவு காலம் தனக்கு வேண்டியதில்லையென்றும் மூன்று அல்லது நாலு ஆண்டுகள் போதும் என்றும் இராஜாதித்யர் கூறினார். படை திரட்டிச் சேர்ப்பதற்கும், திரட்டிய படைகளுக்குப் போர்ப் பயிற்சி தருவதற்கும், தகுந்த பிரதேசம் இந்தக் கெடிலம் ஆற்றுக்கும் தென்பெண்ணை நதிக்கும் இடைப்பட்ட நாடுதான் என்று தேர்ந்தெடுத்தார்.

ஆதித்தா! அந்த நாளில் இந்த இரு நதிகளுக்கும் இடையிலுள்ள பிரதேசத்தை நீ பார்க்கக் கொடுத்து வைக்கவில்லை. அந்தக் காட்சிகளைப் பார்த்தவர்களோ, உயிர் உள்ளவரையில் அதை மறக்க மாட்டார்கள். திருநாவலூரில் இராஜாதித்யர் முப்பதினாயிரம் வீரர்களுடன் தங்கியிருந்தார். பெண்ணை ஆற்றங்கரையில் முடியூரில் சேர நாட்டுச் சிற்றரசன் வெள்ளன் குமரன் இருபதினாயிரம் வீரர்களுடன் முகாம் செய்திருந்தான். உன் பாட்டன் அரிஞ்சயன் என்னுடன் திருக்கோவலூரில் இருந்தான். நானும், அரிஞ்சயனும் ஐம்பதினாயிரம் வீரர்களை ஆயத்தம் செய்தோம். இன்னும் கொடும்பாளூர்ப் பெரிய வேளான், இன்று சோழ நாட்டுக்குச் சனியனாக முளைத்திருக்கும் பழுவேட்டரையன், கடம்பூர் சம்புவரையன், இந்தத் திருமுனைப்பாடி நாட்டின் சிற்றரசனான முனையதரையன், மழநாட்டு மழவரையன், குன்றத்தூர்க் கிழான், வைதும்பராயன் முதலியவர்கள் தத்தம் படைகளுடன் இந்த இரண்டு நதிகளுக்கும் இடையில் தங்கியிருந்தார்கள். யானைப் படைகளும், குதிரைப் படைகளும், தெரிந்த கைக்கோளரின் மூன்று கைப் படைகளும் இங்கே முகாம் போட்டிருந்தன. இப்படித் தங்கியிருந்த படைகளுக்குள்ளே அடிக்கடி பயிற்சிப் போர்கள் நடக்கும். யானைகளோடு யானைகள் மோதும்போது பூகம்பம் வந்து விட்டதாகத் தோன்றும். குதிரைப் படைகளின் அணிவகுப்புகள் வேல் பிடித்த வீரர்களுடன் பாய்ந்து செல்லுங்கால் எழும் சத்தம் பிரளய கால சமுத்திரம் பொங்கிவருவது போலிருக்கும். வீரர்கள் வில்லுகளிலிருந்து அம்புகள் விட்டுப் பழகிக் கொள்ளும்போது அந்தச் சரமாரியினால் வானமே மறைந்துவிடும். எதிரிப் படைகளைத் தாக்குவதற்காக ஆயிரமாயிரம் வீரர்கள் 'நாவலோ நாவல்' என்று ஏககாலத்தில் கர்ஜித்துக்கொண்டு கிளம்பிப் பாயும்போது உலகத்தின் முடிவு நெருங்கி விட்டதாகவே தோன்றும். இதையெல்லாம் வேடிக்கை பார்ப்பதற்குத் திரள் திரளாக ஜனங்கள் வருவார்கள்.

இந்தத் திருமுனைப்பாடி நாட்டிலும் நடு நாட்டிலும் உள்ள ஜனங்கள் மிக நல்லவர்கள், அதோடு வீரம் மிகுந்தவர்கள். இங்கே படை திரண்டிருந்தபோது அவர்களுடைய விவசாயத்துக் குப் பெரும் குந்தகங்கள் நேர்ந்தன. அதையெல்லாம் அவர்கள் பொருட்படுத்தவில்லை. இத்தகைய மக்களுக்கு நன்றி தெரிவித்துக்

கொள்வதற்காகவே இராஜாதித்யர் இந்த இரண்டு நாட்டிலும் பல ஏரிகள் தோண்டுவித்தார். கொள்ளிடத்திலிருந்து புதிய ஆறு வெட்டிக் கொண்டுவந்து வீர நாராயணபுரத்து ஏரியில் நிரப்புவதற்கும் ஏற்பாடு செய்தார். ஆதித்தா! அந்த ஏரியின் வளத்தினால் பெருநன்மை அடைந்தவன் கடம்பூர் சம்புவரை யன். அவன் அன்றைக்கு இராஜாதித்யரின் அடிபணிந்து நின்ற நிலையையும் இன்று அடைந்திருக்கும் செல்வச் செருக்கையும் ஒப்பிட்டுப் பார்த்தால் எனக்குப் பெரு வியப்பு உண்டாகிறது!...'

ஆதித்த கரிகாலன் குறுக்கிட்டு, 'தாத்தா! சம்புவரையர் செருக்கைப் பற்றித் தங்களுக்கு என்ன கவலை? தக்கோலத்தில் நடந்த யுத்தத்தைப்பற்றிச் சொல்லுங்கள். இந்தக் கெடிலக் கரையில் திரட்டிய மாபெரும் சைனியம் எப்போது இங்கிருந்து புறப்பட்டது? அவ்வளவு முன்னேற்பாடுகள் செய்திருந்தும், என் பெரிய பாட்டனார் அவ்வளவு பெரிய மகா வீரராயிருந்தும், ஏன் நம் படைகள் தக்கோலத்தில் தோல்வியுற்றன? தாங்களும் அந்தப் போரில் கலந்து போரிட்டவர் அல்லவா? ஆகையால் நேரில் பார்த்துத் தெரிந்து கொண்டிருப்பீர்களே?' என்றான்.

'ஆம், நானும் அந்தப் போர்க்களத்தில் இருந்தேன் அதைப் பற்றித்தான் உனக்குச் சொல்லப் போகிறேன்.'

'இராஜாதித்யர் இங்கே பல வகைப் படைகள் திரட்டித் தூர தேசங்களுக்குச் சென்று போர் செய்வதற்குப் பயிற்சி அளித்துக் கொண்டிருந்தார் அல்லவா? சில காரணங்களினால் உத்தேசித்திருந்த காலத்துக்குள் அவர் புறப்பட முடியவில்லை. இலங்கையில் மறுபடியும் போர் மூண்டதாகச் செய்தி வந்தது. அதை வெற்றிகரமாக முடிப்பதற்கு மேலும் படைகள் அனுப்ப வேண்டியிருந்தது. தெற்கே ஒரு பகைவனை வைத்துக்கொண்டு வடக்கே நெடுந்தூரம் சோழ நாட்டின் முக்கிய சேனா வீரர்களும், தளபதிகளும் போவதைச் சக்கரவர்த்தி விரும்பவில்லை. 'இலங்கைப் போர் முடிந்ததாகச் செய்தி வந்தபிறகு புறப்படலாம்' என்று கூறி வந்தார். இராஜாதித்யரும் தந்தையின் வார்த்தையைத் தட்ட முடியாமல் பொறுமையுடன் காத்திருந்தார். ஆனால் பகைவர்கள் அவ்விதம் காத்திருக்க இணங்க வில்லை. இரட்டை மண்டலச் சக்கரவர்த்தி கன்னரதேவனும் அதே சமயத்தில் சோழ நாட்டின் மீது படை எடுப்பதற்காகப் பெரிய சைன்யம் சேர்த்துக்கொண்டு வந்தான். அந்த மாபெரும் சைன்யத்துடன் அவன் தெற்கு நோக்கிப் புறப்பட்டு விட்டான். கங்க நாட்டு மன்னன் பூதுகனும், தன் பெரும் படையுடன் கன்னரதேவனோடு சேர்ந்துகொண் டான். வட கடலும் தென் கடலும் ஒன்று சேர்ந்தாற்போல் இரட்டை மண்டல சைன்யமும், கங்க நாட்டுப் பூதுகன் சைன்யமும் சேர்ந்து ஒரு

மகா சமுத்திரமாகி முன்னேறி வந்தது. அந்தச் சமுத்திரத்தில் யானைகளாகிய திமிங்கிலங்கள் ஆயிரக்கணக்கிலும் குதிரை களாகிய மகர மீன்கள் பதினாயிரக்கணக்கிலும் இருந்தன. பிரளய காலத்தில் ஏழு கடலும் சேர்ந்து பொங்குவதுபோல் பொங்கி முன்னேறி வந்த அந்தச் சேனா சமுத்திரம் தென்னாட்டை அடியோடு மூழ்க அடித்துவிடும் என்று தோன்றியது. அந்தச் சைன்யத்தைப்பற்றிய விவரங்களைத் தெரிந்துகொண்டு முன்னால் வாயுவேக மனோவேகமாக ஓடிவந்து அறிவித்த நம் ஒற்றர்கள் அவ்வாறு சொன்னார்கள்.

'ஆனால் இதுவும் ஒரு விதத்தில் நல்லதே என்று பராந்தக சக்கரவர்த்தி கூறினார். நம்முடைய சைன்யங்களைத் தொலைதூரம் பிரயாணம் செய்யப் பண்ணி, பிரயாணக் களைப்புடன் பகைவர்களின் நாட்டில் எதிரி சைன்யத்துடன் போர் புரியச் செய்வதைக் காட்டிலும் எதிரி சைன்யங்களை நமது நாட்டுக்குச் சமீபமாக இழுத்து அவர்களை நாலாபுறமும் மடக்கி, அதம் செய்வதுதான் நல்ல போர் முறை என்று சக்கரவர்த்தி கூறினார். எதிரி சைன்யம் வடவேங்கடம்வரை நெருங்கி விட்டதென்று தெரிந்த பிறகுதான் பிரயாணப்படுவதற்கு அனுமதி கொடுத்தார்.

'அனுமதி கிடைத்ததோ, இல்லையோ, இராஜாதித்யர் புறப்பட்டு விட்டார். மூன்று லட்சம் காலாள் வீரர்களும், ஐம்பதினாயிரம் குதிரை வீரர்களும், பதினாயிரம் போர் யானைகளும், இரண்டாயிரம் ரதங்களும், முந்நூற்றிருபது தளபதிகளும், முப்பத்திரண்டு சிற்றரசர்களும் அப்பெரும் சைன்யத்தில் சேர்ந்து சென்றார்கள். அவர்களில் ஒருவனாகச் செல்லும் பாக்கியம் எனக்கும் கிடைத்தது. ஆனால் உயிர் பிழைத்துத் திரும்பி வந்த துர்பாக்கியசாலியும் ஆனேன்.

'மூன்று நாள் பிரயாணத்துக்குப் பிறகு காஞ்சிக்கு வடக்கே இரண்டு காத தூரத்தில் தக்கோலம் என்னும் இடத்தில் நம் படைகளும் எதிரிப் படைகளும் போர்க்களத்தில் சந்தித்தன!

'ஆதித்தா! புராணங்களில் தேவேந்திரனுக்கும் விருத்திராசுரனுக் கும் நடந்த யுத்தம் பற்றிக் கேட்டிருக்கிறோம். இராமராவண யுத்தம், பாண்டவர் - கௌரவர் யுத்தம் பற்றியும் அறிந்திருக் கிறோம். தக்கோலத்தில் நடந்த கோரயுத்தத்தை நேரில் பார்த்தவர்கள் அந்த யுத்தங்கள் எல்லாம் அற்பமானவை என்றே சொல்லுவார்கள். நம்முடைய படைகளைக் காட்டிலும் எதிரிகளின் படைகள் சுமார் இரண்டு மடங்கு அதிகமாயிருந்தன. ஐந்து லட்சம் வீரர்களும் முப்பதினாயிரம் போர் யானைகளும் அச்சைன்யத்தில் இருந்ததாகத் தெரிகிறது. இருந்தால் என்ன? உன்னுடைய பெரிய பாட்டனார் இராஜாதித்யரைப் போன்ற சேனாதிபதி அந்தச் சைன்யத்தில் இல்லை.

ஆகையால் வீர லக்ஷ்மியும் ஜயலக்ஷ்மியும் நம்முடைய பக்கத்திலேயே இருந்து வருவதாகத் தோன்றியது.

'பத்து நாள் வரையில் யுத்தம் நடந்தது. இரு பக்கத்திலும் இறந்து போன வீரர்களைக் கணக்கு எடுப்பது அசாத்தியமாயிற்று. போர்க்களங்களில் கரிய குன்றுகளைப் போல் யானைகள் இறந்து விழுந்து கிடந்தன. இரு பக்கத்திலும் சேதம் அதிகமாயிருந் தாலும், எதிரிகளின் கட்சியே விரைவில் பலவீனமடைந்தது. இதற்குக் காரணம் என்னவென்பதை எதிரிகள் கண்டு கொண்டார்கள். புலிக் கொடியைக் கம்பீரமாகப் பறக்க விட்டுக் கொண்டு இராஜாதித்யரின் யானை போகுமிடமெல்லாம் ஜயலக்ஷ்மியும் தொடர்ந்து போகிறாள் என்பதை அறிந்து கொண்டார்கள். எங்கெங்கே நமது படையில் சோர்வு ஏற்படுகிறதாகத் தென்பட்டதோ, அங்கங்கே இராஜாதித்யரின் யானை போய்ச் சேர்ந்தது. அந்த யானையையும் அதன் மீது வீற்றிருந்த வீர புருஷரையும் பார்த்ததும் நம் வீரர்கள் சோர்வு நீங்கி மும்மடங்கு பலம் பெற்று எதிரிகளைத் தாக்கினார்கள். இதையெல்லாம் பத்து நாளும் கவனித்து வந்த பகைவர்கள் ஒரு படுபாதகமான சூழ்ச்சி செய்தார்கள். அது சூழ்ச்சி என்று பின்னால்தான் தெரியவந்தது. சூழ்ச்சி செய்தவனும் அதை நிறைவேற்றி வைத்தவனும் கங்க மன்னன் பூதுகன்தான். திடீரென்று அந்தப் பாதகன் தன் யானையின் மீது சமாதானக் கொடியைப் பறக்க விட்டுக்கொண்டு இரண்டு கைகளையும் தலைக்கு மேல் தூக்கிக்கொண்டு 'சரணம் சரணம்!' என்று கூறிக் கொண்டு வந்தான். அச்சமயம் இராஜாதித்யரே சமீபத்தில் இருந்தார். புலிக் கொடி பறந்த அவருடைய யானையின் அம்பாரியைப் பார்த்த பின்னரே பூதுகன் அவ்வாறு செய்திருக்க வேண்டும். மகாவீரராகிய இராஜாதித்யர் இவ்வாறு ஒரு பகை மன்னன் 'சரணாகதி' என்று சொல்லிக்கொண்டு வருவதைப் பார்த்ததும் மனம் இளகி விட்டார். இரட்டை மண்டலச் சக்கரவர்த்தியே போரை நிறுத்த, சமாதானம் கோருகிறாரா அல்லது அவரைப் பிரிந்து பூதுகன் மட்டும் நம்முடன் சேர வருகிறானா என்று தெரிந்துகொள்ள விரும்பினார். ஆகையால் சங்கநாதம் செய்து தன்னைச் சுற்றி நின்ற மெய்க்காப்பாளரை விலகச் செய்தார். பூதுகன் ஏறியிருந்த யானையைத் தாம் ஏறியிருந்த யானைக்கு அருகில் வரும்படி சமிக்ஞை செய்தார். பூதுகன் இராஜாதித்யரின் அருகில் வரும் வரையில் கைகூப்பிய வண்ணம் வந்தான். அவனுடைய கண்களிலிருந்து கண்ணீர் பெருகியதையும் இராஜாதித்யர் பார்த்தார். இதனால் அவருடைய மனம் இன்னும் இளகிவிட்டது.

> 'தொழுகை யுள்ளும் படையொடுங்கும் ஒன்னார்
> அழுத கண்ணீரும் அனைத்து'

என்னும் தமிழ்நாட்டுப் பெரும் புலவரின் வாக்கு அச்சமயம் இராஜாதித்யரின் ஞாபகத்தில் இருக்கவில்லை. கண்ணீரைக் கண்டு கரைந்து விட்டார். இன்னும் சமீபமாகப் பூதுகனை வரவிட்டு, 'என்ன சேதி?' என்று கேட்டார். அதற்கு அவன் கூறிய மறுமொழி இராஜாதித்யரை அருவருப்புக் கொள்ளும்படி செய்தது. இரட்டை மண்டலப் படைகளுக்குத் தோல்வி நிச்சயம் என்று தெரிந்து விட்டதால் சரணாகதி அடைந்துவிடும்படி கன்னர தேவனிடம் தான் கூறியதாயும், அவன் அதை மறுத்து விட்டபடியால் தான் மட்டும் தனியே பிரிந்து வந்து சரணாகதி அடையத் தீர்மானித்ததாகவும் பூதுகன் கூறினான். இதைக் கேட்டதும் இராஜாதித்யர் அவனைக் கடுமையாக நிந்தித்தார்.

'அத்தகைய நீசனைத் தாம் தம் கட்சியில் சேர்த்துக்கொள்ள முடியாது என்றும், திரும்பிப் போகும்படியும் கூறிக் கொண்டிருக்கும்போதே, பூதுகன் கண்மூடிக் கண் திறக்கும் நேரத்தில் அந்தப் பயங்கரமான வஞ்சகச் செயலைப் புரிந்து விட்டான். மறைவாக வைத்திருந்த வில்லையும், அம்பையும் எடுத்து வில்லில் நாணேற்றி அம்பைப் பூட்டி எய்து விட்டான். அந்தக் கொடிய விஷம் தோய்ந்த அம்பு எதிர்பாராத சமயத்தில் இராஜாதித்யரின் மார்பில் பாய்ந்ததும் அவர் சாய்ந்தார். இப்படிப்பட்ட வஞ்சனையை யாரும் எதிர்பார்க்கவில்லை யாதலால் சுற்றிலும் நின்ற வீரர்கள் என்ன நேர்ந்தது என்பதையே சிறிது நேரம் தெரிந்துகொள்ளவில்லை. இராஜாதித்யர் பூதுகனைத் திரும்பிப் போகும்படி கட்டளையிட்டது மட்டும் அவர்கள் காதில் விழுந்தது. உடனே பூதுகன் தன் யானையை விரட்டி அடித்துக்கொண்டு ஓடிப் போனான்!

'இராஜாதித்யர் யானை மேலிருந்தபடியே மரணமடைந்தார் என்ற செய்தி பரவியதும் நமது படையைச் சேர்ந்தவர்கள் அனைவருக்கும் தனித்தனியே தலையில் இடி விழுந்ததுபோல் ஆகிவிட்டது. அந்த மாபெரும் துயரத்தினால் யுத்தத்தையே மறந்து விட்டார்கள். சிற்றரசர்கள், தளபதிகள், படை வீரர்கள் எல்லாருமே செயல் இழந்து புலம்பத் தொடங்கி விட்டார்கள். அந்த நிலைமையில் பகைவர்களின் கை ஓங்கி விட்டதில் ஆச்சரியம் இல்லையல்லவா? சிறிது நேரத்துக்கெல்லாம் நமது சைனியம் பின் வாங்க வேண்டிய அவசியம் ஏற்பட்டு விட்டது. ஓடுகிறவர்களைத் துரத்துவது எல்லாருக்குமே எளிதுதானே? அப்படி ஓடி வந்தவர்களில் நானும் ஒருவன்தான்! இந்தக் கெடில நதிக்கரை வரையிலே கூடப் பகைவர்களின் சைனியம் வந்து விட்டது. இங்கே வந்த பிறகுதான் நாங்கள் சுய உணர்வு பெற்றுத் திரும்பி நின்றோம். பகைவர்களைத் தடுத்து நிறுத்தினோம். நான் திருக்கோவலூரிலிருந்து என் குடும்பத்தாரை அழைத்துக் கொண்டு

போய் மேற்கே மலை நாட்டில் இருக்கும் என்னுடைய கோட்டையில் விட்டேன். அந்த மலைச்சாரலிலேயே படைகளைத் திரட்டினேன். இந்தக் கெடில நதி வரையில் வந்து விட்ட பகைவர்களை அவ்வப் போது தாக்கிக்கொண்டு வந்தேன். ஆயினும் அப்போது வந்த பகைவர்கள் பல வருஷ காலம் இந்தப் பகுதியை விட்டுப் போகவில்லை. அங்குமிங்கும் தங்கித் தொல்லை கொடுத்துக் கொண்டுதானிருந்தார்கள். காஞ்சி நகர் அவர்கள் வசத்திலேதான் இருந்தது. மூன்று ஆண்டுகளுக்கு முன்னால் நீ வீரபாண்டியனை முறியடித்த பிறகு இந்தப் பக்கம் வந்துதான் காஞ்சி நகரை மீட்டாய்...'

ஆதித்த கரிகாலன் மீண்டும் குறுக்கிட்டு, 'தாத்தா! இதெல்லாம் எனக்கு முன்னமே தெரிந்ததுதான்! ஆனால் தக்கோலப் போரைப் பற்றியும் இராஜாதித்யர் வரலாற்றையும் எத்தனை தடவை கேட்டாலும் எனக்கு அலுப்பதில்லை. இப்போது இராஜாதித்யரைப்பற்றி எனக்கு எதற்காக நினைப்பூட்டினீர்கள்? அதைச் சொல்லுங்கள்!' என்றான்.

'குழந்தாய்! உன் பெரிய பாட்டனார் இராஜாதித்யர் சோழ சாம்ராஜ்யத்தை இலங்கை முதலாவது கங்கை நதி வரையில் விஸ்தரிக்க ஆசை கொண்டிருந்தார். அந்த ஆசை நிறைவேறாமலே உயிர் நீத்தார். அவரைப் போன்ற மகாவீரன் என் பேரன் ஆதித்த கரிகாலன் என்று நாடு நகரமெல்லாம் பேச்சாயிருக்கிறது. அவர் சாதிக்க நினைத்த காரியத்தை நீ சாதிக்கப் போகிறாய் என்று இத்தமிழகமெங்கும் ஜனங்கள் பேசிக் கொண்டிருக்கிறார்கள். ஆனால் இராஜாதித்யரைப் போல் நீயும் வஞ்சத்திற்கு ஏமாந்து போகக்கூடாது என்பதற்காகவே அவருடைய வரலாற்றை உனக்கு நினைவூட்டினேன்...'

'தாத்தா! என் பெரிய பாட்டனார் போர்க்களத்தில் பகைவர்களின் வஞ்சனையினால் உயிரை இழந்தார். அதை இப்போது எனக்கு எதற்காக நினைவூட்டுகிறீர்கள்? நான் போர்க்களத்துக்குப் போகவில்லையே? என்னை வஞ்சிக்கக்கூடிய பகைவர்களின் மத்தியிலும் போக வில்லையே? என் தந்தையின் அத்யந்த நண்பர்களையல்லவா பார்க்கப் போகிறேன்? அவர்கள் என்னை எந்த விதத்தில், எதற்காக வஞ்சிக்கப் போகிறார்கள்?' என்றான் ஆதித்த கரிகாலன்.

'கேள், கரிகாலா! எதிரிகள் தொழுத கையிலும் அழுத கண்ணீரிலும் கொடிய ஆயுதம் இருக்கக்கூடும் என்று கூறிய திருவள்ளுவர் பெருமான், வெளிப்பகையைக் காட்டிலும் உட்பகை கொடியது என்றும் கூறியிருக்கிறார்.

'வாள்போல் பகைவரை அஞ்சற்க அஞ்சுக
கேள்போல் பகைவர் தொடர்பு'

வாளைப் போல் வெளிப்படையாக எதிர்த்து நிற்கும் பகைவர்களிடம் பயம் வேண்டியதில்லை. சிநேகிதர்களைப் போல் நடிக்கும் பகைவர்களிடமே பயப்பட வேண்டும் என்று சொல்லியிருக்கிறார். குழந்தாய்! கேளிரைப் போல் நடிக்கும் பகைவர்களின் மத்தியில் இப்போது போகிறாய். நான் வேண்டாம் என்று தடுத்தும் கேளாமல் நீ போகிறாய். ஏதோ ராஜ்யம் சம்பந்தமாகத் தகராறு நேர்ந்து விட்டதாகவும் அதைத் தீர்த்து வைக்கப் போவதாகவும் உன்னை அழைத்திருக்கிறார்கள். சம்புவரையன் மகள் ஒருத்தியை உன் கழுத்தில் கட்டிவிட உத்தேசித்து உன்னை அழைத்திருப்பதாகவும் அறிகிறேன். ஆனால் அவர்களுடைய உண்மையான நோக்கம் இன்னதென்பது எனக்கும் தெரியாது; நீயும் அறிந்திருக்க முடியாது. உனக்குப் பெண் கொடுப்பதற்கு இந்தப் பாரத தேசத்தில் மன்னர்கள் பலர் காத்திருக்கிறார்கள். இந்தச் சம்புவரையன் மகள்தான் வேண்டுமென்பதில்லை. இராஜ்யத்தை உனக்குப் பாதி என்றும் மதுராந்தகனுக்குப் பாதி என்றும் பிரித்துக் கொடுத்துச் சமாதானம் செய்விக்கப் போகிறார்கள் என்றும் கேள்விப்படுகிறேன். அதில் என்ன சூது இருக்குமோ, சூழ்ச்சி இருக்குமோ, எனக்குத் தெரியாது. எது எப்படியானாலும், நான் உடனே திருக்கோவலூ ருக்குச் சென்று என்னுடைய பாதுகாப்புப் படைகளையெல்லாம் திரட்டிக் கொண்டுவந்து வெள்ளாற்றங்கரையில் தங்கியிருப்பேன். சம்புவரையர் அரண்மனையில் இருக்கும்போது உனக்கு ஏதேனும் சந்தேகம் தோன்றினால் எனக்கு உடனே சொல்லி அனுப்பு!...'

இச்சமயம் ஆதித்த கரிகாலனுடைய கவனம் தன் பக்கம் இல்லை என்பதையும் வேறு பக்கம் திரும்பியிருக்கிறதென்பதையும் மலையமான் கண்டார். 'தாத்தா! அதோ பாருங்கள்!' என்று ஆதித்த கரிகாலன் கலக்கத்துடன் கூறிய வார்த்தைகளை அந்த வீரக் கிழவர் கேட்டு, அந்தத் திசையை உற்று நோக்கினார்.

பருந்தும் புறாவும்

ஆதித்த கரிகாலன் சுட்டிக்காட்டிய திசையில் ஆற்றங்கரை மண்டபம் ஒன்று இருந்தது. அது கல் வேலையினால் ஆன மண்டபம். வழிப்போக்கர்கள் வெய்யிலிலும் மழையிலும் தங்குவதற்காக யாரோ தர்மவான் அதைக் கட்டியிருக்க வேண்டும். அந்த மண்டபம் வெய்யிலிலும் மழையிலும் வெகு காலம் அடிபட்டு முதுமையின் அறிகுறிகளைக் காட்டிக் கொண்டிருந்தது. மண்டபத்தின் முனைகளில் சிற்ப வேலைப்பாடு உடைய உருவங்கள் சில காணப்பட்டன. அவை இன்னவை என்று கிழவராகிய மலையமானுக்குத் தெரியவில்லை.

'பார்த்தீர்களா, தாத்தா!' என்றான் ஆதித்த கரிகாலன்.

'குழந்தாய்! அந்த மண்டபத்தைத்தானே சொல்லுகிறாய்? அதில் வேறு ஒன்றும் எனக்குத் தெரியவில்லையே? மண்டபமும் வெறுமையாகத்தான் இருக்கிறது, அதில் யாரும் இருப்பதாகக் காணவில்லையே!' என்றார்.

'தாத்தா! உங்களுக்கு வயதாகிவிட்டது என்று இப்போதுதான் எனக்கு நன்றாகத் தெரிகிறது. அதனால் கண் பார்வை குன்றியிருக்கிறது. அதோ பாருங்கள்! ஒரு பெரிய இராஜாளி! எத்தனை பெரியது? அதன் சிறகுகள் எவ்வளவு விசாலம்? கொடுமை! கொடுமை! அது தன் கால்களில் ஒரு சின்னஞ்சிறு புறாவைப் பிடித்துக் கொண்டிருக்கிறதே; தெரியவில்லையா? இராஜாளியின் கூரிய நகங்கள் கிழித்துப் புறாவின் இரத்தம் சிந்துகிறதே, தெரியவில்லையா? கடவுளே, இது என்ன விந்தை! அதோ இன்னொரு புறாவைப் பாருங்கள், தாத்தா! அந்தப் பயங்கரமான இராஜாளியின் அருகில் வட்டமிடுகிறது! அது இராஜாளியிடம் எப்படிக் கெஞ்சுகிறது? இராஜாளியின் கால்களில் அகப்பட்டுக் கொண்டிருக்கும் புறா அதனுடைய காதலனாக இருக்க வேண்டும்! காதலனுக்கு உயிர்ப்பிச்சை கொடுக்கும்படி அது கெஞ்சுகிறது! தாத்தா! அந்தப் புறா கெஞ்சுகிறதா? அல்லது இராஜாளியிடம் சண்டைக்குப் போகிறதா? இறகை அடித்துக்

கொள்வதைப் பார்த்தால் சண்டைக்குப் போவதாகவே தோன்றுகிறது. கடவுளே! அந்தப் பெண் புறாவுக்கு என்ன தைரியம் பாருங்கள்! இராஜாளியுடன் சண்டைக்குப் போகிறது! காதலனுடைய உயிரைக் காப்பாற்றுவதற்காக அந்தப் பயங்கர ராட்சதனுடன் போராடப் போகிறது! தாத்தா! இராஜாளி மனம் இரங்கும் என்று நினைக்கிறீர்களா? இரங்காது! இரங்காது! ஒருநாளும் இரங்காது! இம்மாதிரி எத்தனையோ புறாக்களை அது கொன்று தின்று கொழுத்துக் கிடக்கிறது! சண்டாள இராஜாளியே! இதோ உன்னைக் கொன்று போடுகிறேன்!' என்று கூறிக்கொண்டே ஆதித்த கரிகாலன் பக்கத்தில் கிடந்த ஒரு கூழாங்கல்லை எடுத்து வீசி எறிந்தான். அந்தக் கூழாங்கல் மண்டபத்தை நோக்கிச் சென்று அதன் ஒரு முனையில் பட்டுவிட்டுக் கீழே விழுந்தது.

ஆதித்த கரிகாலன், 'ராட்சதனே! உனக்கு நன்றாக வேண்டும்!' என்று சொல்லிவிட்டு, இடி இடி என்று பயங்கரமாகச் சிரித்தான்.

பேரப் பிள்ளையின் சித்த சுவாதீனத்தைப்பற்றி ஏற்கெனவே கிழவருக்குச் சிறிது சந்தேகம் இருந்தது; அது இப்போது இன்னும் அதிகமாயிற்று.

'தாத்தா! ஏன் என்னை இப்படி வெறித்துப் பார்க்கிறீர்கள்? மண்டபத்தின் அருகில் போய்ப் பாருங்கள்' என்றான் கரிகாலன்.

அவ்விதமே மலையமான் மண்டபத்தைச் சற்று நெருங்கிச் சென்று கரிகாலனின் கல் விழுந்த இடத்தை உற்றுப் பார்த்தார். அங்கே ஒரு சிற்பம் காணப்பட்டது. அந்தச் சிற்பத்தில் இராஜாளி ஒன்று தன் கால் நகங்களில் ஒரு புறாவைக் கொத்தித் தூக்கிக் கொண்டிருப்பது போலவும், இன்னொரு புறா அந்த இராஜாளியுடன் பாயப்போவது போலவும் தத்ரூபமாக அமைக்கப்பட்டு இருந்தது.

மலையமான் திரும்பி வந்து, 'குழந்தாய்! எனக்கு வயதாகி விட்டது என்பது உண்மைதான்! கண் பார்வை முன் போல் துல்லியமாக இல்லை. அருகில் சென்று உற்றுப் பார்த்த பிறகு தான் தெரிந்தது நல்ல சிற்ப வேலை!' என்றார்.

'நல்ல சிற்ப வேலையா? சிற்ப அற்புதம் என்று சொல்லுங்கள் தாத்தா! மகேந்திரவர்மர் - மாமல்லர் காலத்துச் சிற்ப சக்கரவர்த்தி யாரோ ஒருவன் இதையும் செய்திருக்க வேண்டும். முதலில் பார்த்ததும் உண்மையாகவே நடப்பது போலவே எனக்குத் தோன்றிவிட்டது!' என்றான் கரிகாலன்.

'ஆதித்தா! அற்புதம் அந்தக் கல்லிலே மட்டும் இல்லை! உன் கண்ணிலும் இருக்கிறது; உன் மனத்திற்குள்ளேயும் இருக்கிறது. இந்த

வழியாக எவ்வளவோ பிரயாணிகள் தினந்தோறும் போகிறார்கள். அவர்களில் முக்கால்வாசிப் பேர் இந்தச் சிற்ப அற்புதத்தைக் கவனித்துக்கூட இருக்க மாட்டார்கள். மற்றும் பலர் பார்த்தும் பார்க்காததுபோலவே போய்விடுவார்கள். உன்னைப் போல் ஒரு சிலர்தான் ஒரு சிற்பத்தைப் பார்த்து இவ்வளவு ஆச்சரியப் படுவார்கள்!...'

'நான் ஆச்சரியப்படவில்லை, தாத்தா! கோபப்படுகிறேன். அந்த சிற்பத்தை இப்போதே இடித்துத் தள்ளிவிட வேண்டுமென்று எனக்கு ஆத்திரம் உண்டாகிறது. இவ்வளவு கொடூரமான சிற்பத்தை அமைத்தவனை அதிகமாகப் புகழ்ந்து பாராட்டுவது கூட எனக்குப் பிடிக்கவில்லை!'

'கரிகாலா! இது என்ன விந்தை? உன்னுடைய வைர நெஞ்சு எப்போது இவ்வளவு இளக்கம் கொடுத்தது? இராஜாளி புறாவைக் கொன்று தின்பது அதனுடைய இயற்கை. சிங்கராஜா ஆட்டினிடம் இரக்கம் கொள்ள ஆரம்பித்தால் அது சிங்கராஜா அல்ல; அதுவும் ஆடாகத்தான் போய்விடும். சிம்மாசனத்தில் வீற்றிருந்து அரசு புரிய ஆசைப்படு கிறவர்கள் பகைவர்களையும் சதிகாரர்களையும் கொன்றுதான் ஆக வேண்டும். சக்கரவர்த்தி யாயிருந்து உலகை ஒரு குடை நிழலில் ஆளப்பிறந்தவர்கள் பகையரசர்களைக் கொன்றுதான் தீரவேண்டும். இராஜாளி புறாவைக் கொல்லாவிட்டால், அது இராஜாளியாயிருக்க முடியுமா? இதைப் பற்றி ஏன் உனக்கு இவ்வளவு கலக்கம்?' என்றார் மலையமான்.

'தாத்தா! நீங்கள் சொல்வதெல்லாம் சரிதான். ஆனால் அந்தப் பெண் புறா அப்படித் தவிப்பதைப் பார்த்த பிறகு இராஜாளிக்கு இரக்கம் வர வேண்டாமா? பெண்ணுக்கு இரங்கி ஆணை விடுதலை செய்ய வேண்டாமா? ஐயா! நீங்களே சொல்லுங்கள், உங்கள் பகைவன் ஒருவனை நீங்கள் கொல்லப் போகும் சமயத்தில் அவனுடைய காதலி குறுக்கே வந்து புருஷனுக்கு உயிர்ப்பிச்சை கேட்டால் என்ன செய்வீர்கள்? அப்போது உங்கள் மனம் இரங்காமலிருக்குமா..?' என்று கரிகாலன் கேட்டான்.

'அப்படி ஒரு பெண் குறுக்கே வந்தால் அவளை என் இடது காலினால் உதைத்துவிட்டு என் பகைவனைக் கொல்லுவேன். கரிகாலா! அதைப் பற்றிச் சந்தேகமே இல்லை. பகைவர்கள் 'தொழுத கையினில்' ஆயுதம் வைத்திருப்பார்கள் என்றும், அவர்கள் 'அழுத கண்ணீரிலும்' ஆயுதம் மறைந்திருக்கும் என்றும் வள்ளுவர் கூறியிருக்கிறார். ஆண்களின் கண்ணீரைக் காட்டிலும் பெண்களின் கண்ணீர் அபாயமானது. ஏனெனில், பெண்களின் கண்ணீருக்கு இளகச் செய்யும் சக்தி அதிகம்

உண்டு. அப்படி மனத்தை இளகவிட்டு விடுகிறவனால் இவ்வுலகில் பெரிய காரியம் எதையும் செய்ய முடியாது அவன் பெண்களிலும் கேடு கெட்டவனாவான்!'

'தாத்தா! இது என்ன? பெண்களைப் பற்றி ஏன் நீங்கள் இவ்வளவு குறைவாகப் பேசுகிறீர்கள்? பெண்களைப் பற்றிக் குறைவாகப் பேசுவது என் தாயாரையும் குறைவுபடுத்துவதாகாதா?'

'குழந்தாய்! கேள்! உன் தாயாரிடம் நான் வைத்திருந்த அன்புக்கு இந்த உலகத்தில் இணை ஒன்றுமே இல்லை. எனக்கு ஆறு பிள்ளைகள் பிறந்தார்கள். பீமனையும், அர்ச்சுனனையும் ஒத்த வீரர்களாக வளர்ந்தார்கள். அவ்வளவு பேரையும் யுத்தகளத்தில் பலி கொடுத்து விட்டேன். அவர்கள் இறந்த செய்தி வந்த போதெல்லாம் நான் வருத்தப்படவில்லை. ஆனால் உன் தாயாரை மணம் செய்து கொடுத்து அனுப்பி வைத்தபோது அவள் சாம்ராஜ்ய சிங்காதனத்தில் அமரப் போகிறாள் என்று தெரிந்திருந்தும் என் மனம் அடைந்த வேதனையைச் சொல்லி முடியாது. ஆனால் அந்த வேதனையை வெளிப்படையாகக் காட்டிக் கொண்டேனா? இல்லை! அவளிடந்தான் வெளியிட்டேனா? அதுவும் இல்லை. உன் தாயை மணம் செய்து கொடுப்பதற்கு முதலாவது நாள் அவளைத் தனியாக அழைத்து என்ன சொன்னேன்? கேள், கரிகாலா! 'மகளே! மாநிலம் புரக்கப் போகும் மன்னனை நீ மணந்துகொள்ளப் போகிறாய்! அதற்காகவும் நீ கர்வம் அடையாதே! அவ்வளவு புகழ் வாய்ந்த கணவனை மணந்து கொள்வதினால் உனக்குக் கஷ்டந்தான் அதிகமாயிருக்கும். உன் அரண்மனையில் பணி செய்யும் பணிப் பெண்கள் பலரும் உன்னைக் காட்டிலும் சந்தோஷமாயிருப் பார்கள். துக்கப்படுவதற்கும் வேதனைப்படு வதற்கும் உன்னை நீ ஆயத்தம் செய்துகொள். உனக்குக் குழந்தைகள் பிறக்கா விட்டால் உன் புருஷன் வேறு ஸ்திரீகளை கட்டாயம் மணந்து கொள்வான். அதை நினைத்து நீ வேதனைப்படக் கூடாது. உனக்கு மக்கள் பிறந்தால் அவர்களை வீர மக்களாய் நீ வளர்க்க வேண்டும். அவர்கள் போர்க்களத்தில் உயிர் விட்டதாகச் செய்தி வந்தால் ஒரு சொட்டுக் கண்ணீர்கூட விடக்கூடாது. உன் கணவன் சந்தோஷமா யிருந்தால் நீயும் சந்தோஷமாயிரு! உன் புருஷன் துக்கப்பட்டால் நீ அவனைச் சந்தோஷப்படுத்தப் பார்! உன் பதி நோய்ப்பட்டால் நீ அவனுக்குப் பணிவிடை செய்! உன் கணவன் இறந்தால் நீயும் உடன்கட்டை ஏறிவிடு! உன் நெஞ்சில் உதிரம் கொட்டினாலும் உன் கண்களில் மட்டும் கண்ணீர் சொட்டக் கூடாது! மலையமான் வம்சத்தில் பெண்களுடைய குலாச்சாரம் இது!' என்று இவ்விதம் உன் அன்னைக்குப் புத்திமதி கூறினேன். அம்மாதிரியே உன் அன்னை இன்றுவரை நடந்து வருகிறாள்; நடத்தி வருகிறாள். கரிகாலா!

உன்னையும் உன் சகோதரனையும் இணையில்லாத வீரர்களாக வளர்த்து வந்திருக்கிறாள். உன் தந்தை நோய்ப்பட்ட பின்னர் இரவு பகல் அவர் பக்கத்திலிருந்து அவளே எல்லாப் பணிவிடைகளையும் செய்து வருகிறாள். உன் அன்னையை என் மகளாகப் பெற்றதை நினைக்கும்போதெல் லாம் என் தோள்கள் பூரிக்கின்றன!' என்றார் மலையமான்.

'தாத்தா! என் தாயை நினைக்கும்போதெல்லாம் நான் அடையும் பெருமிதத்துக்கும் அளவில்லை. ஆனால் ஒன்று கேட்கிறேன் சொல்லுங்கள்! என் தந்தையின் கொடிய பகைவன் ஒருவன் அவரைக் கொல்லுவதற்குக் கத்தியை ஓங்கிக்கொண்டு வருவதாக வைத்துக் கொள்ளுங்கள். என் தாயார் அப்பொழுது என்ன செய்வாள்? முன்னால் நின்று கண்ணீர் பெருக்கிக் கணவனைக் காப்பாற்றும்படி அப்பகைவனை வேண்டிக் கொள்வாளா? முக்கியமாக, அப்படி வருகிற பகைவன் என் அன்னைக்குத் தெரிந்தவனாகவும் இருந்து விட்டால்...'

'குழந்தாய்! உன் தாயார் ஒரு நாளும் அப்படிப் பகைவனிடம் உயிர்ப்பிச்சை கேட்கமாட்டாள். மலையமான் மகள் அவ்விதம் ஒருகாலும் தான் பிறந்த குலத்தையும், புகுந்த குலத்தையும் அவமானப் படுத்தமாட்டாள். அவளுடைய புருஷனுடைய பகைவனைத் தனக்கும் கொடிய பகைவனாகவே கருதுவாள். பகைவன் முன்னால் கைகூப்ப மாட்டாள்; கண்ணீரும் விடமாட்டாள். கணவன் உயிர் துறந்தால் உடனே அவன் மீது விழுந்து தானும் உயிரை விடுவாள்! அல்லது மனத்தைக் கல்லாகச் செய்துகொண்டு உயிரோடிருப்பாள்; பகைவனைப் பழிக்குப் பழி வாங்குவதற்காக மட்டுமே உயிரை வைத்துக் கொண்டிருப்பாள்!'

இதைக் கேட்ட ஆதித்த கரிகாலன் ஒரு நெடிய பெருமூச்சு விட்டு, 'தாத்தா! நான் போய் வரவா?' என்றான்.

'அவசியம் போகத்தான் வேண்டுமா?'

'அதைப்பற்றி இன்னும் என்ன சந்தேகம், தாத்தா! பாதி வழிக்கு மேலே வந்தாகிவிட்டதே?'

'ஆம், பாதி வழிக்கு மேல் வந்தாகிவிட்டது. நானும் முதலில் உன்னைப் போக வேண்டாம் என்றேன்; அப்புறம் போகும்படி சொன்னேன். உன் தம்பியைப் பற்றிய செய்தி கேட்ட பிறகு நீ போவதே நல்லது என்று தீர்மானித்தேன். அருள்மொழிவர்மன் இறந்திருப்பான் என்று நான் நம்பவில்லை...'

'நானும் நம்பவில்லை...'

'உன் தந்தையின் இளம் பிராயத்தில் சில காலம் அவர் இருக்குமிடம் தெரியாமலிருந்தது. அதுபோல் அருள்மொழியும் ஏதேனும் ஒரு தீவில் ஒதுங்கியிருப்பான். சில நாளைக்கெல்லாம் வந்து சேர்வான் என்றே நம்புகிறேன்! ஆனாலும் அச்செய்தி சோழ நாடெங்கும் கொந்தளிப்பை உண்டாக்கி விட்டிருக்கிறது என்று அறிகிறேன். உன் பெற்றோர்களும் கவலையில் ஆழ்ந்திருப்பார் கள். இச்சமயம் அவர்கள் பக்கத்தில் இருந்து நீ ஆறுதல் சொல்லு வது அவசியம்; அப்படிப் போகும்போது பழுவேட்டரையர் களின் விரோதியாகப் போவதைக் காட்டிலும், சிநேகமாகப் போவது நல்லது. ஆகையினால்தான் நீ சம்புவரையர் அழைப் புக்கு இணங்கிப் போவதற்குச் சம்மதித்தேன். அவன் வேண்டு மென்றே என்னை அழைக்கவில்லை. அழைத்திருந்தால் நானும் வந்திருப்பேன்.

'தாத்தா! எனக்காக அவ்வளவு தூரம் நீங்கள் பயப்படுகிறீர்களா? என்னை அவ்வளவு கையினாலாகாதவன் என்று எண்ணி விட்டீர்களா?' என்று கேட்டான் கரிகாலன்.

'இல்லை, தம்பி! இல்லை! நீ எத்தகைய வீராதி வீரன் என்பது எனக்குத் தெரியாதா? கொடிய ஆயுதங்களைத் தரித்த பதினாயிரம் பகைவர்களின் நடுவில் நான் உன்னைத் தன்னந்தனியாக நம்பி அனுப்புவேன். ஆனால் கண்ணீர் பெருக்கி உன் மனத்தைக் கலங்கச் செய்யக்கூடிய ஒரு பெண்ணின் முன்னால் உன்னைத் தனியாக அனுப்புவதற்கு மட்டும் பயப்படுகிறேன்.'

'சம்புவரையர் மகள் அப்படியெல்லாம் ஜாலவித்தையில் தேர்ந்தவள் என்று நான் கேள்விப்படவில்லை, தாத்தா! ஆண் மக்கள் முன்னால் வருவதற்கே அஞ்சக்கூடிய பெண்ணாம் அவள்; கந்தமாறன் சொல்லியிருக்கிறான். நானும் அப்படியெல்லாம் அவசரப்பட்டுத் தாய் தந்தையர் சம்மதம் இல்லாமல் ஒரு காரியத்தை செய்துவிடமாட்டேன். உங்களுடைய பழங்குடியில் பிறந்த இரண்டு பெண்கள் இன்னும் மணமாகாமல் இருக்கிறார்கள் என்பதும் எனக்கு நன்றாகத் தெரியும்..'

'ஆதித்தா, அதைப்பற்றிச் சிந்தனையே எனக்கு இல்லை. என் மூத்த மகனுடைய பெண்கள் இரண்டு பேர் திருமணப் பிராயம் வந்தவர்கள் இருக்கிறார்கள்தான். ஆனால் அவர்களை உன் கழுத்தில் கட்டும் எண்ணம் எனக்குச் சிறிதும் இல்லை. ஏற்கெனவே சோழ நாட்டுச் சிற்றரசர்கள் பலரும் என் மீது பொறாமையும், பகைமையும் கொண்டிருக்கிறார்கள். இதுவும் வேறு சேர்ந்துவிட்டால் கேட்க வேண்டியதில்லை. அதற்குப் பதிலாகச் சம்புவரையர் மகளையே நீ கட்டிக்கொண்டால் நான் ஒருவாறு திருப்தி அடைவேன். எனக்கோ வயது அதிகமாகி விட்டது; உடல் தளர்ந்து விட்டது. சில சமயம் உள்ளமும் நெகிழ்ந்துவிடுகிறது. மறுபடியும் என் அருமைப் பேரனைக்

காணமாட்டேனோ, இதுதான் உன்னை நான் பார்ப்பது கடைசி முறையோ என்றெல்லாம் சில சமயம் எண்ணிக் கொள்கிறேன். இனிமேல் என்னால் உனக்கு உதவி எதுவும் இல்லை. புதிய சிநேகிதர்கள் சிலர் உனக்கு அவசியம் வேண்டும். உன் விஷயத்தில் சிரத்தை கொள்ளக்கூடியவர்கள் வேண்டும். ஆகையால் சம்புவரையர் மகளை நீ மணந்து கொண்டால் நான் உண்மையில் மகிழ்ச்சியே அடைவேன்.'

'தாத்தா! உங்கள் மகிழ்ச்சிக்காகக்கூட அதை நான் செய்ய முடியாது. சம்புவரையர் மாளிகைக்கு நான் விருந்தாளியாகப் போவது அவருடைய சிநேகத்தை விரும்பியும் அல்ல; அவர் மகளை மணம் புரியவும் அல்ல. நீங்கள் அதுபற்றி நிம்மதியாயிருக்கலாம்.'

'அப்படியானால் எதற்காகப் போகிறாய், குழந்தாய்! என்னிடம் உண்மையைச் சொல்லக் கூடாதா? உன்னுடைய நண்பர்கள் இரு வரும் பேசிக் கொண்டிருந்ததில் சில வார்த்தைகள் அவ்வப் போது என் காதில் விழுந்தன. பெரிய பழுவேட்டரையன் அறுபது வயதுக்கு மேல் கலியாணம் செய்துகொண்டானே, அந்த மோகினிப் பிசாசு உனக்கு ஓலை அனுப்பியிருக்கிறாள் என்றும், அதனாலேதான் நீ கடம்பூர் வரச் சம்மதித்தாய் என்றும் அவர்கள் பேசிக்கொண்டார்கள். அது உண்மையா?'

'ஆம் தாத்தா! அது உண்மைதான்!' என்றான் ஆதித்த கரிகாலன்.

'கடவுளே! இது என்ன காலம்? கரிகாலா! நான் சொல்வதைக் கேள். நீ பிறந்த சோழ குலம் இரண்டாயிரம் ஆண்டுகளாக வாழையடி வாழையாக வந்த பெருமை பெற்ற குலம். உன்னுடைய மூதாதைகள் சிலர் உலகத்தை ஒரு குடையில் ஆண்ட சக்கரவர்த்திகளாக இருந்திருக்கிறார்கள். சில சமயம் உறையூரையும் அதன் சுற்றுப் புறத்தையும் மட்டும் ஆண்ட குறுநில மன்னர்களாக இருந்திருக் கிறார்கள். சிலர் ஏகபத்தினி விரதம்கொண்டு இராமபிரானைப் போல இருந்ததுண்டு. சிலர் பல தாரங்களை மணம் செய்துகொண்டு வீரப் புதல்வர்கள் பலரை ஈன்றதுண்டு. சிலர் சிவபக்தர்கள்; சிலர் திருமாலின் பக்தர்கள். சிலர் 'சாமியுமில்லை; பூதமுமில்லை' என்று சொல்லி வந்தார்கள். ஆனால் அவர்களில் யாரும் தங்கள் நடத்தையில் களங்கமுண்டாகுமாறு நடந்ததில்லை. பிறன் மனை விழைந்த தில்லை. குழந்தாய்! கன்னிப் பெண்களாயிருப்பவர்கள் எத்தனை பேரை வேண்டுமானாலும் மணந்து கொள். உன் பாட்டனின் தந்தை - புகழ் பெற்ற பராந்தகச் சக்கரவர்த்தி, ஏழு பெண்களை மணந்து கொண்டார், அவரைப் போல் நீயும் மணந்துகொள். ஆனால் பெரிய பழுவேட்டரையனை மணந்துகொண்ட மாய மோகினியைக் கண்ணெடுத்தும் பாராதே!'

'மன்னிக்க வேண்டும் தாத்தா! அந்த மாதிரி குற்றம் ஒன்றும் நான் செய்யமாட்டேன். சோழ குலத்துக்கும் மலையமான் குலத்துக்கும் களங்கம் உண்டு பண்ண மாட்டேன்!'

'அப்படியானால் அவள் அழைப்புக்காக ஏன் போகிறாய்? குழந்தாய்?'

'உண்மையை உங்களிடம் சொல்லிவிட்டே போகிறேன். அவளுக்கு ஒரு சமயம் நான் ஒரு பெரிய தீங்கு செய்தேன். அதற்காக அவளிடம் மன்னிப்புக் கேட்டுக்கொள்ளப் போகிறேன்' என்றான் கரிகாலன்.

'இது என்ன வார்த்தை? ஒரு பெண்ணிடம் நீ மன்னிப்புக் கேட்டுக் கொள்வதாவது? என் காதினால் கேட்கச் சகிக்கவில்லையே?' என்றார் மலையமான்.

ஆதித்த கரிகாலன் சிறிது நேரம் தலைகுனிந்த வண்ணமாக இருந்தான். பிறகு மனத்தைத் திடப்படுத்திக்கொண்டு, பாட்டனாரிடம் பழைய வரலாற்றை ஒருவாறு கூறினான். வீரபாண்டியனைத் தான் தேடிச் சென்று அவன் ஒளிந்திருந்த இடத்தைக் கண்டுபிடித்ததையும், நந்தினி குறுக்கிட்டு உயிர்ப்பிச்சை கேட்டதையும், தான் அதைக் கேட்காமல் ஆத்திரப்பட்டு அவனைக் கொன்றதையும் அதுமுதலாவது தன் மனம் நிம்மதியில்லாமல் அலைப்புறுவதையும் பற்றி விவரமாகக் கூறினான்.

'அந்த ஞாபகம் என்னை ஓயாமல் கஷ்டப்படுத்திக் கொண்டிருக்கிறது, தாத்தா! அவளை ஒரு தடவை பார்த்து மன்னிப்புக் கேட்டுக் கொண்டால்தான் என் மனம் நிம்மதி அடையும். அவளும் போனதை யெல்லாம் மறந்துவிடத் தயாராகியிருப்பதாகக் காண்கிறது. இராஜ்யத்தில் குழப்பம் விளையாமல் பார்த்துக் கொள்வதிலும் சிரத்தைக் கொண்டிருக் கிறாள். அதற்காகவே என்னை அழைத்திருக் கிறாள். போகும் காரியத்தை முடித்துக்கொண்டு வெகு சீக்கிரமாகவே காஞ்சிக்குத் திரும்பி விடுவேன், தாத்தா! திரும்பி வந்ததும் என் தம்பியைக் கண்டுபிடித்துக் கொண்டுவருவதற்காகக் கப்பல் ஏறிப் புறப்படுவேன்' என்றான் ஆதித்த கரிகாலன்.

கிழவர் மலையமான் ஒரு பெருமூச்சுவிட்டு, 'இதுவரையில் விளங்காமலிருந்த பல விஷயங்கள் இப்போது எனக்கு விளங்கு கின்றன. இன்று வரை மர்மமாக இருந்த பல காரியங்கள் அர்த்தமாகின்றன. விதியை வெல்ல யாராலும் முடியாது என்பது நிச்சயந்தான்!' என்றார்.

நான்காம் அத்தியாயம்

ஐயனார் கோவில்

கெடில நதிக் கரையில் பாட்டனும் பேரனும் பேசிக் கொண்டிருந்த அதே சமயத்தில் கொள்ளிடத்தின் வடகரையில் உள்ள திருக்கானாட்டுமுள்ளூர் என்னும் ஊரில் பழைய நண்பர்களான ஆழ்வார்க்கடியானும், வந்தியத்தேவனும் ஒரு விநோதமான காரியத்தில் ஈடுபட்டிருந்தார்கள். அக்காலத்தில் வட காவேரியாகிய கொள்ளிடமும் தென் காவேரியைப் போலவே புண்ணிய நதியாகக் கருதப்பட்டு வந்தது. துலா மாதத்தில் தினந்தோறும் கானாட்டுமுள்ளூர் ஆலயத்தில் கோயில் கொண்டுள்ள சிவ பெருமான் ரிஷபாரூடராகக் கொள்ளிடக் கரைக்கு எழுந்தருளி ஸ்நானத்துக்கு வந்துள்ள பக்தர்களுக்குச் சேவை தருவது வழக்கம். மத்தியான வேளையில் ஒவ்வொரு நாளும் உற்சவமாகவே இருக்கும். அக்கம் பக்கத்துக் கிராமங்களிலிருந்து பக்தர்கள் திரண்டு வருவார்கள். விஷ்ணு கோயில் அந்த ஊரில் சிறிதாக இருப்பினும் அந்தக் கோயிலிலிருந்தும் பகவான் கருட வாகனத்தில் ஆரோகணித்துக் கொள்ளிடக் கரைக்கு எழுந்தருளுவார்.

இவ்விதம் துலா மாதத்தில் வட காவேரியில் ஸ்நானம் செய்வதற்காக வந்து கூடியிருந்த ஜனக்கூட்டத்தினிடையே ஆழ்வார்க்கடியான் ஒரு நாவல் கிளையை மண்ணில் நட்டு வைத்துக்கொண்டு, 'நாவலோ நாவல்! நாவலோ நாவல்! இந்த நாவலத் தீவில் வைஷ்ணவ சமயமே மேலான சமயம் என்று நிலைநாட்டுவதற்கு வாதப் போர் புரிய வந்துள்ளேன். சைவர்கள், சாக்தர்கள், அத்வைதிகள், காபாலிகர்கள், காலாமுகர்கள், புத்தர்கள், சமணர்கள் யார் வேணுமானாலும் வாதப் போர் புரிய வரலாம். அவர்கள் வெற்றி பெற்றால் அவர்களை என் தோள் மீது தூக்கி வைத்துக்கொண்டு ஊரைச் சுற்றி வலம் வருவேன், அவர்கள் தோற்றால் இடுப்புத் துணியைத் தவிர மற்றதையெல்லாம் இங்கே கொடுத்து விட்டுப் போக வேணும்! நாவலோ நாவல்' என்று கத்திக் கொண்டிருந்தான். அவனுக்கு முன்னால் ருத்திராட்ச மாலைகள், மகரகண்டிகள், கமண்டலங்கள், குண்டலங்கள், பட்டுப் பீதாம்பரங்கள்,

பொற்காசுகள் ஆகியவை குவிந்து கிடந்தன. இவற்றிலிருந்து வெகு நேரம் வாதமிட்டுப் பலரை வாதப் போரில் வென்றிருக்க வேண்டும் என்பது தெளிவாயிருந்தது. அவனுக்குப் பக்கத்தில் கடம்பமரம் ஒன்றில் சாய்ந்துகொண்டு வந்தியத்தேவன் கையில் உருவிய கத்தியுடன் நின்று கொண்டிருந்தான். இப்போது அவனுடைய அரையில் உடுத்திய ஒரு துணியும், கையில் ஒரு கத்தியும் மட்டும்தான் இருந்தன. அவனுடைய தோற்றத்திலிருந்து ஆழ்வார்கடியான்மீது பலாத்காரத்தைப் பிரயோகிக்கப் பார்த்தவர்களை அவன் கத்தியை வீசிப் பயமுறுத்தி அனுப்பியிருக்க வேண்டும் என்று தோன்றியது. அந்தச் சமயத்தில் கூட்டமாகவும், கோஷித்துக் கொண்டும் வந்த சைவர் கூட்டம் ஒன்றைப் பார்த்து அவன் கூறிய மொழிகளிலிருந்தும் அது வெளியாயிற்று.

‘எச்சரிக்கை! நியாயமாக வாதப் போர் செய்வோர் செய்யலாம். அத்துமீறி இந்த வைஷ்ணவன் மீது யாராவது கையை வைத்தால் இந்த வாளுக்கு இரையாவார்கள்!’ என்று கூறியதுடன், கத்தியையும் இரு முறை சுழற்றினான். கோபத்துடன் வந்த சைவர்கள் சாந்த மடைந்தார்கள். அவர்களில் ஒருவர், ‘ஓ வைஷ்ணவனே! ஏதோ நீ இன்றைக்கு வாதத்தில் ஜெயித்து விட்டதாக எண்ணிக் கர்வம் கொள்ளாதே! திருநாரையூருக்குப் போ! அங்கே உன்னை வாதில் வென்று புறமுதுகிட்டு ஓடச் செய்யக்கூடிய நம்பியாண்டார் நம்பி இருக்கிறார்!’ என்றார்.

‘உங்கள் திருநாரையூர் நம்பியைத் திருநாராயணபுரத்து அனந்த பட்டரிடம் வந்து வாதமிடச் சொல்லுங்கள்! அங்கே நானும் ஒருவேளை இருந்தாலும் இருப்பேன்!’ என்று கூறினான் ஆழ்வார்க்கடியான்.

பலமுறை அவன் ‘நாவலோ நாவல்!’ என்று கூவியும் யாரும் புதிதாக வாதமிட வரவில்லை. எனவே, நாவல் கிளையை எடுத்துவிட்டுச் சங்கு சக்கரம் பொறித்த வெற்றிக் கொடியை ஆழ்வார்க்கடியான் நட்டான். பக்கத்தில் நின்று எல்லாவற்றையும் பார்த்துக் கொண்டிருந்த வைஷ்ணவர்கள் சிலர் உடனே அருகில் வந்து அவனைத் தூக்கித் தோளில் வைத்துக்கொண்டு,

‘நாராயணனே நம் தெய்வம்!
நாமெல்லாரும் துதி செய்வம்!’

என்று பாடிக்கொண்டு கூத்தாடினார்கள். பிறகு அவர்கள், ‘வீர வைஷ்ணவனே! எங்கள் இல்லத்துக்கு வந்து அமுது செய்து அருள வேண்டும்!’ என்று பிரார்த்தித்தார்கள். ‘அங்ஙனமே ஆகுக!’ என்று ஆழ்வார்க்கடியான் கம்பீரமாகக் கூறிவிட்டு வந்தியத்தேவனையும்

அழைத்துக்கொண்டு சென்றான். இருவரும் புளியோதரை, திருக்கண்ணமுது, ததியோன்னம் ஆகியவற்றை வயிறு முட்டும்படி ஒரு கை பார்த்தார்கள். ஆழ்வார்க்கடியான் தான் வாதப் போரில் சம்பாதித்த பொருள்களில் அங்கவஸ்திரமாக அணியக்கூடிய பீதாம்பரம் ஒன்றை மட்டும் வந்தியத்தேவனிடம் கொடுத்துவிட்டு மற்றவற்றை ஸ்ரீ வைஷ்ணவர்களிடம் கொடுத்து அவற்றின் பெறுமானத்துக்குப் பொற்கழஞ்சுகள் பெற்றுக் கொண்டான். வைஷ்ணவ சமயத்தின் மேன்மையை நிலைநாட்டிக் கொண்டு வடக்கே ஹரித்வாரம் வரையில் போக வேண்டியிருப்பதால் தனக்குப் பொற்காசுகள் தேவை என்பதாக அவன் தெரிவித்துக் கொண்டான். ஸ்ரீவைஷ்ணவர்களும் மனமுவந்து பொருள்களின் பெறுமானத்துக்கு அதிகமாகவே பொற்காசுகள் கொடுத்தார்கள். பெற்றுக்கொண்டு ஆழ்வார்க் கடியானும் வந்தியத்தேவனும் பிற்பகலில் கடம்பூரை நோக்கிப் பிரயாணமானார்கள்.

கொள்ளிடத்தில் அப்போது பெருவெள்ளம் போய்க் கொண்டி ருந்தபடியால் அவர்கள் ஏறிவந்த குதிரைகளைக் கொண்டு வரமுடியவில்லை. அவர்கள் நதியைக் கடந்த ஓடத்தில் ஜனங்கள் அதிகமாக ஏறியிருந்தபடியால், படகு கரையை அடையும் சமயத்தில் கவிழ்ந்துவிட்டது. மற்றவர்களைப் போல் வந்தியத் தேவனும் ஆற்று வெள்ளத்தில் விழுந்து நீந்திக் கரை சேர வேண்டியதாயிற்று. அச்சமயம் அத்தனை காலமாக எத்தனையோ நெருக்கடியான நிகழ்ச்சிகளிலும் வந்தியத்தேவன் காப்பாற்றிக் கொண்டுவந்த அவனுடைய அரைக்கச்ச சுருளும் அதில் அவன் பத்திரப்படுத்தி வைத்திருந்த இலச்சினைகளும், இளையபிராட்டி தந்த ஓலையுங்கூட நதி வெள்ளத்தில் போய்விட்டன. அவற்றுடன் இருந்த பொன் நாணயங்களும் போய்விட்டன. புதிய குதிரைகள் வாங்குவதற்குப் பணம் சேகரிப்பதற்காகவே மேற்கூறிய யுக்தியை அவர்கள் கையாண்டார்கள். யுக்தி பலித்துக் கொஞ்சம் பணமும் கிடைத்தது. ஆனால் அந்த கிராமாந்திரப் பகுதிகளில் குதிரை எங்கும் விலைக்குக் கிடைக்காது என்றும் தெரிந்தது. கடம்பூர் கிராமத்தில் வாரம் ஒருநாள் நடைபெறும் சந்தையில் ஒருவேளை குதிரைகள் விற்பனைக்கு வரலாம்; இல்லாவிடில் திருப்பாதிரிப் புலியூர் சென்று வாங்க வேண்டும்.

கடம்பூருக்குப் போவதா, வேண்டாமா என்பது பற்றி அந்த நண்பர்களுக்குள் விவாதம் நடந்தது. அதில் உள்ள சாதக பாதகங்களைப்பற்றி விவாதித்தார்கள். கடம்பூரில் ஆதித்த கரிகாலரின் வருகையைப்பற்றி ஏதேனும் செய்தி கிடைத்தாலும் கிடைக்கலாம். காஞ்சியிலிருந்து புறப்பட்டு விட்டாரா, எந்த வழியாக வருகிறார்

என்று ஏதேனும் தகவல் தெரிந்தால் நல்லது அல்லவா? ஆனால் கடம்பூரில் தெரிந்தவர்களின் கண்ணில் படக் கூடாது. கந்தமாறனைச் சந்திக்க நேர்ந்து விட்டால் ஆபத்தாகப் போய்விடும். ஒருவேளை பழுவேட்டரையரின் பரிவாரங்கள் இதற்குள் வந்திருந்தால், அதுவும் தொல்லைதான்!

'வைஷ்ணவனே! உனக்குத்தான் இரவில் சுவர் ஏறிக் குதிக்கத் தெரியுமே? சம்புவரையர் குதிரை லாயத்திலிருந்து இரண்டு குதிரைகளைக் கொண்டு வந்து விடலாமே?' என்றான் வந்தியத்தேவன்.

'நான் சுவர் ஏறிக் குதிப்பேன். ஆனால் குதிரைகளுக்குச் சுவர் ஏறிக் குதிக்கத் தெரிய வேண்டுமே?' என்றான் வைஷ்ணவன்.

'பழுவூர்ப் பரிவாரங்கள் அங்கே வந்திருந்தால், இரண்டு குதிரைகளை அடித்துக்கொண்டு போகலாம். அவர்கள் முன்னொரு சமயம் கடம்பூரில் என்னுடைய குதிரையை விரட்டியடித்தார்கள் அல்லவா? அதற்குப் பழிக்குப் பழி வாங்க வேண்டும்!' என்றான் வாணர் குல வீரன்.

சில மாதங்களுக்கு முன்பு கடம்பூரில் அவர்கள் சந்தித்தது பற்றியும் அன்று இரவு நடந்த அபூர்வ சம்பவங்களைப் பற்றியும் வழி நெடுகப் பேசிக்கொண்டு வந்தார்கள். இருவரும் சூரியன் அஸ்தமிக்கும் சமயத்துக்குக் கடம்பூரை அடைந்தார்கள்.

கடம்பூர் அவர்கள் எதிர்பார்த்ததுபோல் அமர்க்களப்பட்டுக் கொண்டுதானிருந்தது. அரண்மனையும் கோட்டை வாசலும் கொடிகளாலும் தோரணங்களாலும் தொங்கல் மாலைகளாலும் அலங்கரிக்கப்பட்டு விளங்கின. கோட்டை வாசலிலும் சரி, மதிள் சுவரைச் சுற்றியும் சரி, முன்னை விடக் காவல் பலமாக இருந்தது. பட்டத்து இளவரசர் ஆதித்த கரிகாலர் வருகிறார் என்றால் கேட்க வேண்டுமா? அதே சமயத்தில் தனாதிகாரி பெரிய பழுவேட்டரையரும் ராணியுடன் வரப் போகிறார். இரண்டு பேருடைய பரிவாரங்களும் வருவார்கள். சில நாளைக்கு ஊர் தடபுடல் பட்டுக் கொண்டுதானிருக்கும்.

இதையெல்லாம் பற்றிக் கடம்பூர்க் கடைத்தெருவில் ஜனங்கள் பேசிக் கொண்டிருந்ததை இரு நண்பர்களும் கேட்டார்கள். ஜனங்கள் பேச்சிலிருந்து இரு சாராரும் இன்னும் வந்து சேரவில்லை என்று தெரிந்தது. சம்புவரையர் மகன் கந்தமாறன் ஆதித்த கரிகாலரை அழைத்து வரக் காஞ்சிக்கே புறப்பட்டுப் போயிருக்கிறான் என்றும் தெரிந்தது. இந்தப் பரபரப்பான பேச்சுக்களுக்கிடையில் சிலர் 'கடல்

கொண்டு விட்ட இளவரசன் அருள்மொழிவர்மனைப் பற்றியும் மெல்லிய குரலில் பேசினார் கள். அவ்வளவு பெரிய துக்க சம்பவம் நடந்திருக்கும் போது இங்கே விருந்துகளுக்கும் களியாட்டங்களுக்கும் ஏற்பாடு நடந்து வருவது பலருக்குப் பிடிக்கவில்லை என்பது ஜாடை மாடையாக அவர்கள் பேசிக் கொண்டதிலிருந்து தெரிந்தது.

ஆழ்வார்க்கடியானும், வந்தியத்தேவனும் இந்தப் பேச்சுகளை யெல்லாம் காது கொடுத்துக் கேளாதவர்கள்போல் கேட்டுக் கொண்டு ஊரைத் தாண்டிப் போனார்கள். ஊருக்குள் எங்கேயும் இரவு தங்க அவர்கள் விரும்பவில்லை. ஊருக்கு அப்பால் சமீபத்தில் எங்கேயாவது பாழடைந்த மண்டபம் அல்லது சத்திரம் சாவடி இல்லாமலா போகும்? அப்படியில்லாவிட்டால், இரவு வீரநாராயணபுரத்துக்குப் போய்த் தங்கி விடுவது நல்லது. அங்கேயுள்ள பெரிய பெருமாள் கோயிலின் நூற்றுக்கால் மண்டபத்தில் நிம்மதியாகப் படுத்து உறங்கலாம். முதன் நாள் இரவு நிகழ்ச்சிகளுக்குப் பிறகு ஓர் இரவு நல்ல தூக்கம் அவர்களுக்கு அவசியமாயிருந்தது.

கடம்பூரைத் தாண்டிச் சாலையோடு சிறிது தூரம் சென்றதும் அடர்த்தியான மூங்கில் காடு ஒன்றும் அதற்குள் ஐயனார் கோவில் ஒன்றும் தெரிந்தன. 'வைஷ்ணவரே! இனிமேல் என்னால் நடக்க முடியாது. இரவு இந்தக் கோயிலில் படுத்திருக்கலாம். யார் கண்ணிலும் படாமலிருப்பதற்கு இது நல்ல இடம்!' என்றான் வந்தியத்தேவன்.

'அப்பனே! நீ சொல்வது தவறு. இம்மாதிரி இடங்களுக்கு நம்மைப் போல் இன்னும் யாராவது வந்து சேர மாட்டார்கள் என்பது என்ன நிச்சயம்?' என்றான் ஆழ்வார்க்கடியான்.

'அப்படி வருகிறவர்கள் குதிரைகளுடன் வந்தவர்களானால் ரொம்ப நல்லது' என்றான் வந்தியத்தேவன்.

'இந்த மூங்கில் காட்டுக்குள் எந்தக் குதிரையும் நுழைய முடியாது. மனிதர்கள் நுழைந்து செல்வதே கடினமான காரியம் ஆயிற்றே!'

'எங்கேயாவது ஒற்றையடிப் பாதை ஒன்று இல்லாமற் போகாது. கோயில் பூசாரி வரக்கூடிய வழியேனும் இருந்துதானே ஆக வேண்டும்?'

இருவரும் அடர்த்தியாக மண்டிக் கிடந்த மூங்கில் புதர்களைச் சுற்றிச் சுற்றி வந்து, கடைசியாகக் குறுகலான ஒற்றையடிப் பாதை ஒன்றைக் கண்டுபிடித்தார்கள். அதன் வழியாக உடம்பில் முட்கள் கீறாமல் நடந்து போவது மிகவும் பிரயாசையாக இருந்தது. இவ்விதம் சிறிது தூரம் சென்ற பிறகு கொஞ்சம் இடைவெளி காணப்பட்டது. அதில் சிறிய ஐயனார் கோவில் இருந்தது. கோவிலுக்கு எதிரே பலி பீடமும் அதையொட்டி மண்ணினால் செய்து காளவாயில் சுடப்பட்ட

யானைகளும் குதிரைகளும் வரிசையாக வைக்கப்பட்டிருந்தன. ஐயனாருக்கு வேண்டுதல் செய்து கொள்ளும் பக்தர்கள் இவ்விதம் மண்ணினால் செய்த குதிரைகளும் யானைகளும் கொண்டு வந்து வைப்பது வழக்கம்.

அவற்றைப் பார்த்ததும் வந்தியத்தேவன், 'குதிரைகளைப்பற்றி இவ்வளவு கவலைப்படுகிறோமே? ஐயனாரைக் கேட்டு இரண்டு குதிரைகள் வாங்கிக் கொள்ளலாமே?' என்றான்.

'மண் குதிரையை நம்பி ஆற்றில் இறங்கக் கூடாது என்ற பழமொழி தெரியாதா!' என்றான் ஆழ்வார்க்கடியான்.

'வைஷ்ணவனே! எங்கள் ஐயனார் மிகவும் சக்தி வாய்ந்த தெய்வம். கேட்ட வரத்தை உடனே கொடுக்கக்கூடியவர். உங்கள் விஷ்ணுவைப் போல் பக்தர்களைத் தவிக்கவிட்டுப் பட்டப் பகலில் தூங்கிக் கொண்டிருப்பவர் அல்ல!' என்றான் வந்தியத்தேவன்.

'அப்படியானால் இந்த மண் குதிரைகளுக்கு உயிர் கொடுத்தாலும் கொடுப்பார் என்று சொல்லு! ரொம்ப நல்லதாகப் போயிற்று. பணம் மிச்சம்!'

'உண்மையான பக்தி இருந்தால், மண் குதிரைகளும் உயிர் பெறும்! பார்க்கப் போனால் நம்முடைய உடம்புகள் மட்டும் என்ன? பிரம்மதேவன் மண்ணினால் செய்து உயிர் கொடுத்ததுதானே?'

'நன்கு சொன்னாய், தம்பி! இந்த உடம்பு மண்ணினால் செய்த உடம்பு என்பதை மறந்துவிடுகிறோம். அதை அடிக்கடி ஞாபகப்படுத்திக் கொள்வதற்காகத் திருமண்ணைக் குழைத்து நெற்றியிலும், உடம்பிலும் இட்டுக் கொள்ளும்படி வைஷ்ணவ ஆச்சாரிய புருஷர்கள் கட்டளையிட்டிருக்கிறார்கள்!'

வந்தியத்தேவன் 'உஷ்!' என்று சொல்லி, ஆழ்வார்க்கடியா னுடைய கையைப் பிடித்துக்கொண்டு, இன்னொரு கையினால் எதிரே சுட்டிக் காட்டினான். சூரியன் அஸ்தமித்துச் சிறிது நேரம் ஆகிவிட்டது. நாலாபுறமும் இருண்ட மூங்கில் தோப்புக்குள் சூழ்ந்திருந்த அச்சிறிய இடைவெளியில் மிக மங்கலாகத் தெரிந்த வெளிச்சத்தில் ஐயனாருடைய வாகனங்கள் உயிர் பெற்று அசைவதாகத் தோன்றின. ஒரு யானையும், ஒரு குதிரையும் இடம் பெயர்ந்து நகர்ந்தன. கண்ணால் கண்ட இந்த அற்புதத்தை நம்புவதா, இல்லையா என்று தெரியாமல் வந்தியத்தேவன் சிறிது நேரம் திகைத்து நின்றான். ஆனாலும் ஐயனாருடைய அற்புத சக்தியை ஆழ்வார்க்கடியானுக்கு உடனே உணர்த்திவிடக்கூடிய சந்தர்ப்பத்தை இழக்கவும் அவனுக்கு மனம் வரவில்லை. 'வைஷ்ணவரே! பார்த்தீரா?' என்று அவன்

சொல்வதற்குள், ஆழ்வார்க்கடியான் அவனுடைய கையை இறுக்கிப் பிடித்து, உதட்டில் விரல் வைத்துச் சமிக்ஞை காட்டி, பேச்சை நிறுத்தினான். பின்னர், இறுக்கிப் பிடித்த கையினால் வந்தியத் தேவனைப் பற்றியவாறு அவனை இழுத்துக்கொண்டு அந்த மூங்கில் புதருக்குப் பின்னால் சென்று நன்றாக மறைந்து நின்றான்.

குதிரையும் யானையும் அசைந்து சிறிது விலகிக் கொடுத்தன அல்லவா? அப்படி விலகிக் கொடுத்து இடைவெளி ஏற்பட்ட இடத்தில் ஒரு மனிதனுடைய தலை மட்டும் தெரிந்தது. அந்தத் தலை அப்பாலும் இப்பாலும் திரும்பி நாலுபுறமும் பார்த்தது. ஐயனாருடைய பலிபீடத்துக்குப் பக்கத்தில் இம்மாதிரி ஒரு தலை மட்டும் தோன்றி நாலா புறமும் சுழன்று விழித்த காட்சி மிகப் பயங்கரமாயிருந்தது. எவ்வளவோ பயங்கரங்களைப் பார்த்திருந்த வந்தியத்தேவனுடைய மெய் சிலிர்த்தது; ஆனால் தன்னைப் பிடித்திருந்த ஆழ்வார்க்கடியான் கை சிறிதும் நடுக்கமுறாமலும் தளராமலும் இருந்ததை அறிந்து வந்தியத்தேவன் நெஞ்சுறுதி கொண்டான்.

இவர்கள் பார்த்துக் கொண்டிருக்கும்போதே அந்தத் தலை எழும்பி மேலே வந்தது. ஒரு மனிதனுடைய மார்புவரையில் தெரிந்தது. பிறகு அம்மனிதன் முழுமையான உருவத்துடன் கிளம்பி மேலே வந்தான். அம்மனிதன் வெளி வந்த இடத்தில் ஒரு சிறிய பிளவு, கரிய, இருள் சூழ்ந்த பாதாள பிலத்துவாரத்தைப் போல, பயங்கரமாக வாயைத் திறந்து கொண்டிருந்தது. சற்று உற்றுப் பார்த்த பின்னர் அந்த மனிதன் யார் என்பதும் அவர் களுக்குத் தெரிந்துவிட்டது. கடம்பூர் மாளிகையில் பணியாள னாக இருந்துகொண்டே ரவிதாஸனுடைய சதிக் கும்பலிலும் சேர்ந்திருந்த இடும்பன்காரிதான் அவன்.

இதை இருவரும் ஏக காலத்தில் அறிந்து கொண்டதும் ஒருவரை யொருவர் பார்த்துத் தங்கள் வியப்பைச் சமிக்ஞை யினாலேயே தெரிவித்துக் கொண்டார்கள். இடும்பன்காரி திறந்திருந்த துவாரத்தை அப்படியே விட்டு விட்டு, மறுபடியும் ஒரு தடவை சுற்று முற்றும் பார்த்துவிட்டு ஐயனார் கோவிலை நோக்கி நடந்தான். கோவில் கதவைத் திறந்துகொண்டு உள்ளே போனான். சிறிது நேரத்துக் கெல்லாம் கோயிலுக்குள்ளேயிருந்து முணுக்கு முணுக்கு என்று வெளிச்சம் தெரிந்தது. கோயிலுக்குள் விளக்கேற்றப்பட்டிருக்கிறது என்பதை அறிந்து கொண்டார்கள்.

'தம்பி! இதைப் பற்றி என்ன நினைக்கிறாய்?' என்று முணுமுணுக்கும் குரலில் அடியான் கேட்டான்.

'ஐயனார் சக்தியுள்ள தெய்வம் என்று நினைக்கிறேன்; குதிரைக்கு உயிர் வந்ததைப் பார்க்கவில்லையா?' என்றான் வந்தியத்தேவன்.

'அது சரி! இப்போது வந்தானே, அவனைப் பற்றி என்ன நினைக் கிறாய்?'

'அவன் ஐயனார் கோவில் பூசாரி போலிருக்கிறது நாமும் போய்ச் சுவாமி தரிசனம் செய்யலாமா?'

'கொஞ்சம் பொறு! இன்னும் யாராவது சுவாமி தரிசனத்துக்கு வருகிறார்களா என்று பார்த்துக் கொள்ளலாம்.'

'இன்னும் யாரேனும் வருவார்கள் என்று நினைக்கிறீர்களா?'

'பின் எதற்காக இவன் விளக்குப் போடுகிறான்?'

'பூசாரி, கோவிலுக்கு விளக்குப் போடுவதில் ஆச்சரியம் என்ன?'

'தம்பி! அவன் யார் என்று தெரியவில்லையா?'

'நன்றாகத் தெரிகிறது, கொள்ளிடத்தின் தென் கரையில் எனக்குக் குதிரை வாங்கிக் கொண்டுவந்து கொடுத்தானே? அந்த இடும்பன்காரி இவன்தான்! இப்போதும் இவனிடம் குதிரை கேட்கலாம் என்று பார்க்கிறேன்..'

'நல்ல யோசனை செய்தாய்.'

'உமக்குப் பிடிக்கவில்லையா?'

'இடும்பன்காரி உனக்குக் குதிரை வாங்கிக் கொடுத்தவன் மட்டும் அல்ல; ரவிதாஸன் கூட்டத்தைச் சேர்ந்தவன்.'

'அப்படியானால் இன்னொரு நல்ல யோசனை தோன்றுகிறது.'

'என்ன? என்ன?'

'இடும்பன்காரி ஐயனார் கைங்கரியத்தில் ஈடுபட்டிருக்கும் போது, அவன் எங்கிருந்து வந்து முளைத்தான் என்பதைப் பார்த்துத் தெரிந்துகொண்டு வரலாம் என்று எண்ணுகிறேன்.'

'அது எப்படி முடியும்?'

'அவன் வெளியே வந்த துவாரத்தில் நான் உள்ளே போக முடியாதா?'

'முடியலாம், ஆனால் அதில் உள்ள அபாயங்கள்...'

'அபாயம் இல்லாத காரியம் எது?'

'அப்புறம் உன் இஷ்டம்?'

'வைஷ்ணவரே! நீங்கள் இங்கேயிருந்து என்ன நடக்கிறதென்று பார்த்துக் கொண்டிருங்கள்...'

'அதற்கென்ன கஷ்டம்? நான் இருந்து பார்த்துக் கொண்டிருக்கிறேன். சுரங்க வழி எங்கே போகும் என்று உனக்கு ஏதாவது தோன்றுகிறதா?'

'தோன்றுகிறது சுவாமி, தோன்றுகிறது! அது சரிதானா என்று தெரிந்து கொள்ள விரும்புகிறேன்.'

'அதை நீ எதற்காகத் தெரிந்து கொள்ள வேணும்?'

'ஏதேனும் ஒரு சமயத்தில் உபயோகப்படலாம். யார் கண்டது?'

அச்சமயம் சற்றுத் தூரத்தில் வேறு பேச்சுக் குரல்கள் கேட்டன.

'தாமதிப்பதற்கு நேரமில்லை வைஷ்ணவரே! நான் திரும்பி வருகிற வரையில் இங்கேயே இருப்பீர் அல்லவா? அல்லது சுக்கிரீவன் வாலிக்குச் செய்ததுபோல் செய்துவிடுவீரா!'

'உயிர் உள்ள வரையில் இங்கேயே இருக்கிறேன். ஆனால் நீ திரும்பி வருவது என்ன நிச்சயம்?'

'உயிர் இருந்தால் நானும் திரும்பி வருவேன்...'

இவ்விதம் சொல்லிக்கொண்டே வந்தியத்தேவன் நாலே பாய்ச்சலில் துவாரம் தெரிந்த இடத்தை நோக்கி ஓடினான். அதற்குள் இறங்கினான், மறு கணமே அந்த இருண்ட பள்ளத்தில் மறைந்தான். பிலத்துவாரம் அவனை அப்படியே விழுங்கி விட்டதாகத் தோன்றியது.

கோயிலுக்குள் சென்றிருந்த இடும்பன்காரி வெளியே வந்து சுற்று முற்றும் பார்த்தான். திறந்திருந்த துவாரம் கண்ணில் பட்டது. உடனே அவ்விடம் சென்று பலி பீடத்துக்குப் பக்கத்தில் நாட்டப்பட்டிருந்த சூலாயுதத்தைச் சுழற்றித் திருகினான்.

இடம் பெயர்ந்து அகன்றிருந்த யானையும் குதிரையும் மறுபடியும் நெருங்கி வந்தன. துவாரம் அடைப்பட்டு இருந்த இடம் தெரியாமல் மறைந்துவிட்டது!

இந்தக் காரியத்தைச் செய்துவிட்டு இடும்பன்காரி மறுபடியும் வாசற்படியண்டை வந்தான். அதே சமயத்தில் ரவிதாஸன், சோமன் சாம்பவன் முதலியவர்களும் வேறு திசையிலிருந்து வந்து சேர்ந்தார்கள்.

ஆழ்வார்க்கடியான் மூங்கில் காட்டுக்குப் பின்னால் இன்னும் நன்றாக மறைந்து கொண்டான். கோவில் வாசற்படி மேல் ரவிதாஸன் உட்கார்ந்து கொண்டான். மற்றவர்கள் அவன் எதிரே தரையில் அமர்ந்தார்கள்.

'தோழர்களே! நாம் கைக் கொண்ட விரதம் நிறைவேறும் சமயம் நெருங்கிவிட்டது!' என்றான் ரவிதாஸன்.

'இவ்வாறுதான் ஆறு மாதமாக 'நெருங்கிவிட்டது' 'நெருங்கிவிட்டது' என்று சொல்லிக் கொண்டிருக்கிறோம்' என்றான் ஒருவன்.

'ஆம், அதில் தவறு ஒன்றுமில்லை; ஆறு மாதமாகவே அந்த நாள் நெருங்கி வந்து கொண்டிருந்தது. விரல்விட்டு எண்ணக் கூடிய நாள் கணக்கில் நெருங்கி விட்டது. ஆதித்த கரிகாலன் காஞ்சியை விட்டுக் கிளம்பிவிட்டான் என்ற செய்தி வந்திருக்கிறது. திருகோவலூர்க் கிழவன் அவனைத் தடுத்து நிறுத்தச் செய்த பிரயத்தனம் பலிக்க வில்லையாம்!'

'வழியில் வேறு யாராவது தடுத்து நிறுத்த மாட்டார்கள் என்பது என்ன நிச்சயம்?'

'ஆதித்த கரிகாலன் முன் வைத்த காலைப் பின் வைக்கிறவன் அல்ல, இனி யார் தடுத்தாலும் கேட்க மாட்டான்...'

'அவனுடைய சகோதரி சொல்லி அனுப்பிய செய்தி போய்ச் சேர்ந்தால்...'

'அது எப்படிப் போய்ச் சேரமுடியும்? செய்தி கொண்டுபோன வாலிபனைத்தான் காட்டில் கட்டிப் போட்டு விட்டு வந்தோமே?'

'அழகுதான்! அவனை இன்று காலையில் கொள்ளிடத்தின் வடகரையிலே பார்த்தேன். அவனோடு நமது இன்னொரு பகைவனும் சேர்ந்திருக்கிறான்.'

'அது யார்?'

'போலி வைஷ்ணவ வேஷதாரி!'

'அப்படியானால் நாம் ஜாக்கிரதையாயிருக்க வேண்டியதுதான். அவர்கள் ஆதித்த கரிகாலனைச் சந்திக்காமல் தடுக்கப் பார்க்க வேண்டும்.

'தும்பை விட்டு வாலைப் பிடிக்கிற கதையாக இருக்கிறது. கையில் அகப்பட்டவனை அங்கே ஒரு வழியாகத் தீர்த்திருக் கலாம். ராணி எதற்காக அவனை உயிரோடு விடச் சொன்னாள் என்று தெரியவில்லை....'

'தோழர்களே! எனக்கும் அது அப்போது புரியாமல்தான் இருந்தது. அப்புறம் தெரிந்துகொண்டேன்; ராணி என்னையும் மிஞ்சிவிட்டாள் என்பதை ஒப்புக்கொள்கிறேன். மிக முக்கிய மான ஒரு நோக்கத்துடன்தான் வந்தியத்தேவனை உயிரோடு விடச் சொன்னாள் ராணி. அதை நீங்கள் இப்போது தெரிந்து கொள்ளவேண்டிய அவசியமில்லை. வந்தியத்தேவனைப் பற்றிக் கவலை வேண்டாம். ஆனால் அந்த வைஷ்ணவனைக் கண்டால் சிறிதும் தயங்காமல் உயிரை வாங்கிவிட்டு மறு காரியம் பாருங்கள்...' என்றான் ரவிதாஸன்.

ஐந்தாம் அத்தியாயம்

பயங்கர நிலவறை

பிலத் துவாரத்துக்குள் நுழைந்த வந்தியத்தேவன் சில படிகள் இறங்கிச் சென்றான். பிறகு சம தரையாக இருந்தது; மிக மிக இலேசாக வெளிச்சம் தெரிந்தது. பத்துப் பதினைந்து அடி சென்றான். ஏதோ வண்டிச் சக்கரம் சுற்றுவதுபோல் ஒரு சத்தம் கேட்டது. திடீரென்று இருள் வந்து கவிந்து அவனை விழுங்கிக் கொண்டது. சம்பந்தமில்லாத காரியத்தில் தலையிடக்கூடாது என்று பல முறை தீர்மானித்துக் கொண்டதை எண்ணினான்.

'நாம் புறப்பட்ட காரியம் என்ன? எவ்வளவு முக்கியமானது? அதை விடுத்து இப்போது இந்தப் பாதாளச் சுரங்க வழியில் பிரவேசித்தோமே? இது எங்கே கொண்டுபோய்ச் சேர்க்குமோ? என்னமோ! அங்கே என்னென்ன வகை அபாயங்கள் காத்திருக்குமோ? என்ன அறிவீனமான காரியத்தில் இறங்கினோம். நம்முடைய அவசர புத்தி நம்மை விட்டு எப்போது போகப் போகிறது?'

இந்த எண்ணங்கள் அவன் கால்களின் வேகத்தைக் குறைத்தன. திரும்பிப் போய்விடலாம் என்று எண்ணி, வந்த வழியே திரும்பினான்; படிகள் தட்டுப்பட்டன. ஆனால் மேலே துவாரத்தைக் காணவில்லை; தடவித் தடவிப் பார்த்தான். பயனில்லை. யாரோ மேலிருந்து துவாரத்தை மூடியிருக்க வேண்டும். வந்தியத்தேவனுக்கு வியர்த்து விறுவிறுத்து விட்டது. மேலும் பரபரப்புடன், மூடப்பட்ட துவாரத்தைத் திறப்பதற்கு முயன்றான். இதற்குள், எங்கேயோ வெகு வெகு தூரத்தில், யாரோ பேசும் குரல் கேட்பது போலிருந்தது; வேறு வேறு குரல்கள் கேட்டன. ஒரு வேளை அவன் எங்கிருந்து பிலத்துவாரத்தில் பிரவேசித்தானோ, அந்த ஐயனார் கோவில் வாசலில் மனிதர்கள் பேசும் குரலாகவும் இருக்கலாம். இடும்பன்காரி யாரையோ எதிர்பார்த்துத்தானே விளக்குப் போட்டான்? அவர்கள் வந்திருக் கலாம், இது உண்மையாகு மானால் அவன் அச்சமயம் பிலத்து வாரத்தைத் திறக்க வழி கண்டுபிடித்து வெளியேறுதல் பெருந்தவறாக

முடியலாம். அவர்கள் எத்தனை நேரம் அங்கு உட்கார்ந்து பேசிக் கொண்டிருப் பார்களோ தெரியாது. இடும்பன்காரியின் கூட்டாளிகளான ரவிதாஸன் முதலிய சதிகாரர்களானால் நெடுநேரம் பேசிக் கொண்டிருக்கக்கூடும். அவர்கள் எதற்காக இங்கே கூடியிருக் கிறார்கள்? என்ன பேசுகிறார்கள்? என்ன சதி செய்கிறார்கள்? இதை யெல்லாம் அந்த வீரவைஷ்ணவன் கவனித்துக் கொண்டிருப்பான். நாம் இங்கே மூச்சு முட்டும்படி, உடம்பில் வியர்த்துக் கொட்டும்படி நின்று காத்திருப்பதைக் காட்டிலும், மேலே கொஞ்ச தூரம் போய்ப் பார்ப்பதே நல்லது. துணிந்து இறங்கியது இறங்கியாகிவிட்டது. இந்தச் சுரங்க வழி எங்கேதான் போகிறது என்பதைக் கண்டுபிடிப்பது மேல் அல்லவா?...'

இவ்வாறு முடிவு கட்டிக்கொண்டு வந்தியத்தேவன் பின் வைத்த காலை மறுபடி முன் வைத்து நடந்து செல்லத் தொடங்கினான். கீழே சமதரை என்றாலும் முண்டும் முரடுமாக இருந்தது. பாறையைக் குடைந்து எடுத்து அந்தப் பாதாள வழியை அமைத்திருக்க வேண்டும். அந்த வழி எங்கே போய்ச் சேரும் என்பது அவன் மனத்தில் ஓர் உத்தேசம் தோன்றியிருந்தது. அநேகமாக அது கடம்பூர் சம்புவரையர் மாளிகைக்குள் போய் முடிய வேண்டும். அந்த மாளிகையில் எங்கே போய் முடிகிறதோ என்னமோ! ஒருவேளை பொக்கிஷ அறையில் முடியலாம் அல்லது அரண்மனைப் பெண்டிர்கள் வாசம் செய்யும் அந்தப்புரத்தில் முடியலாம். அரசர்களும் சிற்றரசர்களும் வசிக்கும் அரண்மனைகளிலிருந்து அத்தகைய சுரங்கப்பாதைகள் இருக்கும் என்பது அவன் அறிந்த விஷயந்தான். ஏதாவது பேரபாயம் நேரும் காலங்களில் அரண்மனையிலிருந்து ஓடித் தப்பிக்க வேண்டிய சந்தர்ப்பம் நேர்ந்தால், அத்தகைய பாதைகளை உபயோகிப்பார்கள். அரண்மனைப் பெண்டிரை அப்புறப்படுத்துவது அவசியமாதலால் அத்தகைய பாதைகள் அந்தப்புரத்தில் சாதாரணமாக முடிவதுண்டு. முக்கியமான பொக்கிஷங்களை எடுத்துக்கொண்டு போவதும் அவசியமா தலால், பொக்கிஷ நிலவறை மூலமாகவும் அந்த வழிகள் போவது வழக்கம். இந்த வழி எங்கே போய் முடிகிறதோ, என்னமோ? இடும்பன்காரி இவ்வழியாக வந்து வெளியேறி யிருப்பதால், அநேகமாகப் பொக்கிஷ அறையில்தான் போய் முடியும். பெரிய பழுவேட்டரையரின் பொக்கிஷங்களை அவர் அறியாமல் இளைய ராணி மூலம் இச்சதிகாரர்கள் சூறையிடுவது போல், சம்புவரையரின் பொக்கிஷத்தையும் கொள்ளையிடத் திட்டம் போட்டிருக்கிறார்கள் போலும்!

ஆதித்த கரிகாலரும் மற்றவர்களும் விருந்தாளிகளாக வரவிருக்கும் இந்தச் சந்தர்ப்பத்தில் இவர்கள் இம்மாதிரி காரியத்தில் பிரவேசிப்பதன் காரணம் என்ன? ஒருவேளை வேறு நோக்கம் ஏதேனும் இருக்க

முடியுமா? திருப்புறம்பயம் பள்ளிப்படைக் காட்டில் பார்த்ததும் கேட்டதும் வந்தியத்தேவனுக்கு நினைவு வந்தன. பழுவூர் ராணியிடம் இருந்த மீன் அடையாளம் பொறித்த நீண்ட வாள் அவன் மனக்கண் முன்னே வந்து ஒரு கணம் ஜொலித்தது. வந்தியத்தேவனுக்கு உடம்பு சிலிர்த்தது. பொக்கிஷத்தைக் கொள்ளையிடுவதைக் காட்டிலும் இன்னும் பயங்கரமான நோக்கம் இவர்கள் வைத்திருந்தாலும் வைத்திருக்கலாம். இந்த வழி எங்கே போகிறதென்பதை நிச்சயமாகத் தெரிந்து கொண்டால் அவர்களுடைய கொடிய நோக்கம் நிறைவேறாமல் தடுப்பதற்குப் பயன்பட்டாலும் படலாம்.

சுரங்க வழியில் நடக்க ஆரம்பித்துச் சில நிமிஷ நேரந்தான் உண்மையில் ஆயிற்று; ஆனாலும் இருண்ட வழியாயிருந்த படியால் நெடுநேரமாகத் தோன்றியது. காற்றுப் போக்கு இல்லாதபடியால் மூச்சுத் திணறியது; மேலும் வியர்த்துக் கொட்டியது. ஐயனார் கோவிலிலிருந்து கடம்பூர் மாளிகை எவ்வளவு தூரம் என்று எண்ணிய போது அவனுக்கு முதலில் மலைப்பாயிருந்தது ஆனால் மறுபடியும் யோசித்தான். மாளிகையின் முன் வாசலிலிருந்து வளைந்தும் சுற்றியும் சென்ற தெருக்களின் வழியாகவும், பின்னர் காட்டுப் பாதைகளின் வழியாகவும் வந்தபடியால் அவ்வளவு தூரமாகத் தெரிந்தது. அரண்மனையின் பின் பகுதியிலிருந்து நேர்வழியாக வந்தால் ஐயனார் கோவில் அவ்வளவு தூரத்தில் இராது. வில்லிலிருந்து அம்பு விட்டால் போய் விழக் கூடிய தூரந்தான் இருக்கும். அது உண்மையானால், இதற்குள் அரண்மனை வெளி மதிலை அவன் நெருங்கி வந்திருக்க வேண்டுமே....

ஆம்; அப்படித்தான், மேலே எங்கிருந்தோ திடீரென்று வந்தியத்தேவன் மேல் குளிர்ந்த காற்று குப்பென்று அடித்தது. வியர்த்து விறுவிறுத்து மூர்ச்சையடையும் நிலைக்கு வந்திருந்த வந்தியத்தேவனுக்கு அந்தக் காற்று புத்துயிர் தந்தது. அண்ணாந்து பார்த்தான்; உயரத்தில் வெகு தூரத்தில் சிறிது வெளிச்சம் தெரிந்தது. பேச்சுக் குரல்களும் கேட்டன. மதில்சுவரின் மேல் ஆங்காங்கு வீரர்கள் இருந்து காவல் புரிவதற்காக அமைத்த கொத்தளங்களில் அது ஒன்றாக இருக்க வேண்டும். அதன் வழியாகச் சுரங்கப் பாதையில் காற்றுப் புகுவதற்கு ஏற்பாடு செய்திருக்க வேண்டும். ஆனால் காற்றுத்தான் புகலாமே தவிர, மனிதர்கள் கீழே இறங்குவதற்கோ மேலே ஏறுவதற்கோ அங்கே வசதி ஒன்றுமில்லையென்பதையும் வந்தியத்தேவன் கண்டான்.

கடம்பூர் அரண்மனைக்குள் புகுந்தாகிவிட்டதென்ற எண்ணமும் மேலிருந்து வந்து அவன் மீது அடித்த குளிர்ந்த காற்றும் அவனுக்குப் புத்துயிரை அளித்துப் புதிய உற்சாகத்தை உண்டு பண்ணின. சுரங்கப்பாதை போய்ச்சேரும் இடம் இனி சமீபத் திலேதான் இருக்கும்.

அது பொக்கிஷ நிலவறையாயிருக்குமா? பெரிய பழுவேட்டரையரைப் போல் சம்புவரையரும் ஏராளமான முத்தும், பவளமும், ரத்தினமும், வைரமும், தங்க நாணயங்களும் சேர்த்து வைத்திருப்பாரா? அங்கே பார்த்ததுபோல் இங்கேயும் அந்த ஐசுவரியக் குவியல்களுக்கிடையில் செத்த மனிதனின் எலும்புக்கூடு கிடக்குமா? தங்க நாணயங்களின் பேரில் சிலந்தி வலை கட்டியிருக்குமா?

இம்மாதிரி எண்ணிக்கொண்டே போன வந்தியத்தேவன் காலில் ஏதோ தட்டுப்பட்டுத் திடுக்கிட்டான். அப்புறம் அது படிக்கட்டு என்று தெரிந்து தைரியம் அடைந்தான். ஆம்; அந்தப் படிக்கட்டில் ஏறியானதும் பொக்கிஷ நிலவறையைக் காணப் போவது நிச்சயம். இல்லாவிட்டால், பெண்கள் வசிக்கும் அந்தப்புரமா யிருக்கலாம், அப்படியானால் தன்பாடு ஆபத்துதான்! ஆ! கந்தமாறன் தங்கை மணிமேகலை! அந்தக் கருநிறத்து அழகி அங்கே இருப்பாள்! ஒரு சமயம் அவளை மணந்துகொள்ளும் யோசனை தனக்கு இருந்ததை நினைத்தபோது வந்தியத்தேவன் புன்னகை பூத்தான். அந்தப் புன்னகையைப் பார்த்து மகிழ அங்கு யாரும் இல்லைதான்! ஒருவேளை அந்தப்புரத்து மாதர் அலங்கோலமாக இருக்கும் சமயத்தில் திடீரென்று அவர்களிடையே தான் தோன்றினால்! இதை நினைக்க அவனுக்குச் சிரிப்பே வந்துவிட்டது.

சிரித்த மறுகணமே, அவனுடைய உடம்பின் ரத்தம் உறைந்து இதயத்துடிப்பு நின்று, கண் விழிகள் பிதுங்கும்படியான பயங்கரத் தோற்றத்தை அவன் கண்டான். படிக்கட்டில் ஏறினான் அல்லவா? மேல் படியில் கால் வைத்ததும், இனி ஏறுவதற்குப் படியில்லை யென்று உணர்ந்து நாம் எங்கே வந்திருக்கிறோம் என்பதை அறிந்து கொள்ளச் சுற்றுமுற்றும் பார்த்தான். நூறு நூறு கொள்ளிக் கண்கள் அவனை உற்றுப் பார்த்தன. அந்தக் கண்கள் எல்லாம் பயங்கரமான காட்டு மிருகங்களின் கண்கள்! முதலில் ஏற்பட்ட பீதியில், வந்த வழியே திரும்பிவிட யத்தனித்தான். ஆனால் பின்னால் வழியைக் காணோம். மேற்படியில் அவன் கால் வைத்ததும் பின்னால் ஏதோ சத்தம் கேட்டது. சுரங்க வழி தானாக மூடிக் கொண்டு விட்டது போலும்! ஆனால் இது என்ன கோர பயங்கரம்? இவ்வளவு காட்டு மிருகங்களும் தனக்காக இங்கே காத்திருக்கின்றனவே! வேங்கைப் புலிகள், சிறுத்தைகள், சிங்கங்கள், கரடிகள், காட்டு எருமைகள், ஓநாய்கள், நரிகள், காண்டாமிருகங்கள்! அதோ இரண்டு யானைகள்! எல்லாம் தன் மீது பாய்வதற்கல்லவா ஆயத்தமாக இருக்கின்றன? ஏன் இன்னும் பாயவில்லை? அதோ, அவ்வளவு பிரம்மாண்டமான பருந்து! ஐயோ! அந்த ராட்சத ஆந்தை! ஆள் விழுங்கி வெளவால்! தான் காண்பது கனவா? அல்லது...இது என்ன? இங்கே ஒரு முதலை கிடக்கிறதே? வாயைப் பிளந்துகொண்டு கோரமான பற்களைக்

காட்டிக் கொண்டு கிடக்கிறதே? முதலை தண்ணீரில் அல்லவா இருக்கும்? இது வெறுந்தரையல்லவா? காட்டு மிருகங்களுக்கு மத்தியில் இந்த முதலை எப்படி வந்தது?...

'அம்மா! பிழைத்தேன்!' என்று வாய்விட்டுக் கூறினான் வந்தியத் தேவன். தன்னைச் சூழ்ந்திருந்த அந்த மிருகங்கள் எல்லாம் உயிர் உள்ள மிருகங்கள் அல்லவென்பதை உணர்ந்தான். சம்புவரையர் குலத்தார் வேட்டைப் பிரியர்கள் என்று கந்தமாறன் கூறியிருந்தது நினைவு வந்தது. அந்த வம்சத்தினர் வேட்டையாடிக் கொன்ற மிருகங்களில் சிலவற்றின் தோலைப் பதன்படுத்தி, உள்ளே பஞ்சும் வைக்கோலும் அடைத்து உயிர் விலங்குகளைப் போல் வைத்திருக்கும் வேட்டை மண்டபம் ஒன்று அந்த மாளிகையில் உண்டு என்று கந்தமாறன் கூறியதும் நினைவு வந்தது. அந்த வேட்டை மண்டபத்துள் இப்போது தான் வந்திருப்பதை வந்தியத்தேவன் அறிந்துகொண்டான். ஆயினும் முதலில் ஏற்பட்ட பீதியினால் உண்டான உடம்பு நடுக்கம் நிற்பதற்கு சிறிது நேரம் ஆயிற்று.

பின்னர் ஒவ்வொரு மிருகமாக அருகில் சென்று பார்த்தான். தொட்டுப் பார்த்தான், அசைத்துப் பார்த்தான், மிதித்தும் பார்த்தான். அந்த மிருகங்களுக்கு உயிர் இல்லை என்பதை நிச்சயமாகத் தெரிந்து கொண்டான். பின்னர், என்ன செய்வதென்று யோசித்தான். வந்த வழி தானாக மூடிக் கொண்டு விட்டது. அதை மறுபடியும் கண்டுபிடித்துக் கொண்டு வந்த வழியே செல்வதா? அல்லது இந்தப் பயங்கர மண்டபம் கடம்பூர் மாளிகையில் எந்தப் பகுதியில் இருக்கிறது என்று கண்டு பிடிப்பதா? வேறு எந்த அறைக்குள்ளேனும் இங்கிருந்து வழி போகிறதா என்று கண்டுபிடிக்கும் முயற்சியில் இறங்குவதா? சுவர்களில் எங்கேயாவது கதவு இருக்கிறதா என்று பார்த்துக் கொண்டு சுற்றிச் சுற்றி வந்தான். வெளிப்படையாகத் தெரியும் கதவு ஒன்றும் இல்லை. சுவர்களையெல்லாம் தொட்டுப் பார்த்துக் கொண்டும் தட்டிப் பார்த்துக் கொண்டும் வந்தான் ஒன்றும் பயன்படவில்லை. நேரமாக ஆக வந்தியத்தேவனுக்குக் கோபம் அதிகமாகி வந்தது. 'இந்த அநாவசியமான காரியத்தில் பிரவேசித்து இப்படி வந்து மாட்டிக் கொண்டோமே' என்று ஆத்திரம் ஆத்திரமாக வந்தது. சுவர்களின் ஓரமாகச் சுற்றி வந்து கொண்டிருந்தபோது ஓரிடத்தில் ஒரு யானையின் முகம் துதிக்கையுடனும் தந்தங்களுடனும் சுவரோடு சேர்த்துப் பொருத்தப்பட்டிருப்பதைப் பார்த்தான்.

'நாசமாய்ப் போன யானையே! நீ நகர்ந்து கொடுத்தல்லவா என்னை இந்தச் சிறைச்சாலைக்குள் கொண்டு சேர்த்தாய்?' என்று அந்த யானையை நோக்கித் திட்டினான். யானை பேசாதிருந்தது. உயிர் உள்ள யானையே பேசாது. உயிரில்லாத நாரும் உமியும் அடைத்த யானை என்ன செய்யும்? துதிக்கையைக்கூட ஆட்டாமல் சும்மா இருந்தது.

'என்ன நான் கேட்கிறேன், பேசாமல் இருக்கிறாய்?' என்று சொல்லிக் கொண்டே வந்தியத்தேவன் யானையின் தந்தங்களைப் பிடித்துக் கொண்டு ஒரு திருகு திருகினான். அடுத்த வினாடியில் அந்த மாயாஜாலம் நடந்தது.

தந்தத்தைத் திருகியதும், சுவரோடு ஒட்டியிருந்த யானையின் காது அசைந்தது. அசைந்தது மட்டுமல்ல மடங்கி நகர்ந்து கொடுத்தது. அங்கே சுவரில் ஒரு பெரிய துவாரம் தெரிந்தது. அடங்கா வியப்புடன் வந்தியத்தேவன் அந்தத் துவாரத்துக்கு அருகில் முகத்தை நீட்டி எட்டிப் பார்த்தான்.

பார்த்த இடத்தில் ஒரு பெண்ணின் முகம் தெரிந்தது. அது ஓர் இளம் பெண்ணின் முகம்; கரிய நிறத்து அழகிய பெண்ணின் முகம். அந்த முகத்திலிருந்த பெரிய கண்கள் இரண்டும் விரிந்து விழித்துக் கொண்டிருந்தன. ஆச்சரியம்! ஆச்சரியம்! அந்தப் பெண்ணின் முகத்துக்கு அருகில் வந்தியத்தேவன் தன்னுடைய முகத்தையும் கண்டான். ஒரு பெண்ணுக்கு அவள் காதலன் முத்தம் கொடுக்க எத்தனித்தால் எப்படி முகத்தை அருகில் கொண்டு போவானோ அந்த நிலையில் வந்தியத்தேவன் தன் முகத்தையும் அந்தப் பெண்ணின் முகத்தையும் பார்த்தான். ஏற்கெனவே அகன்று விழித்துக்கொண்டிருந்த அப்பெண்ணின் கண்கள் இப்போது இன்னும் அகலமாக விரிந்து, சொல்ல முடியாத வியப்பைக் காட்டின. வியப்புடன் சிறிது பயமும் அப்பார்வையில் பிரதிபலித்தது. ஒரு கணம் அந்தப் பெண் முகம் அப்படிப் பார்த்துக் கொண்டிருந்தது. அடுத்த கணம் அவள் தன் செக்கச் சிவந்த இதழ்களைக் குவித்துக் 'கூ...!' என்று சத்தமிட்டாள்.

வந்தியத்தேவனைத் திடீரென்று திகில் பற்றிக்கொண்டது. அந்தத் திகிலில் யானைத் தந்தத்திலிருந்து தன்னுடைய கைகளை எடுத்தான்.

அடுத்த கணத்தில் யானை யானையாகவும், சுவர் சுவராகவும் நின்றது.

துவாரத்தையும் காணோம், பெண்ணையும் காணோம்.

சில் வண்டுகள் ரீங்காரம் போல் காதைத் துளைத்த 'கூ' என்ற அந்தப் பெண்ணின் குரலும் கேட்கவில்லை.

வந்தியத்தேவனுடைய நெஞ்சு படபடப்பு அடங்கச் சிறிது நேரம் ஆயிற்று.

தான் கண்ட தோற்றத்தைப்பற்றி அவன் சிந்தனையில் ஆழ்ந்தான்.

மணிமேகலை

சம்புவரையரின் செல்வப் புதல்வியான மணிமேகலை குதூகலம் நிறைந்த பெண். தந்தையும் தாயும் தமையன் கந்தமாறனும் அவளைக் குழந்தைப் பிராயம் முதலாவது அன்பும் ஆதரவுமாகப் பேணி வளர்த்து வந்தார்கள். சம்புவரையரின் அரண்மனையில் அவள் கொடுங்கோல் அரசியாக விளங்கி வந்தாள். அவள் இட்டதே மாளிகைக்குள் சட்டமாக நடந்து வந்தது. சில காலத்துக்கு முன்புவரையில் மணிமேகலையின் வாழ்க்கை ஆட்டமும் பாட்டமும் களியாட்டமுமாகக் கழிந்து வந்தது. நாலைந்து மாதத்துக்கு முன்னால் அவளுடைய வாழ்க்கையில் முதன் முதலாக ஒரு தடங்கல் ஏற்பட்டது. அவளது விருப்பத் துக்கு விரோதமான காரியத்தை அவள் செய்ய வேண்டும் என்று வீட்டுப் பெரியவர்கள் பிடிவாதம் பிடிக்க ஆரம்பித்தார்கள். 'பிடிவாதம் உதவாது' என்ற பாடத்தை வீட்டுப் பெரியவர்களுக்கு மணிமேகலை எவ்வளவுதான் உபதேசித்தும் பயன் தராது போலிருந்தது.

இரண்டு மூன்று வருஷமாகக் கந்தமாறன் போர்க்களங்களிலிருந்து திரும்பி வீட்டுக்கு வரும்போதெல்லாம் அவனுடைய சிநேகிதன் வல்லவரையனைப் பற்றி அவளிடம் கூறுவான். அவனுடைய வீர தீர சாமர்த்தியங்களைப்பற்றியும், புத்தி சாதுர்யத்தைப் பற்றியும் வானளாவப் புகழ்வான். அழகில் மன்மதன் என்றும், வீரத்தில் அர்ச்சுனன் என்றும், யுக்தியில் கிருஷ்ண பகவான் என்றும் வியந்து வர்ணிப்பான். 'அவன்தான் உனக்குச் சரியான கணவன். துஷ்டத் தனத்தை அடக்கி உன்னைக் கட்டுக்குள் வைத்திருக்கக்கூடியவன்' என்பான். இதையெல்லாம் அடிக்கடி கேட்க வேண்டுமென்று மணிமேகலைக்கு ஆசையா யிருக்கும். அதே சமயத்தில் வெளிப்படையாகக் கந்தமாறன்மீது அவள் எரிந்து விழுவாள்; அவனுடன் சண்டை பிடிப்பாள்.

'இப்படி வெறுமனே சொல்லிக் கொண்டேயிருக்கிறாயே? ஒருநாள் அழைத்துக்கொண்டுதான் வாயேன்! அவன் சாமர்த்தியத்தைப் பார்த்துவிடுகிறேன்' என்பாள்.

'ஆகட்டும்; ஆகட்டும்!' என்று கந்தமாறன் கறுவிக் கொண்டிருப் பான்.

மணிமேகலையும் ஒருவாறு வல்லவரையன் வந்தியத் தேவனைக் கற்பனைக் கண்ணால்கண்டு, மானஸ உலகில் அவனோடு பேசிப் பழகி, சிரித்து விளையாடி, சண்டை போட்டுச் சமாதானம்செய்து, இப்படியெல்லாம் பகற்கனவு காண்பதில் காலம் போக்கி வந்தாள். அவளுடைய அந்தரங்கத் தோழிகளிடம் சில சமயம் தன் தமையனுடைய சிநேகிதனான வாணர் குல வீரனைப்பற்றிப் பேசி மகிழ்ந்தும் வந்தாள். இத்தகைய இனிய பகற்கனவுகளுக்கு நாலு மாதங்களுக்கு முன்னால் எதிர்பாராத ஓர் இடையூறு நேர்ந்தது.

கந்தமாறன் வேறு ஸ்வரத்தில் பேச ஆரம்பித்தான். 'வீடு வாசலும் பதவியும் அந்தஸ்தும் அற்ற அந்த அநாதைப் பையனை மறந்து விடு!' என்று கூறலானான். தஞ்சாவூர்ச் சிம்மாசனத்தில் அவளை ஏற்றி வைக்கத் தீர்மானித்திருப்பதாக ஆசை காட்டினான். பின்னர் ஒருநாள், தெளிவாகவே விஷயத்தைச் சொல்லி விட்டான். ஏற்கனவே சின்னப் பழுவேட்டரையரின் மகளை மணந்தவனான மதுராந்தகனுக்கு இவளையும் மணம் புரிந்து கொடுக்கப் போவதாகவும் கூறினான். மதுராந்தகன்தான் அடுத்த சக்கரவர்த்தியாகப் போகிறான் என்று ஜாடைமாடையாகச் சொன்னான். மதுராந்தகனை மணந்தால் மூன்று உலகங்களுக்கும் மணிமேகலை சக்கரவர்த்தினியாக விளங்குவாள் என்றும், அவள் வயிற்றில் பிறக்கும் பிள்ளையும் ஒருவேளை சாம்ராஜ்யம் ஆளும் பேறு பெறுவான் என்றும் கூறினான். இதற்கெல்லாம் அவளுடைய பெற்றோர்களும் ஒத்துப் பாடினார்கள்.

ஆனால் மணிமேகலைக்கு இந்தப் பேச்சு ஒன்றும் பிடிக்க வில்லை. வந்தியத்தேவனைப்பற்றிக் கேட்டுக் கேட்டு அவள் மனம் அவனிடம் ஈடுபட்டிருந்தது. அதுமட்டுமல்ல மதுராந்தகன் வீரமற்றவன் என்றும், போர்க்களத்தையே பார்த்து அறியாதவன் என்றும், நேற்று வரை உடம்பெல்லாம் விபூதி பூசி ருத்திராட்சம் அணிந்து சாமியார் ஆகப் போவதாகச் சொல்லி வந்தவன் என்றும் அறிந்திருந்தாள். போதாதற்கு ஏற்கெனவே அவனுக்கு ஒரு கலியாணம் ஆகியிருந்தது. தஞ்சாவூர் அரண்மனைப் பெண்களோ மிகவும் கர்வக்காரிகள். தங்களுக்குத்தான் நாகரிகம் தெரியும் என்று எண்ணி மற்ற ஊர்க்காரர்களை அலட்சியம் செய்கிறவர்கள். இதையெல்லாம் எண்ணி மணிமேகலை மிக்க எரிச்சல் கொண்டாள். தஞ்சாவூர்ச் சிம்மாசனம் கிடைப்பதா

யிருந்தாலும் சரி, தேவலோகத்துத் தேவேந்திரனுடைய சிம்மாசனமே கிடைப்பதாயிருந்தாலும் சரி, மதுராந்தகனை மணந்துகொள்ள முடியாது என்று அடம்பிடித்தாள்.

அப்புறம் இன்னொரு செய்தி தெரிய வந்தபோது அவளுடைய மன உறுதி வலுவடைந்தது. பெரிய பழுவேட்டரையர் கடம் பூருக்கு வந்திருந்தபோது பின்னோடு இளையராணி நந்தினியும் வந்திருந்ததாகச் சொன்னார்கள். ஆனால் அவள் அந்தப்புரத்துக் குள்ளேயே வரவில்லை. கடம்பூர் அரண்மனைப் பெண்களைப் பார்க்கவும் இல்லை. இது முதலில் வியப்பை அளித்தது. அரண் மனைப் பெண்டிர் அதைப் பற்றி பரிகாசமாகவும் நிந்தனையாகவும் பேசிக் கொண்டார்கள். பிறகு கொஞ்சம் கொஞ்சமாக உண்மை தெரிந்தது. மூடுபல்லக்கில் இளையராணி வரவில்லையென்றும் மதுராந்தகன் வந்திருந்தான் என்றும் அறிந்தபோது மணிமேகலையின் அருவருப்பு அதிகமாயிற்று. 'சீச்சீ! இப்படிப் பயந்துகொண்டு மூடுபல்லக்கில் பெண் வேஷம் தரித்துக்கொண்டு வருகிறவனையா நான் மணவாளனாக வரிப்பேன்? ஒருநாளும் இல்லை!' என்று மணிமேகலை உறுதியடைந்தாள்.

மதுராந்தகன் மூடுபல்லக்கில் அரண்மனைக்கு வந்திருந்த அதே சமயம் கந்தமாறனின் சிநேகிதன் வந்தியத்தேவனும் வந்திருந்தான். அவன் அந்தப்புரத்துக்கு வந்து சற்று நேரம்தான் இருந்தான். எங்கிருந்தோ அப்போது மணிமேகலைக்கு அளவிலாத நாணம் வந்து பற்றிக் கொண்டது. மற்றப் பெண்களின் பின்னாலேயே நின்றாள். வந்தியத்தேவனை நேருக்கு நேர், முகத்துக்கு முகம், நன்றாகப் பார்க்கக் கூடவில்லை. ஆயினும் மற்றவர்களுக்குப் பின்னால் அரை குறையாகப் பார்த்த அவனுடைய களை பொருந்திய, புன்னகை ததும்பிய முகம் அவள் உள்ளத்தில் பதிந்து விட்டது. அவனுடைய குரலும் அவன் பேசிய சில வார்த்தைகளும் அவளுடைய ஞாபகத்தில் நிலைத்து விட்டன.

ஆகையால் மறுபடியும் தமையன் கந்தமாறனுடன் மணிமேகலை முடிவில்லா விவாதம் தொடங்கினாள். முக்கண் படைத்த சிவபெருமானே வந்து சொன்னாலும் தான் மதுராந்தகனை ஒரு காலும் மணக்க முடியாது என்றாள்.

வந்தியத்தேவனைச் சிறிது நேரமே பார்த்திருந்தபோதிலும் அவனிடம் தன் அந்தரங்கம் சென்று விட்டதையும் அவள் குறிப்பாக உணர்த்தினாள்.

கந்தமாறனுக்கு இது அளவில்லாத கோபத்தை உண்டாக்கிற்று. முதலில் நல்ல வார்த்தையாகச் சொல்லிப் பார்த்தான் பயன்பட

வில்லை. பின்னர், 'வந்தியத்தேவன் என் சிநேகிதன் அல்ல; என் பரம விரோதி. என்னைப் பின்னாலிருந்து முதுகில் குத்திக் கொல்லப் பார்த்தவன்; அவனை நீ மணந்து கொள்வதாயிருந்தால் உன்னையும் அவனையும் சேர்த்துக் கொன்று விடுவேன்!' என்றான். முதுகில் ஏற்பட்டிருந்த கத்திக் காயத்தைக் காட்டினான். பழுவூர் இளையராணியின் பரிவான சிகிச்சையினால் உயிர் பிழைத்து எழுந்ததையும் கூறினான்.

'என் பேரில் உனக்கு எள்ளத்தனை விசுவாசமாவது இருந்தால், வந்தியத்தேவனை மறந்து விடு!' என்றான்.

இதைக் கேட்ட பிறகு மணிமேகலையின் மனம் உண்மையில் மாறிவிட்டது. கந்தமாறனிடம் அவள் மிக்க பிரியம் வைத்திருந்தாள். அவனைக் கொல்ல முயற்சி செய்த பகைவனைத் தான் மணந்து கொள்வது இயலாத காரியந்தான். ஆகையால் வந்தியத்தேவனை மறக்க முயன்றாள். ஆயினும் இலேசில் முடிகிற காரியமாயில்லை. அடிக்கடி, எதிர்பாராத சமயங்களில், அவனுடைய புன்னகை ததும்பிய முகம் அவள் மனக்கண்ணின் முன்பு வந்து கொண்டிருந்தது. பகற் கனவுகளிலும் வந்தது, இராத்திரியில் கண்ட கனவுகளிலும் வந்தது!

இதனாலெல்லாம் சில மாத காலமாக மணிமேகலை அவளுக்கு இயற்கையான குதூகலத்தை இழந்திருந்தாள். சோகமும் சோர்வும் அவளைப் பீடித்தன. கலியாணப் பருவம் வந்துவிட்டதுதான் இதற்குக் காரணம் என்று முதியோர் நினைத்தார்கள். பிராயமொத்த தோழிகள் அவளை அது குறித்துப் பரிகாசம் செய்தார்கள். வேடிக்கை விளையாட்டுகள் மூலம் அவளை உற்சாகப்படுத்த தோழிமார்கள் முயன்றார்கள், அது ஒன்றும் பலிக்கவில்லை.

மறுபடியும் சென்ற சில நாளாக மணிமேகலை சிறிது உற்சாகம் கொள்ளத் தொடங்கியிருந்தாள். மதுராந்தகனுக்கு அவளை மணம் செய்து கொடுக்கும் எண்ணத்தை அவள் பெற்றோர்களும் தமையன் கந்தமாறனும் கைவிட்டதை அறிந்ததில் சிறிது உற்சாகம் உண்டாயிற்று. சக்கரவர்த்தியின் மூத்த புதல்வரும் பட்டத்து இளவரசருமான ஆதித்த கரிகாலருக்கு மணிமேகலை யைக் கொடுப்பதுபற்றி அவர்கள் ஜாடைமாடையாகப் பேசியது அவள் காதில் விழுந்தது.

ஆதித்த கரிகாலரின் வீர, தீர பராக்கிரமங்களைப்பற்றி அறியாத வர்கள், ஆண்களிலோ, பெண்களிலோ தமிழகத்தில் யாரும் இல்லை. அவர் ஏதோ காரணத்தினால் மணம் புரிந்துகொள்ள மறுத்து வருகிறார் என்பதையும் அறிந்திருந்தார்கள். அப்படிப் பட்டவரை மணந்து கொள்வது என்றால், அது கனவிலும் கருத முடியாத பாக்கியம்

அல்லவா? இந்தப் பரந்த பரத கண்டம் முழுவதிலும் எத்தனை ராஜகுலப் பெண்கள் அந்தப் பேறு பெறுவதற்காகத் தவம் கிடக்கிறார்கள்; இதையெல்லாம் எண்ணி மணிமேகலை ஒருவாறு உற்சாகம் கொண்டாள்.

காஞ்சியிலிருந்து ஆதித்த கரிகாலரும், தஞ்சாவூரிலிருந்து பெரிய பழுவேட்டரையரும் கடம்பூர் மாளிகைக்கு விருந்தாளிகளாக வரப்போகும் செய்தி அவளுக்கு மீண்டும் பழைய மாதிரி குதூகலத்தை அளித்தது. இந்தத் தடவை பழுவேட்டரையர் தம் இளையராணியையும் அழைத்து வருகிறார். நந்தினிதேவி தன் தமையன் உயிரைக் காப்பாற்றியவள். அவளுடைய அழகையும் குணத்தையும் அறிவாற்றலையும் பற்றி மணிமேகலை கந்தமாறனிட மிருந்து ரொம்பவும் கேள்விப்பட்டிருந்தாள். இந்தப் புதிய கலியாணப் பேச்சுக்குக் காரணமானவளே பழுவூர் இளையராணிதான் என்றும் கந்தமாறன் சொல்லியிருந்தான். அவள் கடம்பூர் அரண்மனையில் இருக்கும்போது அவளைத் தக்கபடி உபசரிப்பதில் மணிமேகலை முன்னால் நிற்க வேண்டும் என்றும் சொல்லியிருந்தான். மணிமேகலை யின் உள்ளமும் அதற்குத்தக்க பரிபக்குவம் அடைந்திருந்தது. பழுவூர் ராணியிடம் நல்லபடியாக சிநேகம் செய்துகொண்டு அவளுடைய பழக்கத்தினால் தஞ்சாவூர் அரண்மனைப் பெண்களை நாகரிகத்தில் தோற்கடிக்கக் கூடியவளாகத் தான் ஆகிவிட வேண்டும் என்று ஆசைப்பட்டாள்.

ஆதலின் ஒருவார காலமாக மணிமேகலை ஒரே உற்சாகத்தில் மூழ்கியிருந்ததுடன், பரபரப்புடன் அரண்மனையில் அங்குமிங்கும் ஓடி விருந்தாளிகளுக்கு வேண்டிய வசதிகளை மேற்பார்வை செய்வதில் ஈடுபட்டிருந்தாள். முக்கியமாகப் பழுவூர் இளையராணிக்கென்று ஒதுக்கப்பட்டிருந்த அரண்மனைப் பகுதியில் சகல வசதிகளும் ஏற்படுத்தி வைப்பதில் அவள் கவனம் செலுத்தினாள். தமையன் வேறு சொல்லியிருந்தான் அல்லவா? ஆகையால் அரண்மனைப் பணியாளர்களை வறுத்து எடுத்து விட்டாள். அவளுடைய தோழிகளையும் வதைத்து விட்டாள். பழுவூர் ராணி தங்கப் போகும் அறையில் ஒவ்வொரு பொருளையும் முப்பது தடவை பெயர்த்து எடுத்து வெவ்வேறு இடத்தில் வைக்கும்படி வற்புறுத்தினாள்.

இளவரசர் ஆதித்த கரிகாலர் தம்முடைய சிநேகிதர்களுடன் தங்கப் போகும் அறைகளையும் அடிக்கடிப் போய்ப் பார்த்து வந்தாள். யாரோ பார்த்திபேந்திரன் என்பவன் அவருடன் வரப் போகிறானாம். அவன் எப்படிப்பட்டவனோ, என்னமோ? இந்தக் காலத்தில் யார் எவ்விதம் மாறுவார்கள் என்று யார் கண்டது? தன் தமையனுடைய சிநேகிதனாயிருந்த வந்தியத் தேவன் ஆதித்த கரிகாலரின் பரிவாரத்தைச்

சேர்ந்தவன்தான்! அவன் மட்டும் இத்தகைய சிநேகத் துரோகியாக மாறாதிருந்தால், இப்போது அவனும் வந்து கலந்துகொள்வான் அல்லவா? ஆம்! எவ்வளவுதான் மணிமேகலை வேறு பரபரப்பான காரியங்களில் ஈடுபட்டிருந்தாலும், அந்தச் சிநேகத் துரோகியை அடியோடு மறக்க முடியவில்லை!

பழுவூர் ராணி அன்று இரவே அநேகமாக வந்து விடுவாள் என்று சொன்னார்கள். ஆகையால் கடைசியாக நந்தினியின் அறை அலங்காரத்தை மணிமேகலை மேற்பார்வை செய்து கொண்டிருந்தாள். அப்போது பழுவூர் ராணிக்காகச் சுவர் ஓரமாகப் பொருத்தி வைக்கப்பட்டிருந்த முகம் பார்க்கும் கண்ணாடியின் எதிரில் வந்தாள். தன்னுடைய முகத்தை அதில் பார்த்துக் கொண்டாள். சிறிது நேரம் நிதானமாகவே பார்த்தாள். அப்படியொன்றும் தன் முகம் அழகில் குறைந்ததல்ல என்று தனக்குத்தானே முடிவு செய்து திருப்தி அடைந்தாள். கண்ணாடியை விட்டுப்போக எண்ணியபோது, அதில் இன்னொரு முகமும் தெரிந்தது. அது தன் முகத்தின் வெகு அருகில் வந்து கன்னத்தோடு கன்னம் ஒட்டும் நிலைக்கு வந்து விட்டது. அவள் கனவில் அடிக்கடி தோன்றித் தொல்லை செய்து கொண்டிருந்த வாணர் குல வீரனின் முகந்தான் அது. அவளை அறியாமல் அவளுடைய வாய் குவிந்து, 'கூகூ!' என்று சத்தமிட்டது.

அடுத்த கணம் கண்ணாடியில் அவள் முகம் மட்டுந்தான் தெரிந்தது மற்றொரு முகம் மறைந்துவிட்டது.

ஏழாம் அத்தியாயம்

வாலில்லாக் குரங்கு

மணிமேகலை சிறிது நேரம் யோசனையில் ஆழ்ந்தாள். தான் சற்று முன் கண்ட தோற்றம் வெறும் பிரமைதானா? அல்லது கனவில் கண்ட தோற்றமா? கனவாக இருந்தால் தான் தூங்கிக் கொண்டல்லவா இருக்க வேண்டும்? தன்னைத் தானே தொட்டுப் பார்த்துக்கொண்டாள்; இல்லை, தான் தூங்கவில்லை. பழுவூர் இளையராணிக்காக ஆயத்தமாயிருக்கும் அந்தப்புர அறை அல்லவா இது? பளிங்குக் கண்ணாடியில் தன் முகம் இதோ நன்றாகத் தெரிகிறது. அதோ குத்துவிளக்கு எரிந்து கொண்டிருக் கிறது. கண்ணாடிக்கு எதிரே சுவரை உற்றுப் பார்த்தாள். அங்கே ஓர் இரகசிய வாசல் இருப்பது அவளுக்குத் தெரியும். அதை வெளியிலிருந்தும் திறக்கலாம்; உள்ளிருந்தும் திறக்கலாம். மணிமேகலை அந்த இடத்தில் சுவர் ஓரமாக நின்று காதைச் சுவரோடு ஒட்டி வைத்து உற்றுக் கேட்டாள். அவ்விடத்தில் சுவரோடு சுவராக இருந்த இரகசியக் கதவு மரத்தினால் ஆனதுதான். ஆகையால் உள்ளே வேட்டை மண்டபத்தில் ஏதோ ஓசைப்பட்டது போல் கேட்டது.

மணிமேகலை மெதுவாக இரகசியக் கதவைத் திறந்தாள். வேட்டை மண்டபத்தில் எட்டிப் பார்த்தாள். அந்த மண்டபத்தின் பெரும் பகுதியில் இருள் சூழ்ந்திருந்தது. ஒரு மூலையில் சிறிய அகல் விளக்கு எரிந்து கொண்டிருந்தது. திடீரென்று அச்சிறிய விளக்கின் ஒளி மங்கிற்று, அடுத்த கணம் முன் போல் பிரகாசித்தது. ஏதோ ஓர் உருவம் அவ்விளக்கின் முன்புறமாகக் குறுக்கே சென்றது போலிருந்தது. அக்காரணத்தினால்தான் விளக்கு ஒரு கணம் மறைந்து அடுத்த கணம் பிரகாசித்திருக்க வேண்டும். அப்படி விளக்கை ஒரு கணம் மறைத்த உருவம், அதன் முகம் - தான் சற்று முன் கண்ணாடியில் கண்ட முகம் தானா? அல்லது இதுவும் தன் சித்தக் கோளாறுதானா?

மணிமேகலை எட்டிப் பார்த்தபடியே கையைத் தட்டினாள், 'யார் அங்கே?' என்று மெல்லிய குரலில் கேட்டாள். பதிலுக்கு ஒரு கனைப்புக் குரல் கேட்டது. வௌவால் ஒன்று தான் மேல் கூரையில் தொங்கிய இடத்திலிருந்து கிளம்பி 'ஜிவ்'வென்று பறந்துபோய், கூரையில்

இன்னொரு இடத்தைப்பற்றிக் கொண்டு தொங்கிற்று. மறுபடியும் மிக மிக இலேசான இருமல் சத்தம்.

மணிமேகலை அவ்வாசற்படியில் நின்றபடியே, 'அடியே சந்திரமதி!' என்று உரத்த குரலில் கூறினாள்.

'ஏன் அம்மா!' என்று பதில் வந்தது.

'கை விளக்கை எடுத்துக்கொண்டு உடனே இங்கு வா!' என்றாள் மணிமேகலை.

சற்று நேரத்துக்கெல்லாம் ஒரு பணிப்பெண் கையில் விளக்குடன் வந்தாள். 'இங்கேதான் விளக்கு நன்றாக எரிகிறதே? எதற்கு அம்மா, விளக்கு?'

'வேட்டை மண்டபத்துக்குள்ளே போய்ப் பார்க்க வேண்டும். ஏதோ ஓசை கேட்டது.'

'வௌவால் இறகை அடித்துக் கொண்டிருக்கும், அம்மா! வேறு என்ன இருக்கப் போகிறது?'

'இல்லையடி! சற்று முன் இந்தப் பளிங்குக் கண்ணாடியில் பார்த்துக் கொண்டிருந்தேன். திடீரென்று என் முகத்துக்குப் பக்கத்தில் இன்னொரு முகம் தெரிந்ததடி!'

'அந்த முகம் எப்படி இருந்தது? மன்மதன் முகம்போல் இருந்ததா? அர்ச்சுனன் முகம்போல் இருந்ததா?' என்று கூறிவிட்டுப் பணிப்பெண் சிரித்தாள்.

'என்னடி, சந்திரமதி! பரிகாசமா செய்கிறாய்?'

'இல்லை, அம்மா இல்லை! நீங்கள் அடிக்கடி கனவில் காண்பதாகச் சொன்னீர்களே? அவர்தான் இப்போது கண்ணாடியில் தோன்றினாரோ?'

'ஆமாண்டி, சந்திரமதி! ஆனால் ரொம்ப ரொம்ப நிஜம் போலிருந்தது.'

'எல்லாப் பெண்களுக்கும் இப்படித்தான் ஒரு சமயம் சித்தப்பிரமை பிடிக்கும். உங்களுக்கும் இன்னும் இரண்டொரு நாள்தான் அப்படி இருக்கும். நாளைக்குக் காஞ்சியிலிருந்து வரும் இளவரசரைப் பார்த்து விட்டீர்களானால், அந்தப் பழைய முகம் அடியோடு மறந்து போய்விடும்.'

'அது இருக்கட்டுமடி! இப்போது இந்த வேட்டை மண்டபத்துக்குள் போய்ப்பார்க்கலாம், வா!'

'வீண் வேலை, அம்மா! வேட்டை மண்டபத்தில் ஒரே தூசியும் தும்புமாக இருக்கும் சேலை வீணாய்ப் போய்விடும்!'

'போனால் போகட்டுமடி!'

'இருமலும் தும்மலும் வரும். நாளைக்கு எல்லோரும் வரும் சமயத்தில்...'

'சும்மா வரட்டும், வேட்டை மண்டபத்தை இப்போது சோதித்துப் பார்த்தேயாக வேண்டும்; விளக்கை அசைத்து அணைத்து விடாமல் எடுத்து வா!'

இவ்விதம் கூறிக்கொண்டே மணிமேகலை வேட்டை மண்டபத்துக்குள் பிரவேசித்தாள். தோழியும் விளக்குடன் அவளைத் தொடர்ந்து வந்தாள்.

இருவரும் சுற்றிப் பார்த்துக்கொண்டே வந்தார்கள். சந்திரமதி கையிலிருந்த தீபத்துக்கு மேலாக நோக்கி உயிர் அற்ற மிருகங்களை மட்டும் பார்த்துக்கொண்டே வந்தாள். மணிமேகலையோ சில சமயம் தரையிலும் பார்த்தாள். தரையில் படிந்திருந்த புழுதியில் அங்குமிங்கும் கால் சுவடுகள் இருந்ததைக் கவனித்துக் கொண்டாள்.

'அம்மா, அதோ!' என்றாள் சந்திரமதி,

'என்னடி இப்படிப் பதறுகிறாய்?'

'அதோ அந்த வாலில்லாக் குரங்கு அசைந்தது போலிருந்தது!'

'உன்னைப் பார்த்து அது தன் சந்தோஷத்தைத் தெரியப்படுத்தி யதாக்கும்?'

'என்ன அம்மா, என்னைக் கேலி செய்கிறீர்களே?'

'நான் பிரமைபிடித்து அலைகிறேன் என்று நீ மட்டும் என்னைப் பரிகாசம் செய்யவில்லையா?'

'ஒருவேளை உங்கள் கண்ணாடியில் தெரிந்த முகம் அந்தக் குரங்கின் முகம்தானோ என்னமோ! நாம் வந்த வாசலுக்கு நேரே இருக்கிறது, பாருங்கள்! குரங்கு மறுபடியும் அசைகிறது!'

'சீச்சீ! உன் விளக்கின் நிழலடி! விளக்கின் நிழல் அசையும்போது அப்படிக் குரங்கு அசைவதுபோலத் தெரிகிறது. வா போகலாம்! இங்கே ஒருவரையும் காணோம்!'

'அப்படியானால் அந்தக் குரங்கு முகம்தான் கண்ணாடியில் தெரிந்திருக்க வேண்டும். இல்லாவிடில் அதோ மேலே உட்கார்ந் திருக்கிறதே, அந்த ஆந்தையின் முகமாக இருக்கலாம். அது நம்மைப் பார்த்து எப்படி விழிக்கிறது பாருங்கள்!'

'என்னை ஏன் சேர்த்துக்கொள்கிறாய்? உன் அழகைப் பார்த்துச் சொக்கிப்போய்த்தான் அந்த ஆந்தை அப்படிக் கண்கொட்டாமல் பார்க்கிறது!'

'பின்னே, தங்களைக் கண்ணாடியில் எட்டிப் பார்த்த முகம் யாருடைய முகமாயிருக்கும்?'

'அடியே! எனக்குத் தான் சித்தப்பிரமை என்று நீ முடிவு கட்டி விட்டாயே? என் கனவில் அடிக்கடி தோன்றும் முகம் கண்ணாடியிலும் தோன்றியிருக்கலாம். அந்தச் சுந்தர முகத்தைப் பார்த்த கண்ணால் இந்தக் குரங்கையும் ஆந்தையையும் பார்க்க வேண்டி வந்ததே என்று எனக்குக் கஷ்டமாயிருக்கிறது, வாடி, போகலாம்! கண்ணாடியில் இன்னொரு தடவை அந்த முகம் தெரியுமா என்று பார்க்கிறேன்!'

இரண்டு பெண்களும் மறுபடியும் வந்த வழியே புகுந்து அந்தப்புற அறைக்குள்ளே போனார்கள்.

வாலில்லாக் குரங்குக்குப் பின்னாலிருந்து வந்தியத்தேவன் வெளியில் வந்தான். இரண்டு மூன்று தடவை தும்மி மூக்கில் புகுந்திருந்த தூசி துப்பைகளைப் போக்கிக்கொண்டான்.

தன்னை அவ்வளவு நன்றாக மறைத்திருந்த வாலில்லாக் குரங்குக்குத் தனது நன்றியைச் செலுத்தினான்.

'ஏ குரங்கே! நீ வாழ்க! அந்தப் பணிப்பெண் என் முகத்தை உன் முகத்தோடு ஒப்பிட்டாள். அப்போது எனக்குக் கோபமாகத்தான் இருந்தது. வெளியில் வந்து விடலாமா என்றுகூட எண்ணினேன், நல்ல வேளையாகப் போயிற்று மனத்தை அடக்கிக் கொண்டேன். நீ மட்டும் இங்கே ஆள் உயரத்துக்கு நின்றிராவிட்டால் என் கதி என்ன ஆயிருக்கும்? அந்தப் பெண்களிடம் அகப்பட்டுக் கொண்டிருப்பேன்! குரங்கே! நீ நன்றாயிருக்க வேணும்!'

இப்படிச் சொல்லி முடிக்கும்போதே, அந்தப் பெண்களிடம் அகப்பட்டுக் கொண்டிருந்தாலும் அப்படி ஒன்றும் விபரீதமாகப் போயிராது என்ற எண்ணம் அவன் மனத்தில் தோன்றியது. அவர்கள் யார் என்பதை முன்னமே ஊகித்துக் கொண்டிருந்தான்.

அவர்கள் பேசிய வார்த்தைகள் யாவும் அவன் காதில் நன்றாய் விழுந்தன. அதிலும் மணிமேகலை உரத்த குரலில் கணீர் என்று பேசினாள். கனவில் கண்ட முகத்தைப்பற்றியும் கண்ணாடியில் பார்த்த முகத்தைப்பற்றியும் அவள் ஏதோ பேசினாளே, அது என்ன? பழைய சம்பவங்கள் அவனுக்கு நினைவு வந்தன. கந்தமாறன் அடிக்கடி இவளிடம் தன்னைப்பற்றிப் பேசியிருப் பதாகச் சொல்லியிருக்கிறான். முன் தடவை இந்த மாளிகைக்கு வந்திருந்தபோது அவளை அரைகுறையாகப் பார்த்துச் சென்றதும், கந்தமாறன் அவளை வேறு பெரிய இடத்தில் மணம் செய்து கொடுக்கப் போவதாகச் சொன்னதும் ஞாபகத்துக்கு வந்தன. இந்தப் பேதைப் பெண் ஒருவேளை அவளுடைய மனத்தை மாற்றிக்கொள்ளாமல் இருக்கிறாளா, என்ன...?

அதைப்பற்றி யோசிப்பதற்கு இப்போது நேரம் இல்லை; வெளியேறும் வழியைப் பார்க்க வேண்டும். யானைத் தந்தப் பிடியுள்ள வழி அந்தப்புரத்துக்குள் போகிறது. ஆகையால் அது தனக்குப் பயன்படாது. தான் வந்த வழியைத்தான் தேடிப் பிடிக்க வேண்டும். இரகசிய வழிகளின் கதவுகளை உள்ளேயிருந்து திறப்பதற்கும் வெளியிலிருந்து திறப்பதற்கும் வெவ்வேறு முறைகள் உண்டு என்பது அவனுக்குத் தெரிந்ததே. திறப்பது எப்படி என்று கஷ்டப்பட்டுக் கண்டுபிடிக்கலாம். ஆனால் இரகசிய வழி எங்கே இருக்கிறது என்று தெரிந்தால் அல்லவா திறப்பதற்கு வழி கண்டுபிடிக்கலாம்? சுவரை எவ்வளவு உற்று உற்றுப் பார்த்தாலும் ஒன்றும் தெரியவில்லை; வெளிச்சமும் போதவில்லை. தான் புகுந்த இடத்துக்குப் பக்கத்தில் முதலை ஒன்று கிடந்தது என்பது அவன் நினைவுக்கு வந்தது. அங்கே போய் அருகிலுள்ள சுவர்ப் பகுதியையெல்லாம் தடவிப் பார்த்தால், ஒருவேளை வெளியேறும் வழி புலப்படலாம்.

இவ்வாறு நினைத்து முதலைக்கு அருகில் சென்று சுற்றுப் பக்கத்துச் சுவரையெல்லாம் தடவி தடவிப் பார்த்தான். ஒன்றும் பயன்பட வில்லை. நேரமாக ஆகக் கவலை அதிகரித்து வந்தது. இது என்ன தொல்லை? நன்றாக இந்தச் சிறைச்சாலையில் அகப்பட்டுக் கொண்டோமே? கடவுளே! அந்தப்புரத்துக்குள் புகுவதைத் தவிர வேறு வழி இல்லை போலிருக்கிறதே! அப்படி அந்தப்புரத்துக்குள் புகுந்தால் அதில் எத்தனை அபாயங்கள்! ஒருவேளை மணிமேகலை தன்னிடம் அனுதாபம் காட்டலாம். ஆயினும் தான் அவளிடம் இங்கே இப்படி இரகசியமாக வந்ததற்கு என்ன காரணம் சொல்வது? 'உன்னிடம் கொண்ட காதலினால் வந்தேன்!' என்று சொல்லலாமா? அது எவ்வளவு கொடூரமான பொய்யாயிருக்கும்? துணிந்து அத்தகைய பொய் சொன்னாலும் அவள் நம்புவாளா? மணிமேகலை மட்டும் தனியாக இருப்பாள் என்பது என்ன நிச்சயம்? மற்றப் பெண் பிள்ளைகளுக்கிடையில் அகப்பட்டுக் கொண்டால்? சம்புவரையர் அறிந்தால் கட்டாயம் தன்னைக் கொன்றே போடுவார்?

மறுபடியும் வந்தியத்தேவனுடைய கவனம் தரையில் கிடந்த முதலையின் மீது சென்றது. அதன் பேரில் அவனுக்குக் கோபமும் வந்தது. 'முதலையே! எதற்காக இப்படி வாயைப் பிளந்துகொண்டே இருக்கிறாய்!' என்று சொல்லிக்கொண்டே அதை ஓங்கி ஒரு உதை உதைத்தான். உதைத்த போது முதலை கொஞ்சம் நகர்ந்தது. அதே சமயத்தில் சுவர் ஓரமாகத் தரையில் ஒரு சிறிய பிளவு தெரிந்தது! 'ஆகா! நீதானா வழியை அடைத்துக் கொண்டிருக்கிறாய்? முட்டாள் முதலையே! முன்னாலேயே சொல்வதற்கு என்ன?' என்று சொல்லிக் கொண்டே வந்தியத்தேவன் குனிந்து முதலையைப் பிடித்து நகர்த்தினான். முதலை நகர நகரச் சுவர் ஓரத்தில் துவாரம் பெரிதாகி வந்தது கீழே படிகளும் தெரிந்தன.

எட்டாம் அத்தியாயம்

இருட்டில் இரு கரங்கள்

கடம்பூர் அரண்மனை இரகசிய வழிகளின் வாசல்கள் எவ்வளவு சாமர்த்தியமாக அமைக்கப்பட்டிருக்கின்றன என்பதை எண்ணி வந்தியத்தேவன் வியந்தான். அரை குறையாக அவற்றைக் குறித்து அறிந்தவன், அவசரமாக இறங்கவோ ஏறவோ முயற்சித்தால் அபாயம் நேரலாம். பாதிப் படிகளில் இறங்கும்போது முதலை நகர்ந்து விட்டால் சுவர் இடுக்கில் அகப்பட்டுக் கொண்டு திண்டாட வேண்டியதாகும்.

முதலை அசையாமல் நிற்கிறதா என்று நிதானித்துப் பார்த்துவிட்டு, வந்தியத்தேவன் துவாரத்தண்டை வந்து கீழே கால் வைக்கப் போனான். ஆ! அது என்ன? பில வழியில் காலடிச் சத்தம் கேட்கிறதே! வருகிறது யார்? ஒருவேளை ஆழ்வார்க்கடி யானாயிருக்குமோ? தன்னைத் தேடி வருகிறானோ? அவன் இங்கு வந்து சேராமல் தடுத்து விடுவதே நல்லது. இல்லை இல்லை, வருகிறவன் ஒருவன் இல்லை. ஐந்தாறு பேர் வருவது போல காலடிச் சத்தம் கேட்கிறது. அப்படியானால் இடும்பன்காரியும் அவனுடைய கூட்டாளிகளுமா யிருக்கலாம். வந்தியத்தேவன் ஒரே பாய்ச்சலாகப் பாய்ந்து சென்று மறுபடியும் வாலில்லாக் குரங்கின் பின்னால் மறைந்து கொண்டான். ஆகா! இரகசிய வழியைத் திறந்து வைத்து விட்டு வந்து விட்டோமே? அதனால் ஏதேனும் சந்தேகம் ஏற்படுமா? இல்லை, இல்லை! நாம் வரும்போது அந்த வழி திறந்துதானிருந்தது. நாம் மேற்படியில் ஏறிய பிறகுதான் வழி மூடிக் கொண்டது! ஆகையால் திறந்திருப்பதே நல்லதாகப் போயிற்று. அதோ துவாரத்தின் வழியாகத் தலை ஒன்று தெரிகிறது. இடும்பன்காரியின் தலைதான்! இதோ மேற்படியில் ஒரு காலை வைத்து நின்று சுற்று முற்றும் அவன் பார்க்கிறான். ஒரு கால் மட்டும் கீழே இருக்கிறது. துவாரம் தானாக மூடிக் கொள்ளாமல் இருக்கும் பொருட்டு அப்படி அவன் ஒரு காலைக் கீழ்ப் படியில் வைத்துக் கொண்டிருக்கிறான் போலும்!

அடேடே! இந்தப் பக்கத்தில் என்ன வெளிச்சம்! சுவரில் யானை முகம் இருந்த இடத்தை விட்டுப் பெயர்கிறதே! அந்தப்புர வழி புலப்படுகிறதே! அந்த வாசல் வழியாக வருகிறது யார்? அதோ மணிமேகலையல்லவா தானே கையில் விளக்கு ஏந்திக்கொண்டு வருகிறாள்!

இடும்பன்காரி ஒரே பாய்ச்சலில் மேலேறி வருகிறான்; அவன் வந்த வழி மூடிக்கொள்கிறது. இடும்பன்காரி தன் தலைப்பாகைத் துணியை எடுத்துக்கொண்டு அருகிலேயிருந்த புலியின் மேலுள்ள தூசை அவசரமாகத் தட்டத் தொடங்குகிறான்! இந்நாடகத்தின் முடிவுதான் என்ன?

மணிமேகலை கை விளக்கைத் தூக்கிப் பிடித்து நாலு புறமும் பார்த்தாள். இடும்பன்காரியின் மீது அவள் பார்வை விழுந்ததும் அவனை அதிசயத்துடன் நோக்கினாள்.

இடும்பன்காரி தூசி தட்டுவதை நிறுத்திவிட்டுப் பதிலுக்கு மணிமேகலையை வியப்புடன் பார்த்தான்.

'தாயே! இது என்ன? இந்த வேளையில் இங்கு எதற்காக வந்தது?' என்றான்.

'இடும்பா; நீதானா? என்ன செய்துகொண்டிருக்கிறாய்?' என்று மணிமேகலை வினவினாள்.

'அம்மா! நாளை வருகிற விருந்தாளிகளை இந்த வேட்டை மண்டபத்துக்கு அழைத்து வந்து காட்ட வேண்டியிருக்கு மல்லவா? அதற்காகச் சுத்தம் செய்துகொண்டிருக்கிறேன். சின்ன எஜமான் காஞ்சிக்குப் போகும்போது அவ்விதம் கட்டளை இட்டுச் சென்றார்கள்.'

'ஆம், இடும்பா! இந்த அரண்மனையிலேயே சின்ன எஜமானுக்கு உன்னிடமும், என்னிடமுந்தான் நம்பிக்கை. பழுவூர் ராணியம்மாள் தங்கப்போகிற அறையில் ஏற்பாடு சரியாயிருக்கிறதா என்று பார்த்துக் கொண்டிருந்தேன். அப்போது இங்கே என்னமோ சத்தம் கேட்டது. நீயாகத்தான் இருக்கும் என்று நினைத்தேன், வேறு யாருக்கு இந்த அரண்மனையின் இரகசிய வழிகள் தெரியும்? எத்தனை நேரமாக நீ இங்கே வேலை செய்து கொண்டிருக்கிறாய்?'

'ஒரு நாழிகைக்கு மேலே இருக்கும், தாயே! இன்னும் ஒரு நாழிகை வேலை இருக்கிறது. தாங்கள் தனியாகவா இங்கே வந்தீர்கள்; அந்த வாயாடிப் பெண் சந்திரமதி எங்கே?'

‘ஏதோ சத்தம் கேட்கிறது என்று நான் அவளைப் போய்த் தந்தையை அழைத்து வரச் சொன்னேன். நீதானே இங்கு இருக்கிறாய்? நான் போய் அவளைத் தடுத்து நிறுத்தி விடுகிறேன்.’

இவ்விதம் சொல்லிக்கொண்டே மணிமேகலை விளக்கைத் தூக்கிப்பிடித்து இடும்பன்காரியின் முக மாறுதலைக் கவனித்தாள். அடுத்தாற்போல், வாலில்லாக் குரங்கை நோக்கினாள். முன்னொரு தடவை அசைந்ததுபோல், அது அசைந்ததையும் பார்த்துக்கொண்டாள்.

‘ஆம், தாயே! எஜமானுக்கு இன்று எவ்வளவோ அலுவல், தாங்கள் போய் அவரைக் கூப்பிட வேண்டாம் என்று சொல்லிவிட்டு நிம்மதியாகப் படுத்துக் கொள்ளுங்கள். எல்லா வேலைகளையும் நானே பார்த்துக் கொள்கிறேன்’ என்றான் இடும்பன்காரி.

மணிமேகலை மறுபடியும் வந்த வழியே உள்ளே போனாள். இரகசியக் கதவு மூடிக் கொண்டது.

இடும்பன்காரி யானை முகத்தினருகில் சென்று சற்று நேரம் சுவரண்டை காது கொடுத்து உற்றுக் கேட்டான். அடுத்த அறையில் சத்தம் ஒன்றும் இல்லை என்று நிச்சயம் அடைந்த பிறகு திரும்பி வந்தான். பிலத்துவாரத்தைத் திறந்து வைத்துக் கொண்டு இடுப்புவரை கீழே படிகளில் இறங்கி நின்று கொண்டான்.

பிலத்துவாரத்தின் உட்புறமிருந்து ஆந்தையின் குரல் கேட்டது. பதிலுக்கு இடும்பன்காரி ஆந்தைக் குரல் ஒன்று கொடுத்தான்.

பில வழியில் ஆட்கள் நடந்து வரும் சத்தம் கேட்டது.

பின்னர் காரியங்கள் வெகு துரிதமாக நடைபெற்றன.

வௌவால் ஒன்று சடசடவென்று சிறகை அடித்துக்கொண்டு பறந்தது.

இடும்பன்காரி அதைப் பார்த்தான்.

பின்னாலிருந்து அவன் பேரில் வாலில்லாக் குரங்கு தடால் என்று விழுந்தது.

அது திடீரென்று விழுந்த வேகத்தினால் இடும்பன்காரியின் முழங்கால்கள் மடிந்து அவன் தடுமாறினான்.

அதனால் இன்னும் இரண்டு படிகள் அவன் கீழே இறங்க வேண்டியதாயிற்று.

தன் பேரில் விழுந்தது இன்னதென்று முதலில் இடும்பன்காரிக் குத் தெரியாமையால் அவன் உளறி அடித்துக்கொண்டு கைகளை வீசி உதறினான்.

பிறகு, உயிரற்ற வாலில்லாக் குரங்கு எப்படியோ தவறித் தன் பேரில் விழுந்திருக்கிறது என்று தெரிந்தது. மனத்தைத் தைரியப்படுத்திக் கொண்டு அதைத் தூக்கி நிறுத்தப் பார்த்தான்.

இதற்குள் உயிருள்ள மனிதனுடைய கரங்கள் போன்ற இரண்டு கரங்கள் மேலேயிருந்து துவாரத்துக்குள் வந்து அவனை இன்னும் கீழே தள்ளி அமுக்கியது.

இடும்பன்காரியினால் அதை நம்பவே முடியவில்லை. ஒரு கணம் அவனைப் பெரும் பீதி பிடித்துக்கொண்டது.

மறுபடியும் மேலும் கீழும் பார்த்தான்.

வாலில்லாக் குரங்கு தலை கீழாகத் துவார வழியில் இறங்கி யிருப்பதையும், அதன் பாதி உடம்பு வரையில் கீழே வந்த பிறகு துவாரக் கதவு நெருங்கி வந்திருப்பதையும் கவனித்தான்.

இரண்டு மனிதக் கரங்களாகத் தோன்றியவை தன்னுடைய மனப் பிராந்தியாகத்தான் இருக்கவேண்டும் என்று நிச்சயம் செய்து கொண்டான்.

இதற்குள் பிலத்துவாரத்தில் வந்தவர்கள் நெருங்கி வந்து விட்டார்கள். முன்னால் வந்த ரவிதாஸன், 'அப்பனே! என்ன இது? எதற்காக இப்படி உளறி அடித்துக்கொண்டு அலறினாய்? அபாயம் ஏதேனும் உண்டா? நாங்கள் திரும்பிப் போகவா?' என்று கேட்டான்.

'வேண்டாம், வேண்டாம்! அபாயம் ஒன்றுமில்லை. பிலத்துவாரக் கதவைத் திறக்கும்போது, இந்த ராட்சதக் குரங்கு எப்படியோ இடம் பெயர்ந்து என் தலையில் விழுந்து விட்டது! ஒரு கணம் நானும் பீதி அடைந்து விட்டேன். இப்போது இந்தக் குரங்கு மேலேயும் போகாமல் கீழேயும் வராமல் வழியை அடைத்துக் கொண்டிருக்கிறது. கொஞ்சம் பொறுங்கள்; இந்தக் குரங்கை அகற்றி வழியைச் சரிப்படுத்தி விடுகிறேன்' என்றான் இடும்பன்காரி.

தடுமாறி விழுந்த இடும்பன்காரியை மேலேயிருந்து அமுக்கித் தள்ளிய கரங்கள் யாருடைய கரங்கள் என்பதை நேயர்கள் ஊகித்திருப்பார்கள். வந்தியத்தேவனுடைய அதிர்ஷ்டம் இச்சந்தர்ப்பத்திலும் அவன் பக்கம் இருந்தது.சரியான சமயத்தில் அவனுக்குச் சரியான யுக்தி தோன்றியது. இடும்பன்காரி பிலத்துவாரத்தின் படிகளில் நின்றபடி வௌவாலைப் பார்த்த தருணத்தில் அவன் தலை மீது வாலில்லாக் குரங்கைத் தள்ளினான். பிறகு அவன் தன்னுடைய முகத்தைப் பார்க்க முடியாதபடி நின்று கொண்டு கைகளினால் அவனைப் பிடித்துக் கீழே

அமுக்கினான். அதன் பின்னர் வாலில்லாக் குரங்கையும் தலைகீழாகத் துவாரத்தினுள் தள்ளினான். கடைசியாக, முதலையையும் நகர்த்தி விட்டான்.

இவ்வளவையும் சில கண நேரத்தில் செய்து முடித்துவிட்டு வந்தியத்தேவன் யானை முகத்தண்டை ஓடினான். யானைத் தந்தங்களைப் பிடித்துத் தன் பலம் கொண்ட மட்டும் அழுத்தித் திருப்பினான்.

சுவரில் வழி உண்டாயிற்று. ஆனால் மணிமேகலை உள்ளிருந்து வந்தது போன்ற விசாலமான வழி அல்ல. வட்ட வடிவமான குறுகலான வழி; அது கதவுக்குள் கதவாயிருக்கலாம். முழுக் கதவையும் திறப்பது எப்படி என்று யோசிக்க அது சமயம் அல்ல. அதற்குள் சதிகாரக் கூட்டம் வேட்டை மண்டபத்துக்குள் புகுந்து விடலாம் பிறகு தான் தப்புவது துர்லபமாகிவிடும்.

ஆகவே, திறந்த வழி குறுகலான வழியாக இருந்தாலும் அதற்குள் புகுந்து விடவேண்டியதுதான்.

தீர்மானித்தபடியே காரியத்தில் நிறைவேற்றத் துணிந்து, அந்த வட்ட வடிவமான துவாரத்தில் வந்தியத்தேவன் புகுந்தான். அவனுடைய தலையும் கைகளும் பாதி உடம்பும் உள்ளே வந்து விட்டன. மிச்சம் பாதி உடம்பு உள்ளே புகுந்து பிரயாசையா யிருந்தது. கைகளினால் தாவிப் பிடித்துக் கொள்ள ஒன்றும் அகப்படவில்லை. இச்சமயத்தில் உள்ளேயிருந்த தீபம் அணைந்து இருள் சூழ்ந்தது.

வந்தியத்தேவன் அபயம் கேட்கும் குரலில், 'சந்திரமதி! சந்திரமதி! என்னைக் காப்பாற்று!' என்றான்.

கலகலவென்று சிரிக்கும் பெண்ணின் குரல் கேட்டது.

'சந்திரமதி! நீ இங்கே இருந்து கொண்டுதானா வேடிக்கை பார்க்கிறாய்? இது நன்றாயிருக்கிறதா?'

அதற்கு பதிலாக மறுபடியும் சிரிப்பு; அதைத் தொடர்ந்து 'நீ இப்படி அந்தப்புரத்தில் திருட்டுத்தனமாக நுழைவது மட்டும் நன்றாயிருக்கிறதா?' என்று ஒரு பெண்ணின் குரல் கேட்டது.

அது மணிமேகலையின் குரல் என்று வந்தியத்தேவன் தெரிந்து கொண்டான். ஆயினும் வேண்டுமென்றே 'சந்திரமதி! நீ வரச் சொன்னதினால்தானே வந்தேன்! பின்னால் ஆட்கள் வருகிறார்கள். சீக்கிரம் என்னை எடுத்து விடு. இல்லாவிட்டால் விபரீதம் வரும்!' என்றான்.

‘சந்திரமதி இவ்வளவு கெட்டிக்காரியா? இருக்கட்டும் உனக்கும் அவளுக்கும் சேர்த்துப் புத்தி கற்பிக்கிறேன்!’

‘ஓஹோ! தாங்கள் இளவரசி மணிமேகலையா? அம்மணி! இந்த ஒரு தடவை மட்டும் என்னை மன்னித்துக் காப்பாற்றி விடுங்கள்! இனிமேல் இம்மாதிரி தப்புக் காரியம் செய்ய மாட்டேன்! உங்களுக்குக் கோடி புண்ணியம் உண்டு!’ என்று கெஞ்சினான் வந்தியத்தேவன்.

இருளில் இரு மெல்லிய கரங்கள் வந்தியத்தேவனுடைய தோள்களைப் பிடித்துத் தாங்கி மெள்ளக் கீழே தரையில் இறக்கிவிட்டன. சுவரில் தோன்றிய துவாரம் மூடிக் கொண்டது.

‘இளவரசி! உங்களுக்கு அனந்த கோடி வந்தனம்!’ என்றான்.

‘கொஞ்சம் பொறு! நான் உன்னை என்ன செய்யப் போகிறேன் என்று தெரிந்துகொண்டு வந்தனம் செலுத்து!’

‘தாங்கள் என்னை என்ன செய்தாலும் சரிதான்! கொலைக்காரர்களிடமிருந்து என்னைத் தப்புவித்தீர்களே, அதுவே போதும்! அந்த அரக்கர் கைகளினால் சாவதைக் காட்டிலும் தங்களுடைய மணிக்கரத்தினால் சாகும்படி நேர்ந்தால் அது என்னுடைய பாக்கியம்தான்!’

‘அடே அப்பா! பெரிய வீராதி வீரனாயிருக்கிறாயே? அப்படி உன்னைத் தேடி வரும் கொலைக்காரர்கள் யார்? கொஞ்சம் பொறு; முதலில் விளக்கு ஏற்றி உன் முகம் எப்படியிருக்கிறது என்று பார்க்கிறேன்!’

‘அம்மணி! என் முகத்தை மறுபடியும் பார்க்க வேண்டுமா? தாங்கள் கண்ணாடியில் பார்த்துக் கொண்டபோது பின்னால் நின்று பார்த்த குரங்கு முகந்தான் என் முகம்! சந்திரமதி வர்ணித்தாளே?’ என்றான் வந்தியத்தேவன்.

இருட்டில் சிரிப்பின் ஒலியும், கை வளைகள் குலுங்கும் ஓசையும் கேட்டன. வந்தியத்தேவன் அந்த அறைக்குள் தலையை நீட்டியபோது அந்த அறையில் எரிந்து கொண்டிருந்த விளக்கை மணிமேகலை மூடிவிட்டாள். அதனால் இருட்டாயிற்று; இப்போது அதன் மூடியை அகற்றியதும் தீபம் சுடர்விட்டு ஒளிர்ந்தது. அதன் ஒளியில் வந்தியத்தேவனுடைய முகத்தைப் பார்த்த வண்ணம் மணிமேகலை மெய்மறந்து நின்றாள்.

பக்கத்து வேட்டை மண்டபத்திற்குள் தடதடவென்று பலர் பிரவேசிக்கும் சத்தம் அச்சமயம் கேட்டது.

நாய் குரைத்தது!

மணிமேகலை வந்தியத்தேவனுடைய முகத்தைப் பார்த்த வண்ணம் நின்றாள்.

வந்தியத்தேவனும் புன்னகை புரிந்தவண்ணம் நின்றான். இந்தப் பெண்ணிடம் என்ன சொல்லிவிட்டு எப்படி தப்பிச் செல்வது என்று அவன் மனம் சிந்தித்துக் கொண்டிருந்தது.

இச்சமயம் எங்கேயோ தூரத்திலிருந்து ஒரு குரல் 'அம்மா! என்னை அழைத்தீர்களா?' என்று கேட்டது.

'இல்லையடி, உன் வேலையைப் பார்!' என்றாள் மணிமேகலை. உடனே அவளுடைய திகைப்பு நீங்கியது.

சற்று முன் வந்தியத்தேவன் புகுந்து வந்த துவாரத்தின் அருகில் சென்று உட்பக்கத்துத் தாளையிட்டாள். பின்னர் வந்தியத் தேவனுக்குச் சமிக்ஞை காட்டி அந்த அறையிலேயே சற்றுத் தூரமாக அழைத்துச் சென்றாள். சட்டென்று திரும்பி நின்று 'ஐயா! உண்மையைச் சொல்லும்! சந்திரமதி உம்மை அழைத்ததாகக் கூறினீரே, அது நிஜமா?' என்று கேட்டாள்.

'ஆம், அம்மணி!'

'எப்போது, எங்கே பார்த்து உம்மை அழைத்தாள்?'

'சற்று முன்னால்தான்! அடுத்த அறையில் நான் குரங்கின் பின்னால் மறைந்து நின்றபோது நீங்கள் இருவரும் வந்து பார்த்துவிட்டுத் திரும்பினீர்கள். நீங்கள் திரும்பிய பிறகு அவள் என்னைப் பார்த்து, 'குரங்கே! நீ என்னுடைய அறைக்கு வந்து இருக்கிறாயா? வேண்டாத சமயத்தில் வருகிறவர்களைப் பயமுறுத்தி அனுப்பச் சௌகரியமாயிருக்கும்!' என்றாள். அது தங்கள் காதில் விழவில்லை போலிருக்கிறது!'

மணிமேகலை இளநகை புரிந்தவண்ணமாக 'காதில் விழுந்திருந்தால் அவளைச் சும்மா விட்டிருப்பேனா?' என்றாள்.

'இளவரசி! தங்கள் தோழி பேரில் கோபிப்பதில் பயன் என்ன? என் முகமும் வாலில்லாக் குரங்கின் முகமும் ஒன்று போலிருந்தால் அதற்குச் சந்திரமதி என்ன செய்வாள்?'

'உமது முகத்துக்கும் வாலில்லாக் குரங்கின் முகத்துக்கும் வெகு தூரம்!'

'குரங்கின் முகத்துக்கும் அதற்கு மேலே தொங்கிய ஆந்தையின் முகத்துக்கும் உள்ள தூரம் போலிருக்கிறது.'

'உமது முகம் குரங்கு முகமும் அல்ல; ஆந்தை முகமும் அல்ல. ஆனால், குரங்கின் சேஷ்டையெல்லாம் உம்மிடம் இருக்கிறது. சில சமயம் ஆந்தையைப் போலவும் விழிக்கிறீர்! சற்று முன்னால் இதோ இந்தக் கண்ணாடியில் எட்டிப் பார்த்து விழித்தது நீர் தானே?'

'ஆம், இளவரசி, நான்தான்!'

'எதற்காக, உடனே பின்வாங்கிக் கதவைச் சாத்திக் கொண்டீர்?'

'இந்தக் கண்ணாடியில் என் முகத்துக்கு அருகில் ஒரு தேவ கன்னிகையின் முகம்போலத் தெரிந்தது. அந்த தேவ கன்னிகை என் முகத்தைப் பார்த்துப் பயந்துகொள்ளப் போகிறாளே என்று நான் பிடித்திருந்த யானைத் தந்தத்திலிருந்து கையை எடுத்தேன் கதவு தானாகச் சாத்திக் கொண்டது.'

'அந்தத் தேவ கன்னிகை யார் என்பது உங்களுக்குத் தெரியுமா?'

'அந்த க்ஷணம் எனக்குத் தெரியவில்லை. பிறகு நினைத்துப் பார்த்துத் தெரிந்துகொண்டேன்.'

'என்ன தெரிந்துகொண்டீர்?'

'நான் பார்த்தது தேவ கன்னிகை அல்ல; தேவகன்னிகைகள் ஓடி வந்து அடிபணிவதற்குரிய மணிமேகலா தேவி! கடம்பூர் சம்புவரையரின் செல்வக் குமாரி என்று தெரிந்துகொண்டேன். என்னுடைய ஆருயிர் நண்பன் கந்தமாறனுடைய அருமைத் தங்கை என்பதும் நினைவுக்கு வந்தது.'

மணிமேகலையின் புருவங்கள் நெறித்தன. ஏளனமும் கோபமும் கலந்த புன்சிரிப்புடன், 'அப்படியா? என் தமையன் கந்தமாறன் தங்களுடைய ஆருயிர் நண்பனா?' என்றாள்.

'அதில் என்ன சந்தேகம், இளவரசி! நாலு மாதங்களுக்கு முன்னால் நான் இங்கு ஒருநாள் வந்திருந்தது நினைவில்லையா?

அந்தப்புரத்துக்குக்கூட வந்து தாய்மார்களுக்கு வணக்கம் செலுத்தினேனே! அது ஞாபகம் இல்லையா!'

'நன்றாக ஞாபகம் இருக்கிறது. அதற்குள் மறந்து விடுமா? அந்த வல்லவரையர் வந்தியத்தேவர் என்னும் வாணர் குலத்து இளவரசர் தாங்கள்தானா?'

'ஆம் இளவரசி! தங்குவதற்கு அரண்மனையும் ஆளுவதற்கு இராஜ்யமும் இல்லாமல் 'அரையன்' என்ற குலப்பெயரை மட்டும் தாங்கிக் கொண்டிருக்கும் அந்த ஏழை நான்தான்! ஒரு காலத்தில் தங்கள் தமையன் என்னிடம் தங்களைப்பற்றி எவ்வளவோ சொல்லியதுண்டு. ஒரு காலத்தில் நானும் கந்தமாறனும் வடபெண்ணை நதிக்கரையில் காவல் செய்து கொண்டிருந்தபோது, தங்களைப்பற்றி அடிக்கடி சொல்லுவான். நானும் ஏதேதோ கனவு கண்டுகொண்டிருந்தேன். பிறகு அந்த எண்ணத்தை மறந்து விட்டேன்.'

மணிமேகலையின் உள்ளத்தில் ஓர் அதிசயமான எண்ணம் தோன்றியது. இவன் தன்னைக் குத்திக் கொல்ல முயன்றதாகக் கந்தமாறன் கூறினான். அது எதற்காக இருக்கும்? ஒருவேளை தன்னைப் பற்றியதாகவே இருக்குமோ? தன்னை இவனுக்கு மணம்செய்து கொடுக்கப் போவதில்லை என்று சொன்னதற்காகக் கந்தமாறனுடன் சண்டையிட்டிருப்பானோ? இந்த எண்ணம் அவள் உள்ளத்தில் இன்பப் புயலை உண்டாக்கியது.

அதை அவள் கோபப் புயலாக மாற்றிக்கொண்டாள்.

'ஐயா! பழைய கதையெல்லாம் இப்போது வேண்டாம். இந்த அரண்மனையில் நீர் கள்ளத்தனமாகப் புகுந்ததின் காரணத்தைச் சொல்லும்; இல்லாவிடில் உடனே என் தோழியை அழைத்துத் தந்தைக்குச் சொல்லி அனுப்பவேணும்' என்றாள்.

'இளவரசி! நான் இங்கு வந்த காரணத்தை முன்பே சொன்னேனே! சில கொலைகாரர்கள் என்னைக் கொல்லுவதற்காகத் துரத்திக் கொண்டு வந்தார்கள். அவர்களிடமிருந்து தப்பி ஓடிவந்தபோது பூமியில் ஒரு துவாரம் தெரிந்தது. அது ஏதோ இரகசியப் பாதை என்று அறிந்து கொண்டேன். அதன் வழியாக ஓடித் தப்பிக்கலாம் என்று வந்தபோது, அந்த வழி இங்கே கொண்டுவந்து சேர்த்தது!'

'ஐயா! சுத்த வீரர் என்றால் உமக்கே தகும். நானும் எத்தனையோ அசகாய சூரர்களைப்பற்றிக் கேட்டிருக்கிறேன். ஆனால் உம்மைப் போல் ஓட்டத்தில் சூரனைப்பற்றிக் கேட்டதில்லை. உத்தரகுமாரன் உம்மிடம் பிச்சை வாங்க வேண்டியதுதான்!'

வந்தியத்தேவன் மனத்தில் சுரீர் என்றது. தான் அசட்டுப் பெண் என்று நினைத்த மணிமேகலை இப்படித் தன்னைக் குத்திக் காட்டும்படி ஆகிவிட்டதல்லவா?

'தேவி! அவர்கள் ஏழெட்டுப் பேர்! நான் ஒருவன். அவர்கள் ஆயுதபாணிகள். என்னிடம் ஆயுதமே இல்லை. என்னுடைய அருமை வேல் கொள்ளிடத்து வெள்ளத்தில் போய் விட்டது.'

'ரொம்ப நல்லது! அந்தப் படுபாதக வேல், சிநேகிதனைப் பின்னாலிருந்து குத்திக் கொல்லும் வேல் ஆற்றோடு போனதே நல்லது!'

வந்தியத்தேவனுக்குத் தூக்கி வாரிப்போட்டது அவன் பதில் சொல்ல வாயெடுப்பதற்குள் மணிமேகலை, 'உண்மையைக் கூறிவிடும். கொலைக்காரர்களிடம் தப்புவதற்காக ஓடிவந்தீரா? கொலை செய்வதற்காக இங்கு வந்தீரா?' என்று கேட்டாள்.

வந்தியத்தேவன் தீயில் காலை வைத்தவனைப் போல் துடித்து 'சிவசிவா! நாராயணா! நான் யாரை கொலை செய்வதற்காக இங்கே வரவேணும்? என் ஆருயிர் சிநேகிதரின் அருமைத் தங்கையையா? எதற்காக?' என்றான்.

'நான் என்ன கண்டேன்? 'அருமை சிநேகிதன்' என்று வாய்கூசாமல் பொய் சொல்கிறீரே? அப்பேர்ப்பட்ட அருமை சிநேகிதனின் பின்னாலிருந்து முதுகிலே குத்திக் கொல்லுவதற்கு நீர் முயலவில்லையா? அது எதற்காகவோ, அதே காரணத்துக் காக, இங்கே யாரையேனும் கொலை செய்வதற்கு நீர் வந்திருக்கலாம்.'

'கடவுளே! இது என்ன வீண் பழி? நானா கந்தமாறனின் முதுகில் குத்தினேன்? அப்படிப்பட்ட காரியத்தைச் செய்வதற்கு முன்னால் என் கையை வெட்டிக் கொண்டிருப்பேனே? இளவரசி! இத்தகைய படுபாதகமான பொய்யைத் தங்களிடம் யார் கூறினார்கள்?'

'என் அண்ணனே கூறினான். வேறு யாராவது கூறியிருந்தால் நான் நம்பியே இருக்க மாட்டேன்.'

'கந்தமாறனா இப்படிக் கூறினான்? அப்படியானால் நான் உண்மையில் துர்ப்பாக்கியசாலிதான்! யாரோ அவனை முதுகிலே குத்தித் தஞ்சாவூர் மதில் சுவருக்கு அருகில் போட்டிருந்தார்கள். மூர்ச்சையாகிக் கிடந்த அவனை நான் தூக்கிக் கொண்டுபோய்ச் சேந்தன் அமுதன் குடிசையில் சேர்த்துக் காப்பாற்றினேன். அதற்கு எனக்குக் கிடைத்த வெகுமதியா இது? இளவரசி! எதற்காக அவனை நான் கொல்ல முயன்றேனாம்? ஏதாவது காரணம் சொன்னானா?'

‘சொன்னான், சொன்னான்! நீர் என் அழகைப் பழித்து, அவலட்சணம் பிடித்தவள் என்று இகழ்ந்தீராம். தஞ்சாவூர்ப் பெண்கள் என்னைவிட அழகிகள் என்று சொன்னீராம். அதனால் கந்தமாறன் கோபங்கொண்டு உம்மை நன்றாகப் புடைத்தானாம். நேருக்கு நேர் சண்டையிடக் கையினாலாகாமல் பின்னாலிருந்து குத்தி விட்டீராம்! இதெல்லாம் உண்மையா, இல்லையா?’

‘பொய்! பொய்! பயங்கரமான பொய்; தங்களை அவலட்சணம் என்று சொல்வதற்கு முன்னால், என் நாக்கையே துண்டித்துக் கொண்டிருப்பேனே! கந்தமாறன் அல்லவா அவனுடைய சகோதரியை நான் மறந்து விடவேண்டும் என்று வற்புறுத்தினான்?’

‘எதற்காக?’

‘இராஜ்யம் ஆளும் பேரரசர்கள் தங்களை மணந்துகொள்ளக் காத்திருப்பதால் தங்களை நான் மறந்துவிட வேண்டுமென்று வற்புறுத்தினான்.’

‘நீரும் அடியோடு என்னை மறந்து விட்டீராக்கும்!’

‘என்னால் அடியோடு மறக்க முடியவில்லை. ஆனால் அது முதலாவது தங்களை என் அருமைச் சகோதரியாகக் கருதத் தொடங்கினேன். இளவரசி! உடனே கந்தமாறனிடம் என்னை அழைத்துப் போங்கள்! அல்லது அவனை இங்கே அழையுங்கள். ஏன் இத்தகைய பெரும் பொய்யை அவன் சொன்னான் என்றாவது தெரிந்துகொள்கிறேன், அல்லது உண்மையிலேயே அவன் அப்படி எண்ணிக் கொண்டிருந்தால், அந்தத் தப்பெண்ணத்தைப் போக்குகிறேன்.’

‘தஞ்சாவூரில் ஆரம்பித்த காரியத்தை இங்கே பூர்த்தி செய்து விடலாம் என்று வந்தீராக்கும்...’

‘அப்படி என்றால்...’

‘அங்கே அவனைக் கொல்ல முயன்றீர், அந்த முயற்சி பலிக்க வில்லை...’

‘கடவுளே! கந்தமாறனைக் கொல்லுவதற்கு அவனுடைய அரண் மனையைத் தேடியா வருவேன்!’

‘இரகசிய வழியாக வந்தது வேறு எதற்காக?’

‘அதோ, உற்றுக் கேளுங்கள்! என்னைக் கொல்ல வந்தவர்கள் அடுத்த அறையில் இன்னும் இருக்கிறார்கள். அவர்கள் நடமாடும் சத்தமும் பேசும் குரல்களும் கேட்கவில்லையா?’

‘அவர்கள் எதற்காக உம்மைக் கொல்ல வரவேணும்?’

‘அவர்களைப் பார்த்தால் மந்திரவாதிகள் போலிருக்கிறது. ஒருவேளை நரபலி கொடுக்கும் கூட்டமாயிருக்கலாம்.’

‘சகல இலட்சணங்களும் பொருந்திய ராஜகுமாரனாகிய உம்மை அதற்காகப் பிடித்தார்கள் போலிருக்கிறது…’ என்று கூறி மணிமேகலை சிரித்தாள்.

‘அதுதான் எனக்கும் அதிசயமாயிருக்கிறது; இந்த ஆந்தை விழி விழிக்கும் குரங்கு மூஞ்சிக்காரனை அவர்கள் எதற்காகப் பிடிக்க வந்தார்கள் என்று தெரியவில்லை. உங்கள் பேச்சைக் கேட்ட பிறகு ஒரு சந்தேகம் உதிக்கிறது. ஒருவேளை என் நண்பன் கந்தமாறனே இப்படிப்பட்ட ஏற்பாடு செய்திருப்பானோ என்று. அவனிடம் உடனே என்னை அழைத்துச் செல்லுங்கள்! ஒன்று அவனுடைய தப்பபிப் பிராயத்தைப் போக்கிக் கொள்ளட்டும்; இல்லாவிட்டால் என்னை அவன் கையினாலேயே கொன்றுவிடட்டும். கொலைகாரர்களை எதற்காக ஏவ வேண்டும்? அம்மணி! உடனே கந்தமாறனை அழைத்து விடுங்கள்!’

‘ஐயா! அவ்வளவு அவசரப்பட வேண்டாம். கந்தமாறன் ஊரில் இல்லை.’

‘எங்கே போயிருக்கிறான்?’

‘காஞ்சிக்குக் கரிகாலரை அழைத்து வரப் போயிருக்கிறான். நாளை இரவு எல்லாரும் இங்கு வந்து விடுவார்கள்; அதுவரையில் நீர்…’

‘அதுவரையில் என்னை இங்கேயே இருக்கச் சொல்கிறீர்களா? அது நியாயமல்ல!’

‘இங்கே இருக்கச் சொல்லவில்லை. இன்னும் சற்று நேரத்துக் கெல்லாம் இங்கே பழுவூர் இளையராணி வந்து விடுவாள். பிறகு ஈ காக்காய் இங்கே வர முடியாது. பழுவேட்டரையர் எப்பேர்ப்பட்டவர் என்பது உமக்குத் தெரிந்திருக்கும். அவர் உம்மை இங்கே கண்டால் உடனே கண்டதுண்டமாக வெட்டிப் போட்டுவிடச் செய்வார்! ஆ! அக்கிழவருக்குத்தான் பெண்டாட்டியின் பேரில் எவ்வளவு ஆசை!’ என்று சொல்லி மணிமேகலை சிரித்தாள்.

வந்தியத்தேவன் முன் தடவை பழுவேட்டரையர் வந்தபோது நடந்ததையெல்லாம் நினைத்துக் கொண்டான்.

‘அப்படியா? பழுவேட்டரையருக்குப் பழுவூர் ராணி பேரில் ரொம்ப ரொம்ப ஆசையா?’ என்று கேட்டான்.

‘அது நாடு நகரம் எல்லாம் தெரிந்த விஷயம் ஆயிற்றே! போன தடவை, எட்டு மாதங்களுக்கு முன்னால் இங்கே ஒரு தடவை அவர்கள் வந்திருந்தார்கள். பழுவூர் ராணி அந்தப்புரத்துக்கு வரக் கூடக் கிழவர் விடவில்லை! அப்படிக் கண்ணும் கருத்துமாகப் பாதுகாக்கிறார். இந்தத் தடவை சில நாள் இங்கே இருக்கப் போகிறார்களாம். பழுவூர் ராணிக்குத் தனி அந்தப்புரம் வேண்டுமென்று ஒரே தடபுடல். இந்தத் தடவையாவது எங்களையெல்லாம் பார்க்கப் போகிறாளோ - பார்ப்பதற்குக் கிழவர் விடப் போகிறாரோ, தெரியவில்லை.’

‘அப்படியானால் நான் இப்பொழுது என்ன செய்யட்டும்?’

‘அதுதான் நானும் யோசித்துக் கொண்டிருக்கிறேன் - ஆ! ஒரு யோசனை தோன்றுகிறது. என் தமையன் கந்தமாறனுடைய தனி ஆயுத அறை ஒன்று இந்த மாளிகையில் இருக்கிறது. அதில் உம்மைக் கொண்டு விடுகிறேன். நாளை சாயங்காலம் கந்தமாறன் வந்து விடுவான் அதுவரையில் அங்கேயே இரும். நீர் சொல்வதின் உண்மை, பொய்யைக் கந்தமாறனிடம் நேரில் நிரூபித்து விடலாம்...’

‘இளவரசி! அது முறையன்று! மிகவும் ஆபத்தான காரியம்!’

‘என்ன ஆபத்து?’

‘அங்கே நான் எப்படி வந்து சேர்ந்தேன் என்று கந்தமாறன் கேட்டால் என்ன பதில் சொல்லுவது?’

‘உள்ளது உள்ளபடி சொல்லுகிறது.’

‘உள்ளது உள்ளபடி நான் இப்போது சொன்னதை நீங்களே நம்பவில்லையே? அடுத்த அறையில் என்னைத் தேடி வந்த ஆட்கள் இருக்கும் போதே?’

‘ஐயா! அதை இப்போதே சோதித்து விடுகிறேன்.’

‘என்ன சோதிக்கப் போகிறீர்கள்?’

‘அடுத்த அறைக்குள் சென்று அந்த மனிதர்களைப் பார்த்து விசாரிக்கப் போகிறேன். அவர்கள் உம்மைக் கொல்ல வந்தவர்களா? அல்லது நீர் அழைத்து வந்தவர்களா என்று தெரிந்துகொண்டு வருகிறேன்.’

‘ஐயோ! அவர்கள் பொல்லாத துஷ்டர்கள். தாங்கள் அவர்களிடம் தனியாக அகப்பட்டுக் கொண்டால்...’

‘என் அரண்மனையில் யார் என்னை என்ன செய்ய முடியும்? இதோ பாருங்கள்!’ என்று கூறி மணிமேகலை யாருக்கும் தெரியாமல் தன் இடுப்பில் செருகியிருந்த சிறிய மடக்குக் கத்தியை எடுத்துக் காட்டினாள்.

'யாரும் என்கிட்ட வரமுடியாது. அப்படி ஏதாவது ஆபத்து வருவதாயிருந்தால் நீர்தான் சூராதி சூரர் இங்கே இருக்கிறீரே!'

'அம்மணி! என்னிடம் தற்சமயம் ஆயுதம் ஒன்றுமில்லை.'

'வல்லவனுக்குப் புல்லும் ஆயுதம் என்று நீர் கேட்டதில்லையா? உமது பெயரே வல்லவரையர் ஆயிற்றே? ஆயுதம் கையில் இருந்தால் பெண்பிள்ளைகள்கூடச் சண்டை போடுவார்கள். ஆண்பிள்ளைகள் எதற்கு? உமக்கு வீண் கவலை வேண்டாம். அங்கே ஒரு அறையில் தூசு தட்டிக் கொண்டிருந்தவன் எங்கள் அரண்மனை வேலைக்காரன்தான். மற்றவர்களை அவன்தான் இட்டு வந்திருக்க வேண்டும். அவர்களும் எனக்குத் தெரிந்தவர்கள் என்றே தோன்றுகிறது. அவர்கள் எதற்காக இங்கே வந்திருக்கிறார்கள் என்பதைத் தெரிந்துகொண்டு வருகிறேன். கதவுக்கு அருகில் நிற்க வேண்டாம். அதோ அந்த மரக்களஞ்சியத்துக்கு அருகில் போய் சிறிது மறைந்து நில்லுங்கள்!'

இவ்விதம் சொல்லிக்கொண்டே மணிமேகலை வேட்டை அறைக்குப் போகும் வாசற் பக்கம் சென்று அதன் கதவைத் திறக்க முயன்றாள்.

வந்தியத்தேவன் அவசரமாக நடந்து மரக்களஞ்சியத்தின் அருகில் சென்று மறைந்து நின்றான்.

மரக்களஞ்சியத்தின் கதவுகள் திறந்திருந்தன அதற்குள்ளே தற்செயலாகப் பார்த்தான். அது தானியம் கொட்டும் களஞ்சியம் அல்லவென்று தெரிந்தது. அறைக்குள்ளே படிப்படியாக அமைந் திருந்தது. ஒவ்வொரு படியிலும் யாழ், வீணை, மத்தளம், தாளம் முதலிய இசைக்கருவிகள் அடுக்கி வைக்கப்பட்டிருந்தன. மேலே சிறிது அண்ணாந்து பார்த்தான். படிகள் மேற்கூரை வரையில் போவதாகத் தெரிந்தது.

இதற்குள் மணிமேகலை வேட்டை மண்டபத்தின் கதவைத் திறந்து கொண்டு உள்ளே பிரவேசித்தாள்.

அவளுடைய தைரியத்தை வந்தியத்தேவன் வியந்தான். அதே சமயத்தில் மணிமேகலைக்கு ஆபத்து ஒன்றும் நேருவதற்கில்லை என்று மனத்தைத் திடப்படுத்திக் கொண்டான்.

இதற்குள் அந்த அறையின் இன்னொரு பக்கத்திலிருந்து கதவு திறந்தது. 'அம்மா! அம்மா!' என்று கூவிக் கொண்டே சந்திரமதி உள்ளே வந்தாள்.

வந்தியத்தேவன் திடுக்கிட்டான் அவள் தன்னைப் பார்த்து விடாமலிருப்பதற்காக இசைக்கருவி களஞ்சியத்துக்குள் நுழைந்தான்.

'அம்மா! அம்மா! தஞ்சாவூர்க்காரர்கள் கோட்டை வாசலில் வந்து விட்டார்களாம். மகாராணி உடனே தங்களை அழைத்து வரச் சொன்னார்கள்!' என்று கத்திக்கொண்டே சுற்றுமுற்றும் பார்த்தாள். அவள் எதிரில் திறந்திருந்த வேட்டை மண்டபக் கதவை நோக்கிப் போனாள்.

கதவின் அருகில் நின்று பார்த்தால் வந்தியத்தேவன் களஞ்சியத்துக்குள் இருப்பது தெரிந்து போய்விடும். ஆகையால் அவன் விரைவாகச் சில படிகள் மேலே ஏறினான்.

ஒரு வீணையின் மீது அவன் முழங்கால் இடித்து அது சப்தித்தது.

வந்தியத்தேவன் பீதி அடைந்து மேலும் சில படிகள் ஏறினான். அவன் தலை களஞ்சியத்தின் மேற்பலகையில் முட்டியது. என்ன விந்தை? அந்த மேற்பலகை வந்தியத்தேவனுடைய மண்டை முட்டியபோது சிறிது மேலே சென்றது.

ஏதோ சந்தேகம் தோன்றி வந்தியத்தேவன் அப்பலகையைக் கைகளினால் நெம்பித் தூக்கினான். அது நன்றாய் மேலே போனதுடன், திறந்த இடத்தின் மூலமாக வெளிச்சம் வந்தது. தூரத்தில் சலசல வென்று சத்தம் கேட்டுக் கொண்டிருந்தது. ஒரு பக்கத்தில் வானத்தில் மின்னும் நட்சத்திரங்களும் தெரிந்தன. வந்தியத்தேவனுடைய உள்ளம் உற்சாகத்தினால் துள்ளியது.

பலகையை நன்றாக நகர்த்திவிட்டு மேலே ஏறினான். மாளிகையின் மேல் மச்சில் ஒரு பகுதிக்குத் தான் வந்திருப்பதைக் கண்டான். அதிலும் அந்தப் பகுதி முன்னொரு நாள் அவன் சுகமாகக் காற்று வாங்கிக் கொண்டு படுத்திருந்த பகுதிதான். பெரிய தூண்களின் மறைவில் நின்று சிற்றரசர்களின் கொடிய சதியாலோசனையைப்பற்றித் தெரிந்து கொண்ட அதே இடந்தான்.

பலகையைத் தள்ளி முன்போல் மூடினான். மூடிய பிறகு, கூரையிலிருந்து அப்படி ஒரு வழி இருக்கிறதென்று கண்டு பிடிப்பது சுலபமல்லவென்பதை உணர்ந்தான். அதைப் பற்றி இப்போது யோசிக்கவும் அதிசயப்படவும் அவகாசம் இல்லை. அங்கிருந்து தப்பிச் செல்லும் வழியைப் பார்க்க வேணும்.

இத்தனை நேரமும் தனக்கு உதவி செய்த அதிர்ஷ்ட தேவதை இனியும் உதவி செய்யாமலா இருக்கப் போகிறது?

வந்தியத்தேவன் நாலா புறமும் சுற்றிப் பார்த்தான். எங்கு நோக்கினாலும் கொடிகளும் தோரணங்களும் பறந்து அந்த

அரண்மனைப் பிரதேசம் முழுவதும் கண்கொள்ளாக் காட்சியாயிருந்தது. அடடா! இராஜோபசாரம் என்பது இதுதான் போலும்.

வந்தியத்தேவன் அடிமேல் அடி வைத்து மெள்ள மெள்ள நடந்தான். சுற்று முற்றும் பார்த்துக்கொண்டு நடந்தான். மேல் மச்சில் எங்கும் மனித சஞ்சாரமே இல்லை. அந்த வரையில் நம் அதிர்ஷ்டந்தான். பிறகு கொஞ்சம் விரைவாகவே நடந்தான்.

முன்னொரு தடவை அவன் படுத்திருந்த நிலா மாடத்துக்கு வந்து சேர்ந்தான். அங்கிருந்து பார்த்தபோது அரண்மனையின் வெளிமதிளும் மதிள்களுக்கும் மாளிகைக்கும் நடுவிலிருந்த முற்றமும், குரவைக் கூத்து நடந்த இடமும், சதியாலோசனை நடந்த இடமும் காணப்பட்டன. ஆனால் அந்த இடங்களில் மனிதர்கள் யாரும் காணப்படவில்லை. அதற்குக் காரணம் கண்டுபிடிப்பது அவ்வளவு கடினமான காரியமாயில்லை. அரண்மனையின் முன் வாசலில் ஒரே அல்லோல கல்லோலமாயிருந்தது. நூற்றுக்கணக்கான தீவர்த்திகள் வெளிச்சம் தந்தன. மேள தாளங்கள் பேரிகை முழக்கங்களுடன் மனிதர்களின் வாழ்த்தொலிகளும் கலந்து பேரொலியாகக் கிளம்பியது. பழுவேட்டரையரின் பரிவாரங்கள் அரண்மனை வாசலை நெருங்கி வந்து விட்டபடியால், அவர்களை வரவேற்பதற்காக எல்லாரும் அங்கே போயிருக்கிறார்கள். அதனாலேதான் இங்கேயெல்லாம் ஜனசஞ்சாரம் இல்லை. ஆகா! உண்மையில் அதிர்ஷ்ட தேவதை வந்தியத்தேவன் பக்கத்தில் இருந்தாள் என்பதில் சந்தேகமில்லை. தப்பிச் செல்வதற்கு எவ்வளவு அருமையான சந்தர்ப்பம்; அரை நாழிகைக்கு முன்னாலும் இத்தகைய சமயம் கிடைத்திராது. அரை நாழிகை பின்னால் வந்தாலும் இம்மாதிரி வசதி கிட்டியிராது.

சதியாலோசனை நடந்த இடத்துக்குச் சமீபமாக வந்து, வந்தியத்தேவன் இன்னொரு தடவை சுற்று முற்றும் பார்த்தான்; ஒருவருமில்லை. கீழே குனிந்து பார்த்தான் அங்கேயும் யாரும் இல்லை. எதிரில் மதிள் சுவரைப் பார்த்தான் அங்கேயும் யாரும்... ஆ! இது என்ன? மதில் மேல் கிளைகளுக்கு நடுவில் ஒரு முகம்! ஆழ்வார்க்கடியானுடைய முகம் போல் தெரிகிறதே!... சீச்சீ! வீண்பிரமை! முன்னொரு தடவை ஆழ்வார்க்கடியானுடைய முகம் போல் தெரிந்த இடம் அது! ஆகையால் அவன் மனம் அவனை அப்படி ஏமாற்றிவிட்டது! அதுவும் ஒரு நல்லதற்குத்தான். மதில் மேல் ஏறிக் குதித்துத் தாண்டுவதற்கு அதுதான் சரியான இடம். அதை அவனுடைய உள் மனம் சுட்டிக்காட்டி ஞாபகப்படுத்தியிருக்கிறது. வரவேற்பு முடிந்து வாசலில் நிற்கும் கூட்டம் உள்ளே வருவதற்குள் அவன் தப்பித்துக் செல்லவேண்டும். முற்றத்தில் எப்படி இறங்குவது? ஆ! இதோ ஒரு வழி! இங்கே

முற்றத்தில் ஒரு கொட்டகை போட்டிருக்கிறது. குரவைக்கூத்துக்காகப் போட்டிருக்கும் கொட்டகை போலும். கொட்டகைக்காகப் புதைத்திருந்த மூங்கில் மரம் ஒன்று நெடிதுயர்ந்து மேல் மச்சு வரையில் வந்திருந்தது. வந்தியத்தேவன் அதைத் தாவிப் பிடித்துக் கொண்டு சரசரவென்று கீழே இறங்கினான். மீண்டும் சுற்று முற்றும் பார்த்தான். ஒருவரும் இல்லை. மச்சின் மேலே, தான் சற்று முன் நின்ற இடத்தில் கிண்கிணிச் சத்தம் கேட்டது. ஆகா! மணிமேகலை தன்னைத் தேடி வந்தாள் போலும்! பொல்லாத பெண்! இச்சமயம் அவளிடம் அகப்பட்டுக்கொண்டால் நம்பாடு தீர்ந்தது.

முற்றத்தின் திறந்த வெளியை ஒரே ஓட்டமாக ஓடி வந்தியத்தேவன் கடந்தான், மதில் சுவர் ஓரமாக நின்று திரும்பிப் பார்த்தான், மச்சின்மீது ஒரு பெண் உருவம் தெரிந்தது. மணிமேகலையோ, சந்திரமதியோ தெரியவில்லை. யாராயிருந்தாலும் தான் முற்றத்தை ஓடிக் கடந்ததைப் பார்த்திருக்க வேண்டும். நல்லவேளையாகக் கூச்சல் போடவில்லை. அவள் யாராயிருந்தாலும் நன்றாயிருக்கட்டும்! மகராஜியாயிருக் கட்டும்!

இவ்விதம் மனத்துக்குள் வாழ்த்திக்கொண்டே மதில் சுவர் ஓரமாக வந்தியத்தேவன் விரைந்து நடந்தான். மதில் மேல் ஆழ்வார்க்கடி யானுடைய முகம் தெரிந்த இடம் வந்துவிட்டது. அங்கே சுவரில் ஏறுவது எப்படி? இவ்வளவு உயரமாயிருக்கிறதே! சுவரில் பிடித்துக் கொள்வதற்கு மேடு பள்ளம் ஒன்றுமே இல்லையே? கடவுளே!... இதோ ஒரு உபாயம்! குரவைக்கூத்துக் கொட்டகைக்காகக் கொணர்ந்த மூங்கில் கழிகள் சில சற்றுத் தூரத்தில் கிடந்தன; அவை மிஞ்சிப் போனவை போலும். ஒரே பாய்ச்சலாகப் பாய்ந்து அந்தக் கழிகளில் ஒன்றை எடுத்து வந்தான். மதிலின் பேரில் சாய்த்து வைத்தான். கழியின் உயரத்துக்கும் மதிலின் உயரத்துக்கும் சரியாக இருந்தது. ஆனால் கழி சுவரில் நிலைத்து நிற்க வேண்டுமே? ஏறும்போது நழுவி விட்டால்?... நழுவி விட்டால் கீழே விழ வேண்டியதுதான்! அதற்காகக் கையைக் கட்டிக் கொண்டு சும்மா இருந்து என்ன பயன்?

கழியை இரண்டொரு தடவை அழுத்திப் பார்த்துவிட்டு, அதன் வழியாக ஏறத் தொடங்கினான். பாதி சுவர் ஏறியபோது கழி நழுவத் தொடங்கியது. 'தொலைந்தோம்! கீழே விழுந்தால் எலும்பு நொறுங்கிவிடும்!' என்று எண்ணுவதற்குள், கழி, மறுபடியும் உறுதியாக நின்றது. மேலேயிருந்து ஒரு கரம் அதைப் பிடித்துக் கொண்டதுபோல் தோன்றியது! 'நமக்குப் பைத்தியம் பிடிப்பதுதான் பாக்கி!' என்று எண்ணிக்கொண்டு வந்தியத் தேவன் மேலே ஏறினான். மதில் சுவரின் மேல் முனையை அவன் பிடித்துக் கொண்டதும் கழி நழுவிக் கீழே விழுந்தது. அது விழுந்த சத்தம்

இடி முழக்கம் போல் அவன் காதில் விழுந்தது. நல்ல வேளை! கோட்டை வாசலில் ஆரவாரம் இப்போது இன்னும் அதிகமாயிருந்தது. ஆகையால் யார் காதிலும் விழுந்திராது! ஆனால், எதிரே அந்தப்புர மேல் மாடத்தில் நின்ற பெண்! அவள் காதில் விழுந்திருக்கும்.

மதில் மேல் தாவி ஏறி நின்றபடி மறுபடி ஒரு தடவை வந்தியத்தேவன் அந்தப் பக்கம் திரும்பிப் பார்த்தான். இன்னமும் அப்பெண் அங்கேயே நின்று கொண்டிருந்தாள்!

வந்தியத்தேவனுடைய கிறுக்குக் குணம் அவனை விட்டுப் போக வில்லை! 'போய் வருகிறேன்!' என்று சொல்கிற பாவனையாகக் கையை ஆட்டிவிட்டு, மதிலின் அப்புறத்தில் இறங்கத் தொடங்கினான். இறங்குவதில் அவ்வளவு கஷ்டம் இல்லை. ஏனெனில் மதில் சுவரின் வெளிப்புறம் உட்புறத்தைப் போல் மட்டமாக இல்லை. சில மேடு பள்ளங்கள் இருந்தன. பக்கத்திலிருந்த மரங்களின் கிளைகள் சில சுவரின் மீது மோதி உராய்ந்து கொண்டிருந்தன. அவற்றின் உதவிகொண்டு சரசரவெனக் கீழே இறங்கினான். மணிமேகலையைத் தான் ஏமாற்றி விட்டு வந்தது பற்றி நினைத்தபோது அவனுக்குச் சிரிப்பு வந்தது. அந்தச் சிரிப்பின் எதிரொலியைப் போல் இன்னொரு சிரிப்பு எங்கிருந்தோ வந்தது. வந்தியத் தேவனுடைய இரத்தம் அவனுடைய உடம்பில் உறைந்து போயிற்று. கைகள் நடுங்கின. கீழே குதிப்பதற்காகப் பார்த்தான். நாய் ஒன்று அவன் மீது பாயக் காத்துக் கொண்டிருப்பதைக் கண்டான். மேலே ஏறுவதைப்பற்றி இனி யோசிப்பதற்கே இல்லை? கீழே குதித்துத்தான் ஆகவேண்டும். குதித்தால், இந்த நாயின் வாயில் ஒரு பிடி சதையையாவது கொடுத்துத் தீரவேண்டும். சற்று முன் கேட்டது சிரிப்புச் சத்தமா? அல்லது நாய் குரைத்த சத்தமா? பக்கத்தில் யாராவது மறைந்து நின்று நாயை ஏவி விட்டிருக்கிறார்களா?... மேலே ஏறுவதில் அபாயம் அதிகமா? கீழே குதிப்பதில் அபாயம் அதிகமா? வந்தியத்தேவனுடைய உள்ளம் ஊசலாடியது! அவனுடைய கால்களும், எழும்பி எழும்பிக் குதித்த நாயின் வாயில் அகப்படாமல் இருப்பதற்காக ஊசலாடின.

பத்தாம் அத்தியாயம்

மனித வேட்டை

வந்தியத்தேவன் நாயின் வாயில் அகப்படாமல் தரையில் குதிக்கப் பார்ப்பதா, அல்லது மறுபடியும் மதில் சுவரின் மேல் ஏறுவதா என்று தீவிரமாகச் சிந்தித்துக் கொண்டிருந்தான். அதே சமயத்தில் பக்கத்திலிருந்த மரங்களின் மறைவில் யாராவது ஒளிந்திருக்கிறார்களா என்றும் கூர்மையாகக் கவனித்தான். ஒரு மரத்தின் மறைவில் வெள்ளைத் துணி தெரிவது போலிருந்தது. சற்று முன் நாயின் குரைப்புச் சத்தத்தோடு மனிதனின் சிரிப்புக் குரல் கலந்து கேட்டது நினைவுக்கு வந்தது. மனிதர் யாராவது உண்மையில் மறைந்திருந்தால்? ஒரு மனிதனோ? பல மனிதர்களோ? அதைத் தெரிந்துகொள்ளாமல் குதிப்பது பெருந்தவறாக முடியும். நாயின் வாயிலிருந்து தப்பினாலும் மனிதர்களின் கையில் அகப்படும்படி நேரிடலாம். அரண்மனையின் மேல் மாடத்திலிருந்து பார்க்கும்போது ஆழ்வார்க்கடியானுடைய முகம் மதில் சுவர் மேல் தெரிவது போலத் தோன்றியது. அந்த வைஷ்ணவன்தான் ஐயனார் கோவிலில் காத்துக் காத்துப் பார்த்து அலுத்துப்போய் இங்கு வந்து நாயை ஏவிவிட்டு வேடிக்கை செய்கிறானா, என்ன? எல்லாவற்றுக்கும் கூப்பிட்டுப் பார்த்தால் போகிறது, ‘வைஷ்ணவரே! வைஷ்ணவரே! இது என்ன வேடிக்கை?’ என்றான். மறுபடியும் ஒரு சிரிப்புச் சத்தம் கேட்டது; அது ஆழ்வார்க்கடியான் குரல் அல்ல. ஆகையால் திரும்ப மதில் மேல் ஏறி அரண்மனைக்குள் இறங்குவதுதான் சரி. பெரிய பழுவேட்டரையரின் வரவேற்பு தடபுடல்களில் எப்படியாவது தப்பித்துக் கொள்ளலாம் அல்லது சுரங்கவழி இருக்கவே இருக்கிறது. மணிமேகலையிடம் மீண்டும் கொஞ்சம் கெஞ்சு மணியம் செய்தாற் போகிறது. இல்லாவிடில் பழூவூர் இளைய ராணியின் தயவையே சம்பாதித்துக் கொள்ள வேண்டியதுதான். இதுவரை தன்னைக் காட்டிக் கொடுக்காதவள் இப்போது மட்டும் காட்டிக் கொடுத்து விடுவாளா?...

வந்தியத்தேவன் இறங்கிய வழியில் மறுபடி மேலே ஏறத் தொடங்கினான். நாய் இன்னும் உயரமாக எழும்பிக் குதித்துக் குரைத்தது.

மீண்டும் சிரிப்புச் சத்தம் கேட்டது.

மரத்தின் மறைவிலிருந்து ஒரு உருவம் வெளியே வந்தது. அதன் கையில் ஒரு வேல் இருந்தது.

அவன் தேவராளான் என்பதை வந்தியத்தேவன் தெரிந்து கொண்டான்.

தேவராளான் வந்தியத்தேவன் சுவரில் தொங்கிய இடத்திற்கு அருகில் வந்தான்.

'அப்பனே! உன் உயிர் வெகு கெட்டி!' என்றான்.

'அதுதான் தெரிந்திருக்கிறதே! ஏன் மறுபடியும் என்னிடம் வருகிறாய்?' என்று வந்தியத்தேவன் கேட்டான்.

'இந்தத் தடவை நீ தப்ப முடியாது!' என்று கூறித் தேவராளன் தன் கையிலிருந்த வேலை வந்தியத்தேவனை நோக்கிக் குறி பார்த்தான்.

வந்தியத்தேவன் தன்னுடைய ஆபத்தான நிலையை உணர்ந்து கொண்டான். பாதிச் சுவரில் தொங்கிக் கொண்டிருப்பவன் கீழேயிருந்து வேலினால் குத்தப் பார்ப்பவனுடன் எப்படிச் சண்டையிட முடியும்? குதித்துத் தப்பப் பார்க்கலாம் என்றால், வேட்டை நாய் ஒன்று மேலே பாயக் காத்துக் கொண்டிருக்கிறது.

'தேவராளா, ஜாக்கிரதை! உங்கள் எஜமானி பழுவூர் ராணியின் கட்டளையை ஞாபகப்படுத்திக் கொள்! என்னை ஒன்றும் செய்ய வேண்டாம் என்று உங்களுக்கு ராணி சொல்லி இருக்கவில்லையா!'

தேவராளன் ஒரு பேய்ச் சிரிப்புச் சிரித்துவிட்டு, 'பழுவூர் ராணி என் எஜமானி அல்ல! எந்த ஊர் ராணியும் என் எஜமானி அல்ல. பத்திரகாளி துர்க்கா பரமேசுவரிதான் என்னுடைய எஜமானி!' என்றான்.

'என் குலதெய்வமும் துர்க்காபரமேசுவரிதான்! அவளுடைய அருளினால்தான் நடுக்கடலில் எரிகிற கப்பலிலிருந்து தப்பித்து வந்தேன். என்னைத் தொட்டாயானால் துர்க்கை உன்னை அதம் செய்து விடுவாள்!' என்றான் வந்தியத்தேவன்.

'நீ துர்க்கையின் பக்தன் என்பது உண்மையானால், இப்பொழுது எனக்கு ஒரு காரியம் செய்ய வேண்டும். அப்போதுதான் உன்னைக் கொல்லாமல் விடுவேன்!' என்றான் தேவராளன்.

‘என்ன செய்ய வேண்டும்? - முதலில் உன்னுடைய நாயை அப்பால் போகச் சொல்லு!’

‘இந்தப் பக்கம் ஒரு வீர வைஷ்ணவன் வந்தான். அவனைத் தேடிப் பிடிப்பதற்கு நீ ஒத்தாசை செய்தால் உன்னைச் சும்மா விட்டு விடுகிறேன்.’

‘எதற்காக அவனைப் பிடிக்க வேண்டும்?’ என்றான் வந்தியத்தேவன்.

‘துர்க்கா தேவிக்கு ஒரு வீர வைஷ்ணவனைப் பலி கொடுப்பதாக நான் சபதம் செய்திருக்கிறேன் அதற்காகத்தான்!’ என்றான் தேவராளன்.

இந்தச் சமயத்தில் வந்தியத்தேவன் மதில் சுவரில் பிடித்துத் தொங்கிக் கொண்டிருந்த சிறிய செடி வேரோடு பெயர்ந்து வர ஆரம்பித்தது.

வேலின் முனையில் சிக்காமல் எப்படி தேவராளன் கழுத்தின் மேல் குதிப்பது என்று வந்தியத்தேவன் யோசித்துக் கொண்டே, ‘அந்த வீர வைஷ்ணவன் என் அருமைச் சிநேகிதன். அவனுக்கு ஒரு போதும் நான் துரோகம் செய்யமாட்டேன். அவனுக்குப் பதிலாக என்னையே பலி கொடுத்து விடு!’ என்றான்.

‘அப்படியானால் இந்த வேலுக்கு இப்போதே இரையாகி விடு!’ என்று தேவராளன் வேலைத் தூக்கி வந்தியத்தேவன் மீது குறி பார்த்தான்.

வந்தியத்தேவன் செடியை விட்டு விட்டு வேலின் முனைக்கு அடியில் அதைத் தாவிப் பிடித்துக்கொண்டு கீழே குதித்தான். குதித்த வேகத்தில் தரையில் மல்லாந்து விழுந்தான். தேவராளன் அந்த அதிர்ச்சியைச் சமாளித்துக்கொண்டு வேலைத் தூக்கினான்.

அந்தச் சமயத்தில் பின்னாலிருந்து ஓர் உருவம் ஓடிவந்து தன் கையிலிருந்த தடியினால் தேவராளன் தலையில் ஓங்கி ஒரு போடு போட்டது.

தேவராளன் வந்தியத்தேவன் பேரில் பொத்தென்று விழுந்தான்.

நாய் தன் எஜமானைத் தாக்கியவன் பேரில் பாய்ந்தது. ஆழ்வார்க்கடியான் அதற்கும் சித்தமாயிருந்தான். தன்னுடைய மேல் துணியை விரித்து நாயின் தலை மீது போட்டான். நாய் சில வினாடி நேரத்துக்குக் கண் தெரியாத குருடாயிருந்தது. அச்சமயம் சுருக்குப் போட்டுத் தயாராக வைத்திருந்த காட்டுக் கொடியை அதன் கழுத்தில் எறிந்து வைஷ்ணவன் நாயை ஒரு மரத்தோடு சேர்த்துப் பலமாகக் கட்டினான்.

இதற்குள் வந்தியத்தேவன் தேவராளனைத் தன் மேலிருந்து தூக்கித் தள்ளிவிட்டு எழுந்தான்.

தேவராளன் வைஷ்ணவனுடைய ஒரே அடியில் நினைவு இழந்து மூர்ச்சையாகிக் கிடந்தான். இருவரும் இன்னும் சில காட்டுக் கொடிகளைப் பிடுங்கி அவனுடைய கால்களையும் கைகளையும் கட்டிப் போட்டார்கள்.

பிறகு வந்தியத்தேவன் வேலையும், ஆழ்வார்க்கடியான் கைத் தடியையும் எடுத்துக்கொண்டு கிளம்பினார்கள்.

சம்புவரையர் மாளிகையின் வாசற் பக்கத்தைத் தவிர மற்ற மூன்று பக்கங்களிலும் நெடுந் தூரத்துக்குக் காடு மண்டிக் கிடந்தது. அதற்குள்ளே புகுந்து விட்டால் வெளியில் வருவது கஷ்டம். ஆகையால் வந்தியத்தேவனும் ஆழ்வார்க்கடியானும் மதில் சுவர் ஓரமாகவே விரைந்து சென்றார்கள். விரைந்து நடக்கும்போதே ஆழ்வார்க்கடியான் 'நீ புத்திசாலி என்று நினைத்தேன். நான் நினைத்தது தவறு என்று இப்போதே தெரிந்தது' என்றான்.

'அவசரப்பட்டுச் சுரங்க வழியில் புகுந்ததைச் சொல்கிறீரா? அதன் மூலமாக எவ்வளவு பயங்கரமான மர்மங்களைக் கண்டுபிடித் திருக்கிறேன் தெரியுமா?' என்றான் வந்தியத்தேவன்.

'அது ஒரு புறம் இருக்கட்டும் 'வைஷ்ணவனைக் கண்டுபிடிப்பதற்கு ஒத்தாசை செய்கிறாயா?' என்று தேவராளன் கேட்டதும் 'ஆகட்டும்' என்று சொல்லித் தொலைப்பதற்கு என்ன? வீணாக ஏன் அபாயத்துக்கு உள்ளாக வேண்டும்?' என்றான் வைஷ்ணவன்.

'எல்லாம் சகவாச தோஷந்தான்!' என்றான் வந்தியத்தேவன்.

'யாருடைய சகவாசத்தைச் சொல்கிறாய்? இத்தனை தவறு செய்யும்படி நான் உனக்கு ஒருநாளும் சொன்னதாக நினைக்க வில்லையே?'

'உம்மைச் சொல்லவில்லை ஐயா! பொன்னியின் செல்வரைச் சொல்லுகிறேன். அவரைப் பார்த்துப் பழகிய பிறகு, பொய் சொல்லுவதற்கு உள்ளம் இடம் கொடுக்கவில்லை...'

'உயிர் தப்புவதற்காகக் கூடவா? அவ்வளவு சத்திய சந்தனாகி விட்டாயா?'

'அது மட்டுமல்ல, நீர் எங்கேயோ பக்கத்தில் மறைந்திருக்கிறீர் என்று எனக்குத் தெரியும். நான் உம்மைப் பிடித்துக் கொடுக்கிறேன் என்று

தேவராளனிடம் சொல்வதை நீர் கேட்டுக் கொண்டிருந்து உண்மை என்று நம்பி விட்டால்! இந்த ஆபத்துச் சமயத்தில் எனக்கு உதவி செய்ய வந்திருப்பீரா?'

'அப்பனே! உன் அறிவுக் கூர்மை அபாரம்! சந்தேகமில்லை. உண்மையில், தேவராளன் கேட்ட கேள்விக்கு நீ என்ன பதில் சொல்லப் போகிறாய் என்று கேட்க நான் மிகுந்த ஆவலாகத் தான் இருந்தேன்!'

'பார்த்தீரா? நீர் ஒரு சந்தேகப் பிராணி என்று நான் கருதியது சரியாய்ப் போயிற்று. அதைத் தவிர, எப்பேர்ப்பட்ட நன்மை வருவதாயிருந்தாலும் வாய் வார்த்தைக்குக்கூடச் சிநேகத் துரோகமாக எதுவும் நான் சொல்லும் வழக்கமில்லை. ஆனால் நீர் 'அய்யனார் கோவிலில் காத்திருக்கிறேன்' என்று சொல்லிவிட்டு இங்கு வந்தது எப்படி? சுரங்க வழியில் நான் திரும்பி வந்திருந்தால் உம்மைக் காணாமல் திண்டாடியிருப்பேனே?' என்றான் வந்தியத்தேவன்.

'சுரங்க வழியில் நீ திரும்பி வந்திருந்தால் உயிரோடு வந்திருப்பது சந்தேகந்தான். நீ சுரங்க வழியில் புகுந்த சிறிது நேரத்துக்கெல் லாம் சதிகாரர்கள் அதில் புகுந்தார்கள். நீ புத்திசாலியாகையால் நிச்சயம் வேறு வழியாகத்தான் வருவாய், அநேகமாக இங்கே சுவர் ஏறிக் குதித்து வரக்கூடும் என்று எண்ணினேன்.'

'அவ்வாறு எண்ணிக் கொண்டா இவ்விடத்துக்கு வந்தீர்?'

'அது மட்டுமல்ல சுரங்கப் பாதையில் புகுந்த சதிகாரர்கள் தேவராளனை மட்டும் வெளியில் காவலுக்கு வைத்து விட்டுச் சென்றார்கள். அவர்கள் திரும்பி வரும்போது அய்யனார் கோவிலில் யாரும் இல்லாமலிருக்க வேண்டாமா? அதற்காக ஏதோ சமிக்ஞை சொல்லிவிட்டுப் புகுந்தார்கள் போலிருக்கிறது. ஆனால் அது எனக்குத் தெரியாது; எல்லாரும் சுரங்கத்துக்குள் புகுந்துவிட்டார்கள் என்று நினைத்தேன். நீ உள்ளே போய் அகப்பட்டுக் கொண்டிருக்கிறாயே என்று வேறு கவலையா யிருந்தது. சுரங்கப் பாதையை வெளியிலிருந்து திறப்பதற்கு என்ன உபாயம் என்று தெரிந்து கொள்ளவும் விரும்பினேன். ஆகையால் பலி பீடத்தின் அருகில் சென்று அதைத் திருப்ப முயன்று கொண்டிருந்தேன். காலடிச் சத்தம் கேட்டுத் திடுக்கிட்டுத் திரும்பிப் பார்த்தேன். தேவராளன் கையில் வேலுடன் வந்து கொண்டிருந்தான். என்னைக் கண்ட இடத்தில் கொன்று விடச் சதிகாரக் கூட்டத்தார் வெகு நாளைக்கு முன்பே தீர்மானித்திருந்தார்கள்; அது எனக்குத் தெரியும். என் கையிலோ ஆயுதம் இல்லை, ஆகையால் ஓட்டம் பிடிப்பதைத் தவிர வேறு வழி இல்லை. தேவராளனும் தொடர்ந்து ஓடி வந்து

கொண்டிருந்தான். அடர்ந்த காடாக இருந்தபடியால் அவனால் என்னைப் பிடிக்க முடியவில்லை.

'கொஞ்ச நேரத்துக்குப் பிறகு என்னை அவன் தொடர்ந்து வரவில்லை என்று தோன்றியது. வேட்டையைக் கைவிட்டு விட்டான் என்று எண்ணிக் காட்டிலிருந்து இனி ராஜபாட்டைக் குப் போய் விடலாம் என்று உத்தேசித்தேன். சற்றுத் தூரத்தில் ஒரு குடிசை தெரிந்தது. அதில் ஒரு சிறிய விளக்கு மினுக்கு மினுக்கு என்று பிரகாசித்துக் கொண்டிருந்தது. அந்தக் குடிசையில் இராஜபாட்டைக்கு வழி கேட்கலாம் என்று நினைத்து அதை அணுகினேன். சற்றுத் தூரத்திலிருந்து உற்றுப் பார்த்தேன்; நல்ல வேளையாகப் போயிற்று. குடிசை வாசலில் தேவராளன் நின்று கொண்டிருந்தான். ஒரு பெண் பிள்ளையும், ஒரு நாயும் அவன் அருகில் நின்றார்கள். தேவராளன் பெண் பிள்ளையிடம் ஏதோ சொல்லிவிட்டு நாயை அழைத்துக் கொண்டு மறுபடியும் புறப்பட்டான். நாய் நான் நின்ற திசையை நோக்கிக் குரைத்தது. ஆகவே அபாயம் இன்னும் அதிகமாயிற்று. இராஜபாட்டைக்குப் போகும் உத்தேசத்தைக் கைவிட்டு காட்டு வழியிலேயே புகுந்து ஓடி வந்தேன். நாய் அடிக்கடி குரைத்துக் கொண்டு வந்தபடியால் அவர்கள் எங்கே வருகிறார்கள் என்பதை நான் ஊகிக்க முடிந்தது. ஓடி வந்து கொண்டிருக்கும்போதே மூளையும் வேலை செய்து கொண்டிருந்தது. இரவு முழுவதும் காட்டில் சுற்றிக் கொண்டிருப்பது அசாத்தியம். எப்படியும் அவர்கள் வந்து பிடித்து விடுவார்கள். கையில் வேலுடன் கூடிய தேவராளனையும் வாயில் பல்லுடன் கூடிய வேட்டை நாயையும் ஏக காலத்தில் சமாளிப்பது சுலபம் அல்ல. அச்சமயத்தில் இப்பெரிய மாளிகையின் மதில் சுவர் தெரிந்தது. மதிலில் ஏறி உள்ளே குதித்துவிட்டால் எப்படியாவது சமாளித்துக் கொள்ளலாம் என்று எண்ணினேன், அப்படியே ஏறிவிட்டேன். அச்சமயம் நீ அரண்மனை மேல் மாடத்தில் ஓடி வந்து கொண்டிருப்பதைப் பார்த்தேன், நீ மதில் ஏறி வெளியே குதிப்பதற்குத்தான் ஓடி வருகிறாய் என்று தெரிந்துகொண்டு மறுபடியும் கீழே குதித்தேன். நாம் இரண்டு பேருமாகச் சேர்ந்து தேவராளனையும் அவனுடைய நாயையும் சமாளித்து விடலாம் என்ற நம்பிக்கை ஏற்பட்டது. இதற்குள் நாய் குரைக்கும் சத்தம் கேட்கவே பக்கத்திலிருந்த மரத்தின் மேலே ஏறிக் கொண்டேன். நாயும் தேவராளனும் நான் ஏறி இருந்த மரத்தை அணுகித்தான் வந்தார்கள். அதற்குள் நீ மதில் சுவரிலிருந்து இறங்கியது தேவராளரின் கண்ணில் பட்டது போலும். நாயையும் அழைத்துக் கொண்டு நீ இறங்குமிடத்தை நெருங்கினான் பிறகு நடந்ததெல்லாம் உனக்குத் தெரியும்...'

'வைஷ்ணவரே! விதியின் வலிமையைப் பற்றி உமது அபிப்ராயம் என்ன?' என்று வந்தியத்தேவன் கேட்டான்.

'இது என்ன கேள்வி? திடீரென்று விதியின் பேரில் உன்னுடைய எண்ணம் போனது, ஏன்?'

'ஒவ்வொருவனும் பிறக்கும் போதே 'இன்னாருக்கு இன்னபடி' என்று பிரம்மதேவன் தலையில் எழுதி விடுவதாகச் சொல்கிறார்களே, அதை நீர் நம்புகிறீரா, இல்லையா?'

'இல்லை! எனக்கு விதியில் நம்பிக்கையில்லை. விதியை முழுதும் நம்புவதாயிருந்தால், பரந்தாமனிடம் பக்தி செய்து உய்யலாம் என்பதற்குப் பொருள் இல்லாமற் போய்விடும் அல்லவா? ஆழ்வார்கள் என்ன சொல்லியிருக்கிறார்கள் என்றால்...'

'ஆழ்வார்கள் எதையாவது சொல்லியிருக்கட்டும். எனக்கு விதியில் பூரண நம்பிக்கை உண்டாகியிருக்கிறது. விதியின்படியேதான் எல்லாம் நடக்கும் என்று கருதுகிறேன். இல்லாமல் போனால் இன்றைக்கு நான் தப்பித்துக்கொண்டு வந்திருக்க முடியாது...'

'அப்பனே! விதியினால் நீ தப்பித்து வரவில்லை மதியின் உதவியினால் தப்பித்து வந்தாய்...'

'இல்லவே இல்லை; என் மதி என்னை ஆழம் தெரியாத அபாயத்தில் கொண்டுபோய்ச் சேர்ந்தது; விதி என்னை அதிலிருந்து கரையேற்றியது!'

இப்படி அவர்கள் பேசிக் கொண்டிருக்கும்போதே காட்டைக் கடந்து வந்துவிட்டார்கள். கடம்பூர் அரண்மனையின் முன் வாசல் அங்கிருந்து தெரிந்தது. அங்கு ஒரே அல்லோல கல்லோலமாக இருந்ததும் தெரிந்தது. பழுவேட்டரையரின் யானை, குதிரை, பரிவாரங்கள் வெளியிலிருந்து வாசலை நெருங்கி வந்து கொண்டிருந்தன. அமோகமாக அலங்கரிக்கப்பட்டிருந்த அரண்மனை வாசலில் சம்புவரையரும் அவருடைய பரிவாரங்களும் வரவேற்பதற்குக் காத்திருந்தார்கள். நூற்றுக்கணக்கான தீவர்த்திகள் இரவைப் பகலாக்கிக் கொண்டிருந்தன. பேரிகைகள், முரசுகள், கொம்புகள், தாரைகள், தப்பட்டைகள் ஒன்று சேர்ந்து முழங்கின.

ஆழ்வார்க்கடியான் வந்தியத்தேவனுடைய கையைப் பிடித்து இழுத்து, 'வா! போகலாம்; யாராவது நம்மைப் பார்த்து விடப் போகிறார்கள்!' என்றான்.

'இந்தப் பக்கம் ஒருவரும் பார்க்கமாட்டார்கள்; பார்த்தாலும் என்னுடைய விதி என்னைக் காப்பாற்றும். பெரிய பழுவேட்டரையர் யானை மீது வந்து இறங்கும் காட்சியைப் பார்க்க வேண்டாமா?'

'அது மட்டுந்தானா?'

'பழுவூர் ராணி நந்தினி அவருடன் யானை மீதில் வந்து இறங்குகிறாளா, அல்லது மூடுபல்லக்கில் வருகிறாளா என்று பார்க்கவும் விரும்புகிறேன்...'

'தம்பி! விதி எப்போதும் உனக்கு அனுகூலமாக இருக்கும் என்று எண்ணாதே. ஒரு மாயமோகினியின் உருவத்தில் வந்து உன்னைக் குடை கவிழ்த்தாலும் கவிழ்த்துவிடும்.'

'அப்படியெல்லாம் மயங்கி விடுகிறவன் நான் அல்ல வைஷ்ணவரே! அதற்கு வேறு ஆட்கள் இருக்கிறார்கள்!'

கம்பீரமான யானை வந்து அரண்மனை வாசலில் நின்றது. அதன் மேலிருந்து பெரிய பழுவேட்டரையர் இறங்கினார். அவரைத் தொடர்ந்து பழுவூர் இளையராணியும் இறங்கினாள்.

'ஓ! இந்தத் தடவை இளையராணி மூடுபல்லக்கில் வரவில்லை. பகிரங்கமாகவே அழைத்து வந்திருக்கிறார்!' என்றான் ஆழ்வார்க்கடியான்.

'அதைத் தெரிந்து கொள்ளத்தான் விரும்பினேன். இனி போகலாம்' என்று வந்தியத்தேவன் பின்னால் சென்றான்.

ஆனால் இப்போது ஆழ்வார்க்கடியான் பின் செல்வதற்கு அவ்வளவு அவசரப்படவில்லை, மேலும் அந்த இடத்திலேயே நின்று கொண்டிருந்தான். பழுவூர் இளையராணி நந்தினியைக் கண்கொட்டாமல் பார்த்துக் கொண்டிருந்தான்.

தற்செயலாகவோ, அல்லது அவனுடைய மனோ சக்தியினால் இழுக்கப்பட்டுத்தானோ என்னவோ நந்தினி அந்தப் பக்கம் திரும்பிப் பார்த்தாள்.

ஆழ்வார்க்கடியானுடைய முகம் இருண்ட மரங்களின் மத்தியிலிருந்து எட்டிப் பார்த்துக் கொண்டிருந்ததைக் கூர்ந்து கவனித்தாள்.

அவள் முகத்தில் உடனே பீதியின் சாயல் பரவிற்று.

இளையராணியின் முகமாறுதலைப் பெரிய பழுவேட்டரையர் கவனித்தார்.

அவள் பார்த்த திசையை அவரும் ஒரு தடவை கூர்ந்து நோக்கினார். இரண்டு உருவங்கள் நெருங்கி வளர்ந்திருந்த மரங்களின் இருண்ட நிழலில் மறைந்து கொண்டிருந்தன.

உடனே சம்புவரையரின் காதோடு ஏதோ சொன்னார்.

சம்புவரையர் தம்முடைய வீரர்களில் இருவருக்கு ஏதோ கட்டளையிட்டார்.

பழுவேட்டரையரும் இளையராணியும் அமோகமான வாத்திய கோஷங்களுக்கிடையில் அரண்மனை வாசல் வழியாக உள்ளே பிரவேசித்தார்கள்.

அதே சமயத்தில் இரண்டு குதிரை வீரர்கள் அரண்மனை மதிளைச் சுற்றியிருந்த காட்டிற்குள் பிரவேசித்தார்கள்.

குதிரைகளைக் காட்டுக்குள் அவர்கள் கஷ்டத்துடன் செலுத்திக் கொண்டு போனார்கள்.

வெகு தூரம் சென்றும் யாரும் இருப்பதாகத் தெரியவில்லை. கிட்டத்தட்டக் காட்டைக் கடந்து அப்புறத்தில் சமவெளியாக இருந்த திறந்த மைதானத்தண்டை வந்து விட்டார்கள்.

'அண்ணே! காட்டில் ஒருவரும் இல்லை. கிழவரின் மனப்பிராந்திதான்!' என்றான் அவர்களில் ஒருவன்.

அச்சமயம் நாய் ஒன்று அவர்களுக்கெதிரே ஊளையிட்டுக் கொண்டு வந்தது. 'தம்பி! நாய் எப்போது ஊளையிடும் தெரியுமா?' என்று மற்றவன் கேட்டான்.

'யாராவது செத்துப் போனால் ஊளையிடும்!' என்றான் முதலில் பேசியவன்.

'பேய் பிசாசு வேதாளம் முதலியவைகளைக் கண்டாலும் ஊளையிடும்!' என்றான் இன்னொருவன்.

'உன்னைப் பார்த்துத்தான் பிசாசு என்று நினைத்துக்கொண்டு விட்டதோ, என்னமோ?'

'இல்லை, தம்பி! உன்னை வேதாளம் என்று எண்ணிக்கொண்டு விட்டது!'

இச்சமயத்தில் அவர்களுடைய தலைக்கு மேலே பயங்கரமான பேய்ச் சிரிப்பைக் கேட்டு இருவரும் திடுக்கிட்டு அண்ணாந்து பார்த்தார்கள்.

இரண்டு பேரின் தலைக்கு மேலேயும் இரண்டு மரக்கிளைகளில் இரண்டு வேதாளங்கள் உட்கார்ந்திருந்தன!

இரண்டு வேதாளங்களும் அந்த இரண்டு வீரர்களின் கன்னத்திலும் பளீர் என்று அறைந்து, கழுத்தைப் பிடித்து நெட்டிக் கீழே தள்ளின!

பிறகு, அந்தப் பொல்லாத வேதாளங்கள் குதிரைகளின் மீது ஏறிக் கொண்டு காட்டைக் கடந்து மைதானத்தில் விரைந்து சென்றன!

பதினோராம் அத்தியாயம்

தோழனா? துரோகியா?

மணிமுத்தா நதி வெள்ளாற்றில் கலக்கும் வனப்பு வாய்ந்த இடத்தைத் தாண்டி ஆதித்த கரிகாலனும் அவனுடைய தோழர்களும் பரிவாரங்களும் வந்து கொண்டிருந்தார்கள். முதலாவது நாள் இரவு திருமுதுகுன்றத்தில் இளவரசருக்கு நடந்த உபசாரங்களைப் பற்றியும், அந்த க்ஷேத்திரத்தில் நடந்து கொண்டிருந்த ஆலயத் திருப்பணியைப் பற்றியும் அவர்கள் பேசிக் கொண்டு வந்தார்கள்.

'திருமுதுகுன்றத்தில் சுந்தரமூர்த்தி நாயனார் செய்த காரியம் எனக்கு ரொம்பப் பிடித்திருக்கிறது!' என்றான் பார்த்திபேந்திரன்.

'எதைப்பற்றிச் சொல்லுகிறாய்?' என்று ஆதித்த கரிகாலன் கேட்டான்.

'கிழவியைப் பாடமாட்டேன் என்று சொன்னதைத்தான்!'

'அது என்ன எனக்குத் தெரியாதே? விவரமாகச் சொல்' என்றான் ஆதித்த கரிகாலன்.

சுந்தரமூர்த்தி நாயனார் க்ஷேத்திர யாத்திரை செய்துகொண்டு வந்த பொழுது திருமுதுகுன்றம் என்னும் விருத்தாச்சலத்துக்கு வந்தார். வழக்கம்போல் அந்த ஊர் சிவாலயத்துக்குச் சென்றார். பட்டர்கள் நாயனாருக்கு சுவாமி தரிசனம் பண்ணுவித்து, 'எங்கள் ஊர் இறைவன் பேரிலும் பதிகம் பாடி அருள வேண்டும்!' என்று கேட்டுக் கொண்டார்கள்.

'பார்ப்போம், இந்த ஆலயத்திலுள்ள சுவாமியின் பெயர் என்ன?' என்று சுந்தரர் கேட்டார்.

திருமுதுகுன்றம் என்ற பெயரைக் கொண்டு அந்தச் சிவாலயத்திலுள்ள சுவாமிக்கு விருத்தகிரீசுவர் என்று பெயர் சூட்டியிருந்தார்கள் பட்டர்கள் அந்தப் பெயரைச் சொன்னார்கள்.

நாயனாரின் முகம் சுருங்கிற்று; போயும் போயும் கிழவரையா பாட வேண்டும் என்று மனத்தில் எண்ணிக்கொண்டு, 'போகட்டும், அம்மன் பெயர் என்ன?' என்று வினவினார்.

'விருத்தகிரீசுவரி' என்றார்கள் கோவில் பட்டர்கள்.

'சுவாமிக்குத்தான் கிழவர் என்று பட்டம் கட்டினீர்கள். அம்மனையும் கிழவியாக்கி விட்டீர்களே? கிழவனையும் கிழவியையும் என்னால் பாட முடியாது போங்கள்!' என்று சொல்லி விட்டுச் சுந்தரமூர்த்தி நாயனார் கோபமாகக் கோவிலை விட்டுக் கிளம்பி விட்டார்.

சுந்தரமூர்த்தி நாயனாரால் பதிகம் பாடப் பெறாவிட்டால் தங்கள் ஊர் ஆலயத்துக்கு மகிமை ஏற்படாது என்று பட்டர்கள் கருதினார்கள். ஆகையால் ஆலயத்தில் இன்னொரு அம்மனைப் பிரதிஷ்டை செய்து 'பாலாம்பிகை' என்று பெயர் சூட்டினார்கள்.

மறுபடியும் சுந்தரமூர்த்தி நாயனார் இருந்த இடத்துக்குப்போய் அவரிடம் மேற்படி விவரத்தைச் சொல்லித் திரும்பவும் திருமுதுகுன்றம் ஆலயத்துக்கு விஜயம் செய்யவேண்டுமென்று கேட்டுக் கொண்டார்கள். சுந்தரமூர்த்தி நாயனார் பெரிய மனது செய்து மீண்டும் அந்த ஊருக்குச் சென்று பாலாம்பிகை சமேத விருத்தகிரீசுவரர் மீது பதிகம் பாடித் துதித்தார்.

இந்தக் கதையைக் கேட்டுவிட்டு ஆதித்த கரிகாலன் உடல் குலுங்கக் குலுங்கச் சிரித்தான். 'பெரிய பழுவேட்டரையரிடம் வந்த கவிஞன் யாராவது ஒருவேளை சுந்தரமூர்த்தியைப் போல் சொல்லியிருப்பான். கிழவனையும் கிழவியையும் பாடமாட்டேன் என்று கூறியிருப்பான். அதற்காகத்தான் அவர் நந்தினியை மணந்து கொண்டாரோ, என்னமோ?' என்றான்.

இதைக் கேட்டுப் பார்த்திபேந்திரனும், கந்தமாறனும் விழுந்து விழுந்து சிரித்தார்கள். அப்படி அவர்கள் சிரித்த சிரிப்பில் குதிரை மேலிருந்து கீழே விழுந்து விடுவார்கள் போலிருந்தது!

சிரித்து ஓய்ந்த பிறகு பார்த்திபேந்திரன், 'கடவுள் முதுமை என்பதாக ஒன்றை, எதற்காக ஏற்படுத்தியிருக்கிறாரோ தெரியவில்லை. அவரவர் களுக்கு விதிக்கப்பட்ட வயது வரையில் ஒரே மாதிரி இருந்துவிட்டுச் சாவது என்று ஏற்படுத்தியிருக்கக் கூடாதோ?' என்றான்.

'கடவுள் என்ன ஏற்படுத்தினால் என்ன? முதுமை அடைவதும் அடையாததும் நம்முடைய கையிலேதானே இருக்கிறது?' என்றான் கரிகாலன்.

‘அது எப்படி முடியும்?’ என்று கந்தமாறன் கேட்டான்.

‘அபிமன்யுவையும், அரவானையும் கிழவர்கள் என்று நாம் எண்ணுவதுண்டா?’

மற்ற இருவரும் ஒன்றும் கூறாமல் மௌனமாயிருந்தார்கள்.

‘தஞ்சாவூர் அரண்மனைச் சித்திர மண்டபத்தில் என் மூதாதையர் களின் சித்திரங்கள் எல்லாம் எழுதியிருக்கின்றன. விஜயாலயச் சோழர், ஆதித்த சோழர், பராந்தக சக்கரவர்த்தி எல்லோரும் முதிய பிராயத்தவராகக் காட்சி அளிக்கிறார்கள். ஆனால் என் பெரிய பாட்டனார் இராஜாதித்யர் எப்படி இருக்கிறார்? நவயௌவன வீர புருஷராக விளங்குகிறார்! இராஜாதித்தர் இளம் வயதில் இறந்து போனார். அதனால் என்றைக்கும் அவர் யௌவனம் நீங்காத பாக்கியசாலி ஆனார்! நம்மில் யாருக்கு அத்தகைய பாக்கியம் கிட்டுகிறதோ, தெரியவில்லை!’

மற்ற இருவருக்கும் இந்தப் பேச்சு அவ்வளவாகப் பிடிக்கவில்லை. அவர்கள் மௌனமாகவே இருந்தார்கள்.

‘ஏன் திடீரென்று மௌனமாகிவிட்டீர்கள்? சாவு என்றால் உங்களுக்கு ஏன் இவ்வளவு பயம்? இந்த உடம்பு போனால் இன்னொரு புத்தம் புதிய உடம்பு கிடைக்கிறது. எதற்காக மரணத்துக்கு அஞ்ச வேண்டும்? என்னுடைய நண்பன் வந்தியத்தேவன் இங்கே இருந்தால் என்னை ஆமோதிப்பான். அவனைப் போன்ற உற்சாக புருஷனைக் காண்பது அரிது. யமலோகத்தின் வாசலில் கொண்டுபோய் விட்டாலும் அவன் குதூகலமாகச் சிரிப்பான்!’ என்றான் இளவரசன் கரிகாலன்.

அச்சமயத்தில் அவர்களுக்கு எதிராக சாலையில் இரண்டு குதிரைகள் புழுதியைக் கிளப்பிக்கொண்டு வெகு வேகமாக வருவதை அவர்கள் பார்த்தார்கள். கண்மூடித் திறக்கும் நேரத்தில் அக்குதிரைகள் அவர்களை நெருங்கி வந்து விட்டன. அவை வந்த வேகத்தைப் பார்த்தால் இளவரசர் கோஷ்டி எதிரில் வருவதைக் கூடக் கவனியாமல் தாண்டிப் போய்விடும் எனத் தோன்றியது. அவ்வளவு அகம்பாவம் பிடித்தவர்கள் யார் என்று பார்ப்பதற்காகக் கந்தமாறனும், பார்த்திபேந்திரனும் வேல்களை நீட்டிச் சாலையின் குறுக்கே வழி மறிக்க ஆயத்தமானார்கள். ஆனால் வந்த குதிரைகள் அவர்களுக்குச் சிறிது தூரத்தில் தடால் என்று பிடித்து இழுத்து நிறுத்தப்பட்டன.

வந்தியத்தேவனும் ஆழ்வார்க்கடியானும் குதிரைகள் மீதிருந்து கீழே குதித்தார்கள். வந்தியத்தேவனைக் கண்டதும் இளவரசன் ஆதித்த கரிகாலனுக்குக் குதூகலம் தாங்கவில்லை. அவனும் குதிரை மீதிருந்து கீழே குதித்து முன்னேறிச் சென்று வந்தியத்தேவனைக் கட்டித் தழுவிக் கொண்டான்.

‘தம்பி! உனக்கு நூறு வயது. இப்போதுதான் உன் பெயரைச் சொல்லி ஒரு கண நேரங்கூட ஆகவில்லை!’ என்றான் கரிகாலன்.

கந்தமாறனும், பார்த்திபேந்திரனும் இந்தக் காட்சியைப் பார்த்து அடைந்த அசூயை அவர்கள் முகத்தில் தெரிந்தது. அவர்கள் சற்று முன்னால் குதிரையைச் செலுத்திக் கொண்டுபோய் நின்றார்கள்.

சிறிது தூரத்தில் இன்னும் சில குதிரைகள் வருவதை அவர்கள் கண்டார்கள். சில நிமிஷத்துக்கெல்லாம் அந்தக் குதிரைகளும் வந்து நின்றன. அந்தக் குதிரைகளின் மீது வந்தவர்கள் கடம்பூர் ஆள்கள் என்பதைக் கந்தமாறன் கவனித்தான். அவர்களிடம் நெருங்கிச் சென்று விவரம் கேட்டான்.

பின்னர், இளவரசன் ஆதித்த கரிகாலனிடம் வந்தான். ‘கோமகனே! இந்த வந்தியத்தேவன் தங்களுக்கும் நண்பன்; எனக்கும் சிநேகிதனாகத்தான் இருந்தான். ஆனால் இவன்மீது குற்றம் சுமத்த வேண்டியதா யிருக்கிறது. இவன் சிநேகிதத் துரோகி! இவன் என்னை முதுகில் குத்திப் படுகாயம் படுத்தினான். ஆகையால் இவன் விஷயத்தில் தாங்கள் ஜாக்கிரதையாயிருக்க வேண்டும் என்று எச்சரிப்பது என் கடமையாகிறது!’ என்றான் கந்தமாறன்.

வேல் முறிந்தது!

கந்தமாறன் அவனுடைய அருமை நண்பனாயிருந்த வந்தியத் தேவன் மீது கூறிய குற்றச்சாட்டைக் கேட்டு ஆதித்த கரிகாலன் இடி இடி என்று உடல் குலுங்கச் சிரித்தான்.

'கந்தமாறா! வந்தியத்தேவன் உன் முதுகில் குத்திவிட்டான் என்றா சொல்லுகிறாய்? நீ என்னத்திற்காக அவனுக்கு முதுகு காட்டினாய்?' என்று கேட்டுவிட்டு மறுபடியும் குலுங்கக் குலுங்கச் சிரிக்கத் தொடங்கினான்.

கந்தமாறனுடைய கரிய முகம் சிவந்தது; கண்கள் கோவைப் பழம் போலாயின. உதடுகள் துடித்தன.

'ஐயா! தாங்கள் இதைச் சிரிக்கக் கூடிய விஷயமாகக் கருதுகிறீர்களா?' என்று கேட்டான்.

'கந்தமாறா! நான் சிரிக்கக் கூடாது என்று சொல்கிறாயா? சிரிப்பு என்பது மனிதர்களுக்குத் தெய்வம் கொடுத்திருக்கும் ஒரு வரப் பிரசாதம். மாடு சிரிக்காது; ஆடு சிரிக்காது; குதிரை சிரிக்காது; சிங்கம் சிரிக்காது; வேடிக்கை விளையாட்டுகளில் மிக்க பிரியம் உள்ள குரங்குகள்கூடச் சிரிப்பதில்லை. மனித ஜன்மம் எடுத்தவர்கள் மட்டுந்தான் சிரிக்க முடியும். அப்படி இருக்க, நீ என்னைச் சிரிக்கக் கூடாது என்கிறாயே? நான் கூடச் சிரித்து ரொம்ப காலமாயிற்று. நண்பா! இப்போது நான் சிரிக்கும் சத்தத்தைக் கேட்டு, எனக்கே ஆச்சரியமாயிருக்கிறது. நீ என்னைப் பார்த்துச் சிரிக்கக் கூடாது என்கிறாயே?' என்றான் ஆதித்த கரிகாலன்.

'ஐயா! தாங்கள் சிரித்து மகிழ்வது பற்றி எனக்கும் சந்தோஷந்தான். ஆனால் நான் இந்தச் சூராதி சூரனுக்கு முதுகு காட்டியதாக எண்ணிக்கொண்டு சிரிக்க வேண்டாம். நான் எதிர்பாராத சமயத்தில், பின்னால் மறைந்திருந்து இவன் என்னைக் குத்தினான். துர்க்கா

தேவியின் அருளாலும், நந்தினி தேவியின் அன்பான சிகிச்சையினாலுமே நான் பிழைத்து எழுந்து வந்தேன். இவன் செய்த அந்தத் துரோகச் செயலைக் குறித்துத் தாங்கள் விசாரித்து நியாயம் செய்யுங்கள். அல்லது நானே இவனைத் தண்டிப்பதற்கு எனக்கு உடனே அதிகாரம் கொடுங்கள்!' என்றான் கந்தமாறன்.

'நண்பனே! நானே அவசியம் விசாரித்து நியாயம் வழங்குகிறேன். செம்பியன் குலத்து மன்னர்களிடம் ஒருவன் நியாயம் கேட்டு அவனுக்கு நியாயம் கிட்டவில்லை என்ற பேச்சு இதுவரையிலே கிடையாது. எங்கள் பரம்பரையின் ஆதி மன்னனாகிய சிபி, புறாவுக்கு நியாயம் வழங்குவதற்காகத் தன் சதையைத் துண்டு துண்டாக வெட்டிக் கொடுக்கவில்லையா? எங்கள் குலத்தைச் சேர்ந்த மனுநீதிச் சோழன் பசுவுக்கு நியாயம் வழங்குவதற்காக தன் குமாரனையே பலி கொடுக்கவில்லையா! நீ புறாவை விட, பசுவை விட மட்டமானவன் அல்ல. உனக்கு நான் நியாயம் வழங்க மறுக்கமாட்டேன். இவனை நான் விசாரிக்கும் வரையில் பொறுமையாயிரு! வல்லவரையா! உன் பிரயாணத்தைப் பற்றிய மற்ற விவரங்களைச் சொல்லுவதற்கு முன்னால், கந்தமாறனுடைய குற்றச்சாட்டுக்கு நீ மறு மொழி சொல்லிவிடுவது நல்லது. என்ன சொல்லுகிறாய்? இவனை நீ பின்னாலிருந்து முதுகில் குத்தியது உண்மையா? அப்படியானால், அத்தகைய வீர லட்சணமில்லாத, நீசத்தனமான காரியத்தை ஏன் செய்தாய்? எதற்காகச் செய்தாய்?' என்று கேட்டான்.

'இளவரசே! நான் இந்த வீராதி வீரனைக் குத்தவும் இல்லை; முதுகில் குத்தவும் இல்லை; அதுவும் பின்னால் மறைந்து நின்று முதுகில் குத்தவே இல்லை. முதுகில் குத்தப்பட்டு நினைவிழந்து இரத்த வெள்ளத்தில் கிடந்தவனைத் தோளில் தூக்கிக்கொண்டு போய்ச் சேந்தன் அமுதன் வீட்டில் போட்டுக் காப்பாற்றினேன். ஆனால் அப்படி இவன் உயிரைக் காப்பாற்றியதற்காக நான் இப்போது வருத்தப் படுகிறேன். இவனை மார்பிலே குத்திக் கொல்லாமற் போனோமே என்று பச்சாதாபப்படுகிறேன். சிநேக தர்மத்தை முன்னிட்டு என் அரசருக்குச் செய்ய வேண்டிய கடமையைப் புறக்கணித்து விட்டேன். ஐயா! இவன் என்னைச் சிநேகத்துரோகி என்று சொன்னான். ஆனால் இவன் சிநேகத்துரோகி மட்டுமல்ல; எஜமானத் துரோகி. இவன் முதுகில் குத்தப்பட்டது எங்கே, எந்தச் சந்தர்ப்பத்தில் என்று கேளுங்கள்! தஞ்சாவூர்க் கோட்டையின் இரகசிய சுரங்க வழியாக இவன் யாரைப் பழுவேட்டரையர் அரண்மனையில் கொண்டுபோய் விட்டுத் திரும்பினான் என்று கேளுங்கள். பெரிய பழுவேட்டரையரின் பொக்கிஷ நிலவரையில் இவன் அன்றிரவு யாரைப் பார்த்தான் என்று கேளுங்கள். ஆடி மாதம் பதினெட்டாம் பெருக்கு தினத்தில் இவனுடைய கடம்பூர் மாளிகையில் என்ன நடந்தது என்று கேளுங்கள்.

அன்றைக்கு அங்கே மூடுபல்லக்கில் மறைந்து கொண்டு வந்தது யார் என்று கேளுங்கள்!

இந்தச் சமயத்தில் கந்தமாறன், உடல் நடுங்க, நாக்குழற, 'அடே! அற்பப் பயலே! நிறுத்து உன் அபத்தப் பேச்சை! இல்லாவிட்டால் இதோ இந்த வேலுக்கு இரையாவாய்!' என்று கூறி வேலைக் கையில் எடுத்தான்.

ஆதித்த கரிகாலன் அவனுடைய படபடப்பைக் கண்டு சிறிது வியப்படைந்தான். கந்தமாறனுடைய கையிலிருந்த வேலைப் பிடுங்கித் தனது இரும்பையொத்த கரங்களினால் அதன் அடிக்காம்பை வளைத்தான். வேல் படார் என்று முறிந்தது. அதன் இரு பகுதிகளையும் ஆதித்த கரிகாலன் வீசித் தூர எறிந்து விட்டு, 'ஜாக்கிரதை! என் சிநேகிதர்கள் என் முன்னாலேயே சண்டையிடுவதை நான் சும்மா பார்த்துக் கொண்டிருக்க முடியாது... பார்த்திபேந்திரா! இவர்களில் யாராவது இனி வேலையோ, வாளையோ கையில் எடுத்தால் உடனே அவனைச் சிறைப்படுத்துவது உன் பொறுப்பு!' என்றான்.

உடனே வந்தியத்தேவன் தன்னிடமிருந்த வாளை எடுத்துப் பார்த்திபேந்திரனிடம் கொடுத்தான். பார்த்திபேந்திரனும் வேண்டாவெறுப்பாக அந்த வாளைப் பெற்றுக் கொண்டான்.

'கந்தமாறா! உன்னுடைய குற்றச்சாட்டுக்கு வல்லவரையன் மறுமொழி கூறினான். அதன் உண்மையைக் குறித்து நானே சாவகாசமாக விசாரித்துத் தீர்ப்பு கூறுகிறேன். அவன் கேட்ட கேள்விகளுக்கு நீ விடை சொல்லப் போகிறாயா?' என்று கரிகாலன் கேட்டான்.

கந்தமாறன் தட்டுத்தடுமாறி மென்று விழுங்கிக் கொண்டு, 'ஐயா! அந்த விஷயங்களைப்பற்றி நான் யாரிடமும் சொல்லுவதில்லை என்று சத்தியம் செய்திருக்கிறேன்' என்றான்.

பார்த்திபேந்திரன் இப்போது தலையிட்டு, 'அரசே! இவர்கள் ஒருவரையொருவர் குற்றம் சாட்டுவது ஏதோ பெண்ணைப் பற்றிய விஷயமாகக் காண்கிறது. ஆகையால் இவர்களைத் தனித் தனியாகக் கேட்டுத் தெரிந்து கொள்வது நலம்!' என்றான்.

'ஆம், பார்த்திபா! நானும் அப்படித்தான் கருதுகிறேன். நீங்கள் மூன்று பேரும் தனித்தனியாகப் பழுவூர் இளையராணியைப் பார்த்து அவளுடைய மோக வலையில் விழுந்திருக்கிறீர்கள். ஆகையினால் தான் ஒருவரை ஒருவர் விழுங்கிவிடப் பார்க்கிறீர்கள்!' என்று கரிகாலர் கூறிவிட்டு மறுபடியும் சிரித்தார்.

பார்த்திபேந்திரனுடைய முகம் சிணுங்கியது. அவன் 'பிரபு! தாங்கள் இன்றைக்கு எந்த முக்கிய விஷயத்தையும் இலேசாகக் கருதிச் சிரிக்கத் தீர்மானித்திருப்பதாகத் தெரிகிறது. நல்லது நானும் சொல்ல வேண்டியதைச் சொல்லி விடுகிறேன். இந்த வந்தியத்தேவன் பேரில் எனக்கும் பல சந்தேகங்கள் இருக் கின்றன. முக்கியமானதை மட்டும் இப்போது சொல்லுகிறேன். இவனைத் தீப்பிடித்த கப்பலிலிருந்து காப்பாற்றுவதற்காகவே தங்கள் அருமைச் சகோதரர் நடுக்கடலில் கடும் புயலில் குதித்தார். பிறகு பொன்னியின் செல்வரைக் காணவே இல்லை. இவன் மட்டும் அன்றிருந்த மேனிக்கு அழிவில்லாமல் கொட்டாப் புளியைப் போல் இங்கே வந்து முளைத்திருக்கிறான். தங்கள் சகோதரர் என்ன ஆனார் என்று இவனைக் கேளுங்கள். அவரைக் கடல் கொண்டிருந்தால் அதற்கு இந்தப் பாதகனே காரண மாவான்!' என்றான்.

கரிகாலர் வந்தியத்தேவனைப் பார்த்து 'இதற்கு என்ன மறுமொழி சொல்லுகிறாய்?' என்று கேட்டார்.

'ஐயா! நான் இவருடைய கேள்விக்கு மறுமொழி சொல்லு வதற்கு முன்னால், இவர் ஒரு கேள்விக்கு விடை சொல்லட்டும். பொன்னியின் செல்வரை இலங்கையிலிருந்து இவர்தான் தம்முடைய கப்பலில் அழைத்துக்கொண்டு புறப்பட்டார். முதன் மந்திரி அநிருத்தரும், சேநாதிபதி பூதிவிக்கிரம கேசரியும் இலங்கையிலேயே இருக்கும்படி பொன்னியின் செல்வரைக் கேட்டுக் கொண்டார்கள். ஆயினும் தமையன் கட்டளையைப் பெரிதாக மதித்து இளவரசர் இவருடைய கப்பலில் ஏறிக் கிளம்பினார். அவரை ஏன் இவர் பத்திரமாகத் தங்களிடம் கொண்டு வந்து சேர்க்கவில்லை? நடுக்கடலில் பொன்னியின் செல்வர் குதித்தபோது இவர் ஏன் பார்த்துக்கொண்டு நின்றார்? ஏன் இளவரசரைத் தடுக்கவில்லை? ஏழையும் அநாதையுமான என்னைக் காப்பாற்றுவதற்காகப் பொன்னியின் செல்வர் தம் உயிருக்குத் துணிந்து இறங்கினாரே! வீர பல்லவ குலத்தின் தோன்றலாகிய இவரும், இவருடைய ஆட்களும் இளவரசரைப் பாதுகாப்பதற்காக ஏன் கடலில் குதிக்கவில்லை? அவரைக் கடல் கொண்டுபோவதை வேடிக்கை என்று எண்ணிப் பார்த்துக் கொண்டு நின்றார்களா...?'

பார்த்திபேந்திரனுடைய முகத்தில் எள்ளும் கொள்ளும் வெடித்தது. அவனுடைய கைகள் துடித்தன; உதடுகளும் துடித்தன; உடல் ஆடியது.

'ஐயா! இந்த மூடன் என் மீது குற்றம் சுமத்துகிறான் என்று தோன்றுகிறது. இளவரசரை நானே கொன்று விட்டேன் என்று கூடச் சொல்லுவான் போலிருக்கிறது. இதை நான் ஒரு கணமும் பொறுத்துக் கொண்டிருக்க முடியாது!' என்றான்.

கரிகாலன் அவனை உற்று நோக்கி, 'பார்த்திபா! நான்தான் சொன்னேனே? என் அருமைத் தோழர்களாகிய நீங்கள் மூன்று பேரும் ஒருவரையொருவர் கடித்துத் தின்றுவிடும் நிலைக்கு வந்துவிட்டீர்கள். இதற்கெல்லாம் நான் உங்கள் பேரில் குற்றம் சொல்லவில்லை. அந்தப் பழுவூர் ராணியின் சக்தி அப்படிப் பட்டது என்பதை நானே உணர்ந்திருக்கிறேன். நீயும் கந்த மாறனும் குதிரை மீது ஏறிச் சற்று முன்னால் மெதுவாகப் போய்க் கொண்டிருங்கள். இவனுடைய பிரயாண விவரங்களைக் கேட்டுக்கொண்டு நான் சற்றுப் பின்னால் வருகிறேன். உங்கள் குற்றச்சாட்டுகளைப்பற்றி விசாரித்து உண்மையைக் கண்டுபிடிக் கிறேன். ஆனால் ஒன்று நிச்சயமாய் வைத்துக் கொள்ளுங்கள். நீங்கள் மூன்று பேரும் சிநேகமாக இருந்தே தீரவேண்டும். ஒருவருக்கொருவர் சண்டை போட்டுக் கொண்டீர் களானால், அதைக் காட்டிலும் எனக்கு அதிருப்தி உண்டாக்குவது வேறொன்றுமிராது!'

பார்த்திபேந்திரனும், கந்தமாறனும் வேறு வழியின்றித் தத்தம் குதிரை மீது ஏறி முன்னால் சென்றார்கள்.

அப்போது ஆழ்வார்க்கடியான் வந்தியத்தேவன் அருகில் வந்து அவன் காதோடு, 'அப்பனே! நீ வெகு கெட்டிக்காரனாகி விட்டாய்! பொய்யும் சொல்லாமல் உண்மையையும் வெளியிடாமல் வெகு சாமர்த்தியமாகப் பேசித் தப்பித்துக் கொண்டாய்!' என்றான்.

அப்போதுதான் ஆதித்த கரிகாலன் பார்வை அங்கு வந்த ஆழ்வார்க்கடியான் மீது விழுந்தது.

'ஓகோ! இவன் யார்? எப்போதோ, எங்கேயோ பார்த்த முகமாக இருக்கிறதே!' என்று கேட்டான்.

'ஆம், அரசே! சில ஆண்டுகளுக்கு முன்பு என்னைப் பார்த்திருக் கிறீர்கள்!'

'உன் குரல் கூடக் கேட்ட குரலாகத்தானிருக்கிறது.'

'ஆம் ஐயா! மூன்று ஆண்டுகளுக்கு முன்பு மிக முக்கியமான ஒரு தருணத்தில் என் குரலைக் கேட்டீர்கள்...'

ஆதித்த கரிகாலரின் முகத்தில் திடீரென்று ஒரு கரிய நிழல் வேகமாகப் படர்வது போலிருந்தது.

'மூன்று ஆண்டுகளுக்கு முன்னால்...முக்கியமான தருணம்... அது என்ன?... வைகை நதித் தீவில் பகைவனைத் தேடி அலைந்த போது நான் கேட்ட குரலா? அப்படியும் இருக்க முடியுமா?'

‘அந்தக் குரல் என் குரல்தான் அரசே! பகைவன் ஒளிந்திருந்த இடத்தைத் தங்களுக்கு மரத்தின் மறைவிலிருந்து சொன்னவன் நான்தான்!’

‘ஆகா! என்ன பயங்கரமான தினம் அது? அன்றைக்கு எனக்குப் பிடித்திருந்த வெறியை நினைத்தால் இன்றுகூட உடல் நடுங்குகிறது. வைஷ்ணவனே! நீ ஏன் அன்று காட்டில் மறைந்திருந்தாய்? எதற்காக உன்னை அசரீரியாக மாற்றிக் கொண்டாய்?’

‘அரசே! சற்று முன் தாங்களே சொன்னீர்களே! தங்களுக்கு அன்று பிடித்திருந்த வெறியைப் பற்றி! எதிரில் கண்டவர்களையெல்லாம் வெட்டி வீழ்த்திக்கொண்டு போனீர்கள். சில காலம் நான் உயிர் வாழ விரும்பினேன்...’

‘அது மட்டுந்தானா காரணம்? ‘அசரீரி வெளிவந்து எனக்கு வழிகாட்டட்டும்’ என்று எவ்வளவோ முறை தொண்டை வலிக்கக் கூவினேனே? அப்போதும் நீ ஏன் வெளி வரவில்லை?’

‘நான் வளர்த்த சகோதரி - இப்பொழுது பழுவூர் இளையராணி அவளுடைய தீராத கோபத்துக்கு ஆளாக நான் விரும்ப வில்லை...’

‘அவளுடைய தீராத கோபத்துக்கு நான் மட்டும் ஆளாகலாம் என்று எண்ணினாயாக்கும்! அட சண்டாளா!’ என்று கூறி கரிகாலர் இடையிலிருந்த கத்தியை உருவினார்.

வந்தியத்தேவன் பயந்து போனான். ஆழ்வார்க்கடியானுடைய வாழ்வு அன்றோடு முடிந்தது என்றே எண்ணினான். மிக்க நயத்துடன் ‘ஐயா! இந்த வைஷ்ணவன் முதன் மந்திரியிடமிருந்து வந்திருக்கிறான். இவன் கொண்டுவந்த செய்தியைக் கேட்டுக் கொண்டு தண்டியுங்கள்!’ என்றான்.

‘ஆகா! இவனைத் தண்டித்து என்ன பிரயோஜனம்? இனி யாரைத் தண்டித்து என்ன பயன்?’ என்று கூறிக் கரிகாலன் கத்தியை உறையில் போட்டான்.

கரிகாலன் கோபத்தைக் கண்டு வந்தியத்தேவன் பயந்ததுபோல் ஆழ்வார்க்கடியான் பயந்ததாகத் தெரியவில்லை. முகத்தில் விசித்திரமான புன்னகையுடன், ‘அரசே! தங்கள் கோபத்தை என் பேரில் திருப்புவீர்கள் என்று எண்ணித்தான் இத்தனை நாளும் தங்களை நான் நேரில் சந்திக்காமலிருந்தேன். என் பேரில் என் சகோதரி கொண்ட கோபமும் இன்னும் தீரவில்லை. இன்று வரையில் என்னைப் பார்ப்பதற்குப் பிடிவாதமாக மறுத்துக் கொண்டிருக்கிறாள். ஆனால் தங்கள் பேரில் அவளுடைய கோபம் தீர்ந்து விட்டதாகக் காண்கிறது. நந்தினி தேவியின் அன்பான திருமுக ஓலையைப் பார்த்து

விட்டுத்தானே தாங்கள் கடம்பூர் அரண்மனைக்கு விருந்துக்குப் புறப்பட்டீர்கள்?' என்றான்.

'ஆகா! துஷ்ட வைஷ்ணவனே! அது உனக்கு எப்படித் தெரிந்தது?' என்று கரிகாலன் கேட்டான்.

'ஐயா! முதன் மந்திரி அநிருத்தன் பணியாளன் நான். முதன் மந்திரிக்குத் தெரியாமல் இந்தச் சோழராஜ்யத்தில் எந்தச் சிறிய காரியமும் நடக்க முடியாது!' என்றான் ஆழ்வார்க்கடியான்.

'பார்த்துக்கொண்டே இரு! ஒருநாள் அந்த அன்பில் அநிருத்தனை யும் உன்னையும் சேர்த்துத் தேசப் பிரஷ்டம் செய்து விடுகிறேன்!... இப்போது இருவரும் குதிரைமீது ஏறிக் கொள்ளுங்கள்! என் இரு பக்கத்திலும் வந்து கொண்டிருங்கள். பேசிக் கொண்டே போகலாம்' என்றான் ஆதித்த கரிகாலன்.

பதின்மூன்றாம் அத்தியாயம்

மணிமேகலையின் அந்தரங்கம்

கடம்பூர் மாளிகையின் விருந்தினர் பகுதியில், விசேஷமாக அலங்கரிக்கப்பட்டிருந்த அந்தப்புரத்து அறையில், சப்ரமஞ்சக் கட்டிலில் நந்தினி சாய்ந்து கொண்டிருந்தாள். அவளும் அன்றைக்கு மிக நன்றாக அலங்கரித்துக் கொண்டு விளங்கினாள். அவளுடைய முகம் என்றுமில்லாத எழிலுடன் அன்று திகழ்ந்தது. அவள் பகற்கனவு கண்டு கொண்டிருக்கிறாள் என்பது அவளுடைய பாதி மூடிய கண்களிலிருந்து தெரிந்தது. கண்களின் கரிய இமைகள் மூடித்திறக்கும் போதெல்லாம் விழிகளிலிருந்து மின்னலைப் போன்ற காந்த ஒளிக்கிரணங்கள் தோன்றி மறைந்து கொண்டிருந்தன. இதிலிருந்து அவள் பார்ப்பதற்கு அரைத் தூக்கத்தில் இருப்பதாகத் தோன்றினாலும் அவளுடைய உள்ளம் உத்வேகத்துடன் சிந்தித்துக் கொண்டிருந்தது என்பது நன்றாகப் புலனாயிற்று.

இன்னும் சிறிது கூர்ந்து கவனித்துப் பார்த்தால், அவளுடைய பாதி மூடிய கண்களின் பார்வை அந்த அறையின் ஒரு பக்கத்தில் அகிற் குண்டத்திலிருந்து கிளம்பிக் கொண்டிருந்த புகைத் திரளின் மீது சென்றிருந்தது என்பதை அறியலாம். குண்டத்திலிருந்து புகை திரளாகக் கிளம்பிச் சுழிசுழியாக வட்டமிட்டுக் கொண்டு மேலே போய்ச் சிதறிப் பரவிக் கண்ணுக்குத் தெரியாமல் மறைந்து போய்க் கொண்டிருந்தது. அந்த அகிற் புகைச் சுழிகளிலே நந்தினி என்னென்ன காட்சிகளைக் கண்டாளோ, தெரியாது. திடீரென்று அவள் ஒரு பெருமூச்சு விட்டாள். அவளுடைய பவள இதழ்கள், 'ஆம், ஆம்! நான் கண்ட கனவுகள் எல்லாம் இந்தப் புகைத் திரளில் தோன்றும் சுழிகளைப்போலவே ஒன்றுமில்லாமல் போயின. இந்தப் புகைத் திரளாவது அருமையான நறுமணத்தைத் தனக்குப் பின்னால் விட்டு விட்டு மறைகிறது. என் கனவுகள் பின்னால் விட்டுப் போனவையெல் லாம் வேதனையும் துன்பமும் அவதூறும் அபகீர்த்தியுந்தான்!' என்று முணுமுணுத்தாள்.

அச்சமயம் 'தேவி! தேவி! உள்ளே வரலாமா!' என்று மணிமேகலையின் மெல்லிய குரல் கேட்டது.

'வா, அம்மா, வா! உன்னுடைய வீட்டில் நீ வருவதற்கு என்னைக் கேட்பானேன்?' என்றாள் நந்தினி.

மணிமேகலை அந்தக் கதவைத் திறந்துகொண்டு மெள்ள நடந்துதான் வந்தாள். ஆனால் அவளுடைய முகத்தோற்றத் திலும் நடக்கும் நடையிலும் கையின் வீச்சிலும் உற்சாகம் ததும்பியபடியால் அவள் துள்ளிக் குதித்து ஆடிப்பாடிக் கொண்டு வருவதாகத் தோன்றியது.

நந்தினி சிறிது நிமிர்ந்து உட்கார்ந்து, கட்டிலுக்குப் பக்கத்திலிருந்த தந்தப் பீடத்தைக் காட்டி, அதில் மணிமேகலையை உட்காரச் சொன்னாள்.

மணிமேகலை உட்கார்ந்து கொண்டு, 'தேவி! தங்களிடம் நான் எப்படி எப்படி நடந்துகொள்ள வேண்டுமென்று என் தமையன் எனக்குச் சொல்லிக் கொடுத்திருக்கிறான். தென் தேசத்தாரின் நாகரிகத்தைப் பற்றி ரொம்பவும் சொல்லியிருக்கிறான். கேட்காமல் கொள்ளாமல் திடீரென்று இன்னொருவர் அறைக்குள் நுழையக் கூடாது என்று தெரிவித்திருக்கிறான்!' என்றான்.

'தென் தேசத்தாரும் அவர்களுடைய நாகரிகமும் நாசமாகப் போகட்டும். உன் அண்ணன் உனக்குச் சொல்லிக் கொடுத்ததையெல்லாம் உடனே மறந்து விடு! என்னைத் 'தேவி' என்றோ, 'மகாராணி' என்றோ ஒரு போதும் கூப்பிடாதே! 'அக்கா' என்று அழை!'

'அக்கா! அக்கா! அடிக்கடி உங்களிடம் நான் வந்து தொந்தரவு செய்வது உங்களுக்குக் கஷ்டமாயிராதல்லவா?'

'நீ அடிக்கடி வந்து தொந்தரவு செய்வது எனக்குக் கஷ்டமாகத் தானிருக்கும்; என்னை விட்டுப் போகாமல் இங்கேயே இருந்து விட்டாயானால் ஒரு தொந்தரவும் இராது!' என்று கூறி நந்தினி புன்னகை புரிந்தாள்.

அந்தப் புன்னகையில் சொக்கிப் போன மணிமேகலை, சற்று நேரம் நந்தினியின் முகத்தையே பார்த்துக் கொண்டிருந்து விட்டு, 'தங்களைப் போன்ற அழகியை நான் பார்த்ததே இல்லை. சித்திரங்களிலேகூடப் பார்த்ததில்லை' என்று சொன்னாள்.

'பெண்ணே! நீ வேறு என் மீது மோகம்கொண்டு விடாதே! ஏற்கெனவே நான் ஒரு 'மாய மோகினி' என்பதாக ஊரெல்லாம் பேச்சாயிருக்கிறது. என் பக்கத்தில் வரும் ஆண்பிள்ளைகளை மயக்கிவிடுகிறேன் என்று என்னைப்பற்றி அவதூறு பேசுகிறார்கள்!'

'அக்கா! அப்படி யாராவது அவதூறு பேசுவது என் காதில் மட்டும் விழுந்தால், அவர்களுடைய நாக்கை ஒட்ட அறுத்து விட்டுத் தான் மறு காரியம் பார்ப்பேன்!' என்றாள் மணிமேகலை.

'ஊராரைக் குற்றம் சொல்லுவதில் பயனில்லை மணிமேகலை! நான் கிழவரைக் கலியாணம் செய்து கொண்டிருக்கிறேன் அல்லவா அதனால் அப்படித்தான் பேசுவார்கள்!'

மணிமேகலையின் முகம் சுருங்கிற்று. 'ஆம், ஆம்! அதை நினைத்தால் எனக்குக்கூட வருத்தமாகத்தானிருக்கிறது. என் தமையனும் சொல்லிச் சொல்லி வருத்தப்பட்டான். அதற்காக ஒருவரைப்பற்றி கண்டபடி அவதூறு பேசலாமா, என்ன...?'

'பேசினால் பேசிக்கொண்டு போகிறார்கள்; மணிமேகலை! அப்பேர்ப் பட்ட சீதா தேவியைப் பற்றிக்கூடத்தான் ஊரில் அவதூறு பேசினார்கள். அதனால் சீதைக்கு என்ன நஷ்டம் வந்து விட்டது? என் விஷயம் இருக்கட்டும் உன்னைப்பற்றிச் சொல்லு!'

'என்னைப்பற்றிச் சொல்லுவதற்கு என்ன இருக்கிறது அக்கா!'

'அடி, கள்ளி! இன்று மாலையில் வந்து உன் மனத்தில் உள்ள அந்தரங்கத்தைச் சொல்லுகிறேன் என்று நீ கூறிவிட்டுப் போகவில்லையா? இப்போது என்ன சொல்லுவதற்கு இருக்கிறது என்கிறாயே?' என்று கூறிவிட்டு நந்தினி மணிமேகலையின் அழகிய கன்னத்தை இலேசாகக் கிள்ளினாள்.

'அக்கா! எப்போதும் எனக்கு இப்படியே தங்களுடன் இருந்துவிட வேண்டும் என்று ஆசையாயிருக்கிறது. எனக்கு சுயம்வரம் வைத்து, பெண்கள் பெண்களையே கலியாணம் செய்து கொள்ளலாம் என்று ஏற்படுத்தினால் நான் தங்களுக்குத்தான் மாலையிடுவேன்!' என்றாள் மணிமேகலை.

'என்னை நீ பார்த்து முழுமையாக ஒருநாள்கூட ஆகவில்லை! அதற்குள் இப்படி மாய்மால வார்த்தைகள் பேசுகிறாயே? அதைப் பற்றி எனக்குச் சந்தோஷம்தான். எனக்குப் பிரியமான தோழி உன்னைப்போல் ஒருத்தி இல்லையே என்று எவ்வளவோ தாபப்பட்டுக் கொண்டிருந்தேன். சோழ நாட்டின் சிற்றரசர் வீட்டுப் பெண்கள் எல்லாரும் அந்தப் பழையாறைப் பிசாசைத்தான் தேடிக்கொண்டு போவார்கள், நீ ஒருத்தியாவது எனக்கு மிச்சமிருக்கிறாயே? ஆனால் நீ சற்று முன் கூறியது நடவாத காரியம். பெண்ணுக்குப் பெண் மாலையிடுவது என்பது உலகில் என்றும் நடந்ததில்லை. யாராவது ஓர் ஆண்பிள்ளையைத்தான் நீ மணந்துகொண்டு தீர வேண்டும்...'

'கன்னிப் பெண்ணாகவே இருந்துவிட்டால் என்ன, அக்கா?'

'முடியாது, கண்ணே! முடியாது! கன்னிப் பெண்ணாயிருக்க இந்த உலகம் உன்னை விடவே விடாது. உன் அம்மாவும் அப்பாவும் விடமாட்டார்கள்; உன் தமையனும் விட மாட்டான். யாராவது ஓர் ஆண்பிள்ளையின் கழுத்தில் உன்னைக் கட்டி விட்டால்தான் அவர்களது மனது நிம்மதி அடையும். அப்படி நீ கலியாணம் செய்துகொள்வது என்று ஏற்பட்டால் யாரை மணந்துகொள்ளப் பிரியப்படுகிறாய், சொல்லு!'

'பெயரைக் குறிப்பிட்டுக் கேளுங்கள், அக்கா! சொல்லுகிறேன்!'

'சரி சரி, அப்படியே கேட்கிறேன். சிவபக்தியில் சிறந்த மதுராந்தகத் தேவரை மணந்துகொள்ள விரும்புகிறாயா? அல்லது வீரதீரப் பராக்கிரமங்கள் மிகுந்த ஆதித்த கரிகாலருக்கு மாலையிடப் பிரியப்படுகிறாயா?'

திடீரென்று மணிமேகலை எதையோ நினைத்துக் கொண்டவள் போல் கலகலவென்று வாய்விட்டுச் சிரித்தாள்.

'ஏன் சிரிக்கிறாய், மணிமேகலை? நான் பரிகாசம் செய்கிறேன் என்று எண்ணிக் கொண்டாயா? இந்த விஷயத்தை முடிவு செய்வதற்காகவே என்னை உன் தமையன் இங்கே முக்கியமாக வரச் சொன்னான். இன்னும் சற்று நேரத்தில் கரிகாலர் இங்கே வந்துவிடக் கூடும். உன் தமையனும் வந்து விடுவான். உன் அந்தரங்கத்தை அறிந்து சொல்லுவதாக அவனுக்கு நான் வாக்குக் கொடுத்திருக்கிறேன்' என்றாள் நந்தினி.

'என் அந்தரங்கம் இன்னதென்று எனக்கே தெரியவில்லையே, அக்கா! நான் என்ன செய்யட்டும்!'

'எதற்காகச் சிரித்தாய், அதையாவது சொல்!' என்று கேட்டாள் நந்தினி.

'மதுராந்தகர் பெயரைச் சொன்னதும் ஒரு விஷயம் ஞாபகத்துக்கு வந்தது. நாலு மாதத்துக்கு முன்பு அவர் இந்த வீட்டுக்கு ஒரு தடவை வந்திருந்தார். தாங்கள் வழக்கமாக வரும் மூடுபல்லக்கில் ஏறிக்கொண்டு ஒருவரும் பார்க்காமல் திரை போட்டுக்கொண்டு வந்தார். அந்தப்புரத்தில் எங்களுக்கு அந்த இரகசியம் தெரியாது. தாங்கள்தான் வந்திருக்கிறீர்கள் என்று எண்ணிக் கொண்டிருந்தோம். 'பழுவூர் ராணி ஏன் அந்தப்புரத்துக்கு வரவில்லை?' என்று ஒருவரை யொருவர் கேட்டுக் கொண்டிருந்தோம். அக்கா! பெண்களைப் பெண்கள் கலியாணம் செய்துகொள்ள முடியாது என்று சற்று முன்

சொன்னீர்கள் அல்லவா? மதுராந்தகரை நான் மணந்துகொள்வது ஒரு பெண்ணை மணம் புரிந்து கொள்ளுவது போலத்தான்!...'

நந்தினி புன்னகை புரிந்து, 'ஆம்! மதுராந்தகரை நீ விரும்பமாட்டாய் என்றுதான் நானும் நினைத்தேன். உன் அண்ணனிடமும் சொன்னேன். மதுராந்தகத்தேவர் முன்னமே என் மைத்துனர் மகளை மணந்து கொண்டிருக்கிறார். அவள் ரொம்ப அகம்பாவக்காரி; அவளுடன் உன்னால் ஒருநாள்கூட வாழ்க்கை நடத்த முடியாது. அப்படியானால் இளவரசர் கரிகாலரிடம் நீ மனத்தைச் செலுத்தி விட்டாய் என்று சொல்லு!' என்றாள் நந்தினி.

'அப்படியும் சொல்லமாட்டேன், அக்கா! அவரை நான் பார்த்ததே இல்லை, எப்படி என் மனம் அவரிடம் சென்றிருக்க முடியும்?'

'அடியே! இராஜகுலத்துக்குப் பெண்கள் பார்த்து விட்டுத்தான் மனத்தைச் செலுத்துவது என்பது உண்டா? கதைகளிலும் காவியங்களிலும் சித்திரங்களைப் பார்த்துவிட்டும் கீர்த்தியைக் கேட்டுவிட்டும் காதல் கொண்ட பெண்களைப்பற்றி நீ அறிந்ததில்லையா?'

'ஆம், ஆம்! அறிந்திருக்கிறேன். ஆதித்த கரிகாலர் வீராதி வீரர் என்றும் உலகமெல்லாம் அவர் புகழ் பரவியிருக்கிறதென்றும் அறிந்திருக்கிறேன். அக்கா! வீரபாண்டியனுடைய தலையை ஆதித்த கரிகாலர் ஒரே வெட்டில் வெட்டிவிட்டாராமே? அது உண்மையா?'

நந்தினியின் முகம் அச்சமயம் எவ்வளவு பயங்கரமாக மாறியது என்பதை மணிமேகலை கவனிக்கவில்லை.

நந்தினி சில வினாடி நேரம் வேறு பக்கம் பார்த்துக் கொண்டிருந்து விட்டுத் திரும்பினாள். அதற்குள் அவள் முகம் பழையபடி பார்ப்போரை மயக்கும் மோகன வசீகரத்துடன் விளங்கியது.

'மணிமேகலை! ஒருவருடைய தலையை ஒரே வெட்டில் வெட்டிவிடுவது பெரிய வீரம் என்று கருதுகிறாயா? அது பயங்கர அசுரத்தனம் அல்லவா?' என்றாள்.

'நீங்கள் சொல்லுவது எனக்கு விளங்கவில்லை அக்கா! பகைவனின் தலையை வெட்டுவது வீரம் இல்லையா? அது எப்படி அசுரத்தனமாகும்!'

'இந்த மாதிரி யோசனை செய்து பார்! உனக்கு ரொம்ப வேண்டியவன் ஒருவனை அவனுடைய பகைவன் தலையை வெட்ட வருகிறான் என்று வைத்துக்கொள். உன் தமையனை எண்ணிக் கொள். அல்லது நீ மணம் செய்துகொள்ள உத்தேசித்திருக்கும் காதலன் ஒருவன் இருப்பதாக நினைத்துக் கொள். அவன் காயம்பட்டு படுத்த

படுக்கையாகக் கிடக்கும் போது இன்னொருவன் - அவனுடைய பகைவன் - கத்தியை ஓங்கிக்கொண்டு தலையை வெட்ட வருகிறான் என்று எண்ணிக்கொள். அப்படி வெட்ட வருகிறவனுடைய வீரத்தை நீ மெச்சிப் பாராட்டுவாயா?' என்று கேட்டாள் பழுவூர் ராணி.

மணிமேகலை சற்று யோசித்து விட்டு, 'அக்கா! மிக விசித்திரமான கேள்வி நீங்கள் கேட்கிறீர்கள். ஆயினும் எனக்குத் தோன்றும் மறுமொழியைச் சொல்லுகிறேன். அத்தகைய நிலைமை எனக்கு ஏற்பட்டால், நான் சும்மா பார்த்துக் கொண்டிருக்க மாட்டேன். கொல்ல வருகிறவனுடைய கையிலிருந்து கத்தியைப் பிடுங்கி அவனை நான் குத்திக் கொன்று விடுவேன்!' என்றாள்.

நந்தினி மணிமேகலையை ஆர்வத்துடன் கட்டித் தழுவிக் கொண்டாள். 'என் கண்ணே! நல்ல மறுமொழி சொன்னாய்! இவ்வளவு புத்திசாலியாகிய உனக்கு நல்ல கணவன் வாய்க்க வேண்டும் என்று கவலையாயிருக்கிறது. ஆதித்த கரிகாலர்கூட உனக்குத் தக்க மணவாளர் ஆவாரா என்பது சந்தேகந்தான்' என்றாள் நந்தினி.

'நானும் அப்படித்தான் எண்ணுகிறேன். கரிகாலருடைய குணாதிசயங்களைப்பற்றிக் கேட்ட பிறகு அவரை நினைத்தால் எனக்குச் சற்று பயமாகவே இருக்கிறது. என்னுடைய அந்தரங்கத்தை, என் மனத்திலுள்ளதை உள்ளபடி சொல்லட்டுமா அக்கா?' என்று கேட்டாள் மணிமேகலை.

பதினான்காம் அத்தியாயம்

கனவு பலிக்குமா?

நந்தினி மணிமேகலையின் முகவாயைச் சற்று நிமிர்த்திப் பிடித்துக் கொண்டு அவளுடைய மலர்ந்த கண்களை ஊடுருவி நோக்கினாள்.

'என் கண்மணி! உன் அந்தரங்கத்தை நீ என்னிடம் சொல்லாமல் வைத்துக் கொள்வதே நல்லது. பார்க்கப்போனால் உனக்கு நான் பழக்கமாகி முழுமையாக ஒருநாள்கூட ஆகவில்லை. நெடுநாள் பழகிய தோழிகளிடம்தான் அந்தரங்கத்தைச் சொல்ல வேண்டும்' என்றாள்.

'இல்லை அக்கா! உங்களைப் பார்த்தால் எனக்கு வெகு நாள் பழக்கமான தோழி மாதிரியே தோன்றுகிறது. யாரிடமும் சொல்லாத விஷயத்தைத் தங்களிடம் சொல்லும்படி என் உள்ளம் தூண்டுகிறது. யாரிடமும் கேட்கக்கூடாத காரியத்தைத் தங்களிடம் கேட்கும் தைரியமும் உண்டாகிறது...'

'அப்படியானால் கேளடி, கண்ணே!'

'உருவெளித் தோற்றம் என்று கதைகளில் சொல்லுகிறார்களே, அது உண்மையாக ஏற்படக் கூடுமா, அக்கா? நம் எதிரில் ஒருவர் இல்லாதபோது அவர் இருப்பது போலவே தோன்றுமா?'

'சில சமயங்களில் அப்படித் தோன்றும்; ஒருவரிடம் நாம் அதிகமான ஆசை வைத்திருந்தால், அவருடைய உருவம் எதிரில் இல்லாவிட்டாலும் இருப்பதுபோலத் தோன்றும். ஒருவரிடம் அதிகமான துவேஷம் வைத்திருந்தால் அவருடைய உருவமும் தோற்றம் அளிக்கும். மாயக் கண்ணனுடைய கதை நீ கேட்டதில்லையா, மணிமேகலை? ஏன்? நாடகம்கூடப் பார்த்திருப்பாயே? கம்ஸனுக்குக் கிருஷ்ணன் பேரில் ரொம்பத் துவேஷம். ஆகையால் கண்ட இடமெல்லாம் கிருஷ்ணனாகத் தோன்றியது. கத்தியை வீசி வீசி ஏமாந்து போனான். நப்பின்னை என்னும் கோபிகைக்குக் கண்ணன் மீது

ரொம்ப ஆசை. அவளுக்கும் கண்ணன் உருவம் இல்லாத இடத்திலெல்லாம் தோன்றுமாம். தூணையும், மரத்தையும், நதியின் வெள்ளத்தையும் கண்ணன் என்று கட்டித் தழுவிக் கொள்ளப் போய் ஏமாற்றமடைவாளாம்! அடியே, மணிமேகலை, உன்னை அந்த மாதிரி மயக்கிவிட்ட மாயக் கண்ணன் யாரடி?'

'அக்கா! முதன் முதலாக நாலு மாதத்துக்கு முன்னால்தான் அவரை நான் நேரில் பார்த்தேன். அதற்கு முன்னால் என் தமையன் கந்தமாறன் அவரைப்பற்றி அடிக்கடி சொல்லி இருந்தான். அப்போதெல்லாம் அவர் உருவம் என் கண் முன் தோன்றுவதில்லை. ஒரு தடவை பார்த்த பிறகு அடிக்கடி என் கனவில் தோன்றி வந்தார். பகலிலும் சில சமயம் எதிரில் அவருடைய உருவம் நிற்பது போலிருக்கும்...'

'நேற்றுக்கூட அந்த மாயாவியின் உருவெளித் தோற்றத்தை நீ கண்டாய் அல்லவா?'

'ஆம், அக்கா! உங்களுக்கு எப்படித் தெரிந்தது?'

'என்னிடம் மந்திர சக்தி உண்டு என்பதைப்பற்றி உனக்கு யாராவது சொல்லவில்லையா?'

'ஆம்; சொன்னார்கள் அது உண்மைதானா, அக்கா?'

'நீயே பரீட்சித்துத் தெரிந்துகொள்; உன் உள்ளத்தைக் கொள்ளை கொண்ட அந்த யௌவன சுந்தர புருஷனை யார் என்று வேண்டு மானால், என் மந்திர சக்தியினால் கண்டு சொல்லட்டுமா!'

'சொல்லுங்கள், பார்க்கலாம். எனக்கும் அவர் பெயரைச் சொல்லக் கூச்சமாயிருக்கிறது.'

நந்தினி சிறிது நேரம் கண்ணிமைகளை மூடிக் கொண்டிருந்து விட்டுத் திறந்து 'உன் உள்ளத்தைக் கொள்ளை கொண்ட ஆசைக் காதலன் வாணர் குலத்தில் வந்த வல்லவரையன் வந்தியத்தேவன்! இல்லையா?' என்றாள்.

'அக்கா! உங்களிடம் மந்திர சக்தி இருப்பது உண்மைதான்!' என்றாள் மணிமேகலை.

'அடி பெண்ணே! எப்போது உன் உள்ளத்தை அவ்வளவு தூரம் ஒருவருக்குப் பறிகொடுத்துவிட்டாயோ, அப்போது ஏன் உன் தமையனிடம் அதைப்பற்றிச் சொல்லவில்லை? மதுராந்தகருக்கு ஆசை காட்டுவானேன்? கரிகாலரை இங்கே தருவித்து வீண் பிரயத்தனம் செய்வானேன்? என்னை அநாவசியமாக இங்கே வரவழைப்பானேன்?'

'அக்கா! என் தமையன் கந்தமாறனுக்கு அவரைப் பிடிக்கவில்லை...'

'அழகாயிருக்கிறது! உன் தமையனா கல்யாணம் செய்து கொள்ளப் போகிறான்? ஆனால் கந்தமாறன்தானே வந்தியத்தேவனைப்பற்றி உனக்குச் சொன்னான் என்றாய்? இங்கே அவனைக் கூட்டிக்கொண்டு வந்ததும் உன் தமையன் தானே?'

'ஆமாம், கந்தமாறன்தான் அவரைப்பற்றிச் சொன்னான். அந்தப் புரத்துக்கு ஒரு நாளைக்கு அழைத்துக் கொண்டும் வந்தான். ஆனால் பிற்பாடு அவன் மனம் மாறிவிட்டது; அதற்குக் காரணமும் இருக்கிறது. தஞ்சாவூரில் என் தமையனை அவர் கத்தியால் குத்திவிட்டாராம், அக்கா! உங்கள் அரண்மனையிலே என் தமையன் காயத்தோடு படுத்துக் கிடந்தானாமே? உங்கள் அன்பான பராமரிப்பினால்தான் அவன் உயிர் பிழைத்து எழுந்தானாமே?'

'நான் செய்ததை உன் தமையன் அதிகப்படுத்திக் கூறுகிறான். அது போனால் போகட்டும். இப்போது நீ என்ன செய்வாய்? உன் மனத்தைக் கவர்ந்தவன் இப்படி உன் தமையனுக்கு விரோதியாகி விட்டானே?'

'ஆனால் இவர் என்ன சொல்கிறார், தெரியுமா?...'

'இவர் என்றால், யார்?'

'அவர்தான்! நீங்கள் சற்று முன் பெயர் சொன்னீர்களே, அவர் தான்! கந்தமாறனை அவர் குத்தவேயில்லையென்று ஆணையிடுகிறார். வேறு யாரோ குத்தித் தஞ்சாவூர்க் கோட்டை மதில் ஓரத்தில் போட்டிருந்தார்கள் என்றும், அவர் எடுத்துக் கொண்டுபோய்க் காப்பாற்றியதாகவும் சொல்கிறார்.'

'இதை எப்போதடி அவன் உனக்குச் சொன்னான்?'

'நேற்றுத்தான்..'

'நேற்று அந்த வந்தியத்தேவனை நீ நேரில் பார்த்தாயா, என்ன ? அவனுடைய உருவெளித் தோற்றத்தைக் கண்டதாக அல்லவா கூறினாய்?'

'அதுதான் அக்கா, எனக்கு ஒரே மனக் குழப்பமாயிருக்கிறது. நேற்று நான் பார்த்தது அவரா, அல்லது அவருடைய உருவெளித் தோற்றமா என்று தெரியவில்லை. நேற்று நடந்தவற்றை எண்ணினால், எல்லாம் ஒரு கனவு மாதிரி இருக்கிறது அக்கா! சில சமயம் மனிதர்கள் செத்துப் போனால் அவர்களுடைய ஆவி வந்து பேசும் என்று சொல்கிறார்களே, அது உண்மையா?' இந்தக் கேள்வியைக் கேட்டபோது மணிமேகலையின் குரலில் அளவிலாத பீதி தொனித்தது.

நந்தினியின் உடலும் நடுங்கிற்று. எங்கேயோ உச்சி முகட்டைப் பார்த்த வண்ணம் 'ஆம்; உண்மைதான்! அற்பாயுளில் மாண்டவர்கள் ஆவி அப்படி உயிரோடிருப்பவர்களை வந்து சுற்றும். ஒருவருடைய தலையை வெட்டிக் கொன்று விட்டார்கள் என்றால், சில சமயம் தலை மட்டும் வரும். சில சமயம் உடம்பு மட்டும் தனியாக வரும். இன்னும் சில சமயம் இரண்டும் தனித்தனியாக வந்து, 'பழி வாங்கினாயா?' என்று கேட்கும்!' என்றாள்.

பிறகு மணிமேகலையைப் பார்த்து உரத்த குரலில், 'அடி பெண்ணே! நீ எதற்காக இந்தக் கேள்வி கேட்டாய்! உன் காதலனுக்கு அப்படி ஏதாவது நேர்ந்திருக்கும் என்று பயப்படுகிறாயா? உன் மனதில் இந்தச் சந்தேகத்தை யார் கிளப்பி விட்டார்கள்?' என்றாள்.

'இந்த அரண்மனையின் ஆவேசக்காரன் ஒருவன் இருக்கிறான். அவனைக் கூப்பிட்டு அனுப்பினேன். அவனை யாரோ நேற்றிரவு அடித்துப் போட்டு விட்டார்களாம். அவனுக்குப் பதிலாக அவன் பெண்டாட்டி தேவராட்டி வந்தாள். அவள்தான் சொன்னாள்!'

'சீச்சீ! அதையெல்லாம் நீ நம்பாதே!'

'எனக்கும் நம்பிக்கைப்படவில்லை. வெறும் ஆவி வடிவமாயிருந்தால், தொட முடியாதல்லவா, அக்கா!'

'ஆவியையும் தொட முடியாது; உருவெளித் தோற்றத்தையும் தொட முடியாது. நீ ஏன் கேட்கிறாய்! உன் உள்ளத்தைக் கவர்ந்தவனை நீ நேற்றுத் தொட்டுப் பார்த்தாயா, என்ன?'

'அதுதான் ஒரே குழப்பமாயிருக்கிறது. தொட்டுப் பார்த்தது போலவும் இருக்கிறது; ஆனால் வேறு சில விஷயங்களை நினைத்துப் பார்த்தால் சந்தேகமாகவும் இருக்கிறது.'

'நேற்று நடந்ததையெல்லாம் விவரமாகச் சொல்லடி, பெண்ணே! நான் உன் சந்தேகத்தை நிவர்த்தி செய்கிறேன்!'

'ஆகட்டும் அக்கா! நான் ஏதாவது முன் பின்னாக உளறினால் கேள்வி கேட்டுத் தெரிந்து கொள்ளுங்கள்!' என்றாள் மணி மேகலை. பிறகு அவள் கூறினாள்: 'நேற்று நான் கிட்டத்தட்ட இதே நேரத்தில் இங்கே இருந்தேன். என் தமையன் சொல்லிப் போயிருந்தபடி தங்களுக்கு இங்கே வேண்டிய சௌகரியம் எல்லாம் பணிப்பெண்கள் சரியாகச் செய்திருக்கிறார்களா என்று கவனிப்பதற்காக வந்தேன். ஒரு முறை, இதோ இருக்கும் கண்ணாடியில் என் முகத்தைப் பார்த்துக் கொண்டிருந்தேன்!'

'உன் அழகை நீயே பார்த்துக் கொண்டிருந்தாயாக்கும்...'

'அப்படியொன்றும் இல்லை, அக்கா! என் முக இலட்சணம் எனக்குத் தெரியாதா, என்ன?'

'உன் முக லட்சணத்துக்கு என்ன குறைவு வந்தது? ரதியும் இந்திராணியும் மேனகையும் ஊர்வசியும், உன்னைப் பார்த்துப் பொறாமைப்பட மாட்டார்களா?'

'அவர்கள் எல்லாரும் உங்கள் கால் தூசி பெறமாட்டார்கள் அக்கா!'

'சரி, சரி! மேலே சொல்! கண்ணாடியில் உன் முகத்தைப் பார்த்துக் கொண்டிருந்தாய்...'

'அப்போது திடீரென்று இன்னொரு முகம் கண்ணாடியில் தெரிந்தது; என் முகத்துக்கு அருகில் தெரிந்தது.'

'அது உன் காதலன் முகந்தானே!'

'ஆமாம்; எனக்குத் தூக்கி வாரிப் போட்டது...'

'எதற்காகத் தூக்கி வாரி போட வேண்டும்? நீதான் அடிக்கடி அவனுடைய முகத்தைக் கனவில் பார்ப்பதுண்டு என்று சொன்னாயே?

'அதற்கும் இதற்கும் கொஞ்சம் வித்தியாசம் இருந்தது. கனவில் வரும்போது எதிரே சற்றுத் தூரத்தில் தெரியும். உருவெளித் தோற்றத்திலும் அப்படித்தான். ஆனால் இங்கே - பின்னாலிருந்து சொல்லக் கூச்சமாயிருக்கிறது...'

'பாதகமில்லை, சொல்லடி கள்ளி!'

'பின்னாலிருந்து கன்னத்தில் முத்தமிட வருவதைப்போல் இருந்தது. திடுக்கிட்டுத் திரும்பிப் பார்த்தேன் ஒருவரும் இல்லை. பிறகு கண்ணாடியிலும் அந்த முகம் தெரியவில்லை. எனக்கு ஒரு சந்தேகம் உண்டாயிற்று. இந்த அறைக்குப் பக்கத்தில் உள்ள வேட்டை மண்டபத்தின் இரகசியக் கதவைத் திறந்து காட்டினேன் அல்லவா? நேற்று கண்ணாடி அந்தக் கதவுக்கு நேரே வைத்திருந்தது. ஆகையால் அந்தக் கதவைத் திறந்து வேட்டை மண்டபத்திலிருந்து யாராவது எட்டிப் பார்த்திருப்பார்களோ என்று தோன்றியது. அப்படி இருக்க முடியாது என்றும் எண்ணினேன். அன்னிய புருஷன் ஒருவன் அந்த வேட்டை மண்டபத்தில் எப்படி வந்திருக்க முடியும்? ஆயினும் சந்தேகத்தைத் தீர்த்துக் கொள்வதற்காகக் கதவைத் திறந்து வேட்டை மண்டபத்துக்குள் போய்ப் பார்த்தேன்..'

நந்தினி இதற்குள் ஆர்வத்துடன் கேட்கத் தொடங்கியிருந்தாள். 'வேட்டை மண்டபத்தில் அந்தத் திருடன் ஒளிந்திருந்தானா? அகப்பட்டுக் கொண்டானா?' என்று கேட்டாள்.

‘என்ன அக்கா, அவரைத் ‘திருடன்’ என்கிறீர்களே?’

‘திருடன் என்றால், நிஜத் திருடனா? உன் மனத்தைக் கவர்ந்த திருடனைச் சொன்னேன். அடி! அவன் வேட்டை மண்டபத்தில் இருந்தானா?’

‘அதுதானே அதிசயம்! அவர் அங்கே இல்லை. அதற்குப் பதிலாக எங்கள் அரண்மனைப் பணியாள் இடும்பன்காரி அந்த அறையைச் சுத்தம் செய்து கொண்டிருந்தான். அவனுடைய முகம் அய்யனார் கோவில் வாசலில் உள்ள காடுவெட்டிக் கருப்பன் முகம் மாதிரி இருக்கும். ‘இங்கே வேறு யாராவது வந்ததுண்டா?’ என்று கேட்டேன். ‘இல்லை’ என்று சாதித்து விட்டான்...’

‘அவன் பொய் சொல்லியிருப்பான் என்று கருதுகிறாயா?’

‘அது என்னமோ எனக்குத் தெரியாது. ஆனால் இன்னொரு ஆள் அந்த மண்டபத்தில் ஒளிந்திருப்பதாகத் தோன்றியது. ‘திருட்டு தானே வெளியாகட்டும்’ என்று நான் இந்த அறைக்குத் திரும்பி வந்துவிட்டேன்...’

‘திருட்டு வெளியாயிற்றா?’

‘கேளுங்கள்! நான் இந்த அறைக்குள் வந்து வேட்டை மண்டபத்துக்குள் ஏதாவது பேச்சுக் குரல் கேட்கிறதா என்று கவனித்துக் கொண்டிருந்தேன். பேச்சுக் குரல் கேட்டது! தடபுடலாக ஏதோ விழுகிற சத்தமும் கேட்டது. நான் என்ன செய்யலாம் என்று யோசித்துக் கொண்டிருக்கும் போதே இந்தக் கதவு அசைந்தது. நான் விளக்கை மறைத்து வைத்து விட்டுக் காத்துக் கொண்டிருந்தேன். இந்தக் கதவிலேயே வட்டமான ஒரு சிறிய உட்கதவு இருக்கிறது. அதைத் திறந்துகொண்டு ஓர் உருவம் இங்கே வரப் பார்த்தது. ‘அபயம் அபயம்! என்னைக் காப்பாற்று!’ என்ற குரல் கேட்டது. குரலும் உருவமும் அவரைப் போல் தோன்றிய படியால் அவர் இந்த அறையில் வருவதற்கு உதவி செய்துவிட்டு விளக்கைத் தூண்டினேன்; பார்த்தால் அவரேதான்!’

‘மணிமேகலை! இது என்ன அதிசயமடி! விக்கிரமாதித்யன் கதையைப் போல அல்லவா இருக்கிறது?’

‘இன்னும் கேளுங்கள்! நாலு மாதமாகக் கனவில் கண்டுவந்தவரை நேரில் பார்த்ததும் என் உள்ளம் பூரித்தது; உடம்பு சிலிர்த்தது. ஆனால் கள்ளக் கோபத்துடன் அவரிடம் பேசினேன். ‘பெண்கள் வசிக்கும் அந்தப்புரத்தில் எப்படி அவர் திருட்டுத்தனமாகப் பிரவேசிக்கலாம்?’ என்று கேட்டேன். அவரைக் கொல்லுவதற் காக யாரோ சிலர் துரத்திக் கொண்டு வருவதாகக் கூறினார். ‘உயிருக்குப் பயந்தோடும்

பயங்கொள்ளி' என்று பரிகசித்தேன். அதற்குத் தம்மிடம் ஆயுதம் இல்லை என்று சமாதானம் கூறினார். பிறகுதான் என் தமையனை அவர் முதுகில் குத்தியதைப்பற்றிப் பிரஸ்தாபித்தேன். 'இல்லவே இல்லை' என்று சத்தியம் செய்தார், அக்கா!'

'நீயும் நம்பிவிட்டாயாக்கும்!'

'அப்போது நம்பும்படியாகத்தான் இருந்தது. ஆனால் பிறகு நடந்ததையெல்லாம் யோசிக்கும்போது எதை நம்புவது, எதை நம்பாமலிருப்பது என்றே தெரியவில்லை...'

'பிறகு இன்னும் என்ன அதிசயம் நடந்தது?'

'அவருடன் பேசிக் கொண்டிருக்கும்போதே என் ஒரு காதினால் அடுத்த அறையில் ஏதாவது சத்தம் கேட்கிறதா என்று கவனித்துக் கொண்டிருந்தேன். பல பேர் நடமாடும் சத்தமும் பேச்சுக் குரல்களும் கேட்டன. ஆகையால் அவரைக் கொல்லுவதற்கு யாரோ தொடர்ந்து வருகிறார்கள் என்பது உண்மையாகவே இருக்கும் என்று எண்ணிக் கொண்டேன். கேளுங்கள் அக்கா! அந்தச் சமயத்தில் இந்தப் பேதை மனம் எப்படியாவது அவரைக் காப்பாற்ற வேண்டும் என்று உறுதி கொண்டது. அவரைக் கொல்ல வருகிறவர்கள் யார் என்றும் தெரிந்து கொள்ள விரும்பினேன். இடும்பன்காரி இதற்கெல்லாம் உட்கையாக இருப்பானா? அப்படியானால் அவன் இவருக்கு உட்கையா? இவரைக் கொல்ல வருகிறவர்களுக்கு உட்கையா என்றும் அறிய விரும்பினேன்.

'வேட்டை மண்டபத்துக்குள் வரும் இரகசியச் சுரங்க வழி இவ்வளவு பேருக்குத் தெரிந்திருப்பதை நினைத்துத் திகில் உண்டாயிற்று. அதிலும் நீங்கள் இங்கே தங்கப் போகிறீர்கள் என்பதை எண்ணியபோது கவலை அதிகமாயிற்று. தகப்பனாரைக் கூப்பிட்டனுப்பலாம் என்று நினைத்தால், அதற்கும் தைரியம் வரவில்லை. இவர் அந்தப்புரத்துக்குள் வந்திருப்பதைத் தகப்பனார் பார்த்தால், உடனே இவர் உயிருக்கே ஆபத்து வந்துவிடும். ஆகையால் இவரை இங்கேயே சற்று இருக்கும்படிச் சொல்லிவிட்டு, வேட்டை மண்டபத்துக்குள் இருப்பவர்கள் யார் என்று பார்த்துவிட்டு வருவதற்காகக் கதவைத் திறந்துகொண்டு போனேன். உள்ளே ஐந்தாறு ஆட்கள் மூலைக்கு மூலை சுவர் ஓரமாக இருந்தார்கள். என்னைப் பார்த்துவிட்டு அவர்கள் பிரமித்து நின்றதாகத் தோன்றியது. அவர்களை அவ்விதம் பார்த்ததில் என் மனத்திலும் சிறிது பயம் உண்டாயிற்று. அந்தப் பயத்தைப் போக்கிக்கொண்டு கடுங் கோபத்தை வரவழைத்துக்கொண்டு அவர்கள் யார் என்று கேட்பதற்காக வாய் எடுத்தேன்.

‘இதற்குள், இந்த அறையில் என் தோழி சந்திரமதி மற்றொரு கதவு வழியாக ‘அம்மா! அம்மா!’ என்று கூப்பிட்டுக்கொண்டு வந்தாள். இவர் இங்கே இருப்பது எனக்கு உடனே நினைவு வந்தது. சந்திரமதி இவரைப் பார்த்துவிட்டுக் கூச்சல் போடப் போகிறாளே என்று பயந்து போனேன். வேட்டை மண்டபத்துக்குள் இருப்பவர்களை மறுபடி பார்த்துக் கொள்ளலாம் என்று திரும்பினேன். சந்திரமதியையும் வழி மறித்து அழைத்துக்கொண்டு இந்த அறைக்குள் வந்து பார்த்தேன். இங்கே அவரைக் காணவில்லை; மாயமாக மறைந்து போய்விட்டார். ‘யாராவது இங்கே இருந்தார்களா?’ என்று சந்திரமதியைக் கேட்டேன். தான் பார்க்கவில்லை என்றாள். இன்னும் சிறிது தேடிப் பார்த்துவிட்டு மறுபடி வேட்டை மண்டபத்துக்குள் போனேன். அங்கேயும் நான் சற்று முன் பார்த்தவர்கள் யாரும் இல்லை. இடும்பன்காரி மாத்திரம் முன் போலவே அறையைச் சுத்தம் செய்து கொண்டிருந்தான்.

‘சற்று முன்னால் இங்கே வந்திருந்தவர்கள் யார்? அவர்கள் இப்போது எங்கே?’ என்று கேட்டேன். இடும்பன்காரி ‘இங்கே ஒருவரும் வரவில்லையே, அம்மா!’ என்று ஒரே சாதிப்பாகச் சாதித்தான். அவன் வார்த்தையை என்னால் நம்ப முடியவில்லை. என் தோழி சந்திரமதியோ என்னைப் பரிகாசம் பண்ண ஆரம்பித்து விட்டாள். ‘அக்கா! இன்றைக்கு உங்களுக்கு ஏதோ சித்தப்பிரமை தான் பிடித்திருக்கிறது! ஆள் இல்லாத இடங்களிலெல்லாம் ஆள் இருப்பதாகத் தோன்றுகிறது!’ என்றாள். பிறகு நீங்கள் எல்லாரும் கோட்டை வாசலை நெருங்கி வந்து கொண்டிருப்பதாகத் தெரிவித்தாள். தங்களை வரவேற்பதற்காக என்னை என் தந்தை உடனே அழைத்து வரச் சொன்னதாகவும் கூறினாள். உடனே நான் அரண்மனை வாசலுக்குப் புறப்பட்டேன். சீக்கிரம் அங்கே வந்து விடுவதற்காகச் சந்திரமதி வந்த நடையில் சென்று இரண்டு கட்டுக்களைத் தாண்டி மச்சுப்படி வழியாக ஏறி மேல் மாடத்தில் நடந்து போனேன். அப்போது மறுபடியும் ஓர் அதிசயத்தைப் பார்க்க நேர்ந்தது. அந்த வாணர் குலத்து வீரர் நிலா முற்றத்தைக் கடந்து மதில் சுவர் ஓரமாகப் போய்க் கொண்டிருந்தார். சுவரில் ஒரு மூங்கில் கழியை வைத்து ஏறி மதில் சுவரைத் தாண்டிக் குதிப்பதையும் பார்த்தேன். என் கண்களுக்கு அவ்வாறு தோன்றியது. அவையெல்லாம் உண்மையாக நடந்தவையா அல்லது என் சித்தப்பிரமையா என்று இன்னமும் எனக்கு நிச்சயமாகவில்லை...’

நந்தினி சிந்தனையில் ஆழ்ந்திருந்தாள் அந்த மாளிகை வாசலுக்குச் சற்றுத் தூரத்தில் அடர்ந்த மரங்களிடையே நேற்று மாலை அவள் பார்த்த இரு முகங்கள் அவள் மனக்கண் முன் தோன்றின. அவர்களைப் பிடிப்பதற்குக் குதிரை ஆட்கள் ஏவப்பட்டிருக்கிறார்கள் என்பதையும் அவள் அறிந்திருந்தாள். அவர்கள் ஒருவேளை இதற்குள்

பிடிபட்டிருப்பார்களா? பிடிபட்டிருந்தால் இங்கே கொண்டு வரப்படுவார்களா?...

'அக்கா! உங்களுக்கு என்ன தோன்றுகிறது?' என்று கேட்டு, நந்தினியின் சிந்தனையைத் தடை செய்தாள் மணிமேகலை.

'எனக்கா! எனக்குத் தோன்றுகிறதையா கேட்கிறாய்? உனக்கு மோகப்பித்தம் நன்றாகத் தலைக்கு ஏறியிருக்கிறது என்று தோன்றுகிறது' என்றாள் நந்தினி.

'சந்திரமதியைப்போல் நீங்களும் பரிகாசம் செய்கிறீர்களா?'

'நான் பரிகாசம் செய்யவில்லையடி! நேரில் பார்த்துப் பேசிய உனக்கே உண்மையா, கனவா, சித்தப்பிரமையா என்று தெரியவில்லையே! நான் எப்படிச் சொல்ல முடியும்? இந்த அறையிலிருந்து வெளியேறிப் போவதற்கு வேறு ஏதேனும் இரகசிய வழி இருக்கிறதா?'

'எனக்குத் தெரிந்த வரையில் வேறு இரகசிய வழி இல்லை, அக்கா!'

'நீயும் சந்திரமதியும் போன வழியில் அவனும் போய் மச்சுப்படி ஏறிப் போயிருக்கலாம் அல்லவா?'

'அங்கே வழியில் பல பணிப்பெண்கள் இருந்தார்கள்; அக்கா! அவர்களுக்குத் தெரியாமல் போயிருக்க முடியாது.'

'அதிசயமாகத்தான் இருக்கிறது... இதையெல்லாம் பற்றி உன் தகப்பனாரிடம் நீ தெரிவிக்கவில்லையா?'

'தெரிவிக்கவில்லை அக்கா! தகப்பனாரிடம் சொல்லக் கூச்சமாகவும் இருக்கிறது; பயமாகவும் இருக்கிறது. ஒருவேளை அவர் இங்கே வந்திருந்ததெல்லாம் உண்மையாக இருந்தால்...'

'ஆமாம், புருஷர்களிடம் இதைப் பற்றியெல்லாம் சொல்லாமலிருப்பதே நல்லது. அவர்களுக்குச் சொன்னாலும் புரியாது...'

'என் தமையனிடம் சொல்லலாமா, வேண்டாமா என்று யோசித்துக் கொண்டிருக்கிறேன்...'

'அவனிடம் சொன்னால் கட்டாயம் ரகளையாக முடியும். உன் தமையனுக்கு இப்போது எப்படியாவது உன்னைக் கரிகாலனுக்குக் கலியாணம் பண்ணி வைத்துவிட வேண்டும் என்றிருக்கிறது!'

'அக்கா! நீங்கள்தான் எனக்கு உதவி செய்ய வேண்டும். கந்தமாறனுக்கு உங்களிடம் ரொம்ப விசுவாசம். நீங்கள் சொன்னால் கேட்பான்...'

‘அடி பெண்ணே! நான் எந்த நோக்கத்துடன் இங்கே வந்தேனோ, அதற்கு விரோதமாக என்னுடைய உதவியையே கேட்கிறாயே? வெகு கெட்டிக்காரி நீ! அப்படியே கரிகாலருக்கு உன்னை மணம் செய்து கொடுக்கும் யோசனையைக் கைவிட்டாலும், மற்றவனைப்பற்றி உனக்கு ஒன்றும் தெரியாதே? அவன் உன்னை விரும்புவான் என்பது என்ன நிச்சயம்!’

‘அதைப்பற்றி நான் கவலைப்படவில்லை அக்கா! அவர் என்னை விரும்பினாலும் விரும்பாவிட்டாலும்...’

‘பெண்களின் தலையெழுத்தே இப்படித்தான் போலும்! புருஷர் எப்படி நடந்து கொண்டாலும், பெண்கள் அவர்களுக்காக உயிரை விட வேண்டியதென்று ஏற்பட்டிருக்கிறது! ஏதோ உன் அதிர்ஷ்டம் எப்படி இருக்கிறதென்று பார்க்கலாம். மறுபடியும் நேற்று மாதிரி ஏதேனும் நேர்ந்தால் என்னிடம் சொல்வாய் அல்லவா?’

‘உங்களிடம் சொல்லாமல் வேறு யாரிடம் சொல்வது அக்கா! நேற்றிரவு ஒரு கனவு கண்டேன் அதையும் சொல்லிவிட விரும்புகிறேன்...’

‘பகற் கனவு கண்டது போதாது என்று, இரவிலும் வேறு கனவு கண்டாயா? அது என்ன? மறுபடியும் அவன் கனவில் வந்து உன்னை ஏமாற்றிவிட்டுப் போனானா?’

‘இல்லை, இல்லை! இது வேறு விஷயம். நினைக்கவே பயங்கரமா யிருக்கிறது. காலை நேரத்தில் காணும் கனவு பலிக்கும் என்கிறார்களே? அது உண்மைதானா, அக்கா!’

‘கனவைச் சொல் கேட்கலாம்! வேறு விஷயம் என்றால்...

இன்னும் யாரையேனும் பற்றிக் கனவு கண்டாயா?’

‘இவரைப் பற்றித்தான்! இவரை யாரோ ஒருவன் கத்தியால் குத்த வருகிறதுபோல் இருந்தது. இவர் கையில் ஆயுதம் ஒன்றும் இல்லை. ஆனால் தரையிலே ஒரு கத்தி பளபளவென்று மின்னிக் கொண்டு கிடந்தது. நான் அதைத் தாவி எடுத்துக்கொண்டு பாய்ந்தேன். இவரைக் குத்த வருகிறவனை முதலில் நான் குத்தி விடுவது என்ற எண்ணத்துடன் ஓடினேன். அருகில் சென்றதும் அவனுடைய முகம் தெரிந்தது. அவன் என் தமையன் கந்தமாறன்!.... ‘ஓ’ என்று அலறிக்கொண்டு விழித்தெழுந்தேன். என் உடம்பெல்லாம் வியர்வையினால் சொட்ட நனைந்திருந்தது. வெகு நேரம் என் கை கால்கள் நடுங்கிக் கொண்டிருந்தன. கனவு அவ்வளவு நிஜம் போல இருந்தது. இது ஒருவேளை பலித்து விடுமா, அக்கா!’

‘அடி பெண்ணே! உன் மனம் உண்மையிலேயே குழம்பிப் போயிருக்கிறது. நிஜமாக நடந்தது பிரமைபோலத் தோன்றுகிறது. கனவிலே கண்டது நிஜம்போலத் தோன்றுகிறது! நல்ல தோழி எனக்குக் கிடைத்தாய்! நான்தான் பைத்தியக்காரி என்றால், நீ என்னைவிட ஒருபடி மேலே போய்விட்டாய்!’ என்றாள் நந்தினி.

இந்தச் சமயத்தில் சந்திரமதி உள்ளே வந்தாள். ‘அவர்கள் வந்து கொண்டிருக்கிறார்களாம்! வீரநாராயண ஏரியைத் தாண்டி வந்து விட்டார்களாம்’ என்று தெரிவித்தாள்.

பதினைந்தாம் அத்தியாயம்

இராஜோபசாரம்

கடம்பூர் சம்புவரையர் மாளிகையின் முன் வாசல் அன்று மாலை, கண்டறியாத அற்புதக் காட்சிகளைக் கண்டது. கண்ணுக் கெட்டிய தூரம் ஜனங்கள் திரள் திரளாக நெருக்கியடித்துக் கொண்டு நின்றார்கள். ஆண்களும், பெண்களும், சிறுவர்களும், சிறுமிகளும், வயோதிகர் களும் அக்கூட்டத்தில் இருந்தார்கள்.

திடமாகக் காலூன்றி நிற்கவும் முடியாத கிழவர்களும் கிழவிகளும் கோலூன்றி நின்றார்கள். தாங்கள் பிறரால் அங்குமிங்கும் தள்ளப்படுவதைப் பொருட்படுத்தாமல் அவர்கள் ஆதித்த கரிகாலரின் வீரத் திருமுகத்தைப் பார்க்கும் ஆர்வத்தினால் தள்ளாடிக்கொண்டு நின்றார்கள். சிறுவர் சிறுமியர் தாங்கள் ஜனக்கூட்டத்தின் நடுவே நசுக்கப்படுவதைப் பொருட்படுத்தாமல் முண்டியடித்துக்கொண்டு முன்னால் வர முயன்று கொண்டிருந்தார்கள். யௌவனப் பெண்கள் தங்களுக்கு இயற்கையான கூச்சத்தை அடியோடு கைவிட்டு அன்னிய புருஷர்களின் கூட்டத்தினிடையே இடித்துப் பிடித்துக்கொண்டு முன்னால் வரப் பிரயத்தனம் செய்தார்கள். யௌவன புருஷர்களோ, அத்தகைய இளம் பெண்களைச் சிறிதும் இலட்சியம் செய்யாமல், அவர்களின் மீது கடைக்கண் பார்வையைக்கூடச் செலுத்தாமல், இளவரசரை நன்றாகப் பார்க்கக்கூடிய இடங்களைப் பிடிப்பதிலேயே கவனம் செலுத்தினார்கள். அவர்களில் பலர் கடம்பூர் மாளிகைக்கு எதிரிலும் பக்கங்களிலும் உள்ள மரங்களின் மீதெல்லாம் ஏறிக் கொண்டிருந்தார்கள். இன்னும் அநேகர் அந்த மாளிகையில் வெளி மதில் சுவரின்பேரிலும் ஏற முயன்று, அரண்மனைக்காவலர்களால் கீழே இழுத்துத் தள்ளப்பட்டார்கள்.

பச்சைக் குழந்தைகளை இடுப்பில் வைத்துக்கொண்டு இளம் பெண்கள் எத்தனையோ பேர் அக்கூட்டத்தில் பல இன்னல்களை அனுபவித்துக் கொண்டு நின்றார்கள். அழுத குழந்தைகளிடம் அவற்றின் தாய்மார்கள், 'கண்ணே! அழாதே! வீரத் தமிழகத்தின் மகாவீராதி வீரர் 'வீரபாண்டியன்

தலை கொண்ட' ஆதித்த கரிகால சோழர் வரப் போகிறார்! அவரைப் பார்க்கும் பேறு பெற்றால் நீயும் ஒருநாள் அவரைப்போல் வீரனாவாய்!' என்று சொல்லிச் சமாதானப்படுத்த முயன்றார்கள். இம்மாதிரியே காதலர்கள் தங்கள் காதலிகளிடமும், தாய்மார்கள் தங்கள் புதல்வர்களி டமும், ஆதித்த கரிகாலரைப்பற்றிச் சொல்லிக் கொண்டிருந்தார் கள்.

அந்த விதமாக ஆதித்த கரிகாலரின் வீரப் புகழ் நாடெங்கும் அக்காலத்தில் பரவியிருந்தது. பன்னிரண்டாவது பிராயத்தில் போர்க்களம் புகுந்து கையில் கத்தி எடுத்துப் பகைவர் பலரை வெட்டி வீழ்த்தியவரும், சேவூர்ப் போர்க்களத்தில் பாண்டிய சைன்யத்தை முறியடித்து, வீரபாண்டியன் பாலைவனத்துக்கு ஓடிப் பாறைக் குகையில் ஒளிந்துகொள்ளும்படிச் செய்தவரும், பத்தொன்பதாவது பிராயத்தில் வீரபாண்டியனுடைய ஆபத்துதவிப் படையைச் சின்னாபின்னம் செய்து அவன் ஒளிந்திருந்த இடத்தைக் கண்டுபிடித்து அவன் தலையை வெட்டிக்கொண்டு வந்தவருமான இளவரசரைப் பார்ப்பதற்கு யார்தான் ஆர்வம் கொள்ளாமலிருக்க முடியும்?

இத்தகைய வீர புருஷரைப்பற்றிச் சென்ற மூன்று நாலு வருஷ காலமாகப் பற்பல வதந்திகள் உலாவி வந்தன. ஆதித்த கரிகாலருக்கு யுவராஜ பட்டாபிஷேகம் ஆன பிறகு சுந்தர சோழ சக்கரவர்த்திக்கும் அவருக்கும் மனத்தாங்கல் வந்துவிட்டது என்றும், ஆதித்த கரிகாலர் தமக்குப் பின் பட்டத்துக்கு வருவதைச் சக்கரவர்த்தி விரும்பவில்லை யென்றும் சிலர் சொன்னார்கள். முன்னொரு காலத்தில் காஞ்சியில் தனி ராஜ்யம் ஸ்தாபித்துப் பல்லவர் பெருங்குலத்தைத் தொடங்கி வைத்ததுபோல் ஆதித்த கரிகாலரும் காஞ்சியில் தனி அரசை ஏற்படுத்த விரும்புகிறார் என்றார்கள் சிலர். அவருடைய தம்பியாகிய அருள்மொழிவர்மனிடம் சக்கரவர்த்தி அதிக அன்பு காட்டிப் பட்சபாதமாக நடந்துகொள்வதால் ஆதித்த கரிகாலருக்குக் கோபம் என்றார்கள், வேறு சிலர். இன்னும் சிலர் இதை அடியோடு மறுத்து கரிகாலனையும், அருள்மொழியையும் போல் நேய பாவமுள்ள சகோதரர்கள் இருக்க முடியாது என்று சாதித்தார்கள். இளவரசருக்கு இன்னும் திருமணம் ஆகாமலிருந்தது பற்றியும் பலர் பலவாறு பேசினார்கள். அரசகுலத்து மங்கை யாரையும் கரிகாலர் மணப்பதற்கு மறுதளித்து ஆலய பட்டர் மகளை மணந்து அரியாசனம் ஏற்றுவிக்க எண்ணியதுதான், தந்தைக்கும் மகனுக்கும் வேற்றுமை நேர்ந்த காரணம் என்றும் சிலர் சொன்னார்கள். ஆதித்த கரிகாலருக்குச் சித்தப்பிரமை என்றும், பாண்டிய நாட்டு மந்திரவாதிகள் சூனிய வித்தையினால் அவரைப் பைத்தியமாக்கி விட்டார்கள் என்றும் அதனாலேயே சக்கரவர்த்திக்குப் பிறகு அவர் சோழ சிங்காதனம் ஏறுவதைச் சிற்றரசர்கள் விரும்ப வில்லையென்றும் சிலர் பேசிக் கொண்டார்கள்.

எது எப்படியிருந்தாலும் அந்த மஹாவீரரைப் பார்ப்பதற்கு ஜனங்கள் அளவில்லாத ஆர்வம் கொண்டிருந்தார்கள். கடம்பூர் மாளிகைக்கு இளவரசர் கரிகாலர் விஜயம் செய்யப்போகிறார் என்ற செய்தி பரவியதிலிருந்தே சுற்றுப் பக்கங்களில் பெருங் கிளர்ச்சி உண்டாகி யிருந்தது. அன்று மாலை வரப்போகிறார் என்று தெரிந்தபிறகு அக்கம் பக்கத்தில் இரண்டு காத தூரம் வரையில் இருந்த எல்லா ஊர்களிலிருந்தும் மக்கள் வந்து திரண்டு விட்டார்கள்.

அந்தக் கூட்டத்தை ஜன சமுத்திரம் என்று சொல்வது மிகப் பொருத்தமாயிருந்தது. ஆயிரமாயிரம் ஜனங்களின் கண்டங்களிலி ருந்து எழுந்த பேச்சுக் குரல்கள் உருத்தெரியாத ஒரே இரைச்ச லாகி சமுத்திர கோஷத்தைப் போலவே கேட்டுக் கொண்டிருந் தது. மாளிகையின் முன் வாசலுக்கு எதிரே இளவரசரும் அவருடைய பரிவாரங்களும் வருவதற்கு அரண்மனைக் காவலர்கள் வழி வகுத்து நின்றார்கள். பின்னாலிருந்த ஜனங்கள் வந்து மோதியபடியால் முன்னாலிருந்தவர் கள் தள்ளப்பட்டு அவ்வழியை அடைக்கப் பார்த்ததும், காவலர்களால் தள்ளப்பட்டு அவர்கள் மீண்டும் பின்னால் சென்றதுமான காட்சி, சமுத்திரக் கரையில் அலைகள் வந்து மோதிவிட்டுப் பின்வாங்குவதை ஒத்திருந்தது.

மரத்தின் மேல் இருந்த ஒருவன் திடீரென்று, 'அதோ வருகிறார்கள்!' என்று கூவினான். 'எங்கே? எங்கே?' என்று ஆயிரம் குரல்கள் எழுந்தன. ஒரு குதிரை அதிவேகமாக வந்தது. கூட்டத்தைச் சிறிதும் பொருட் படுத்தாமல் புகுந்து பாய்ந்து வந்தது. குதிரையின் காலடியில் சிக்கிக் கொள்ளாமலிருக்கும்படி ஜனங்கள் இருபுறமும் நெருக்கியடித்துக் கொண்டு நகர்ந்து கொண்டு வழிவிட்டார்கள். 'இளஞ் சம்புவரையன்!' என்று கத்தினார்கள். ஆம், வந்தவன் கந்தமாறன்தான்! கூட்டத்திலிருந்த வர்கள் கேட்ட கேள்விகளுக்குப் பதில் சொல்லாமல் கந்தமாறன் வேகமாகக் குதிரையைச் செலுத்திக்கொண்டுபோய்க் கோட்டை வாசல் அருகில் நிறுத்திவிட்டுக் கீழே குதித்தான். அங்கே நின்று கொண்டிருந்த சம்புவரையரையும் பழுவேட்டரையரையும் பார்த்து வணங்கிவிட்டு, 'இளவரசர் வருகிறார்; ஆனால் சித்தம் அவ்வளவு சுவாதீனத்தில் இல்லை. திடீர் திடீர் என்று கோபம் வருகிறது. முன்னெச்சரிக்கை செய்வதற்காகவே வந்தேன். நல்லபடியாக இராஜோபசாரம் செய்து வரவேற்க வேண்டும். அவர் ஏதாவது தாறுமாறாகப் பேசினாலும் பதில் சொல்லா மலிருப்பது நல்லது!' என்றான். இவ்விதம் கூறிவிட்டு அங்கே நிற்காமல் மேலே அண்ணாந்து பார்த்தான். முன் வாசல் கோபுரத்தின் மேல் மாடியில் அரண்மனைப் பெண்கள் காத்திருப்பது தெரிந்தது. உடனே கோட்டை

வாசலில் புகுந்து உள்ளே சென்று, அங்கே ஒரு பக்கம் இருந்த மச்சுப் படிகளின் வழியாக மேலே ஏறிச் சென்றான்.

பெண்கள் இருக்குமிடத்தை அடைந்ததும் கந்தமாறனுடைய கண்கள் மற்றவர்களைப் பொருட்படுத்தாமல் நந்தினி தேவி இருக்குமிடத்தைத் தேடிக் கண்டுபிடித்தன. அவள் அருகில் சென்று, ‘தேவி! தங்கள் விருப்பத்தை நிறைவேற்றினேன். இளவரசரை அழைத்து வந்தேன். அதோ வந்து கொண்டிருக் கிறார். ஆனால் மதம் பிடித்த யானையைப் போல் இருக்கிறார். அவரை எப்படிச் சமாளிக்கப் போகிறோமோ, தெரியவில்லை!’ என்றான்.

‘ஐயா! அதைப்பற்றி என்ன கவலை? மதம் பிடித்த யானையை அடக்கி ஆள்வதற்குத் தங்கள் சகோதரியின் இரு கண்களாகிய அங்குசங்கள் இருக்கின்றன!’ என்றாள் நந்தினி.

மணிமேகலை, ‘அக்கா! இது என்ன பேச்சு!’ என்றாள்.

கந்தமாறன், ‘மணிமேகலை! பழுவூர் ராணி கூறுவதில் தவறு ஒன்றுமில்லையே! ஆதித்த கரிகாலரைப் போன்ற வீராதி வீரரைப் பதியாகப் பெறத் தவம் செய்ய வேண்டாமா?’ என்றான்.

மணிமேகலை பதில் சொல்வதற்குள் நந்தினி குறுக்கிட்டு, ‘ஐயா! இளவரசருடன் இன்னும் யாரேனும் வருகிறார்களா?’ என்று கேட்டாள்.

‘ஆம், ஆம்! பார்த்திபேந்திர பல்லவனும், வந்தியத்தேவனும் வருகிறார்கள்...’

நந்தினி மணிமேகலையைக் குறிப்பாகப் பார்த்துவிட்டு ‘எந்த வந்தியத்தேவன்? தங்களுடைய சிநேகிதன் என்று சொன்னீர்கள், அவனா?’ என்றாள்.

‘ஆம், என்னைப் பின்னாலிருந்து குத்திக் கொல்லப் பார்த்த அந்தப் பரம சிநேகிதன்தான். அவன் எங்கிருந்தோ, எப்படியோ வந்து குதித்து வெள்ளாற்றங்கரையில் எங்களோடு சேர்ந்து கொண்டான். இளவரசருடைய தாட்சண்யத்துக்காகப் பார்த்தேன்; இல்லாவிடில் அங்கேயே அவனை என் கத்திக்கு இரையாக்கியிருப்பேன்!’ என்றான்.

மணிமேகலையின் முகம் சுருங்கிப் புருவங்கள் நெரிந்தன. ‘அண்ணா! அவர் உங்கள் முதுகில் குத்தியது உண்மையாக இருக்கும் பட்சத்தில் அவரை எதற்காக இந்த மாளிகைக்குள் வர விடவேண்டும்?’ என்றாள்.

‘கண்ணே! நீ பேசாமலிரு! அதெல்லாம் புருஷர்களின் விஷயம். நேற்றைக்குச் சண்டை போட்டுக் கொள்வார்கள்; இன்றைக்கு கட்டிப் புரளுவார்கள்!’ என்றாள் நந்தினி.

கந்தமாறன் புன்னகை புரிந்து, 'அப்படியெல்லாம் ஒன்றுமில்லை. இளவரசரின் முகத்துக்காகப் பார்க்க வேண்டியதாயிற்று. ஓகோ! கூடை கூடையாகப் புஷ்பம் கொண்டு வந்து வைத்திருக்கிறீர்களே! நீங்கள் இங்கிருந்து பொழிகிற மலர் மழையினால் இளவரசரின் கோபம் தணிந்து அவர் சாந்தம் அடைந்து விடுவார்! அதோ வந்து விட்டார்கள்! நான் கீழே போகிறேன்!' என்று சொல்லிவிட்டு, விடுவிடு வென்று மச்சுப் படிகளில் இறங்கிப் போனான்.

அந்த முன் வாசலின் மேன்மாடத்திலிருந்து பார்க்கும்போது கண்ணுக்கெட்டிய தூரம் பரந்திருந்த ஜன சமுத்திரத்தின் நடுவே, சுழிக் காற்றினால் ஏற்படும் நீர்ச் சுழலைப் போல ஓரிடத்தில் தோன்றிக் கொண்டிருந்தது. அந்தச் சுழலின் மத்தியில் அகப்பட்டுக்கொண்ட நாவாயைப் போல் மூன்று குதிரைகளும் அவற்றின் மேல் வந்த வீரர்களும் சில சமயம் தோன்றினார்கள். மறு கணம் ஜன சமுத்திரத்தின் பேரலைகளினால் அவர்கள் மறைக்கப்பட்டார்கள்.

அவ்விதம் ஏற்பட்ட சுழல் மேலும் மேலும் பிரயாணம் செய்து கோட்டையின் முன் வாசலை நெருங்கிக் கொண்டிருந்தது. கடைசியில், கோட்டை வாசலுக்கே வந்து விட்டது.

கோட்டை வாசலை அடைந்த மூன்று குதிரைகள் மீதும் வீற்றிருந்தவர்கள் ஆதித்த கரிகாலரும், பார்த்திபேந்திரனும் வந்தியத்தேவனுந்தான்.

அவர்களைத் தொடர்ந்து வந்த யானை குதிரை பரிவாரங்கள் எல்லாம் வெகு தூரம் பின்னாலேயே அந்தப் பெரிய ஜன சமுத்திரத்தினால் தடை செய்யப்பட்டு நின்றுவிட்டன.

குதிரைகள் வந்து மாளிகை வாசலில் நின்றது. ஒரு பெரிய முழக்கம் எழுந்தது. இருபது பேரிகைகள், இருநூறு கொம்புகள், முந்நூறு தாரைகள், ஐந்நூறு தம்பட்டங்களிலிருந்து எழுந்த அந்தப் பெருமுழக்கத்தைக்கேட்டு அந்த மாபெரும் ஜன சமுத்திரத்தின் பேரிரைச்சலும் ஒருவாறு அடங்கியது.

வாத்தியங்களின் பெருமுழக்கம் சிறிது நேரம் ஒலித்துவிட்டுச் சட்டென்று அடங்கி நின்றது.

அப்போது ஏற்பட்ட நிசப்தத்தில் கட்டியங் கூறுவோன் மேன்மாடத்தை அடுத்திருந்த ஒரு மேடை மீது நின்று இடி முழக்கக் குரலில் கூவினான்:

'சூரிய வம்சத்திலே பிறந்த மனுமாந்தாதா, அந்த வம்சத்திலே புறாவுக்காக உடலை அறுத்துக் கொடுத்த சிபிச் சக்கரவர்த்தி, சிபிச் சக்கரவர்த்திக்குப் பின் தோன்றிய இராஜ கேசரி, அவருடைய புதல்வர்

பரகேசரி, பசுவுக்கு நியாயம் வழங்குவதற்காகப் புதல்வனைப் பலி கொடுத்த மனுநீதிச் சோழன், இமயமலையில் புலி இலச்சினை பொறித்த கரிகால் பெருவளத்தான், நலங்கிள்ளி, நெடுங்கிள்ளி, பெருநற்கிள்ளி குளமுற்றத்துத் துஞ்சிய கிள்ளி வளவன், குராப்பள்ளி துஞ்சிய கிள்ளிவளவன், எழுபத்திரண்டு சிவாலயம் எடுப்பித்த கோப்பெருஞ் சோழர், இவர்கள் வழிவழித் தோன்றிய தொண்ணூறும் ஆறும் புண் சுமந்த பழையாறை விஜயாலயச் சோழர், அவருடைய குமாரர் ஸஸ்யமலையிலிருந்து புகார் நகரம் வரையில் காவேரி நதி தீரத்தில் எண்பத்திரண்டு சிவாலயம் எடுப்பித்த ஆதித்த சோழர், அவருடைய குமாரர் மதுரையும் ஈழமும்கொண்டு தில்லைச் சிதம்பரத்தில் பொன் மண்டபம் கட்டிய பராந்தகச் சோழ சக்கரவர்த்தி, அவருடைய குமாரர் இரட்டை மண்டலத்துக் கன்னர தேவன் படைகளை முறியடித்து ஆற்றூர்த் துஞ்சிய வீராதி வீரராகிய அரிஞ்சய தேவர், அவருடைய குமாரர் ஈழம் முதலாவது சீட்புலி நாடு வரை ஒரு குடை நிழலில் ஆளும் பழையாறைப் பராந்தக சுந்தர சோழ சக்கரவர்த்தி, அவருடைய மூத்த குமாரர் - கோப்பெரு மகனார் - வடதிசை மாதண்ட நாயகர் - யுவராஜ சக்கரவர்த்தி - வீரபாண்டியன் தலை கொண்ட ஆதித்த கரிகால சோழர் விஜயம் செய்திருக்கிறார்! பராக்! பராக்!' என்று அக்கட்டியங் கூறுவோன் கூறி முடித்ததும் மழை பெய்து இடி இடித்து ஓய்ந்தது போலிருந்தது.

உடனே அவன் அருகிலிருந்த இன்னொரு கட்டியங்காரன் 'கொல்லி மலை மன்னன் - ஒரே அம்பில் சிங்கத்தையும் கரடியையும் மானையும் பன்றியையும் சேர்த்துத் தொளைத்த வீரன் வல் வில் ஓரி - அவனுடைய பரம்பரையில் வழி வழித் தோன்றிய ராஜாதி ராஜ ராஜமார்த்தாண்ட வீர கம்பீர சம்புவரையன் - சோழ சக்கரவர்த்தி குலத்திற்கு என்றும் துணைவன் வீரநாராயண ஏரியின் காவலன் - ஐயாயிரம் வீரப் படையின் தண்டநாயகன் - தனது சிறு அரண்மனையில் எழுந்தருளியிருக்குமாறு கோப்பெருமகனார் ஆதித்த கரிகால சோழரை மனமொழி மெய்களால் உவந்து வரவேற்கிறான்! சோழ குலத்தோன்றலின் வரவு நல்வரவு ஆகுக!' என்று கூவினான்.

அவன் அவ்விதம் பேரிடி போன்ற குரலில் கூறி முடித்ததும் மேல் மாடியிலிருந்து மலர் மாரி பொழிந்தது. ஆதித்த கரிகாலனும், வந்தியத்தேவனும் அண்ணாந்து பார்த்தார்கள். அங்கே இருந்த பல பெண்களின் சுந்தர முகங்களுக்கு நடுவில் வந்தியத் தேவனுக்கு மணிமேகலையின் மலர்ந்த புன்னகையுடன் கூடிய முகம் மட்டும் தெரிந்தது. வந்தியத்தேவனும் ஒரு கணம் புன்முறுவல் செய்தான். உடனே தன் காரியம் எவ்வளவு தவறானது என்பதை உணர்ந்தவன்போல் வேறு திசையை நோக்கினான்.

அதே சமயத்தில் மேலே நோக்கிய ஆதித்த கரிகாலனின் முகத்தில் முன்னை விடக் கடுகடுப்பு அதிகமாயிற்று; அவன் குதிரை மீதிருந்து கீழே குதித்தான்.

மற்ற இருவரும் குதிரை மீதிருந்து இறங்கினார்கள்.

இதற்குள் மறுபடியும் வாத்தியங்களின் கோஷம் முழங்கத் தொடங்கி விட்டது. சற்று அடங்கியிருந்த ஜன சமுத்திரத்தின் ஆரவாரப் பேரொலியும் மீண்டும் பொங்கி எழுந்து விட்டது.

விருந்தாளிகளும், அவர்களை வரவேற்பதற்கு வாசலில் நின்றவர் களும் கோட்டை வாசலுக்குள் புகுந்தார்கள். உடனே கோட்டை வாசலின் கதவுகள் படார், படார் என்று சாத்தப்பட்டன.

ஆதித்த கரிகாலன் திரும்பிப் பார்த்துவிட்டு, 'ஏன் இவ்வளவு அவசரமாகக் கதவைச் சாத்துகிறார்கள்? தஞ்சைக் கோட்டையில் என் தந்தையைச் சிறை வைத்திருப்பதுபோல் என்னையும் இங்கே சிறை வைக்கப் போகிறார்களா, என்ன? என்னுடன் வந்த பரிவாரங்கள் என்ன ஆவது?' என்று கேட்டான்.

இரு கிழவர்களும் சில கணநேரம் திகைத்துப்போய் நின்றார்கள்.

பழுவேட்டரையர் முதலில் சமாளித்துக்கொண்டு, 'கோமகனே! இந்த சோழ சாம்ராஜ்யத்திலுள்ள லட்சோப லட்சம் ஜனங்களின் அன்பு நிறைந்த உள்ளங்களே தங்களையும், தங்கள் தந்தையையும் சிறைப்படுத்தியிருக்கின்றன; தனியாகச் சிறை வைப்பது எதற்கு?' என்றார்.

'இளவரசே! தங்களுடைய தரிசனத்துக்காக வந்திருக்கும் பெருந் திரளான மக்கள் இந்தச் சிறிய குடிசைக்குள் புகுந்தால் என்ன ஆவது? அவர்கள் வெளியில் நிற்கும்போது அக்கம் பக்கமுள்ள தோப்புகள் எல்லாம் குரங்குகள் அழித்த மதுவனம் போல் ஆகிவிட்டன. ஜனக் கூட்டம் கலைந்ததும் தங்களுடன் வந்த பரிவாரங்களை உள்ளே அழைத்து வருகிறோம். அது வரையில் தங்களுக்கு வேண்டிய பணிவிடைகளைச் செய்ய இங்கே பணியாளர் பலர் இருக்கிறார்கள்...' என்றார் சம்புவரையர்.

இச்சமயம் கோட்டை வெளி வாசலில் ஜனங்களின் ஆரவாரம் அதிகமானது போலக் கேட்டது. கரிகாலன் கந்தமாறனிடம், 'முன் வாசல் மேன்மாடிக்குப் போக வழி எங்கே?' என்று கேட்டான்.

கந்தமாறன் மாடிப்படிகள் இருந்த இடத்தைச் சுட்டிக் காட்டியதும் கரிகாலன் அந்தப் பக்கம் நோக்கி விடுவிடுவென்று நடந்து சென்றான்,

கந்தமாறனும், வந்தியத்தேவனும், பார்த்திபேந்திரனும் உடன் சென்றார்கள்.

சம்புவரையர், பழுவேட்டரையரைப் பார்த்து, 'இது என்ன? வழியோடுபோகிற சனியனை விலைக்கு வாங்கியதுபோல் வாங்கிக் கொண்டோமே? இவனுடைய மூளை சரியாயிருப்ப தாகவே தோன்றவில்லையே? சின்னப்பிள்ளைகளின் பேச்சைக் கேட்டு இந்தக் காரியத்தில் தலையிட்டோம்!' என்றார்.

'அப்படி என்ன மோசம் வந்துவிடப் போகிறது? காரியம் நடந்தால் நடக்கட்டும்; நடக்காவிட்டால் போகட்டும்' என்றார் பழுவேட்டரையர்.

'காரியத்தைப்பற்றி நான் சொல்லவில்லை. நம் வீட்டில் இருக்கும்போது ஏதாவது ஏடாகூடமாக நடக்கக்கூடாது அல்லவா? நிமித்தம் ஒன்றும் சரியாக இல்லை. அவனோ மதம் பிடித்த யானையைப்போல் இருக்கிறான். முகத்தின் கடுகடுப்பையும், நாக்கில் விஷத்தையும் பார்த்தீர்கள் அல்லவா?'

'சில நாள் பல்லைக் கடித்துக்கொண்டு பொறுமையாக இருக்க வேண்டியதுதான். அந்தப் பல்லவன் பார்த்திபேந்திரன் அவனைக் கட்டுக்குள் வைத்திருக்க உதவியாயிருப்பான். இன்னொரு துஷ்டச் சிறுவன் பின்னோடு வந்திருக்கிறானே, அவனைத்தான் எனக்குப் பிடிக்கவில்லை. அவன் ஒற்றன் என்றுகூட எனக்குச் சந்தேகம். முன்னால் நாம் கூட்டம் போட்ட அன்றைக்குக்கூட அவன் இங்கு வந்திருந்தான் அல்லவா? நேற்று மாலை இந்தக் கோட்டைக்கு வெளியில் மரத்தின் மறைவில் நின்றிருந்தவனும் அவன்தான்!'

'அவன் என் மகனுடைய சிநேகிதன் அல்லவா? ஆகையால் அவனைப் பற்றிப் பயமில்லை. இப்போது எதற்காகப் பெண்கள் இருக்கும் இடத்துக்கு அவசரமாகப் போகிறார்கள்? நாமும் போவோமா?'

இச்சமயம், மச்சுப்படிவரையில் போன பார்த்திபேந்திரன் திரும்பி வந்து, இரு பெரும் குறுநில மன்னர்கள் பேசிக் கொண்டிருந்த இடத்தை அணுகினான். சம்புவரையர் கடைசியாகக் கூறிய வார்த்தைகள் அவன் காதில் விழுந்தன. 'ஐயா! இளவரசர் விஷயத்தில் உங்களுக்கு வேறு என்ன சந்தேகம் இருந்தாலும், பெண்கள் சம்பந்தமான சந்தேகம் மட்டும் வேண்டியதில்லை. பெண்களை அவர் கண்ணெடுத்தும் பார்ப்பதில்லை...' என்று சொன்னான்.

பழுவேட்டரையர் புன்னகையுடன், 'அப்படியானால் அவரை நாம் இங்கே அழைத்ததின் நோக்கம் எப்படி நிறைவேறும்?' என்று கேட்டார்.

'அது சம்புவரையர் திருமகளின் அதிர்ஷ்டத்தையும் சோழ சாம்ராஜ்யத்தின் அதிர்ஷ்டத்தையும் பொறுத்தது.'

'பார்த்திபேந்திரா! மணிமேகலையின் அதிர்ஷ்டம் ஒருபுறம் இருக்கட்டும்! வரும்போதே எதற்காக இளவரசர் இவ்வளவு கடுகடுத்த முகத்துடன் வருகிறார்? எதற்காக இப்படி விஷமமாகப் பேசுகிறார்? அவரை நீ எப்படியாவது இங்கிருந்து சமாதானமாக அழைத்துப் போனால் போதும் என்று தோன்றுகிறது!' என்றார் சம்புவரையர்.

'வெள்ளாற்றங்கரை வரையில் இளவரசர் சுமுகமாகவும் குதூகலமாக வும் வந்தார். பின்னர் இந்த வந்தியத்தேவனும் வைஷ்ணவன் ஒருவனும் வந்து சேர்ந்தார்கள். அவர்கள் ஏதோ சொல்லியிருக்க வேண்டும். அது முதலாவது இளவரசரின் குணம் மாறியிருக்கிறது...'

'நாங்களும் அப்படித்தான் நினைத்தோம். இப்போது என்ன செய்யலாம்? அந்தத் துஷ்டப் பையனும் உங்களோடு வந்திருக் கிறானே?'

'நீங்கள் கொஞ்சம் பொறுமையாயிருங்கள்; நான் எல்லாம் சரிப்படுத்தியிருக்கிறேன். அந்தப் பையனுடன் எனக்கும் ஒரு சண்டை இருக்கிறது. அதை நான் சமயம் பார்த்துத் தீர்த்துக் கொள்கிறேன்' என்றான் பார்த்திபேந்திரன்.

கரிகாலனும் மற்ற இருவரும் முன் வாசல் மேன்மாடத்துக்குச் சென்றபோது அங்கிருந்த பெண்கள் திரும்பிப் படியில் இறங்கி வரும் சமயமாயிருந்தது.

கரிகாலன் கந்தமாறனைப் பார்த்து, 'நண்பனே! தாய்மார்களை யெல்லாம் நமக்காக இங்கு வந்து காத்திருக்கும்படிச் செய்யலாமா? அது பெருந்தவறு. நாம் அல்லவா இவர்கள் இருக்குமிடம் சென்று நமது வணக்கத்தைச் செலுத்த வேண்டும்?' என்று கூறிவிட்டுப் பெண்மணிகளுக்கு வணங்கி வழி விட்டு நின்றான். ஒவ்வொருவராக இறங்கியபோது கந்தமாறனிடம் யார் யார் என்று கேட்டுத் தெரிந்து கொண்டான். நந்தினியைப் பார்த்ததும், 'ஓ! பழுவூர் இளைய பாட்டி அல்லவா? உண்மையாகவே வந்திருக்கிறார்களா? மிகவும் சந்தோஷம்!' என்றான். நந்தினி ஒன்றும் சொல்லாமல் அவனைத் தன் கூரிய கண்களால் பார்த்துவிட்டுச் சென்றாள். அப்பார்வையின் தீட்சண்யத்தினால் கரிகாலனுடைய உடம்பு சிறிது நடுங்கிற்று. மறுகணமே அவன் சமாளித்துக்கொண்டு, பின்னால் வந்த மணிமேகலையைப் பார்த்து, 'ஓகோ! இவள் உன் தங்கை மணிமேகலையாக இருக்க வேண்டும். சித்திரத்தில் எழுதிய கந்தர்வ கன்னிகையைப்போல் இருக்கிறாள். இவளுக்கு விரைவில் ஒரு நல்ல

மாப்பிள்ளையைப் பார்த்துக் கலியாணம் பண்ணி வைக்க வேண்டும்!' என்றான். மணிமேகலை வெட்கத்தினால் குழிந்த கன்னங்களுடன் வந்தியத்தேவனைக் கடைக் கண்ணால் பார்த்துவிட்டு மடமடவென்று கீழே இறங்கினாள்.

பெண்கள் எல்லாருமே சென்ற பிறகு, கரிகாலன் அந்த மேல் மாடத்தின் முகப்புக்குச் சென்று நின்றான். வாசலில் அப்போது தான் கலையத் தொடங்கியிருந்த ஜனக் கூட்டத்தினிடையே மறுபடியும் பேராரவாரம் எழுந்தது. ஜனங்கள் திரும்பிக் கோட்டை வாசலண்டை வரத் தொடங்கினார்கள்.

அந்த மேல் மாடத்தையொட்டித் தனியாக நீண்டு அமைந்திருந்த மேடையில் கட்டியங் கூறுவோன் நிற்பதைக் கரிகாலன் கவனித்தான். அவனைச் சமிக்ஞையினால் அருகே வரும்படி அழைத்தான். வந்தவுடன் ஜனங்களுக்குச் சில விஷயங்களை அறிவிக்கும்படிக் கூறினான். கட்டியங் கூறுவோன் திரும்பிச் சென்று பேரிகையைச் சில தடவை முழக்கினான். பின்னர், ஜனங்களைச் சமிக்ஞையினால் பேசாதிருக்கும்படிக் கேட்டுக் கொண்டான். ஆதித்த கரிகாலரின் விருதுகளில் சிலவற்றை விடுத்துச் சிலவற்றை மீண்டும் கூறிவிட்டு, 'அத்தகைய சோழர் குலக் கோமகனார் இந்தக் கடம்பூர் மாளிகையில் ஒரு வாரம் பத்து நாட்கள்வரை தங்கியிருப்பார். சுற்றுப்புறமுள்ள ஊர்களுக்கெல்லாம் விஜயம் செய்வார். அப்போது அந்தந்த ஊர் மக்களை நேரில் கண்டு அவரவர்களுடைய குறைகளையெல்லாம் கேட்டு அறிந்து கொள்வார்!' என்று கூவினான்.

அவ்வளவுதான்! இதுவரையில் அந்த ஜனக் கூட்டத்தில் எழுந்த ஆரவாரமெல்லாம் நிசப்தம் என்று சொல்லும்படியாக அவ்வளவு பெரிய பேரிரைச்சல் கிளம்பியது. குதூகலக் குரல்களும் வாழ்த் தொலிகளும் கரகோஷ ஓசையும் சேர்ந்து கலந்து எழுந்து சுற்றுப் பக்கம் வெகு தூரம் சென்று வீர நாராயண ஏரியிலிருந்து எழுபத்து நாலு கண்மாய்களின் வழியாகப் பாய்ந்த தண்ணீர் வெள்ளத்தின் ஓசையையும் அமுங்கி விடும்படிச் செய்தன.

சம்புவரையரும் பழுவேட்டரையரும் பார்த்திபேந்திரனும் அவர்கள் முன்னால் நின்ற இடத்திலேயே நின்று கொண்டிருந்தார்கள். ஆதித்த கரிகாலன் அவர்கள் நின்ற இடத்தை நெருங்கியதும், 'பார்த்திபேந்திரா! ஏது நீ இங்கேயே நின்றுவிட்டாய்? இந்தக் கிழவர்களுடன் சேர்ந்து நீயும் சதியாலோசனை செய்யத் தொடங்கி விட்டாயா?' என்று கேட்டான்.

கிழவர்கள் இருவரும் திடுக்கிட்டுக் கரிகாலனுடைய முகத்தைப் பார்த்தார்கள். அவன் முகத்தில் புன்னகை தவழ்ந்து கொண்டு இருந்தது.

சம்புவரையர் சிறிது சமாளித்துக்கொண்டு, 'கோமகனே! சற்று முன் சிறை என்றீர்கள்; இப்போது சதி என்கிறீர்கள். இந்தக் குடிசையில் தாங்கள் விருந்தாளியாகத் தங்கியிருக்கும்போது தங்களுக்கு அணுவளவேனும் தீங்கு நேராது என்று ஆணையிட்டுக் கூறுகிறேன். அவ்விதம் நேர்வதற்கு முன்னால் என் உடலிலிருந்து உயிர் பிரிந்து போயிருக்கும்!' என்றார்.

'ஐயா! எனக்குத் தீங்கு நேரும் என்று நான் அஞ்சுவதாக எண்ணினீர்களா? ஒரு லட்சம் பாண்டிய நாட்டுப் பகைவர்களின் மத்தியில் இருக்கும்போதே எனக்குத் தீங்கு நேரும் என்று நான் அஞ்சியதில்லை. என் அருமைச் சிநேகிதர்களின் மத்தியில் இருக்கும்போது அஞ்சுவானேன்? ஆனால் தங்களுடைய இந்த மாளிகையைக் குடிசை என்று மட்டும் கூற வேண்டாம்; ஆகா! இதைச் சுற்றியுள்ள மதில் சுவர்கள் எவ்வளவு உயரம்? எவ்வளவு கனம்? தஞ்சாவூர்க் கோட்டை மதிலை விடப் பெரியதாக அல்லவா இருக்கிறது?' எந்தப் பகைவர்களை முன்னிட்டு இவ்வளவு பந்தோபஸ்தாகக் கோட்டை கட்டியிருக்கிறீர்கள்?' என்றான் கரிகாலன்.

'இளவரசே! எங்களுக்கென்று தனிப் பகைவர்கள் யாரும் இல்லை. சோழ குலத்தின் பகைவர்கள் எங்கள் பகைவர்கள்; சோழ குலத்தின் நண்பர்கள் எங்களுக்கும் நண்பர்கள்'.

'தங்கள் வாக்குறுதி எனக்கு மிக்க மகிழ்ச்சி அளிக்கிறது. இதைத் தங்கள் குமாரன் கந்தமாறனிடம் சொல்லி வையுங்கள். என்னுடைய நண்பனாகிய வாணர் குலத்து இளவரசனைக் கந்தமாறன் தன்னுடைய பகைவன் என்று கருதி வருகிறான். இது பெரும் பிழையல்லவா?' என்று ஆதித்த கரிகாலன் கூறியபோது கந்தமாறன் தலையைக் குனிந்து கொண்டான்.

பதினாறாம் அத்தியாயம்

'மலையமானின் கவலை'

மாளிகைக்கும் மதில் சுவருக்கும் இடையிலிருந்த நிலாமுற்றப் பகுதியில் கந்தமாறன் வழி காட்டிக்கொண்டு செல்ல, கரிகாலன் சுற்றுமுற்றும் பார்த்துக் கொண்டு நடந்தான். மற்ற நால்வரும் பின்தொடர்ந்து சென்றார்கள்.

குரவைக் கூத்துக்காக மேடையும், கொட்டகையும் போட்டிருந்த இடத்தை அடைந்ததும் கரிகாலன் நின்றான்.

'ஓகோ! இது என்ன? இங்கே என்ன நடக்கப் போகிறது?' என்று கேட்டான்.

'கோமகனே! தங்களுக்கு விருப்பமாயிருந்தால், இங்கே குரவைக்கூத்து வைக்கலாம் என்று உத்தேசம்...'

'ஆகா! ரொம்ப நல்லது! குரவைக்கூத்து வையுங்கள்; வில்லுப்பாட்டு வையுங்கள். கரிகால் வளவர் நாடகம், விஜயாலயச் சோழர் நாடகம் எல்லாம் வையுங்கள். பகலெல்லாம் காட்டில் வேட்டையாடுவதில் கழிப்போம். இரவெல்லாம் பாட்டிலும், கூத்திலும் கழிப்போம். சம்புவரையரே! என் பாட்டன் மலையமான் எனக்கு என்ன சொல்லி அனுப்பினான், தெரியுமா! கடம்பூர் சம்புவரையன் மாளிகையில் இருக்கும்போது, 'இரவில் தூங்காதே!' என்று எச்சரிக்கை செய்தான். நான் என் பாட்டனுக்கு என்ன மறுமொழி சொன்னேன் தெரியுமா? 'பாட்டா! நான் பகலில் தூங்குவதில்லை; இரவிலும் தூங்குவதில்லை. நான் தூங்கி மூன்று வருஷம் ஆகிறது. ஆகையால் நான் தூங்கும்போது விரோதிகள் எனக்கு ஏதேனும் தீங்கு செய்து விடுவார்கள் என்று பயப்பட வேண்டாம். நான் விழித்துக் கொண்டிருக்கும்போதே யாராவது தீங்கு செய்தால்தான் செய்யலாம். அவ்வளவு துணிச்சலுள்ள ஆண் மகன் யார் இருக்கிறான்?' என்று மலையமானுக்குத் தைரியம் சொல்லி விட்டு வந்தேன்!' என்று கூறிவிட்டுக் கரிகாலன் கடகடவென்று சிரித்தான்.

சம்புவரையர் கோபத்தினால் நடுங்கிய குரலில், 'ஐயா! தாங்கள் தூங்கினாலும் சரி, விழித்துக் கொண்டிருந்தாலும் சரி... தங்களுக்கு எவனும்... இந்த மாளிகையில் இருக்கும்போது தீங்கு செய்யத் துணிய மாட்டான்!' என்றார்.

'ஆம், ஆம்! கடம்பூர் சம்புவரையர் மாளிகைக்குள் எனக்குத் தீங்கு செய்யக் கூடியவன் யார் இருக்க முடியும்? அல்லது வெளியிலிருந்து இவ்வளவு பெரிய மதில் சுவர்களைத் தாண்டி யார் வர முடியும்? யமன்கூட வர முடியாது. கடம்பூர் சம்புவரையர் என்றால் யமன்கூடப் பயப்படுவானே? அந்தத் திருக்கோவலூர்க் கிழவனாரின் வீண் கவலையைப்பற்றி உங்களுக்குச் சொன்னேன். வயதாகிவிட்டதல்லவா? சில பேருக்கு வயதானால் மனோதைரியம் குறைந்து விடுகிறது. அடுத்தாற்போல், என் பழுவூர்ப் பாட்டனைப் பாருங்கள்! எவ்வளவு மிடுக்காக நடந்து வருகிறார்? அறுபது பிராயத்தைக் கடந்தவர் என்று யாராவது சொல்ல முடியுமா?' என்று கூறிச் சிறுநகை செய்தான் கரிகாலன்.

பழுவேட்டரையர் இதற்கு மறுமொழி ஏதேனும் சொல்ல வேண்டும் என்று எண்ணித் தமது தொண்டையைக் கனைத்துக் கொண்டார். அது சிங்க கர்ஜனையைப் போல் முழங்கிற்று.

'பாருங்கள்! பெரிய பழுவேட்டரையர் தொண்டையைக் கனைத்தால், பாரெங்கும் நடுங்கும் என்று சொல்வது எவ்வளவு சரியாயிருக்கிறது. கந்தமாறா! வந்தியத்தேவா! பார்த்திபேந்திரா! நீங்கள் எல்லாம் பழுவூர்ப் பாட்டன் வயதில் இவ்வளவு திடமாக இருப்பீர்களா என்று யோசித்துப் பாருங்கள். ஒருவேளை அவரைப் போல் தொண்டையைக் கனைப்பீர்கள். ஆனால் அவர் வயதில் அந்தப்புரத்துக்குப் புதிய பெண்ணைக் கொண்டு வரமாட்டீர்கள். தாத்தா! தங்களுடன் இளைய ராணியையும் அழைத்து வந்திருக்கிறீர்கள் போலிருக்கிறதே! முன் வாசல் மாடத்தில் பார்த்தேன்! இளையராணி எப்படிப் பிரயாணம் செய்து வந்தார்கள்? மூடுபல்லக்கிலா? ரதத்திலா? அல்லது வண்டியிலா?'

பழுவேட்டரையர் அப்போது குறுக்கிட்டு, 'யானை மீது அம்பாரியில் வைத்து நாடு நகரமெல்லாம் அறிய அழைத்து வந்தேன்!' என்று பெருமிதத்துடன் கூறினார்.

'அப்படித்தான் செய்ய வேண்டும், தாத்தா! இனிமேல் எப்போதும் அப்படியே செய்யுங்கள்! மூடுபல்லக்கில் மட்டும் அழைத்துவர வேண்டாம். அதனால் பல விரஸமான வதந்திகள் ஏற்படுகின்றன. ஒரு வேடிக்கையைக் கேளுங்கள்; பழுவூர் இளையராணியின் மூடுபல்லக்கில் சில சமயம் என் சித்தப்பன் மதுராந்தகன் இரகசியமாக ஏறிக் கொண்டு

ஊர் ஊராகப் போய் வருகிறானாம்! இப்படி ஒரு வதந்தி நாடெங்கும் பரவியிருக்கிறது!' என்று கரிகாலன் கூறி இடி இடி என்று சிரித்தான்.

ஆனால் அங்கிருந்த மற்றவர்கள் யாரும் சிரிக்கவில்லை. ஒவ்வொருவர் மனத்திலும் ஒவ்வொரு விதக் கலக்கம் ஏற்பட்டது.

வந்தியத்தேவன் தன் மனத்திற்குள் 'ஐயோ! எப்பேர்ப்பட்ட தவறு செய்து விட்டோம்! இந்த வெறி பிடித்த மனிதரிடம் எல்லாவற்றையும் சொல்லி விட்டோமே! ஒன்றையும் மிச்சம் வைத்துக் கொள்ளாமல் பகிரங்கப்படுத்தி விடுவார் போலிருக்கிறதே!' என்று எண்ணிக் கலங்கினான்.

பெரிய பழுவேட்டரையரின் உள்ளம் எரிமலையின் உட்பிர தேசத்தைப்போல, தீயும் புகையுமாகக் குழம்பிக் கொதித்துக் கனன்றது. தீயும் புகையும் எரிமலை வாயின் வழியாக வருவதற்கு முன்னால் உண்டாகும் பயங்கர உறுமலைப் போல் அவர் மீண்டும் தொண்டையைக் கனைத்துக் கொண்டார்.

அவர் பேசுவதற்கு முன் பார்த்திபேந்திரன் ஓர் அடி முன்னால் பெயர்ந்து வந்து, 'கோமகனே! பழுவூர் இளையராணியை நான் வெகு சிறிய காலந்தான் பார்த்துப் பழக நேர்ந்தது. அதற்குள்ளேயே அவர் எத்தகைய பத்தினித் தெய்வம் என்பதை அறிந்து கொண்டேன். பழுவூர் ராணியைப்பற்றி யாரேனும் அவதூறு கூற முற்பட்டால், அவனை அந்தக் கணமே என் வாளுக்கு இரையாக்குவேன்! இது சத்தியம்!' என்று சொன்னான்.

கந்தமாறன் பின்னால் ஓர் அடி வந்து நின்று, 'என் கையில் கத்தி எடுக்க வேண்டிய அவசியமே இல்லை. பழுவூர் இளையராணியைப் பற்றி அவதூறு கூறுகிறவனை என் கையினாலேயே கழுத்தை நெறித்துக் கொன்று விடுவேன் இது சத்தியம்!' என்றான்.

இதைக் கேட்ட வந்தியத்தேவனும் ஒரு அடி முன் வந்து 'நானும் அப்படித்தான்! பழுவூர் ராணியைப் பற்றி யாரேனும் தவறாகப் பேசினால், என் கண்பார்வையினாலேயே அவனைச் சுட்டெரித்து விடுவேன்!' என்றான்.

'ஆஹாஹா! கொஞ்சம் பொறுங்கள்; நண்பர்களே! என்னிடமே சண்டைக்கு வந்துவிடுவீர்கள் போலிருக்கிறதே! பார்த்தீர்களா, தாத்தா! தமிழ்ப் பெண் குலத்தின் கௌரவத்தைக் காப்பாற்றுவதில் இவர்கள் எவ்வளவு துடிப்புடன் இருக்கிறார்கள்! ஆனால் பழுவூர் இளையராணியைப்பற்றி யாரும் அவதூறு சொல்லவில்லை. சொன்னால், நானும் கேட்டுக்கொண்டு சும்மா இருக்க மாட்டேன். இந்த வீராதி வீரர்கள் வரும்வரையில் அப்படி அவதூறு சொன்னவனை

நான் உயிரோடு வைத்திருக்க மாட்டேன். பழுவூர் இளையராணியின் மூடுபல்லக்கைப் பற்றித்தான் குறை சொல்லுகிறார்கள்! அந்தக் கோழை மதுராந்தகன் பழுவூர் ராணியின் மூடுபல்லக்கில் ஊர் ஊராக இரகசியப் பிரயாணம் செய்கிறானாம்! எப்போது ஆண் மகன் ஒருவன் மூடுபல்லக்கில் இரண்டு பக்கத்திலும் திரை விட்டுக்கொண்டு பிரயாணம் செய்கிறானோ, அப்போது இளையராணியும் அப்படி பிரயாணம் செய்தால், சில அனர்த்தங்கள் விளையக் கூடும் அல்லவா?'

'கோமகனே! பராந்தக சக்கரவர்த்தியின் பேரனும் கண்டராதித் தருடைய திருமகனுமான மதுராந்தகத் தேவர் எதற்காக மூடுபல்லக்கில் பிரயாணம் செய்ய வேண்டுமாம்? எனக்கு ஒன்றும் விளங்க வில்லையே?' என்றான் பார்த்திபேந்திர பல்லவன்.

'அதன் காரணமும் ஒரு வேடிக்கையான காரணந்தான்! மதுராந்தகன் மூடுபல்லக்கில் ஏறிக் கொண்டு ஊர் ஊராகப் போய்த் தன் கட்சிக்குப் பலம் திரட்டிக்கொண்டு வருகிறானாம்!'

'எதற்காகப் பலம் திரட்டுகிறது?'

'எதற்காகவா? என் தகப்பனாருக்குப் பிறகு சோழ ராஜ்ய சிம்மாசனத்தில் அவன் ஏறுவதற்காகத்தான்! எப்படியிருக்கிறது கதை? சில மாதங்களுக்கு முன்பு ஒருநாள் இந்தக் கடம்பூர் மாளிகைக்குக்கூட அவன் அப்படி மூடுபல்லக்கில் இரகசியமாக வந்திருந்தானாம். நள்ளிரவில் சதியாலோசனைக் கூட்டம் ஒன்று இங்கே நடந்ததாம். பார்த்திபேந்திரா! திருக்கோவலூர்க் கிழவனார் நீயும் என்னுடன் இருந்தபோதுதானே இதை யெல்லாம் சொன்னார்? மதுராந்தகனுக்குச் சிம்மாதனம் ஏறுவதற்கு உள்ள ஆர்வத்தினால் அவசரப்பட்டு என் தந்தையைக் கொஞ்சம் சீக்கிரமாகவே சொர்க்கத்துக்கு அனுப்பினாலும் அனுப்பிவிடுவான் என்று சொன்னாரே? அதெல்லாம் உனக்கு நினை வில்லையா?'

'நினைவுக்கு வருகிறது, இளவரசே! அதையெல்லாம் அப்போதும் நான் நம்பவில்லை; இப்போதோ, சிறிதுகூட நம்பவில்லை. தஞ்சாவூருக்குப் போய் தங்கள் தந்தையை நேரில் தரிசித்துவிட்டு வந்த பிறகு...'

'நீ மட்டும் என்ன? நானுங்கூடத்தான் நம்பவில்லை. நம்பியிருந்தால் இந்தக் கடம்பூர் மாளிகைக்கு விருந்தாளியாக வந்திருப்பேனா?' என்று கூறிக் கரிகாலன் மீண்டும் எதையோ நினைத்துக் கொண்டவன்போல் சிரித்தான்.

கடம்பூர் சம்புவரையர் தொண்டையைக் கனைத்துக்கொண்டு, 'கோமகனே! திருக்கோவலூர் மலையமான் குலத்துக்கும் எங்கள்

குலத்துக்கும் நீண்ட கால விரோதம் என்பது தங்களுக்குத் தெரிந்திருக்கும்!' என்றார்.

'தெரியாமல் என்ன? அந்த விரோதத்தைப்பற்றி சங்கப் புலவர்கள் பாடியிருக்கிறார்களே? கொல்லி மலை வல் வில் ஓரியை மலையமான் திருமுடிக்காரி சண்டையில் கொன்றான். வல் வில் ஓரியின் வம்சத்தில் நீங்கள் வந்தவர்கள். ஆகையால் அந்த விரோதத்தை இன்னமும் வைத்துக் கொண்டிருக்கிறீர்கள்...'

'கோமகனே! வல் வில் ஓரியின் சாவுக்கு உடனே பழி வாங்கப்பட்டது. வல் வில் ஓரியின் உறவினனாகிய அதியமான் நெடுமானஞ்சி திருக்கோவலூர்மீது படையெடுத்துச் சென்று அந்த ஊரையும் அழித்தான்; மலையமானுடைய முள்ளூர் மலைக் கோட்டையையும் தரைமட்டமாக்கினான்...'

'சம்புவரையரே! அதியமான் மட்டும் தனியாக அந்தக் காரியத்தைச் செய்து விடவில்லை. என் முன்னோனாகிய சோழன் கிள்ளி வளவனுடைய உதவியைக் கொண்டுதான் மலையமான் மீது அதியமான் வெற்றி அடைந்தான். அந்தப் பழைய கதையெல்லாம் இப்போது எதற்கு?'

'நாங்கள் மறந்து விட்டாலும், மலையமான் மறப்பதில்லை. ஏதாவது எங்கள் பேரில் அவன் குற்றம் சாட்டிக் கொண்டிருக்கிறான்...'

'நான்தான் சொன்னேனே? கிழவருக்கு வயதாகி விட்டது; ஆகையால் புத்தியும் தடுமாறுகிறது. நான் இங்கே இருக்கும்போது எனக்கு ஆபத்து ஒன்றும் வராமல் பாதுகாப்பதற்காக அவர் ஒரு பெரும் சைன்யத்தைத் திரட்டிக் கொண்டு வராமல் இருக்க வேண்டுமே என்றுகூட எனக்குக் கொஞ்சம் கவலையாயிருக்கிறது...'

'இளவரசே! அப்படி ஏதேனும் தங்களுக்குச் சந்தேகம் இருந்தால்...' என்று சம்புவரையர் தடுமாறினார்.

'எனக்குச் சந்தேகமா? இல்லவே இல்லை. மலையமானோடு எங்கள் உறவு இரண்டு தலைமுறையாகத்தான். பழுவேட்டரை யரோடு எங்கள் உறவு ஆறு தலைமுறையாகத் தொடர்ந்து வந்திருக்கிறது. பழுவூர் அரசரே இங்கே வந்திருக்கிறார். அவர் சோழ குலத்துக்கு விரோதமாக ஏதும் செய்வார் என்று நினைக்க எனக்குப் பைத்தியம் பிடித்திருக்கிறதா?' என்று கரிகாலன் கூறிப் பைத்தியச் சிரிப்புச் சிரித்தான்.

பழுவேட்டரையர் கம்பீரமான குரலில், 'இளவரசே! சோழ குலத்துக்கு விரோதமாக நான் எதுவும் செய்ய மாட்டேன் இது சத்தியம். தர்ம

நியாயத்துக்கு விரோதமாக எதுவும் எப்பொழுதும் செய்யமாட்டேன் இது இரு மடங்கு சத்தியம்' என்றார்.

'ஆமாம், ஆமாம்! தர்ம நியாயம் என்பதாக ஒன்று இருக்கத்தான் இருக்கிறது. அதைப்பற்றித் தங்களிடம் பேசித் தெரிந்து கொள்ளத்தான் வந்தேன். வேட்டையாடும் நேரமும், கூத்துப் பார்க்கும் நேரமும் போக ஒழிந்த நேரத்தில் சற்று தர்ம நியாயத்தையும் பற்றிப் பேசலாம்! சம்புவரையரே! இந்தப் பிரம்மாண்டமான அரண்மனையில் நானும் என் சிநேகிதர்களும் தங்குவதற்கு எந்த இடத்தை ஏற்படுத்தி யிருக்கிறீர்கள்?' என்று கேட்டான் கரிகாலன்.

'ஐயா! தங்களுக்கும் பழுவூர் மன்னருக்கும் பின்கட்டில் விருந்தினர் விடுதி முழுவதையும் ஒதுக்கி விட்டிருக்கிறோம். மற்றபடி வரக்கூடிய சிற்றரசர்களை எல்லாம் என்னோடு முன் கட்டிலேயே வைத்துக் கொள்வேன்...'

'ஓகோ! இன்னும் சிற்றரசர்களும் வரப் போகிறார்களா?'

'ஆம், இளவரசே! தங்களை இங்கே சந்திப்பதற்குச் சுற்றுப் புறமுள்ள குறுநில மன்னர்கள் எல்லாரும் ஆவலாயிருக் கிறார்கள், பலரும் வருவார்கள்.'

'வரட்டும், வரட்டும்! எல்லாரும் வரட்டும்! ரொம்ப நல்லது. யோசித்து முடிவு செய்ய வேண்டியதை ஒரு வழியாக முடிவு செய்து விடலாம். மதுராந்தகனுடைய சதியாலோசனை ஒருபுறம் இருக்கட்டும். நானே உங்களுடன் சேர்ந்து ஒரு சதியாலோசனை செய்ய விரும்புகிறேன். அதற்கு இந்த மாளிகையைக் காட்டிலும் தகுந்த இடம் கிடைக்காது!' என்றான் கரிகாலன்.

பதினேழாம் அத்தியாயம்

பூங்குழலியின் ஆசை

நாகைப்பட்டினத்திலிருந்து கோடிக்கரைவரையில் சென்ற ஓடையில் பூங்குழலியின் படகு போய்க்கொண்டிருந்தது. பூங்குழலியோடு சேந்தன் அமுதனும் அப்படகில் இருந்தான். படகு கோடிக்கரையை நெருங்கிக் கொண்டிருந்தது.

ஓடைக் கரையில் தங்க நிறத் தாழம்பூக்கள் மடல் விரித்து மணத்தை அள்ளி எங்கும் வீசிக் கொண்டிருந்தன.

ஒரு தாழம்பூவின் மீது பச்சைக்கிளி பறந்து வந்து உட்கார்ந்தது. அது உட்காந்த வேகத்தில், தாழம்பூ ஊஞ்சல் ஆடுவதுபோல் ஆடியது. பச்சைக்கிளியும் அத்துடன் ஆடி விட்டுப் பிறகு அதன் தங்க நிற மடலைத் தன் பவள நிற மூக்கினால் கொத்தியது.

படகு நெருங்கியதும், பச்சைக்கிளி, 'கிக்கி, கிக்கி' என்று கத்திக் கொண்டு பறந்தோடி விட்டது.

'பிறந்தால் பச்சைக் கிளியாகப் பிறக்க வேண்டும்!' என்றாள் பூங்குழலி.

'நீ அவ்விதம் எண்ணுகிறாய்! அதற்கு எத்தனை கவலையோ, எவ்வளவு கஷ்டமோ, யார் கண்டது?' என்றான் சேந்தன் அமுதன்.

'என்ன கவலை, கஷ்டம் இருந்தாலும் இஷ்டம்போல் எல்லை யற்ற வானத்தில் பறந்து செல்ல முடிகிறதல்லவா? அதைக் காட்டிலும் இன்பம் வேறு உண்டா?' என்றாள் பூங்குழலி.

'அப்படிப் பறந்து திரியும் பச்சைக்கிளியைச் சிலர் பிடித்துக் கூண்டில் அடைத்து விடுகிறார்களே!' என்றான் சேந்தன் அமுதன்.

'ஆமாம், ஆமாம்! அரண்மனைகளில் வாழும் இராஜகுமாரிகள் பச்சைக்கிளிகளைக் கூண்டுகள் அடைத்து வைக்கிறார்கள்! குரூர ராட்சசிகள்! கிளிகளைக் கூண்டில் அடைத்துவிட்டு அவற்றுடன் கொஞ்சி விளையாடுகிறார்கள். நான் மட்டும் ஏதேனும் ஓர்

அரண்மனையில் சேடிப் பெண்ணாயிருந்தால், கூண்டில் அடைபட்ட கிளிகளுக்கு விஷம் வைத்துக் கொன்று விடுவேன். கிளிகளைப் பிடித்துக் கூண்டில் அடைக்கும் இராஜகுமாரி களுக்கும் விஷத்தைக் கொடுத்து விடுவேன்...'

'நீ இப்போது பேசுவதைக் கேட்டால், உன்னையும் குரூர ராட்சசி என்றுதான் சொல்லுவார்கள்!'

'சொன்னால் சொல்லட்டும்! நான் ராட்சசியாயிருந்தாலும் இருப்பேன்; இராஜகுமாரியாயிருக்க மாட்டேன்.'

'இராஜகுமாரிகளின்மீது உனக்கு ஏன் இத்தனை கோபம் பூங்குழலி! பார்க்கப் போனால் அவர்கள் பேரிலும் பரிதாபப்பட வேண்டிய தல்லவா? கூண்டில் அடைபட்ட பச்சைக்கிளிகளைப் போலத்தான் அவர்களும் அரண்மனைக்குள் அடைபட்டுக் காலம் கழிக்க வேண்டியிருக்கிறது. தப்பித் தவறி அவர்கள் வெளியில் புறப்பட்டால், எத்தனை கட்டுக்காவல்! எத்தனை இரகசியம்? எத்தனை ஜாக்கிரதை! உன்னைப்போல் அவர்கள் படகில் ஏறிக்கொண்டு, தன்னந் தனியாக ஓடையிலும் கடலிலும் போக முடியுமா? இஷ்டப்படி துள்ளித் திரியும் மானைப்போல் காட்டில் சுற்றி அலைய முடியுமா?'

'அவர்களை யார் அடைந்து கிடக்கச் சொல்கிறார்கள்? நான் சொல்லவில்லையே? இஷ்டமிருந்தால் அவர்களும் காட்டில் அலைந்து திரிவதுதானே?'

'இஷ்டம் மட்டும் போதாது; அவரவர்களுடைய பிறப்பு வளர்ப்பையும் பொறுத்தது. கிளியைப்போல நீயும் வானத்தில் பறக்க விரும்புகிறாய் அது முடிகிற காரியமா? கடற்கரையில் நீ பிறந்து வளர்ந்தாய். அதனால் இவ்வளவு சுயேச்சையாக இருக்க முடிகிறது. அரண்மனையில் பிறந்து வளர்ந்தவர்களால் அது முடியாது. இன்னும் ஒரு விசித்திரத்தைக் கேள். சில நாள் கூண்டில் அடைபட்டு இராஜகுமாரிகளின் கையினால் உணவு அருந்தி பழக்கப்பட்ட கிளிகள் பிறகு கூண்டைத் திறந்து விட்டாலும் ஓடிப் போகவே விரும்புவதில்லை. சிறிது தூரம் பறந்து வட்டமிட்டு விட்டு, 'கிறீச், கிறீச்' என்று கத்திக்கொண்டு கூண்டுக்குள் திரும்பி வந்து விடும். தஞ்சையிலும் பழையாறையிலும் உள்ள அரண்மனைகளில் இதை நானே நேரில் பார்த்திருக்கிறேன்...'

'அவ்விதம் கூண்டில் அடைபடுவதற்கு நான் ஒரு நாளும் சம்மதிக்க மாட்டேன். நான் கிளியாயிருந்தால் சொல்கிறேன், என்னைக் கூண்டில் அடைத்து வைத்து அமுதூட்ட வரும் இராஜகுமாரியின் கையை வெடுக்கென்று கடித்து விடுவேன்...'

'கூண்டில் அடைபட்ட கிளியாயிருக்கவும் நீ விரும்பமாட்டாய். அரண்மனையில் அடைபட்ட அரசிளங் குமரியாயிருக்கவும் நீ விரும்ப மாட்டாயல்லவா?'

'மாட்டவே மாட்டேன். அதைக் காட்டிலும் விஷந்தின்று உயிரை விட்டுவிடுவேன்!'

'அதுதான் சரி; அப்படியானால் அரண்மனையில் வாழும் இராஜ குமாரனைக் கலியாணம் செய்துகொள்ளவும் நீ ஆசைப்படக் கூடாது.'

கீழ்வானத்தில் கருமேகங்கள் திரண்டு கொண்டிருந்தன. அவ்வப்போது பளீர் பளீர் என்று மின்னல்கள் மின்னிக் கொண்டிருந்தன. இடியின் குமுறல் இலேசாகக் கேட்டுக் கொண்டிருந்தது.

சேந்தன் அமுதன் கடைசியாகச் சொன்னதைக் கேட்டதும் பூங்குழலியின் கண்களிலிருந்தும் பளீர் என்று மின்னல் கற்றைகள் புறப்பட்டன.

'நான் இராஜகுமாரனைக் கலியாணம் செய்துகொள்ள ஆசைப் படுவதாக உனக்கு யார் சொன்னது?' என்று கோபமாகக் கேட்டாள்.

'எனக்கு யாரும் சொல்லவில்லை; நானாகத்தான் சொன்னேன். உன் மனதில் அத்தகைய ஆசை இல்லாவிட்டால் நல்லதாகப் போயிற்று. நான் சொன்னதை மறந்துவிடு!' என்றான் சேந்தன் அமுதன்.

சற்று நேரம் அந்தப் படகில் மௌனம் குடி கொண்டிருந்தது. சேந்தன் அமுதன் துடுப்பினால் படகு தள்ளும் சத்தமும், வறட்டுத் தவளைகளின் குரலும், கடல் பறவைகளின் ஒலியும் கடல் அலைகளின் ஓசையும் அவ்வப்போது கீழ்த் திசைகளில் இடி முழக்கமும் கேட்டுக் கொண்டிருந்தன.

சேந்தன் அமுதன் தொண்டையைக் கனைத்துக்கொண்டு மனத்தையும் தைரியப்படுத்திக்கொண்டு 'பூங்குழலி! என் அந்தரங்கத்தை வந்தியத்தேவன் உன்னிடம் வெளியிட்டதாகக் கூறினாய் அல்லவா? அதைப்பற்றி உன் கருத்தைத் தெரிவித்தால் நல்லது. அதோ கோடிக்கரையின் கலங்கரை விளக்கம் தெரிகிறது. இனி உன்னோடு தனியாகப் பேசும் சந்தர்ப்பம் கிட்டாமல் போகலாம். நாளை நானும் புறப்பட்டுச் செல்ல வேண்டும். தஞ்சையில் என் தாயாரைத் தனியாக விட்டு வந்து வெகு நாளாகிறது!' என்றான்.

'வந்தியத்தேவன் உனக்காக ஏன் தூது செல்ல வேண்டும்? உனக்கு வாய் இல்லையா? கேட்க வேண்டியதை நேரில் கேட்டு விடேன்!' என்றாள் பூங்குழலி.

'சரி! கேட்கிறேன்; நீ என்னைக் கலியாணம் செய்துகொள்வாயா?' என்று சேந்தன் அமுதன் கேட்டான்.

'எதற்காக என்னைக் கலியாணம் செய்துகொள்ளும்படி கேட்கிறாய்?' என்றாள் பூங்குழலி.

'உன் பேரில் எனக்கு அந்தரங்கமான ஆசை இருக்கிறது; அதனாலேதான்!'

'அந்தரங்கமான ஆசையிருந்தால் கலியாணம் செய்து கொண்டுதான் தீர வேண்டுமா?'

'அப்படியொன்றும் 'தீர வேண்டும்' என்பதில்லை. உலக வழக்கம் அப்படி இருந்து வருகிறது..'

'உன்னைக் கலியாணம் செய்து கொண்டால் எனக்கு நீ என்ன தருவாய்? நான் வேண்டும் அரண்மனை வாழ்வும், ஆடை ஆபரணங்களும், யானை குதிரைகளும், பல்லக்கும் பணிப் பெண்களும் உன்னால் தர முடியுமா?'

'முடியாது; அவற்றுக்கெல்லாம் மேலான அமைதியுள்ள வாழ்க்கையைத் தருவேன். கேள், பூங்குழலி! தஞ்சை நகர்ப்புறத்திலுள்ள அழகான பூந்தோட்டத்தின் மத்தியில் என் குடிசை இருக்கிறது. அதில் என் அன்னையும் நானுந்தான் வசிக்கிறோம். நீ அங்கு வந்து விட்டாயானால், உன் வாழ்க்கையே மாறுதல் அடைந்து விடும். என் அன்னை உன்னை அன்போடு வைத்து ஆதரித்துப் பாதுகாப்பாள். பொழுது விடிந்ததும் எழுந்திருந்து, நம் வீட்டைச் சுற்றியுள்ள கொடிகளிலும், மரங்களிலும் குலுங்கும் மலர்களை இருவரும் சேர்ந்து சித்திர விசித்திரமான மாலைகளாகக் கட்டலாம். மாலைகளை நான் தஞ்சைத் தளிக்குளத்தார் ஆலயத்துக்கும், துர்க்கா பரமேசுவரியின் ஆலயத்துக்கும் கொண்டுபோய்க் கொடுத்துவிட்டு வருவேன். அதற்குள் நீ எங்கள் தோட்டத்திலுள்ள தாமரைக் குளத்தில் குளித்துவிட்டு என் அன்னைக்கு வீட்டு வேலைகளில் உதவி செய்யலாம். மாலை நேரங்களில் நாம் மூவரும் தாமரைக் குளத்தில் தண்ணீர் மொண்டு கொண்டுபோய்ப் பூச்செடிகளுக்கு ஊற்றலாம். மாலை ஆனதும் நான் உனக்கு அமுதினும் இனிய தெய்வத் தமிழ்ப் பதிகங்களைச் சொல்லிக் கொடுப்பேன். உன்னுடைய மதுரமான குரலில் அவற்றைப் பாடினால், பாடிய உன் நாவும் இனிக்கும்; கேட்கும் என் காதும் இனிக்கும். நமக்கு விருப்பம் இருந்தால் ஆலயங்களுக்குச் சென்று இறைவனைத் தரிசித்து விட்டு அத்தெய்வப் பாடல்களைப் பாடிவிட்டு வரலாம். கோயிலுக்கு வரும் பக்தர்களும் கேட்டு மகிழ்வார்கள். பூங்குழலி! இதைக் காட்டிலும் இனிய

வாழ்க்கை - மகிழ்ச்சி அளிக்கும் வாழ்க்கை உலகில் வேறு என்ன இருக்க முடியும்? யோசித்துப் பார்த்துச் சொல்லு!'

இவ்விதம் சேந்தன் அமுதன் கூறியதையெல்லாம் கேட்டு விட்டுப் பூங்குழலி கலகலவென்று சிரித்தாள்.

'அமுதா! நீ இனியதென்று கருதும் வாழ்க்கையைப்பற்றிச் சொன்னாய்! ஆனால் நான் எத்தகைய வாழ்க்கை வேண்டுமென்று ஆசைப்படுகிறேன், தெரியுமா? வானுலகத்துக்குச் சென்று தேவேந்திரனை மணந்துகொள்ள ஆசைப்படுகிறேன். தேவேந்திரனுடன் ஐராவதத்தில் ஏறி வானத்தில் மேக மண்டலங்களுக்கு மத்தியில் பிரயாணம் செய்ய விரும்புகிறேன். தேவேந்திரனுடைய கையிலிருந்த வஜ்ராயுதத்தைப் பிடுங்கி மேகக் கூட்டங்களின் மீது பிரயோகிக்க ஆசைப்படுகிறேன். வஜ்ராயுதத்தினால் தாக்கப்படும்போது அந்தக் கரிய மேகங்களிலிருந்து ஆயிரம் பதினாயிரம் மின்னல்கள் கற்றைக் கற்றையாகக் கிளம்பி வான மண்டலத்தைச் சுக்கு நூறாகப் பிளப்பதைப் பார்க்க ஆசைப்படுகிறேன். இப்போதெல்லாம் வானத்திலிருந்து இடி விழுந்தால் எங்கேயோ கடலில் அல்லது காட்டில் விழுந்து விடுகிறதல்லவா? நான் அப்படி இடிகளை வீணாக்க மாட்டேன். அரசர்களும் அரசிகளும், இராஜகுமாரர் களும் இராஜகுமாரிகளும், வாழும் அரண்மனைகளாகப் பார்த்து அவற்றின் மேல் இடிகளைப் போடுவேன், அந்த அரண்மனை கள் இடிந்து விழுந்து மண்ணோடு மண்ணாவதைப் பார்த்துக்களிப்பேன். தேவேந்திரன் ஒருவேளை மணந்துகொள்ள இஷ்டப்படாவிட்டால் வாயு தேவனிடம் செல்வேன். அவனுக்கு ஏற்கெனவே பல மனைவிகள் இருந்தாலும் பாதகம் இல்லையென்று என்னை மணந்துகொள்ளச் சொல்லுவேன். அவ்வளவுதான், பிறகு இந்த உலகத்தில் எப்போதும் புயற்காற்றும் சுழிக் காற்றும் சண்ட மாருதமும் அடித்துக் கொண்டேயிருக்கும். பெரிய பெரிய மரங்கள் பெயர்ந்து மாடமாளிகையின் மீது விழுந்து அவற்றை அழிக்கும். கடலில் போகும் மரக்கலன்கள் சண்ட மாருதத்தினால் தாக்குண்டு துகள் துகளாகச் சிதறிப் போகும். அந்தக் கப்பல்களில் பிரயாணம் செய்வோர் கொந்தளிக்கும் கடலில் விழுந்து தவிப்பார்கள். அவர்களில் இராஜகுமாரர்களும் இராஜகுமாரிகளும் இருந்தால் அவர்கள் ஆழ் கடலின் அடிவாரத்துக்குப் போகட்டும் என்று விட்டுவிட்டு, மற்றவர்களை மட்டும் போனால் போகிறதென்று தப்ப வைப்பேன். வாயுதேவனும் ஒருவேளை என்னை மணந்து கொள்ள மறுத்தால், அக்கினி தேவனிடம் செல்வேன். அப்புறம் கேட்க வேண்டுமா? இந்த உலகமே தீப்பற்றி எரிய வேண்டியதுதான்...!'

'பூங்குழலி, போதும்! நிறுத்து! ஏதோ ஒரு மனக் கசப்பினால் இவ்விதமெல்லாம் நீ பேசுகிறாய்; மனமறிந்து யோசித்துப்

பேசவில்லை. உன் மன நிலையை அறிந்துகொள்ளாமல் உன்னிடம் நான் கலியாணப் பேச்சை எடுத்ததே என் தவறுதான், அதற்காக என்னை மன்னித்துவிடு! கடவுள் தான் உன்னுடைய மனக் கசப்பைப் போக்கி அமைதி அளித்து அருள வேண்டும். அதற்காக நான் அல்லும் பகலும் பிரார்த்தனை செய்து வருவேன்!' என்றான்.

உட்கார்ந்திருந்த பூங்குழலி திடீரென்று எழுந்து நின்றாள். ஓடைக் கரையில் இருந்த ஒரு மரத்தின் பக்கமாக உற்றுப் பார்த்தாள். சேந்தன் அமுதனும் அந்தத் திசையை நோக்கினான். மரக்கிளைகளின் மத்தியில் ஒரு பெண்மணியின் முகம் தெரிந்தது. சேந்தன் அமுதன் ஒரு கணம் அங்கே நின்றவளின் முகத்தில் தன் அன்னையின் முகச் சாயலைக் கண்டு திகைத்துப் போனான்.

பின்னர், அவள் தன் அன்னை இல்லையென்பதை அறிந்து கொண்டான். பூதத் தீவில் வசிப்பதாகப் பூங்குழலி கூறிய தன் பெரியம்மாவாக இருக்க வேண்டும் என்று ஊகித்துக் கொண்டான்.

பூங்குழலி படகிலிருந்து தாவி ஓடைக் கரையில் குதித்து அந்தப் பெண்மணியை நோக்கி விரைந்து ஓடினாள்.

பதினெட்டாம் அத்தியாயம்

அம்பு பாய்ந்தது!

ஓடைக் கரையில் ஒரு மரத்தின் பின்னால் மறைந்தும் மறையாமலும் நின்ற ஊமை ராணியைப் பூங்குழலி பார்த்தாள். எதிர்பாராத சமயத்தில் எதிர்பாராத இடத்தில் அவளைக் கண்டதினால் பூங்குழலிக்குச் சிறிது திகைப்பு உண்டாயிற்று. அயல் மனிதர்களைப் பார்ப்பதில் ஊமை ராணிக்குப் பிரியம் இல்லை என்பது அவளுக்குத் தெரிந்திருந்தது. படகில் சேந்தன் அமுதன் இருக்கிறானே, அவனைக்கண்டு ஒருவேளை அத்தை ஓடிவிடுவாளோ? என்ற எண்ணம் அவள் மனத்தில் தோன்றிய அந்தக் கணமே அவளுடைய அத்தை ஓடத் தொடங்கி விட்டாள். பூங்குழலி சட்டென்று ஓடத்திலிருந்து ஓடைக் கரையில் குதித்து மேட்டில் ஏறிப் பார்த்தாள். அத்தை சற்றுத் தூரத்தில் அடர்ந்த காட்டுக்குள் மறைந்ததைக் கவனித்தாள்.

இதற்குள் சேந்தன் அமுதனும் கரையில் குதித்து மேட்டில் ஏறிப் பூங்குழலி நின்ற இடத்துக்கு வந்து சேர்ந்தான். 'பூங்குழலி! பூங்குழலி! சற்று முன் இங்கே நின்றது யார்?' என்று கேட்டான்.

'உனக்குத் தெரியவில்லையா, அமுதா?'

'நிச்சயமாகச் சொல்லத் தெரியவில்லை! ஒருவேளை...'

'ஆமாம், என் அத்தைதான்! செத்துப் போனதாக நீ நினைத்துக் கொண்டிருந்த உன் பெரியம்மாதான்!'

'ஆமாம்; அம்மாவின் ஜாடை கொஞ்சம் இருந்ததுபோல் தோன்றியது'

'வெறுமனே ஏதாவது சொல்லாதே! சின்ன அத்தைக்கும் பெரிய அத்தைக்கும் உருவ ஒற்றுமை ஒன்றுமில்லை; குணத்தில் ஒற்றுமையும் இல்லை. வீட்டில் கட்டிப் போட்டிருக்கும் பசு எங்கே? எதேச்சையாகத் திரியும் சிங்க ராணி எங்கே?'

'சரி, அப்படியே இருக்கட்டும், ஏன் உன்னைப் பார்த்ததும் சிங்க ராணி ஓடிப் போய்விட்டாள்?'

பூங்குழலி சிரித்துவிட்டு, 'உன்னைப் பார்த்து விட்டுத்தான் ஓடினாள். அயல் மனிதர்களைப் பார்ப்பதற்கு அவளுக்குப் பிரியமிருப்பதில்லை' என்றாள்.

'நான் அயல் மனிதன் அல்லவே?'

'அத்தைக்கு அது தெரியாதல்லவா? தெரிந்துகொண்டால் உன்னைப் பார்த்துவிட்டு ஓடமாட்டாள். ஆனால் தெரிந்து கொள்வதற்கு முன்னால் ரொம்பவும் தயங்குவாள்.'

'பூங்குழலி! இப்போது என்ன செய்யப் போகிறாய்?'

'அத்தையைத் தேடிப் பிடிக்கப் போகிறேன்.'

'நானும் வரட்டுமா?'

'எதற்காக?'

'பெரியம்மாவை நேரில் பார்த்துத் தெரிந்து கொள்வதற்காகத் தான்.'

'எதற்காகப் பெரியம்மாவை நீ தெரிந்துகொள்ள வேண்டும்?'

சேந்தன் அமுதன் தன் பெரியம்மாவின் பழைய வரலாற்றைச் சிறிது பூங்குழலியிடம் அறிந்து கொண்டிருந்தபடியால் அவளைப் பார்க்க ஆவலாயிருந்தான். அத்துடன் பெரியம்மா தன் கட்சியிலிருந்து பூங்குழலியின் மனத்தை மாற்றுவதற்கு உதவி செய்யக் கூடும் என்ற ஆசையும் அவனுக்கு இருந்தது.

'எத்தனையோ காரணங்கள் இருக்கின்றன; ஆனால் பெரியம்மாவைத் தெரிந்துகொள்ள விரும்புவதற்குக் காரணம் வேண்டுமா, என்ன?' என்றான்.

பூங்குழலி சற்று யோசித்துவிட்டு, 'சரி வா! போகலாம். உன்னையும் அழைத்துச் சென்றால் பெரியம்மாவைப் பிடிப்பது சற்றுப் பிரயாசையாக இருக்கும். ஆனாலும் யார் விடுகிறார்கள்? படகை இங்கேயே கட்டிப் போட்டுவிட்டுப் போகலாம்!' என்றாள்.

அவ்விதமே படகை ஒரு தாழம்பூப் புதரின் அடியில் மறைவாக விட்டுக் கட்டியும் போட்டுவிட்டு இருவரும் கோடிக்கரைக் காட்டை நோக்கிச் சென்றார்கள்.

நடந்து கொண்டே சேந்தன் அமுதன், 'பூங்குழலி! பெரியம்மா இலங்கைத் தீவிலோ பூதத் தீவிலோ இருக்கிறாள் என்று சொன்னாயல்லவா?' என்றான்.

'ஆமாம், சில சமயம் இலங்கைத் தீவிலும், சில சமயம் பூதத் தீவிலும் இருப்பாள்.'

‘இங்கே அடிக்கடி வருவதுண்டா?’

‘இல்லை; அபூர்வமாகத்தான் வருவாள். நான் வெகுநாள் அவளைப் போய்ப் பார்க்காமலிருந்தால் வருவாள்.’

‘இப்போது உன்னைப் பார்க்கத்தான் வந்திருக்கிறாளா?’

‘இந்தத் தடவை வேறு காரியமாக வந்திருக்கிறாள் என்று தோன்றுகிறது.’

‘வேறு என்ன காரியம்?’

‘அவளுடைய சுவீகாரப் புதல்வன் கடலில் முழுகிப் போய் விட்டானா, தப்பிப் பிழைத்துக் கரை சேர்ந்தானா என்று தெரிந்து கொள்வதற்கு வந்திருக்கலாம். இளவரசர் கப்பலேறிப் புறப்பட்ட பிறகு கடலில் சுழிக் காற்று அடித்தது அத்தைக்குத் தெரியும் அல்லவா?’

‘அருள்மொழிவர்மர் இவளுடைய சுவீகாரப் புதல்வரா? அப்படியானால் பெரியம்மாவின் சொந்த மகன் யார்?’

‘அதுதான் எனக்குத் தெரியவில்லை. ஒருநாள் இல்லாவிட்டால் ஒரு நாள் அந்த இரகசியத்தை நான் கண்டுபிடித்துத் தெரிந்து கொள்ளப் போகிறேன்.’

‘சொந்த மகன் உயிரோடிருக்கிறானா, அல்லது இறந்து போய் விட்டானா?’

‘ஆம், அவன் இறந்து போயிருக்கவும் கூடும், யாருக்குத் தெரியும்?’ என்று சொன்னாள் பூங்குழலி.

சற்றுப் பொறுத்து, ‘அமுதா! அத்தையைப் பார்த்தாயே! உன் அன்னையின் முக ஜாடையாயிருப்பதாகச் சொன்னாய்; வேறு யாருடைய முகமாவது ஞாபகத்துக்கு வந்ததா?’ என்று கேட்டாள்.

‘ஏதோ ஞாபகம் வருவதுபோலத் தோன்றுகிறது. தெளிவாகத் தெரிய வில்லை. மேகத்திரை போட்டு மறைத்தது போலிருக்கிறது.’

‘பழுவூர் இளையராணியை நீ அடிக்கடி பார்த்ததுண்டா?’

‘சில சமயம் பார்த்ததுண்டு. ஆமாம்! நீ சொன்ன பிறகு யாருடைய முக ஜாடை என்று தெரிகிறது. நந்தினி தேவியின் முகத் தோற்றமேதான்! ஆச்சரியமாக இருக்கிறதே! அது எப்படி ஏற்பட்டிருக்கும். பூங்குழலி! நீ எப்படி அந்த ஒற்றுமையைக் கண்டுபிடித்தாய்?’

‘அத்தையை அடிக்கடி நான் பார்த்துக்கொண்டிருக்கிறேன். பழுவூர் இளையராணியைச் சில தினங்களுக்கு முன்னாலேதான் இதே

கோடிக்கரையில் பார்த்தேன். முகத்தோற்றத்தின் ஒற்றுமை உடனே எனக்குத் தெரிந்து போய்விட்டது.

'காரணம் என்னவாயிருக்கும்?'

'அதையுந்தான் ஒருநாள் கண்டுபிடிக்கப் போகிறேன். இன்றைக்கு அத்தையைப் பார்த்ததும் அதைப்பற்றிக் கேட்கலாமென்றிருக்கிறேன்.'

'அத்தைதான் ஊமையாயிற்றே? எப்படி அவளுடன் பேசுவாய்?'

'நீ உன் தாயாரோடு பேசுவதில்லையா? அமுதா!'

'ஜாடையினால் பேசுவேன். பிறந்தது முதலாவது பழக்கம். அப்படியும் புதிய விஷயம் ஒன்றைப்பற்றிச் சொல்வதாக யிருந்தால் கஷ்டந்தான்!'

'பெரிய அத்தையும் நானும் அப்படித்தான் ஜாடையினால் பேசிக் கொள்வோம். ஜாடையினால் பேச முடியாததைச் சித்திரம் எழுதிக் காட்டிக் கொள்வோம்.

'ஒரே குடும்பத்தில் அக்கா, தங்கை இருவரும் ஊமையாகப் பிறந்தது எவ்வளவு கஷ்டமான விஷயம்? அவர்களைப் பெற்றவர்களுக்கு அதனால் எவ்வளவு துன்பமாயிருந் திருக்கும்?'

'அது மட்டுமல்ல, சிறு வயதில் அக்காவும், தங்கையும் ஓயாமல் சண்டை போட்டுக் கொள்வார்களாம். அதனால்தான் பாட்டனார் பெரிய அத்தையை மட்டும் அழைத்துக் கொண்டுபோய் பூதத்தீவில் குடியேறி வசித்து வந்தாராம். பெரிய அத்தையின் பேரில் தாத்தாவுக்கு ரொம்ப ஆசையாம். குழந்தை பிறந்தவுடன் இராணியாகும் யோகம் இருக்கிறது என்று யாரோ ஜோசியன் ஒருவன் சொன்னானாம். அதனால் குழந்தை ஊமை என்று தெரிந்ததும் அவருடைய மன வேதனை ரொம்ப அதிகமாயிருந் ததாம்...'

இப்படிப் பேசிக்கொண்டே அவர்கள் காட்டில் புகுந்தார்கள். வெகு நேரம் அலைந்தும் ஊமை ராணியைக் கண்டுபிடிக்க முடியவில்லை.

'அமுதா! நீ என்னுடனிருப்பதனால்தான் அத்தையைக் கண்டுபிடிக்க முடியவில்லை. உன்னைக் கண்டு வேண்டுமென்றே மறைந்து கொள்கிறாள்.'

'என் அதிர்ஷ்டம் அவ்வளவுதான். நான் நினைத்தது எதுவும் நடைபெறுவதில்லை. நான் போகட்டுமா?'

'எப்படிப் போவாய்? இந்தக் காட்டிலிருந்து உன்னை நான்தான் வெளியிலே கொண்டுபோய் விடவேண்டும்.'

இந்தச் சமயத்தில் ஓர் அதிசயமான குரல் ஒலி காட்டுக்குள்ளே யிருந்து வந்தது, அது மனிதக் குரலாகவும் தோன்றவில்லை; மிருகங்களின் குரலாகவும் தோன்றவில்லை. இரண்டு மூன்று தடவை அந்த ஒலி கேட்டது. ஒலி வந்த திசையை நோக்கிச் சில மான்கள் பாய்ந்து ஓடின.

பூங்குழலி சற்று நின்று யோசித்தாள்; 'அமுதா! சத்தம் செய்யாமல் என்னைத் தொடர்ந்து வா!' என்று கூறினாள்.

குரல் வந்த திக்கை நோக்கி இருவரும் மெள்ள நடந்து சென்றார்கள். சற்று நேரத்துக்கெல்லாம் அதிசயமான காட்சி ஒன்றைக் கண்டார்கள்.

ஊமை ராணி ஒரு மரத்தின் அடிப்பகுதியில் சாய்ந்து நின்று கொண்டிருந்தாள். அவளுடைய கையில் இளந்தளிர்கள் சில வைத்துக் கொண்டிருந்தாள். அவளைச் சுற்றிலும் ஏழெட்டு அழகிய மான்கள் நின்று கொண்டிருந்தன. அவள் கையிலிருந்த தளிர்களைத் தின்பதற்கு அவை போட்டியிட்டன. அவளுடைய தோளின்மீது ஒரு சிறிய மான் குட்டி உட்கார்ந்து தன் சின்னஞ்சிறிய அழகிய கண்களால் அவளுடைய முகத்தைப் பார்த்துக் கொண்டிருந்தது.

இந்த அபூர்வமான தோற்றத்தைக் கண்டு பூங்குழலியும் அமுதனும் சிறிது நேரம் அசையாமல் நின்றார்கள்.

முதலில் ஊமை ராணியின் தோள் மேலிருந்த மான் குட்டிதான் அவர்களைப் பார்த்தது. பார்த்ததும் தோள் மீதிருந்து துள்ளிக் கீழே குதித்தது.

மற்ற மான்களும் அவர்களைப் பார்த்துவிட்டன. எல்லா மான்களும் அவர்கள் நெருங்கி வந்தால் பாய்ந்து ஓடுவதற்கு ஆயத்தமாக நின்றன. பின்னர் ஊமை ராணியும் அவர்களைப் பார்த்தாள். அவள் தொண்டையிலிருந்து இன்னொரு விசித்திரமான ஒலி வந்தது.

அதைக் கேட்டதும் மான்கள் எல்லாம் துள்ளிப் பாய்ந்து ஓடிப் போய் விட்டன.

'அத்தைக்கு மனிதர்களின் பாஷை மட்டுந்தான் தெரியாது. மிருகங்களின் பாஷை நன்றாகத் தெரியும்' என்று பூங்குழலி சொல்லிக்கொண்டே ஊமை ராணியிடம் சமிக்ஞை செய்தாள்.

ஊமை ராணி இம்முறை ஓடவில்லை; பூங்குழலியைப் பார்த்துப் பதில் சமிக்ஞை செய்தாள்.

பூங்குழலி நெருங்கி வந்ததும் ஊமை ராணி அவளைக் கட்டி அணைத்துக்கொண்டு உச்சி முகந்தாள்.

சேந்தன் அமுதன் சற்றுத் தூரத்திலேயே நின்று கொண்டிருந்தான்.

அத்தையும் மருமகளும் சிறிது நேரம் மௌன பாஷையில் பேசினார்கள்.

பின்னர் பூங்குழலி அமுதனை அருகில் வரும்படி அழைத்தாள்.

ஊமை ராணி அவனை மேலும் கீழும் சில தடவை உற்றுப் பார்த்து விட்டு அவன் தலை மீது கை வைத்து ஆசி கூறும் பாவனையில் சிறிது நேரம் இருந்தாள்.

பின்னர் கையை அவன் தலையிலிருந்து எடுத்து விட்டுப் பூங்குழலியை கையைப் பிடித்து இழுத்துக்கொண்டு போனாள்.

மூன்று பேரும் ஓடைக் கரைக்கு வந்தார்கள்.

ஊமை ராணி அங்கேயே உட்கார்ந்து கொண்டு பூங்குழலிக்குப் போய் வரும்படி சமிக்ஞை காட்டினாள்.

பூங்குழலி 'வா! அமுதா! வீட்டுக்குப் போகலாம், அத்தை வரமாட்டாளாம். இங்கே சாப்பாடு கொண்டு வர வேண்டுமாம்' என்றாள். இருவரும் கலங்கரை விளக்கை நோக்கிப் போனார்கள்.

'பூங்குழலி! எனக்கு என்ன சொல்கிறாய்?' என்று அமுதன் கேட்டான்.

'உன்னோடு தஞ்சைக்கு வரலாம் என்ற எண்ணம் எனக்கு இருந்தது. அது இப்போது சாத்தியமில்லை; அத்தைக்கு அவருடைய செல்வச் சுவீகாரப்பிள்ளையைப் பார்க்க வேண்டுமாம். ஆகையால் மறுபடியும் நாகைப்பட்டினப் பிரயாணம் எனக்கு இருக்கிறது. நீயும் உடன் வந்தால் அத்தை உடனே ஓடி மறைந்தாலும் மறைந்து விடுவாள். அவளிடம் நான் தெரிந்துகொள்ள வேண்டிய விவரங்களையும் தெரிந்துகொள்ள முடியாது.'

சேந்தன் அமுதன் பெருமூச்சுவிட்டு 'நான் கொடுத்து வைத்தது அவ்வளவுதான். அப்படியானால், இப்போதே உன்னிடம் விடை பெற்றுக் கொள்கிறேன்!' என்றான்.

'இல்லை, இல்லை! வீட்டுக்கு வந்து சாப்பிட்டு விட்டு உன் மாமன் முதலியவர்களிடம் விடை பெற்றுக்கொண்டு போ! இல்லாவிட்டால் என்னிடம் எல்லாரும் சண்டைக்கு வருவார்கள்!'

வழியில் இன்னொரு இடத்தில் ஒரு புதரின் மறைவில் நின்று ஒரு பெண்ணும் ஆணும் பேசிக்கொண்டிருப்பதை அவர்கள் பார்த்தார்கள்.

'ஆகா! அண்ணி ராக்கம்மாள் போலிருக்கிறது. இன்னமும் இரகசியப் பேச்சு முடிந்தபாடாக இல்லை. இப்போது வந்திருப் பவர்கள் யார்?

அந்தப் பாண்டிய நாட்டு ஒற்றர்கள்தானா? வேறு யாராவதா?' என்று பூங்குழலி தனக்குத்தானே சொல்லிக் கொண்டாள்.

ராக்கம்மாள் புதர் மறைவிலிருந்து வெளிப்பட்டு வந்தாள். பூங்குழலியைப் பார்த்ததும் சிறிது திடுக்கிட்டாள். ஆனால் அதை உடனே மறைத்துக்கொண்டு வேகமாக அவர்களண்டை நெருங்கி வந்தாள்.

'பூங்குழலி! இத்தனை நாள் எங்கே தொலைந்து போயிருந்தாய்? உன் அப்பாவும் அண்ணனும் ரொம்பக் கவலைப்பட்டுப் போனார்களே!' என்றாள்.

'எதற்காகக் கவலைப்பட வேண்டும்? நான் வீட்டை விட்டுப் போவது இதுதான் முதலாவது தடவையா!'

'இந்தத் தடவை உன் அத்தை மகனையும் அழைத்துக் கொண்டு போய் விட்டாயல்லவா? ஒருவருக்கும் சொல்லாமல் நீங்கள் கலியாணம் செய்து கொண்டு விடுவீர்களோ என்று கவலை!'

'அண்ணி! இந்த மாதிரி அசட்டுப் பேச்செல்லாம் என்னிடம் பேச வேண்டாம் என்று எத்தனை தடவை சொல்லியிருக்கிறேன்? இன்னொரு தடவை இவ்வாறு பேசினாயோ...?'

'இல்லையடி பெண்ணே! இல்லை! நீ உன் அத்தை மகனைக் கலியாணம் செய்து கொண்டால் எனக்கு என்ன? அரச குமாரனைக் கலியாணம் செய்து கொண்டால் எனக்கென்ன? இலங்கையிலிருந்து உன் பெரிய அத்தை வந்து உன்னை தேடிக் கொண்டிருந்தாள். அவளை நீ பார்த்து விட்டாயா?' என்றாள்.

'இல்லை, இன்னும் பார்க்கவில்லை' என்று சொன்னாள் பூங்குழலி.

வீடு சேர்வதற்குள் சேந்தன் அமுதனிடம் தனியாகப் பேசும் சந்தர்ப்பம் கிடைத்தபோது, 'அமுதா! ஜாக்கிரதை! அண்ணி பாண்டிய நாட்டுச் சதிகாரர்களோடு சேர்ந்தவள். அவள் உன் வாயைப் பிடுங்கப் பார்ப்பாள். ஒன்றுக்கும் பதில் சொல்லாதே!' என்றாள்.

'இங்கே நான் இருக்கும் இன்னும் சிறிது நேரமும் ஊமையாகவே இருந்து விடுகிறேன்' என்றான் சேந்தன் அமுதன்.

அன்று பிற்பகலில் பூங்குழலி மறுபடியும் நாகைப்பட்டினத்தை நோக்கித் தன் ஓடத்தைச் செலுத்தினாள்; படகில் ஊமை ராணி வீற்றிருந்தாள்.

ஊமை ராணியின் அருகில் இருக்கும்போது பூங்குழலி எப்போதும் மன நிம்மதி அடைவது வழக்கம். ஒத்த உணர்ச்சியுள்ள அவர்களுடைய

உள்ளங்கள் ஒன்றுக்கொன்று அவ்விதம் அமைதியை அளிப்பதுண்டு. ஆனால் இம்முறை பூங்குழலியின் மனத்தில் அத்தகைய நிம்மதி ஏற்படவில்லை.

சில நாளைக்கு முன்பு அதே இடத்தில் பொன்னியின் செல்வனை உணர்வு இழந்திருந்த நிலையில் அழைத்துப் போனது அவளுக்கு அடிக்கடி நினைவு வந்தது. அந்த இராஜகுமாரனை இன்னொரு இராஜகுமாரியிடம் சேர்ப்பிப்பதற்காகவே தான் அத்தனை கஷ்டத்திற்கு உள்ளானதை எண்ணியபோது அவளுடைய இதயத்தில் 'சுருக்'கென்ற வேதனை ஏற்பட்டது.

சேந்தன் அமுதனை 'ஊருக்குப் போ' என்று பிடித்துத் தள்ளியது போல் அனுப்பிவிட்டதை எண்ணியபோது அவள் உள்ளம் இரங்கியது. இந்த எண்ணங்களைத் தவிர, அன்று அவளுடைய தந்தை தியாக விடங்கக்கரையர் செய்த எச்சரிக்கை அடிக்கடி நினைவுக்கு வந்து கொண்டிருந்தது.

'குழந்தாய்! உன்னுடைய போக்குவரத்துக்களைக் கொஞ்சம் கட்டுப்படுத்திக் கொண்டால் நன்றாயிருக்கும். யார் யாரோ புதுப் புது மனிதர்கள் இங்கே வந்து கொண்டிருக்கிறார்கள். எதற்காக வருகிறார்கள் என்று தெரியவில்லை. இராஜ்யத்தில் ஏதேதோ சதிகள் நடந்து கொண்டிருக்கின்றன. அவற்றில் நீ அகப்பட்டுக் கொள்ளாதே! நம்முடைய குடும்பம் என்றென்றைக்கும் சோழ குலத்து மன்னர் குடும்பத்துக்குக் கடமைப்பட்டது! இதை மறந்து விடாதே!' என்று அவளுடைய தந்தை கூறினார்.

தந்தையின் எச்சரிக்கையோடு அண்ணியின் இரகசிய நடவடிக் கைகளையும் சேர்த்து எண்ணியபோது பூங்குழலிக்கு என்றுமில்லாத திகில் உண்டாயிற்று. ஒருவேளை அந்தப் புது மனிதர்கள் தன்னைத் தேடிக் கொண்டுதான் வந்திருப்பார்களோ? தன்னைத் தொடர்வதின் மூலம் பொன்னியின் செல்வன் இருக்குமிடத்தைக் கண்டுபிடிக்க முயல்வார்களோ? தன் மூலமாக அது வெளிப்பட்டால் எவ்வளவு பெரிய குற்றமாக முடியும்?...

பூங்குழலியின் மனக் கலக்கத்தை அதிகமாக்கக் கூடிய விதமாக ஓடையின் கரையோரமாகக் காடுகளில் சலசலப்புச் சத்தங்கள் கேட்டுக் கொண்டிருந்தன.

அப்போது காற்றே அடிக்கவில்லை; எட்டுத் திசைகளும் சதி செய்து கொண்டு காற்றைப் பிடித்துத் தடுத்து வைத்திருப்பது போல் இருந்தது.

அப்படியிருக்கும்போது ஓடைக்கரைக் காடுகளில் சலசலப்பு ஏற்படக் காரணம் என்ன?

ஊமை ராணிக்கு இந்தத் தொந்தரவு ஒன்றுமில்லை. அவளுக்குக் காது கேட்காது ஆகையால் சலசலப்புச் சத்தமும் காதில் விழாது. அவளிடம் அதைப்பற்றி யோசனை கேட்கவும் முடியாது.

ஆனால் ஊமை ராணிக்கு அதிகமான வேறு சில சக்திகள் உண்டு. கண்ணால் பார்த்தும், காதால் கேட்டும் தெரிந்துகொள்ள முடியாத விஷயங்களை ஆறாவது புலனின் உதவியைக்கொண்டு அவள் கண்டுகொள்வாள். அவள் அறியாத அபாயம் ஒன்றும் தன்னை நெருங்க முடியாதல்லவா?...

இது என்ன? அத்தையும் கவலையோடு அடிக்கடி ஓடைக்கரையை அண்ணாந்து பார்த்துக்கொண்டு வருகிறாளே? உண்மையிலேயே அபாயம் ஏதேனும் தொடர்ந்து வருகிறதோ?...

அத்தை ஓடைக்கரையை அடிக்கடி பார்ப்பதின் காரணம் சீக்கிரம் தெளிவாகிவிட்டது. பூங்குழலியின் கவலையை அது போக்கு வதாயிருந்தது.

ஓரிடத்தில் ஐந்தாறு மான்கள் ஓடைக்கரைப் புதர்களின் இடையில் தெரிந்தும் தெரியாமலும் நின்று படகை எட்டிப் பார்த்தன! இல்லை; படகைப் பார்க்கவில்லை! ஊமை ராணியைப் பார்த்தன!

ஆகா! மான்களைப் போன்ற அழகான பிராணிகள் உலகில் வேறு எதுவும் இல்லை! மான்களைப் படைத்த கடவுள் எதற்காக மனிதர் களையும் படைத்தாரோ, தெரியவில்லை! சண்டாள மனிதர்கள்! இவ்வளவு அழகான பிராணிகளை வேட்டையாடிக் கொல்லுகிறவர் களும் இருக்கிறார்கள் அல்லவா?...

மான்களைப் பார்த்து, அவற்றின் அழகை நினைத்து, அதிசயித்த பூங்குழலியின் கரங்கள் துடுப்புப் போடுவதை நிறுத்தின; படகு நின்றது.

ஊமை ராணியின் தொண்டையிலிருந்து ஒரு விசித்திரமான ஒலி கிளம்பிற்று. அது அன்று காலையில் கேட்ட குரல்போல் இல்லை. இதில் திகிலும் எச்சரிக்கையும் கலந்திருந்தன.

அதைக் கேட்ட மான்களும் திகில் அடைந்து திரும்பி ஓடத் தொடங்கின.

அதே கணத்தில் எங்கேயோ மறைவான இடத்திலிருந்து ஓர் அம்பு விர் என்று ஒரு மானின் மீது தைத்தது.

அம்பு தைத்த மான் சோகம் நிறைந்த ஓலமிட்டது.

ஊமை ராணி படகிலிருந்து கரையில் தாவிக் குதித்துக் காயமடைந்த மானை நோக்கி ஓடினாள்.

அவள் மானின் சமீபத்தை அடைந்த அதே சமயத்தில் நாலாபுறத்துப் புதர்களிலும் சலசலப்புச் சத்தம் உண்டாயிற்று. அடுத்த வினாடிகளில் ஏழெட்டுப் பேர் வந்து அவளைச் சூழ்ந்து கொண்டார்கள். அவர்களில் பலர் கையில் வேலாயுதங்கள் இருந்தன. சற்றுத் தூரத்தில் அவர்களுக்கு வழிகாட்டி அழைத்து வந்த ராக்கம்மாளும் காணப்பட்டாள்.

ஊமை ராணி தப்பி ஓட முயன்றாள்; முடியவில்லை. தப்பி ஓடுவது இயலாத காரியம் என்று அறிந்ததும் ஊமை ராணி சும்மா நின்று விட்டாள்.

இரண்டு பேர் நெருங்கி வந்து அவளுடைய கைகளைக் கயிற்றினால் பிணித்துக் கட்டினார்கள்.

இவ்வளவும் பூங்குழலி பார்த்துக் கொண்டிருக்கும்போதே சில வினாடி நேரத்தில் நிகழ்ந்து விட்டன. ஊமை ராணியின் கரங்களைக் கயிற்றினால் கட்டுகிறார்கள் என்பதை அறிந்ததும் பூங்குழலி படகிலிருந்து பாய்ந்து கூச்சலிட்டுக்கொண்டு ஓடி வந்தாள். கையிலிருந்த துடுப்பை ஓங்கிக்கொண்டு வந்தாள்.

ஊமை ராணியைச் சுற்றி நின்றவர்களில் ஐந்தாறு பேர் பூங்குழலியை நோக்கி ஓடிவந்தார்கள். அவளைப் பிடித்து இழுத்துக் கொண்டுபோய்ப் படகில் தூக்கிப் போட்டுக் கயிற்றினால் இறுக்கிக் கட்டிவிட்டார்கள். பிறகு திரும்பிச் சென்றார்கள்; அவர்களுடன் சாவதானமாக வந்த ஊமை ராணியையும் அழைத்துக்கொண்டு சில வினாடி நேரத்தில் மறைந்து விட்டார்கள்.

பத்தொன்பதாம் அத்தியாயம்

சிரிப்பும் நெருப்பும்

பூங்குழலி தன்னைப் படகுடன் சேர்த்துக் கட்டியிருந்த கட்டுகளை அவிழ்க்க அவசர அவசரமாக முயன்றாள். அது அவ்வளவு இலகுவான காரியமாக இல்லை. சண்டாளப் பாவிகள்! கயிற்றைத் தாறுமாறாக விட்டு முடிச்சுக்கு மேல் முடிச்சாகப் போட்டிருந்தார்கள். பூங்குழலியின் சிறிய கத்தி படகின் அடியில் கிடந்தது. ஒரு கரத்துக்காவது விடுதலை கிடைத்தால் கத்தியை எடுத்துக் கட்டுக்களை அறுத்து எரியலாம். ஆனால் பாவிகள் மணிக்கட்டுகளைச் சேர்த்துத்தான் பலமாகப் பின் புறத்தில் கட்டியிருந்தார்கள். பூங்குழலி மிகவும் கஷ்டப்பட்டுக் குனிந்து பற்களினால் கத்தியின் பிடியைக் கவ்வி எடுத்துக் கொண்டாள். பற்களினால் கவ்விய வண்ணமே கத்தியைப் பிடித்துக்கொண்டு கயிற்றை ஓரிடத்தில் அறுத்தாள். கைகளின் கட்டுச் சிறிது தளர்ந்தது. ஒரு கையை மிகவும் பிரயாசையின் பேரில் கட்டிலிருந்து விடுதலை செய்து கொண்டாள். பிறகு கயிறுகளை அறுப்பது சிறிது எளிதாயிற்று.

கட்டுகளிலிருந்து முழுதும் விடுவித்துக் கொள்வதற்கு ஏறக்குறைய ஒரு நாழிகை நேரம் ஆகி விட்டது. இந்தச் சமயத்தில் ஓடைக்கரை மீது காலடிச் சத்தம் கேட்டது. பிறகு ஒரு நிழல் தெரிந்தது. தன்னைக் கட்டிப் போட்டவர்களில் ஒருவன்தான் திரும்பி வருகிறான் போலும்! அல்லது தான் கட்டுகளை அவிழ்த்துக்கொண்டு தப்பிவிடாமல் பார்த்துக் கொள்வதற்காக ஒருவனைப் பின்னால் விட்டு வைத்துச் சென்றிருக் கிறார்கள் போலும்! அவன் தன் கண் முன்னால் தெரிந்ததும் கையிலிருந்து கத்தியை அவன் மீது எறிந்து கொன்று விடுவது என்று பூங்குழலி தீர்மானித்துக்கொண்டு அதற்கு ஆயத்தமாகக் கத்தியைப் பிடித்துக் கொண்டிருந்தாள்.

ஆனால் எத்தகைய ஏமாற்றம்?

'பூங்குழலி! பூங்குழலி!' என்று சேந்தன் அமுதனுடைய குரல் கேட்டது.

அடுத்த வினாடி அமுதனுடைய பயப் பிராந்தியுற்ற முகம் ஓடைக் கரையின் மேலிருந்து எட்டிப் பார்த்தது.

பூங்குழலி கத்தியை இடுப்பில் செருகிக் கொண்டாள்.

அமுதனும் அவளைப் பார்த்துவிட்டான். 'பூங்குழலி! நீ உயிரோடு இருக்கிறாயா?' என்று சொல்லிக்கொண்டே பாய்ந்து ஓடி வந்தான்.

'நான் உயிரோடிருப்பது உனக்கு கஷ்டமாயிருக்கிறதாக்கும்! வேண்டுமானால் உன் கையாலேயே கொன்று விட்டுப் போய்விடு! ஆனால் அவ்வளவு தைரியம் உனக்கு எங்கிருந்து வரப் போகிறது?' என்றாள் பூங்குழலி.

'சிவ! சிவா! எவ்வளவு கொடூரமான வார்த்தைகளைக் கூறுகிறாய்? நான் எதற்காக உன்னைக் கொல்லப் போகிறேன்? நீதான் உன் வார்த்தைகளினால் என்னைக் கொல்லுகிறாய்!' என்றான் அமுதன்.

'பின்னே, சற்று முன்னாலேயே ஏன் வந்திருக்கக்கூடாது? கட்டுக்களை நானாக அறுத்து விடுவித்துக் கொள்ளுவதற்கு எவ்வளவு கஷ்டப் பட்டுப் போனேன், தெரியுமா?' என்று சொல்லிக்கொண்டே பூங்குழலி எழுந்து நிற்க முயன்றாள். கால்கள் கயிறுகளில் தாறுமாறாகச் சிக்கிக் கொண்டிருந்த படியால் தடுமாறி விழப் பார்த்தாள்.

அமுதன் அலறிப் புடைத்துக்கொண்டு அவளைப் பிடித்து விழாமல் தடுத்தான்.

'ஐயையோ! இப்படியா பாவிகள் உன்னைக் கட்டிப் போட்டு விட்டுப் போனார்கள்? உடம்பெல்லாம் தடித்துப் போயிருக்கிறதே!' என்றான்.

'இப்போது இவ்வளவு கரிசனப்படுகிறாயே? சற்று முன்னாலேயே வருவதற்கு என்ன?'

'மறுபடியும் அப்படியே கேட்கிறாயே? உனக்கு இப்பேர்ப்பட்ட ஆபத்து வந்திருக்கிறது என்று நான் என்ன கண்டேன்! நீ என்னைப் 'போ, போ' என்று விரட்டினாய் நான் போய்க் கொண்டிருந்தேன்...'

'பின் எதற்காகத் திரும்பி வந்தாய்? ஒருவேளை நான் செத்துப் போயிருந்தால் என் உடலைத் தகனம் செய்து விட்டுப் போகலாம் என்பதற்காகவா?'

'சிவபெருமான் தொண்டையில் விஷத்தை வைத்துக் கொண்டார். நீ நாக்கிலேயே வைத்துக் கொண்டிருக்கிறாய். உனக்கு ஏதாவது ஆபத்து நேர்ந்திருக்கலாம் என்று உன் அண்ணி சொன்னதைக் கேட்டு ஓடோடியும் வந்தேன். அதற்கு நல்ல பரிசு கிடைத்தது!'

இதற்குள் படகிலிருந்து ஓடைக்கரையில் இறங்கியிருந்தாள் பூங்குழலி.

'இந்தக் கத்தியை உன் மீது எறியலாம் என்றிருந்தேன். நீ தப்பித்தாய்; இதே கத்தியினால் என் அண்ணியை முதலில் குத்திக் கொன்று விட்டுத்தான் மறு காரியம் பார்க்கப் போகிறேன். அந்தச் சண்டாளி எங்கே இருக்கிறாள்?'

'என்னை விட்டுவிட்டு உன் அண்ணியின் பேரில் எதற்காகப் பாய்கிறாய்? அவள் பேரில் எதற்காக இத்தனைக் கோபம்? உன்னைப்பற்றி எனக்கு அவள் சொன்னது குற்றமா?...'

'அவள்தான் என் அத்தையைக் காட்டிக் கொடுத்தவள். புதர் மறைவில் அவள் யாருடனோ இரகசியமாகப் பேசிக் கொண்டிருந்ததை நீ கூடத்தான் பார்த்தாயே?' என்றாள் பூங்குழலி.

'நீ நினைப்பது தவறு! உன் அண்ணி, யாருடன் என்ன இரகசியம் பேசிக் கொண்டிருந்தாளோ, என்னமோ? உன் அத்தையை அவள் காட்டிக் கொடுக்கவில்லை என்பது நிச்சயம். உன் அத்தையைப் பலாத்காரமாகப் பிடித்துக்கொண்டு போனவர்கள் உன் அண்ணியையும் மரத்தோடு சேர்த்துக் கட்டிப் போட்டுவிட்டுப் போய் விட்டார்கள். அவளுடைய தலையில் அடித்துக் காயப்படுத்தி விட்டும் போய்விட்டார்கள்.

'இது என்ன வேடிக்கை! நம்புவதற்கு முடியவில்லையே? உன்னை அவள் ஏமாற்றி விட்டிருக்கிறாள்! நல்லது; நீ ஏன் திரும்பி வந்தாய், அண்ணியை எவ்விடத்தில் பார்த்தாய். எல்லாம் விவரமாகச் சொல்லு!' என்று பரபரப்புடன் பூங்குழலி கேட்டாள்.

சேந்தன் அமுதன் அவ்வாறே விவரமாகக் கூறினான். அவன் தஞ்சாவூர்ச் செல்லும் சாலையில் போய்க்கொண்டிருந்தான். பூங்குழலியைப் பிரிந்து போக மனமின்றித் தயக்கத்துடனேதான் போய்க் கொண்டிருந்தான். அப்போது பக்கத்துக் காட்டிலிருந்து ஏதோ கூச்சலும் அலறும் குரலும் கேட்டன. பலர் விரைந்து நடந்து வரும் சத்தமும் கேட்டது. சேந்தன் அமுதன் சாலை ஓரத்து மரம் ஒன்றின் பின்னால் மறைந்து கொண்டான். கையில் வேல் பிடித்த வீரர்கள் ஏழெட்டுப் பேர் காட்டு வழியாகத் திடுதிடுவென்று நடந்து வந்து இராஜபாட்டையில் பிரவேசித்தார்கள். அவர்களுக்கு மத்தியில் ஒரு பெண் பிள்ளை இருப்பது போலத் தோன்றியது. மனிதர்களிடையில் சற்று இடைவெளி தெரிந்தபோது மத்தியில் இருந்தவள் பூங்குழலியின் அத்தை மாதிரி தோன்றினாள். அவள் அத்தையாக இருக்க முடியாது, அது தன்னுடைய மனப் பிரமை என்று சேந்தன் அமுதன் எண்ணிக் கொண்டான்.

அந்த வீரர் கூட்டம் சென்ற பிறகும் காட்டிற்குள்ளேயிருந்து ஒரு பெண் பிள்ளையின் கூக்குரல் கேட்டுக் கொண்டிருந்தது. சேந்தன் அமுதன் முதலில் 'நமக்கு என்னத்திற்கு வம்பு? நம் வழியே நாம் போய் விடலாமா?' என்று நினைத்தான். ஆனாலும் மனது கேட்கவில்லை. யார் அலறுவது என்று பார்த்து, தன்னால் ஏதேனும் உதவி செய்யக் கூடுமானால் செய்யலாம் என்று எண்ணிக் கூக்குரல் வந்த திசையை நோக்கிப் போனான். அங்கே ராக்கம்மாள் மரத்தில் கட்டப் பட்டிருந்ததைக் கண்டான். அவள் தலையிலிருந்து இரத்தம் வழிந்து முகமெல்லாம் ஒரே கோரமாயிருந்தது. அமுதனுக்கு அருகில் நெருங்கவே பயமாயிருந்தது. மனத்தைத் திடப்படுத்திக் கொண்டுசென்று கட்டுக்களை அவிழ்த்து விட்டான்.

அவிழ்க்கும் போதே 'இந்த அக்கிரமம் யார் செய்தது? எதற்காகச் செய்தார்கள்? சற்று முன் சாலையில் வந்து ஏறின மனிதர்கள் யார்? அவர்கள் மத்தியில் ஒரு பெண் பிள்ளையும் போனது போலிருந்ததே! அவள் யார்?' என்றெல்லாம் கேட்டான்.

'ஆம், தம்பி, அவர்கள் உன் பெரியம்மாவைக் கட்டி இழுத்துக் கொண்டு போகிறார்கள். அதைத் தடுப்பதற்கு நான் முயன்றேன். அதற்காகத்தான் என்னை இப்படி அடித்துக் கட்டி விட்டுப் போனார்கள். உன் மாமன் மகளும், பெரியம்மாவும் படகிலேறிப் போய்க் கொண்டிருந்தார்கள். படகிலிருந்துதான் பெரியம்மாவைக் கட்டி இழுத்து வந்தார்கள். பூங்குழலியின் கதி என்ன ஆயிற்றோ தெரியவில்லை. ஓடிப்போய்ப் பார்!' என்றாள்.

சேந்தன் அமுதன் திடுக்கிட்டுப் பூங்குழலியைத் தேடிக் கொண்டு புறப்பட்டான். அச்சமயம் ராக்கம்மாள், 'கொஞ்சம் பொறு தம்பி! பூங்குழலியும் அந்த ஊமைப்பிசாசும் படகில் ஏறி எங்கே புறப்பட் டார்கள்? உனக்குத் தெரியுமா? உன்னை ஏன் விட்டு விட்டுப் போனார் கள்? நீ எங்கே தனியாகக் கிளம்பினாய்?' என்று கேட்டாள்.

இப்படி அவள் கேட்டது, முக்கியமாக 'ஊமைப் பிசாசு' என்று சொன்னது சேந்தன் அமுதனுக்குப் பிடிக்கவில்லை. 'எல்லாம் அப்புறம் சொல்லுகிறேன்' என்று கூறிவிட்டு, கால்வாயை நோக்கி ஓடிவந்தான். பூங்குழலியையும் அந்த மனிதர்கள் அடித்துப் போட்டிருப்பார்களோ, ஒருவேளை கொன்றே இருப்பார்களோ என்ற பதைபதைப்புடனே வந்தான். பூங்குழலி உயிரோடிருப்பதையும் இரத்தக் காயமில்லாம லிருப்பதையும் பார்த்ததும் அவனுக்கு ஆறுதல் உண்டாயிற்று...

இந்த விவரங்களைக் கூறிவிட்டு, 'பூங்குழலி! இப்போது என்ன சொல்லுகிறாய்? உன் அண்ணியின் பேரில் நீ கோபித்துக் கொண்டது தவறுதான் அல்லவா?' என்று சேந்தன் அமுதன் கேட்டான்.

'நீ சொல்லுவதைக் கேட்டால், அப்படித்தான் தோன்றுகிறது. அவளை எந்த இடத்தில் விட்டுவிட்டு வந்தாய்? அங்கே போய்ப் பார்க்கலாம், வா!' என்றாள் பூங்குழலி.

'அவள் அங்கேயே இருப்பாள் என்பது என்ன நிச்சயம்?'

'அங்கே இல்லாவிட்டால் அக்கம்பக்கத்தில் இருப்பாள். இல்லாவிடில் நம்மை தேடிக்கொண்டு வருவாள். அமுதா! நானும் என் அத்தையும் படகில் ஏறி எங்கே புறப்பட்டோம் என்று அண்ணி கேட்டாள் அல்லவா?'

'ஆம், கேட்டாள்.'

'நீ அதற்கு மறுமொழி சொல்லவில்லையே? நிச்சயந்தானே?'

'நிச்சயந்தான். 'ஊமைப் பிசாசு' என்று அவள் சொன்னதும் எனக்கு உண்டான அருவருப்பினால் மறுமொழி சொல்லாமலே வந்து விட்டேன்.'

'இனிமேல் நல்ல வார்த்தையாகக் கேட்டாலும் சொல்லாதே! நாங்கள் எங்கே புறப்பட்டோம் என்பதை அவள் ஏன் தெரிந்து கொள்ள விரும்புகிறாள்? அதற்கு ஏதோ காரணம் இருக்கவேண்டும் அல்லவா? அமுதா! அத்தையைப் பிடித்துக் கொண்டு போனவர்களுக்கும் அண்ணிக்கும் தொடர்பு இல்லை என்று நிச்சயமாகச் சொல்ல முடியாது. அண்ணியின் மூலமாக அவர்கள் உளவறிந்துகொண்டு, தங்கள் காரியம் முடிந்ததும், அவளை அடித்துக் கட்டிப் போட்டு விட்டுப் போயிருக்கலாம். அப்படியில்லா விட்டாலும், அண்ணி வேறு ஏதோ துர்நோக்கத்துடனேதான் எங்களைத் தொடர்ந்து வந்திருக்க வேண்டும். ஆகையால் அவளுடன் ஜாக்கிரதையாகவே நடந்துகொள்! முழுவதும் அவளை நம்பி மோசம் போய் விடாதே!...'

'பூங்குழலி! உன் அண்ணியின் சந்நிதானத்தில் உன் அண்ணன் ஊமையாக இருந்து விடுவான் என்று சொல்லியிருக்கிறாய் அல்லவா? அதுபோலவே நானும் இருந்து விடுகிறேன். பேச வேண்டியதை யெல்லாம் நீயே பேசிக்கொள்...'

இதைக் கேட்ட பூங்குழலி சிரித்தாள்.

‘உன் சிரிப்பு என் செவிகளுக்கு இன்னமுதாயிருக்கிறது. திருநாவுக்கரசரின் தேவாரப் பதிகத்தைப்போல் இனிக்கிறது.’ என்றான் அமுதன்.

‘ஏதோ தவறிச் சிரித்துவிட்டேன்; அதைக் கேட்டு ஏமாந்து விடாதே! என் உள்ளத்தில் அனல் பொங்குகிறது, நெஞ்சில் நெருப்புப் பற்றி எரிகிறது.’

‘நெஞ்சின் தாபத்தைத் தணிப்பதற்கு இறைவனுடைய கருணை வெள்ளத்தைக் காட்டிலும் சிறந்த உபாயம் வேறு இல்லை!’ என்றான் சேந்தன் அமுதன்.

இருபதாம் அத்தியாயம்

மீண்டும் வைத்தியர் மகன்

சிறிது நேரம் பூங்குழலியும் அவளுடைய அத்தை மகனும் காட்டு வழியில் மௌனமாக நடந்து சென்றார்கள்.

பூங்குழலி ஒரு நெடு மூச்சு விட்டு, ‘அமுதா! உனக்கும் எனக்கும் ஏதோ ஜன்மாந்தரத் தொடர்பு இருக்குமென்று தோன்றுகிறது’ என்றாள்.

‘பூர்வ ஜென்மங்களைப்பற்றி இப்போது யாருக்கு என்ன கவலை? இந்த ஜன்மத்தைப்பற்றி ஏதாவது நல்ல செய்தி இருந்தால் சொல்லு!’ என்றான் சேந்தன் அமுதன்.

‘முந்தைப் பிறவிகளின் சொந்தம் இந்தப் பிறவியிலும் தொடரும் என்று சொல்லுகிறார்கள் அல்லவா? அது உண்மையாகத்தான் இருக்க வேண்டும்; இன்று உச்சி வேளையில் உன்னைப் பிரிந்த போது இனி உன்னைப் பார்க்கப் போவதே இல்லை என்று எண்ணினேன். இரண்டு நாழிகைக்குள்ளாக உன்னை மறுபடி பார்க்கும்படி நேர்ந்தது...’

‘அதற்காக வருத்தப்பட வேண்டாம்; இந்தக் காட்டு வழியைக் கடந்து தஞ்சாவூர்ச் சாலையை அடைந்ததும் நான் என் வழியே செல்வேன், நீ உன்னிஷ்டம் போல் போகலாம்...’

‘உன்னை நான் அப்படித் தனியே விட்டுவிடப் போவதில்லை. அண்ணியைக்கண்டு பேசியபிறகு உன்னுடன் நான் தஞ்சாவூருக்கு வரப்போகிறேன். என் அத்தைக்கு நேர்ந்த துன்பத்துக்கு பரிகாரம் தேடப் போகிறேன். சோழ சக்கரவர்த்தியின் சந்நிதானத்தில் சென்று முறையிடப் போகிறேன்...’

‘பூங்குழலி சக்கரவர்த்தியின் சந்நிதானத்தை அடைவது அவ்வளவு எளிது என்று கருதுகிறாயா? நம் போன்றவர்கள் தஞ்சாவூர்க் கோட்டைக் குள்ளேயே பிரவேசிக்க முடியாதே?’

'ஏன் முடியாது? கோட்டைக் கதவு திறக்காவிட்டால் கதவை உடைத்துத் திறப்பேன்! அது முடியாவிட்டால் மதில் சுவரில் ஏறிக் குதித்துப் போவேன்...'

'அரண்மனை வாசலில் காவலிருக்கும் சேவகர்களை என்ன செய்வாய்?'

'நான் போடுகிற கூச்சலைக் கேட்டு அவர்கள் மிரண்டுபோய் என்னைச் சக்கரவர்த்தியிடம் அழைத்துப் போவார்கள்...'

'சின்னப் பழுவேட்டரையரை அப்படியெல்லாம் மிரட்டி விட முடியாது. அவருடைய அனுமதியில்லாமல் யமன்கூடச் சக்கர வர்த்தியை அணுக முடியாது என்று தஞ்சாவூர்ப் பக்கங்களில் ஜனங்கள் பேசிக்கொள்வது வழக்கம். அதனாலேதான் சக்கரவர்த்தி இன்னும் உயிரோடிருக்கிறார் என்று சிலர் சொல்லுவதையும் கேட்டிருக்கிறேன்.'

'சக்கரவர்த்தியைப் பார்க்க முடியாவிட்டால், பழுவேட்டரையர் களையே பார்த்து இந்த அக்கிரமத்துக்குப் பரிகாரம் உண்டா, இல்லையா என்று கேட்பேன்! அவர்கள் தக்க பரிகாரம் செய்யா விட்டால், முதன் மந்திரி பிரம்மராயரிடம் போவேன். அதிலும் பயனில்லாவிட்டால், பழையாறையிலுள்ள ராணிகளிடம் போய் முறையிடுவேன். என் அத்தையின் கதி என்ன ஆயிற்று என்று தெரிந்துகொள்ளும்வரையில் ஓரிடத்தில் தங்கமாட்டேன். அவளுக்கு இழைக்கப்பட்ட அநீதிக்குப் பரிகாரம் கிடைக்கும் வரையில் இரவு பகல் தூங்க மாட்டேன். அண்ணி என் அத்தையை 'ஊமைப் பிசாசு' என்று சொன்னாள் அல்லவா? நானும் ஒரு பிசாசாக மாறி நாடு நகரமெல்லாம் சுற்றி அலைவேன், 'நீதி!' நீதி' என்று அலறிக்கொண்டு அலைந்து திரிவேன்... அமுதா நீயும் என்னோடு வருவாயா...?'

'நிச்சயமாக வருவேன், பூங்குழலி! நீ விரும்பினால் வருவேன். ஆனால் ஏன் நீ உன் மனத்தை இப்படி எல்லாம் குழம்பவிடுகிறாய். எங்கெல்லாமோ வெகு தூரத்துக்குப்போய் விட்டாயே? முதலில் உன் அத்தையைக் கண்டுபிடித்துக் காப்பாற்ற வேண்டியதல்லவா முக்கியமான காரியம்? அவளைப் பிடித்துக்கொண்டு போன துஷ்டர்களிடமிருந்து அவளை விடுதலை செய்ய வேண்டாமா? உன் தந்தை, அண்ணன் முதலியவர்களிடம் சொல்ல வேண்டாமா?...'

'அமுதா! என் அத்தை தெய்வீக சக்தி உள்ளவள். அவளுக்கு யாரும் எந்தவிதமான கெடுதலும் செய்ய முடியாது. தமயந்தி வேடனை எரித்ததுபோல் கண் பார்வையினாலேயே எரித்து விடுவாள். ஆகையால் அவளைப்பற்றிக்கூட எனக்கு அவ்வளவு கவலையில்லை. ஆனால் இந்தச் சோழ சாம்ராஜ்யத்தில் பட்டப்பகலில் இவ்வளவு

பெரிய அக்கிரமம் நடக்கிறதே? பராந்தக சக்கரவர்த்தியின் காலத்திலிருந்து இந்த நாட்டில் தர்ம ராஜ்யம் நடப்பதாகச் சொல்லுகிறார்கள். மகாசிவ பக்தராகிய கண்டராதித்த மன்னர் அரசு புரிந்த நாட்டில், பசுவும் புலியும் ஒரு துறையில் தண்ணீர் குடித்தது என்று பெருமை பேசிக் கொள்கிறார்கள். சுந்தர சோழரின் அரசாட்சியின் கீழ் சோழ நாட்டில் எந்த ஒரு சிறு பெண்ணும் இரவு பகல் எந்த நேரத்திலும் பயமின்றிப் பிரயாணம் செய்யலாம் என்று பறையறைந்து கொண்டிருக்கிறார்கள். அப்படியெல்லாம் புகழ் பெற்ற இராஜ்யத்தில், ஒரு மூதாட்டியை - காது கேளாத பேசத் தெரியாத ஒரு பேதை ஸ்திரீயை, பட்டப் பகலில் துஷ்டர்கள் பிடித்துக் கொண்டு போவதென்றால், அது எப்படிப்பட்ட அக்கிரமம்? என் அத்தையைப் பற்றிக்கூட எனக்கு அவ்வளவு கவலை இல்லை. இன்றைக்கு என் அத்தைக்கு நேர்ந்தது நாளைக்கு எனக்கு நேரலாம் அல்லவா? இன்னும் இந்த நாட்டிலுள்ள கன்னிப் பெண்கள் பலருக்கும் நேரலாம் அல்லவா?'

சேந்தன் அமுதன் இப்போது குறுக்கிட்டு, 'ஆமாம்; அத்தகைய அபாயம் இந்த நாட்டில் இப்போது இருக்கத்தான் இருக்கிறது. சுந்தர சோழர் நோயாளியாகிப் படுத்ததிலிருந்து சோழ நாட்டில் தர்மம் தலைகீழாகி விட்டது. கட்டுக்காவல் அற்றுப் போய்விட்டது. கன்னிப் பெண்களுக்கு அபாயம் எங்கே என்று காத்திருக்கிறது. ஆகையால் கன்னிப் பெண்களெல்லாம் கூடிய சீக்கிரம் கலியாணம் செய்துகொண்டு விடுவதுதான் நல்லது!' என்றான்.

பூங்குழலி கலகலவென்று சிரித்தாள்.

'அமுதா! ஒரு கன்னிப் பெண் உன்னைக் கலியாணம் செய்து கொண்டால் அவளை உன்னால் காப்பாற்ற முடியுமா? உனக்கு கத்தி எடுத்துப் போர் செய்யத் தெரியுமா?' என்று கேட்டாள்.

'மலர் எடுத்து மாலை தொடுக்கவும் பதிகம் பாடிப் பரமனைத் துதிக்கவுந்தான் நான் கற்றிருக்கிறேன். கத்தி எடுத்து யுத்தம் செய்ய நான் கற்கவில்லை. அதனால் என்ன? துடுப்புப் பிடித்துப் படகு தள்ள நீ எனக்குக் கற்றுக் கொடுத்து விடவில்லையா? அதுபோல் வாள் எடுத்துப் போர் செய்யவும் கற்றுக்கொண்டு விடுகிறேன். மதுராந்தகத் தேவர் சிங்காதனம் ஏறி இராஜ்யம் ஆள ஆசைப்படும்போது, நான் கத்திச் சண்டை கற்றுக் கொள்வதுதானா முடியாத காரியம்?' என்றான் சேந்தன் அமுதன்.

இதற்குள் பூங்குழலியின் அண்ணியைக் கட்டிப் போட்டிருந்த மரத்தடிக்கு அவர்கள் வந்து சேர்ந்தார்கள். அங்கே அந்த மாதரசியைக் காணவில்லை. அவளுடைய மண்டையில் பட்ட காயத்திலிருந்து

தரையில் சிந்தியிருந்த இரத்தத் துளிகளைச் சேந்தன் அமுதன் பூங்குழலிக்குச் சுட்டிக் காட்டினான்.

'நன்றாக அடித்துவிட்டிருக்கிறார்கள்; அத்தையைப் பிடித்துக் கொண்டு போனவர்களுக்கு அண்ணி உளவு சொல்லவில்லை என்பது நிச்சயமாகிறது. ஆனால் அவள் வேறு யாருக்காக என்ன உளவு பார்த்துக் கொண்டிருந்தாள் என்பதை எப்படியாவது கண்டுபிடிக்க வேண்டும்!' என்றாள் பூங்குழலி.

'மாமன் மகளே! இதைக் கேள்! இங்கே நடந்திருப்பதெல்லாம் காரணம் தெரியாத மர்மமான காரியங்களாயிருக்கின்றன. இரகசியத்துக்குள் இரகசியமாகவும், சுழலுக்குள் சுழலாகவும் இருக்கின்றன. எல்லாம் இராஜாங்கத்தோடும் இராஜ வம்சத்தாரோடும் சம்பந்தப்பட்ட சிக்கல்களாக இருக்கின்றன. இவற்றைக் குறித்து நீயும் நானும் ஏன் கவலைப்பட வேண்டும்? நம்மை நாமே ஏன் சங்கடத்துக்கு உள்ளாக்கிக்கொள்ள வேண்டும்?'

'அமுதா! எவ்வளவு பெரிய இராஜாங்க விஷயமாயிருந்தால் என்ன? எத்தகைய மர்மமாக இருந்தால்தான் என்ன? என் அத்தை சம்பந்தப் பட்ட காரியத்தில் நான் கவலை எடுத்துப் பாடுபடாமலிருக்க முடியுமா? உன் பெரியம்மாவின் கதியைப்பற்றி நீ சிந்திக்காமலிருக்க முடியுமா?'

'என் மனத்தில் பட்டதை நான் சொல்கிறேன், பூங்குழலி! நான் பார்த்த ஏழெட்டு மனிதர்களுக்கு நடுவில் ஒரு பெண் பிள்ளையும் சென்றாள் என்று சொன்னேன் அல்லவா? அவள் என் பெரியம்மாவாக இருக்கக்கூடும் என்றும் சொன்னேன் அல்லவா? அவள் நடந்துபோன விதத்தைப் பார்த்தால், கட்டாயப்படுத்தி அவளை அழைத்துப் போனதாகத் தோன்றவில்லை. தன் இஷ்டத்துடனே யதேச்சையாகச் சென்றவள் போலவே காணப்பட்டது...'

'இருக்கலாம், அமுதா! அப்படியும் இருக்கலாம்; என் அத்தையின் இயல்பே அப்படி! எங்கேதான் அழைத்துப் போகிறார்கள் என்று தெரிந்து கொள்வதற்காகவே அவளே இஷ்டப்பட்டுப் போயிருக்கலாம். அவளுக்கு விருப்பமில்லா விட்டால், ஆயிரம் பேருக்கு நடுவிலிருந்தும் அவள் தப்பிச் சென்று விடுவாள். கோட்டை கொத்தளங்களும் பாதாளச் சிறைகளும்கூட அவளைப் பத்திரப்படுத்தி வைக்க முடியாது. ஆகையினால்தான், அத்தைக்கு நேர்ந்த ஆபத்தைப் பற்றி, நான் அவ்வளவு கவலைப்படவில்லையென்று சொன்னேன். அத்தைக்கு இழைக்கப்பட்ட அநீதிக்குப் பரிகாரம் தேடுவதே என் முக்கிய நோக்கம். அந்த அநீதி இன்றைக்கு இழைக்கப்பட்ட தன்று; இருபத்தைந்து ஆண்டுகளுக்கு முன்னால் செய்யப்பட்ட கொடும்

அநீதி! அதற்குப் பரிகாரம் கிடைக்கும் வரையில் எனக்கு நிம்மதி இல்லை!' என்றாள் பூங்குழலி.

'கடவுளே! எவ்வளவு அசாத்தியமான காரியத்தில் உன் மனத்தைப் பிரவேசிக்க விட்டிருக்கிறாய்?' என்று சேந்தன் அமுதன் கூறி ஒரு நீண்ட பெருமூச்சு விட்டான்.

சற்றுத் தூரத்தில் பேச்சுக் குரல் கேட்டது; ஒரு குரல் பெண் குரலாகத் தோன்றியது. பேசியவர்களைத் தஞ்சாவூர் இராஜபாட்டை சந்திப்பில் அமுதனும் பூங்குழலியும் கண்டார்கள்.

அண்ணி ராக்கம்மாளுடன் பேசிக் கொண்டிருந்தவன் பழையாறை வைத்தியர் மகன் என்று அறிந்ததும் பூங்குழலியின் முகத்தில் அருவருப்பின் அறிகுறி காணப்பட்டது.

ராக்கம்மாள் பூங்குழலியைப் பார்த்ததும், 'அடி பெண்ணே! பிழைத்து வந்தாயா? உன்னைக் கொன்று போட்டிருப்பார்களோ என்று பயந்து போனேன். இதோ பார்! உன் அத்தையைக் காப்பாற்ற முயன்றதில் என் மண்டையில் எவ்வளவு பெரிய காயம்? வைத்தியர் மகனிடம் காயத்துக்கு மருந்து ஏதேனும் இருக்கிறதா என்று கேட்டுக் கொண்டிருந்தேன்?' என்றாள்.

'கரையர் மகளுக்கு ஏதேனும் காயம் பட்டிருந்தாலும் மருந்து போட்டுக் குணப்படுத்துகிறேன்' என்றான் வைத்தியர் மகன்.

பூங்குழலி அவனுக்கு மறுமொழி சொல்லாமல், 'அண்ணி! அத்தையைப் பிடித்துக்கொண்டு எந்தப் பக்கம் போனார்கள், உனக்குத் தெரியுமா?' என்று கேட்டாள்.

'நான் பார்க்கவில்லை. தஞ்சாவூர்ச் சாலையோடு போனதாக இந்த வைத்தியர் மகன் சொல்லுகிறான்...'

'அண்ணி! நானும் அமுதனும் அத்தையைத் தொடர்ந்து போகிறோம். அப்பாவிடம் சொல்லிவிடு! வா, அமுதா!' என்று பூங்குழலி அங்கிருந்து உடனே போகத் தொடங்கினாள்.

அப்போது வைத்தியர் மகன், 'பூங்குழலி! சற்று நில்! உங்களால் அவர்களைத் தொடர்ந்து போக முடியாது. இங்கிருந்து சற்றுத் தூரத்தில் காத்திருந்த குதிரைகள் மீதேறி அவர்கள் போகிறார்கள். என்னிடம் குதிரை இருக்கிறது; நான் வாயு வேக மனோ வேகமாகக் குதிரையை விட்டுக் கொண்டு சென்று அவர்கள் போய்ச் சேரும் இடத்தைக் கண்டுபிடித்து உங்களுக்குச் சொல்வேன். அதற்குப் பிரதியாக நீ எனக்கு ஓர் உதவி செய்ய வேண்டும். நீயும் உன் அத்தையும் படகில்

ஏறிக்கொண்டு எங்கே போவதற்குக் கிளம்பினீர்கள்? அதை மட்டும் சொல்லி விடு!' என்றான்.

பூங்குழலி, 'அண்ணி! இவருடைய உதவி எங்களுக்கு தேவை யில்லை! நாங்கள் போகிறோம். அப்பாவிடம் மட்டும் சொல்லி விடு!' என்றாள்.

வைத்தியர் மகன் அப்போதும் விடவில்லை. 'ஆகா! கரையர் மகளின் கர்வத்தைப் பார்! என் உதவி தேவை இல்லையாம்! பெண்ணே, உனக்கு ஏன் என் பேரில் இத்தனை கோபம்? நீ அரச குமாரனைக் கலியாணம் செய்துகொள்வதை நானா குறுக்கே நின்று தடுத்தேன்? என்னை வஞ்சித்து ஏமாற்றி விட்டுப் படகில் ஏற்றிக்கொண்டு போனாயே? அந்த வாணர்குலத்து வந்தியத் தேவனல்லவா உன் ஆசைக்குகந்த இராஜகுமாரனை நடுக்கடலில் தள்ளிக் கொன்று விட்டான்! என் பேரில் கோபித்து என்ன பயன்?' என்று சொல்லிவிட்டு 'ஹா ஹா ஹா' என்று பொய்ச் சிரிப்புச் சிரித்தான்.

பூங்குழலி கண்களில் தீப்பொறி பறக்க அவனை ஒரு தடவை விழித்துப் பார்த்துவிட்டு அமுதனுடைய கையைப்பிடித்து இழுத்துக்கொண்டு சாலையோடு மேலே சென்றாள்.

கொஞ்ச தூரம் போனதும், 'அமுதா! நீ கத்தி எடுத்துப் போர் செய்யக் கற்றுக் கொண்டதும் முதலில் இந்தத் தூர்த்தனாகிய வைத்தியர் மகனின் உயிரை வாங்க வேண்டும். உன் கத்திக்கு முதலாவது பலி இவன்தான்' என்றாள்.

இரவும் பகலும் வழி நடந்து பூங்குழலியும் சேந்தன் அமுதனும் தஞ்சாவூரை நோக்கிச் சென்றார்கள். ஏழெட்டுக் குதிரை வீரர்கள் ஒரு பெண்மணியை அழைத்துச் சென்றதைக் குறித்து வழியில் விசாரித்துக் கொண்டு போனார்கள். பாதி வழி வரையில் கொஞ்சம் தகவல் கிடைத்தது, அப்புறம் ஒன்றும் கிடைக்கவில்லை. ஆயினும் தஞ்சாவூர் வரையிலும் போய்த் தேடிப் பார்த்து விடுவது என்று போனார்கள்.

சேந்தன் அமுதனுக்கு இந்தப் பிரயாணம் வெகு உற்சாகமாயிருந் தது. பூங்குழலியுடன் பேசிக்கொண்டு சென்றது உற்சாகத்துக்கு ஒரு காரணம்; கத்திப் பயிற்சி பெற்றுக்கொண்டே போனது மற்றொரு காரணம். கோடிக்கரைக்கு அருகிலேயே பூங்குழலிக்குத் தெரிந்த ஒரு கொல்லுப்பட்டறையில் அவன் ஒரு கத்தி வாங்கிக் கொண்டிருந்தான். போகும் போதெல்லாம் அதைச் சுழற்றிக்கொண்டே போனான். சில சமயம் எதிரில் பகைவன் வருவதாகவும் அவனுடன் சண்டை போடுவதாகவும் எண்ணிக்கொண்டு கத்தியைத் தாறுமாறாக வீசினான். அவ்வப்போது பூங்குழலி அவனுக்குக் கத்தியை இப்படிப் பிடித்துக் கொள்ள வேண்டும், இப்படிச் சுழற்ற வேண்டும் என்று கற்பித்துக் கொடுத்துக் கொண்டு வந்தாள்.

இதனால் இரண்டு பேருக்குமே பிரயாணம் உற்சாகமாயிருந்தது.

தஞ்சாவூர்க் கோட்டை கண்ணெதிரே தென்பட்ட போதுதான் வந்த காரியத்தை எப்படிச் சாதிப்பது என்ற கவலை பூங்குழலிக்கு ஏற்பட்டது. அவளுடைய கவலையைச் சேந்தன் அமுதனும் சேர்ந்து பகிர்ந்து கொண்டான்.

கோட்டைக்குள் பிரவேசிப்பதே பிரம்மப்பிரயத்தனமான காரியமாயிற்றே? பூங்குழலி எண்ணியுள்ள காரியங்களை எல்லாம் எப்படி நிறைவேற்றுவது?

வந்தியத்தேவனுடைய அகடவிகட சாமர்த்தியங்களெல்லாம் சேந்தன் அமுதனுக்கு நினைவு வந்தன. அவனுடைய சாமர்த்தியங்களில் பத்தில் ஒரு பங்கு தனக்கு இருக்கக்கூடாதா? அல்லது அந்த வந்தியத்தேவனே இந்தச் சமயம் இங்கே வரக்கூடாதா!...

வந்தியத்தேவனாயிருந்தால் இந்தச் சந்தர்ப்பத்தில் எப்படி நடந்து கொள்வான் என்று சேந்தன் அமுதன் சிந்திக்கத் தொடங்கினான்.

அந்தச்சமயத்தில் சாலையில் மூடுபல்லக்கு ஒன்று வந்தது. சூரியன் மேற்குத் திசையில் மறைந்து இருள் சூழ்ந்து வந்த நேரம். மூடுபல்லக்கின் மேல் திரையில் பனை மரச் சித்திரங்கள் காணப் பட்டன.

'ஆகா! பழுவூர் இளையராணியின் பல்லக்குப் போலல்லவா காண்கிறது? கோட்டைக்கு வெளியிலேயே பழுவூர் ராணியைச் சந்தித்து முத்திரை மோதிர இலச்சினையைப் பெற முடியுமானால் எவ்வளவு சௌகரியமாயிருக்கும்?' என்று அமுதன் எண்ணினான். இதைப் பூங்குழலியிடமும் வெளியிட்டான். அவளும் அது நல்ல யோசனைதான் என்று சொன்னாள்.

ஆனால் மூடுபல்லக்கின் உள்ளே இருக்கும் ராணியை எப்படிப் பார்ப்பது?

சிவிகைக்கு பின்னும் காவலர்கள் போகிறார்களே?

பல்லக்கின் அருகிலே போக முயன்றாலே அவர்கள் தடுப்பார்கள் அல்லவா?

'அமுதா! கவலைப்படாதே! தஞ்சாவூர்க் கோட்டை இன்னும் அரைக்காதம் இருக்கிறது. அதற்குள் நமக்கு ஏதேனும் சந்தர்ப்பம் கிட்டாமல் போகாது!' என்றாள் பூங்குழலி.

எதிர்பாராத விதத்தில் அச்சந்தர்ப்பம் அவர்களுக்குக் கிட்டியது.

இருபத்தொன்றாம் அத்தியாயம்

பல்லக்கு ஏறும் பாக்கியம்

அந்த ஆண்டில் வழக்கமாக மாரிக்காலம் ஆரம்பிக்க வேண்டிய காலத்தில் ஆரம்பிக்கவில்லை.

இரண்டு தடவை மழை தொடங்குவதுபோல் தொடங்கிச் சட்டென்று நின்று விட்டது.

காவேரி ஆற்றிலும் அதன் கிளை நதிகளிலும் தண்ணீர்ப் பிரவாகம் வர வரக் குறைந்து வந்தது.

புது நடவு நட்ட வயல்களுக்குத் தண்ணீர் வரத்து இல்லாமல் பயிர்கள் வாடத் தொடங்கின.

'எல்லாம் வால்நட்சத்திரத்தினால் வந்த விபத்து!' என்று மக்கள் பேசிக் கொள்ளலானார்கள்.

'நாட்டுக்கு எல்லா விதத்திலும் பீடை வரும்போலத் தோன்றுகிறது. இராஜ்ய காரியங்களில் குழப்பம்; இளவரசரைப் பற்றித் தகவல் இல்லை; அதற்கு மேல் வானமும் ஏமாற்றி விடும் போலிருக்கிறது' என்பவைபோன்ற பேச்சுக்களை வழி நெடுகிலும் சேந்தன் அமுதனும் பூங்குழலியும் கேட்டுக் கொண்டே வந்தார்கள்.

மழை பெய்யாமலிருந்தது அவர்களுடைய பிரயாணத்துக்கு என்னமோ சௌகரியமாகத்தானிருந்தது.

அன்று காலையிலிருந்தே வெய்யில் சுளீர் என்று அடித்தது. பிற்பகலில் தாங்க முடியாத புழுக்கமாயிருந்தது. இராஜ பாட்டையில் மரங்களின் குளிர்ந்த நிழலில் சென்றபோதே அவர்களுக்கு வியர்த்துக் கொட்டியது.

'இது ஐப்பசி மாதமாகவே தோன்றவில்லையே? வைகாசிக் கோடை மாதிரியல்லவா இருக்கிறது?' என்று ஒருவருக்கொரு வர் பேசிக்கொண்டு போனார்கள்.

பழுவேட்டரையரின் அரண்மனைப் பல்லக்கு அவர்களைத் தாண்டிச்சென்ற சிறிது நேரத்துக்குப் பிறகு திடீரென்று குளிர்ந்த காற்று வீசத் தொடங்கியது.

சாலை மரங்களின் இலைகள் காற்றில் அசைந்தாடிச் சலசலவென்று சத்தத்தை உண்டாக்கின.

வடகிழக்குத் திக்கில் இருண்டு வருவதுபோலத் தோன்றியது.

வானத்தின் அடி முகட்டில் இருண்ட மேகத் திரள்கள் தலை காட்டின.

சிறிது நேரத்துக்குள்ளே அந்த மேகக் கூட்டங்கள் யானை மந்தை மதம் கொண்டு ஓடி வருவதுபோல் வானத்தில் மோதி அடித்துக் கொண்டு மேலே மேலே வரலாயின.

இளங்காற்று பெருங்காற்றாக மாறியது; பெருங்காற்றில் சிறிய மழைத் துளிகள் சீறிக்கொண்டு வந்து விழுந்தன.

சிறு தூற்றல் விழத் தொடங்கிக் கால் நாழிகை நேரத்தில் 'சோ' என்ற இரைச்சலுடன் பெருமழை கொட்டலாயிற்று.

காற்றிலும் மழையிலும் சாலை ஓரத்து விருட்சங்கள் பட்ட பாட்டைச் சொல்லி முடியாது. சடசடவென்று மரக்கிளைகள் முறிந்து விழத் தொடங்கின. அப்போது அவற்றில் அடைக்கலம் புகுந்திருந்த பட்சிகள் கீச்சிட்டுக்கொண்டு நாலா திசைகளிலும் பறந்தோடின.

சாலையில் போய்க்கொண்டிருந்த ஜனங்களும் நாலாபுறமும் சிதறி ஓடினார்கள்.

காற்று மழையிலிருந்து தப்புவதற்காகச் சிலர் ஓடினார்கள். மரக்கிளைகள் தலையில் விழுந்து சாக நேரிடுமோ என்ற பயத்தினால் மற்றவர்கள் ஓடினார்கள்.

அண்ட கடாகங்கள் வெடிப்பதுபோன்ற இடி முழக்கத்தைக் கேட்டு அஞ்சி வேறு சிலர் ஓடினார்கள்.

மழை பிடித்துக்கொண்ட சிறிது நேரத்துக்கெல்லாம், பகற்பொழுது சென்று இரவு நெருங்கி வந்தது.

அன்றிரவே தஞ்சாவூர்க் கோட்டைக்குள் பிரவேசித்து விட வேண்டும் என்ற எண்ணத்தைச் சேந்தன் அமுதனும், பூங்குழலியும் கைவிட்டு விட்டார்கள்.

சேந்தன் அமுதனின் நந்தவனக் குடிலுக்கு அன்றிரவு போய்ச் சேர்ந்தால் போதும் என்று தீர்மானித்தார்கள். மழைக்கால இருட்டில் ஒருவரை யொருவர் தைரியப்படுத்திக்கொண்டு, ஜாக்கிரதையாக நடந்தார்கள்.

‘பூங்குழலி! நடுக்கடலில் எவ்வளவோ புயல்களையும் பெரு மழையையும் பார்த்தவளாயிற்றே நீ! மலை போன்ற அலைகளுக்கு மத்தியில் படகு விட்டுக்கொண்டு போகிறவள் ஆயிற்றே! இந்த மழைக்கு இவ்வளவு பயப்படுகிறாயே?’ என்றான் சேந்தன் அமுதன்.

‘நடுக்கடலில் எவ்வளவுதான் புயல் அடித்தாலும் மழை பெய்தாலும் தலையில் மரம் ஒடிந்து விழாதல்லவா? விழுந்தால் இடிதானே விழும்?’ என்றாள் பூங்குழலி.

இவ்விதம் பூங்குழலி கூறி வாய் மூடுவதற்குள் அவர்களுக்கு எதிரே சற்றுத் தூரத்தில் சடசடவென்று மரம் முறிந்து விழும் சத்தம் கேட்டது.

சேந்தன் அமுதன் பூங்குழலியின் கையைக் கெட்டியாகப் பற்றிக் கொண்டு மேலே செல்வதை நிறுத்தினான்.

‘இனி அவசரப்பட்டுக்கொண்டு போவதில் உபயோகமில்லை. சாலை ஓரத்தில் இங்கே சில மண்டபங்கள் இருக்கின்றன, அவற்றில் ஒன்றில் சிறிது நேரம் தங்கி மழையின் வேகம் குறைந்த பிறகு மேலே போகலாம்!’ என்றான் சேந்தன் அமுதன்.

‘அப்படியே செய்யலாம். ஆனால் மண்டபத்தை இந்த இருளில் எப்படிக் கண்டுபிடிப்பது?’ என்றாள் பூங்குழலி.

‘மின்னல் மின்னும்போது பார்த்தால் தெரிந்து விடும். இருபுறமும் கவனமாகப் பார்க்க வேண்டும்!’ என்றான் சேந்தன் அமுதன்.

வானத்தையும் பூமியையும் பொன்னொளி மயமாக்கிக் கண்களைக் கூசச் செய்த ஒரு மின்னல் மின்னியது.

‘அதோ ஒரு மண்டபம்!’ என்றான் சேந்தன் அமுதன்.

பூங்குழலியும் அந்த மண்டபத்தைப் பார்த்தாள். அதே மின்னல் வெளிச்சத்தில் அவர்களுக்கு முன்னால் சற்றுத் தூரத்தில் ஒரு பெரிய மரம் விழுந்து கிடப்பதையும் பார்த்தாள். விழுந்த மரத்தினடியில் சிலர் சிக்கிக்கொண்டிருப்பதுபோலத் தோன்றியது.

‘அமுதா! விழுந்து கிடந்த மரத்தைப் பார்த்தாயா? அதனடியில்...’ என்றாள்.

‘ஆமாம், பார்த்தேன், அந்தக் கதி நமக்கும் ஏற்பட்டு விடப்போகிறது. சீக்கிரம் மண்டபத்துக்குப் போய்ச் சேரலாம்!’ என்று கூறிவிட்டு அமுதன் பூங்குழலியின் கையைப்பிடித்து இழுத்துக்கொண்டு மண்டபம் இருந்த திசையைக் குறிவைத்து விரைந்து சென்றான்.

இருவரும் மண்டபத்தை அடைந்தார்கள்; சொட்ட நனைந்திருந்த துணிகளிலிருந்து தண்ணீரைப் பிழிந்தார்கள். துணியைப் பிழிந்த பிறகு பூங்குழலி தன் நீண்ட கூந்தலையும் பிழிந்தாள். பிழிந்த ஜலம் மண்டபத்தின் தரையில் விழுந்து சிறு கால்வாய்களாக ஓடியது.

'அடாடா! மண்டபத்தை ஈரமாக்கி விட்டோமே?' என்றாள் பூங்குழலி.

'மண்டபத்துக்கு அதனால் தீங்கு ஒன்றுமில்லை. ஜலதோஜம் காய்ச்சல் வந்துவிடாது! நீ இப்படிச் சொட்ட நனைந்து விட்டாயே?' என்றான் சேந்தன் அமுதன்.

'நான் கடலிலேயே பிறந்து வளர்ந்தவள். எனக்கு இன்னொரு பெயர் 'சமுத்திர குமாரி'. என்னை மழைத் தண்ணீர் ஒன்றும் செய்து விடாது' என்றாள் பூங்குழலி.

அவளுடைய உள்ளம் அப்போது தஞ்சாவூர்க் கோட்டைக்கு அருகிலிருந்த சாலை ஓர மண்டபத்திலிருந்து நாகைப்பட்டினத்து சூடாமணி விஹாரத்துக்குப் பாய்ந்து சென்றது. 'சமுத்திரகுமாரி' என்று அவளை முதன் முதலாக அழைத்தவர் அந்தச் சூடாமணி விஹாரத்தில் அல்லவா இருந்தார்?

'பூங்குழலி என்னுடைய நந்தவனமும் குடிசையும் சிறிது தூரத்திலேதான் இருக்கிறது. மழைவிட்டதும் அங்கே போய் விடலாம். என் தாயார் உன்னைச் சரியாகக் கவனித்துக் கொள்ளுவாள்!' என்று அமுதன் கூறிய வார்த்தைகள் பூங்குழலியின் காதில் அரைகுறையாக விழுந்தன.

மறுபடியும் பளிச்சென்று கண்ணைப் பறித்தது ஒரு மின்னல்.

அதன் ஒளியில் அவர்கள் முன்னம் அரைகுறையாகப் பார்த்த காட்சி நன்றாகத் தெரிந்தது. இருவரும் திடுக்கிட்டுப் போனார்கள்.

சாலையில் ஏறக்குறைய அந்த மண்டபத்துக்கு எதிரே ஒரு பெரிய ஆலமரம் வேரோடு பறிக்கப்பட்டு விழுந்து கிடந்தது. விசாலமாகப் படர்ந்திருந்த அதன் கிளைகளும் விழுதுகளும் தாறுமாறாக முறிந்தும் சிதைந்தும் கிடந்தன.

அவற்றுக்கடியில் இரண்டு குதிரைகளும் ஐந்தாறு மனிதர்களும் அகப்பட்டுக் கொண்டிருந்தார்கள். அப்படி அகப்பட்டுக் கொண் டிருந்தவர்களை விடுதலைசெய்து காப்பாற்றுவதற்காக வேறு சிலர் முயன்று கொண்டிருப்பது தெரிந்தது. அவசரம் அவசரமாக அவர்கள் முறிந்து கிடந்த கிளைகளை அப்புறப்படுத்திக் கொண்டிருந்தார்கள்.

'ஐயோ!' 'அப்பா!' 'இங்கே!' 'அங்கே' 'சீக்கிரம்!' என்பவை போன்ற குரல்கள் மழைச் சப்தத்தினிடையே மலினமாகக் கேட்டன.

இவற்றையெல்லாம் விட அதிகமாகச் சேந்தன் அமுதன் - பூங்குழலியின் கவனத்தை வேறொன்று கவர்ந்தது. விழுந்து கிடந்த மரத்துக்குச் சற்றுத் தூரத்தில் ஒரு பல்லக்கு தரையில் வைக்கப் பட்டிருந்தது. அதன் அருகில் இரண்டு ஆட்கள் மட்டும் நின்றார்கள். மற்றவர்கள் விழுந்த மரத்தினடியில் அகப்பட்டுக் கொண்டவர்களைக் காப்பாற்றுவதில் முனைந்திருந்தார்கள் போலும்.

'அமுதா! பல்லக்கைப் பார்த்தாயா?' என்று கேட்டாள் பூங்குழலி.

'பார்த்தேன், பழுவூர் இளையராணியின் பல்லக்குப் போல் இருந்தது.'

'விழுந்த மரம் அந்தப் பல்லக்கின் மேலே விழுந்திருக்கக் கூடாதா?'

'கடவுளே! ஏன் அப்படிச் சொல்கிறாய்? பழுவூர் ராணியைப் பார்த்து அவள் மூலமாக ஏதோ காரியத்தைச் சாதிக்கப் போகிறதாகச் சொன்னாயே?'

'ஆமாம், இருந்தாலும், அந்தப் பழுவூர் இளையராணியை எனக்கு அவ்வளவாகப் பிடிக்கவில்லை!'

'பிடிக்காவிட்டால், அவள் பேரில் மரம் முறிந்து விழ வேண்டுமா, என்ன?'

'சாதாரணப்பட்டவர்களின் தலையிலேதான் மரம் விழ வேண்டுமா? ராணிகளின் தலையிலே விழக் கூடாதா?... அது போனால் போகட்டும்; இப்போது நாம் பல்லக்கினருகில் சென்று பழுவூர் ராணியைப் பார்த்துப் பேசலாமா? கோட்டைக்குள் போவதற்கு அவளுடைய உதவியைக் கேட்கலாமா?'

'அழகுதான்! ராணியைப் பேட்டி காண்பதற்கு நல்ல சமயம்! நல்ல இடம்! பல்லக்கின் கிட்டப் போனால் மழைக் கால இருட்டில் திருட வருகிறோம் என்றெண்ணி நம்மை அடித்துப் போட்டாலும் போடுவார்கள்.'

'ராணியை நான் பார்த்துவிட்டால் அப்புறம் காரியம் எளிதாகி விடும்...'

'அது எப்படி?'

'என் அண்ணியின் பெயரைச் சொல்வேன். அல்லது மந்திரவாதி ரவிதாஸன் அனுப்பினான் என்பேன்.'

'நல்ல யோசனைதான்! ஆனால் ராணியின் அருகில் நெருங்க முடிந்தால் அல்லவோ?... அதோ பார், பூங்குழலி.

மீண்டும் ஒரு மின்னல் மின்னியது; அதன் வெளிச்சத்தில் இரண்டு பேர் பல்லக்கைத் தூக்குவது தெரிந்தது. ஆகா! கிளம்பி விட்டார்களா?

இல்லை, இல்லை! மண்டபத்தை நோக்கியல்லவா பல்லக்கு வருவது போலக் காண்கிறது?

ஆம், சிறிது நேரத்தில் பல்லக்கு மண்டபத்தின் முகப்புக்கு வந்து சேர்ந்தது. பல்லக்கைச் சுமந்து வந்தவர்கள் அதை இறக்கி வைத்தார்கள்.

'பழுவூர் இளையராணி நம்மைத் தேடிக்கொண்டல்லவா வருகிறாள்?' என்றாள் பூங்குழலி.

அமுதன் அவளுடைய கரத்தைப் பற்றிக்கொண்டு மண்டபத்தின் உட்புறத்தை நோக்கி நகர முயன்றான்; ஆனால் பூங்குழலி அவ்விதம் நகர மறுத்தாள்.

இதற்குள் 'யார் அங்கே?' என்று ஓர் அதட்டும் குரல் கேட்டது.

பல்லக்கைச் சுமந்து வந்தவர்களில் ஒருவனின் குரல் என்பதைத் தெரிந்து கொண்டு, 'பயப்படாதே, அண்ணே! உங்களைப் போல் நாங்களும் வழிப்போக்கர்கள்தான். மழைக்காக மண்டபத்தில் வந்து ஒதுங்கியிருக்கிறோம்!' என்று சொன்னாள் பூங்குழலி.

'சரி, சரி! பல்லக்கின் அருகில் வரவேண்டாம்' என்றது அதே குரல்.

'நாங்கள் ஏன் பல்லக்கின் அருகில் நெருங்கப் போகிறோம்? பல்லக்கில் ஏறுவதற்குப் பாக்கியம் செய்திருக்க வேண்டாமா!' என்றாள் பூங்குழலி.

சேந்தன் அமுதன், 'வள்ளுவர் பெருமாள்கூட இதைப் பற்றிச் சொல்லியிருக்கிறார். முற்பிறப்பில் செய்த வினைப் பயனைப் பற்றிக் கூறும்போது...' என்று தொடங்கினான்.

'போதும், போதும்! வாயை மூடிக்கொண்டு சும்மா இருங்கள்! நீங்கள் எத்தனை பேர்?'

'நாங்கள் இரண்டு பேர்தான். இன்னும் இரண்டு நூறு பேர் வந்தாலும் இந்த மண்டபத்தில் மழைக்கு ஒதுங்கலாம்!...' என்றான் அமுதன்.

தான் உண்மையென்று நம்பியதையே அமுதன் சொன்னான். அதே மண்டபத்தின் உட்புறத்தில் தூணின் மறைவில் மூன்றாவது மனிதன் ஒருவன் நின்றது அவனுக்குத் தெரிந்திருக்கவில்லை.

பல்லக்குச் சுமந்தவன், 'நான் அப்போதே சொன்னேன். மழை வந்ததும் மண்டபத்தில் போய் ஒதுங்கலாம் என்றேன்; கேட்கவில்லை. அதனால் இந்தச் சங்கடம் நேர்ந்தது!' என்று தன் தோழனிடம் சொன்னான்.

'இப்படி ஆகும் என்று யார் அப்பா கண்டது? மழை வலுப்பதற்குள் கோட்டைக்குள் போய்விடலாம் என்று எண்ணினோம். இந்த மட்டும் பல்லக்கின் மேல் மரம் விழாமல் போச்சே!' என்றான் அவன் தோழன்.

இச்சமயம் இன்னொரு பிரகாசமான மின்னல் மின்னியது.

சேந்தன் அமுதன் - பூங்குழலி இருவர்களுடைய கண்களும் கவனமும் பல்லக்கின் பேரிலேயே இருந்தது.

ஆகையால் அந்த மின்னல் வெளிச்சத்தில், பல்லக்கின் திரையை விலக்கிக்கொண்டு ஒரு பெண்மணி தாங்கள் நின்ற திசையை உற்று நோக்கிக் கொண்டிருந்ததை அவர்கள் பார்த்தார்கள். அப்படி நோக்கிய பெண்மணியின் முகம் அவர்களைப் பார்த்து இன்னார் என்று தெரிந்துகொண்டு புன்னகை புரிந்ததையும் கவனித்தார்கள். மறு வினாடி மண்டபத்திலும் வெளியிலும் இருள் சூழ்ந்தது.

மிக மெல்லிய குரலில் பூங்குழலி, 'அமுதா! பார்த்தாயா?' என்றாள்.

'ஆம், பார்தேன்'

'பல்லக்கில் இருந்தது யார்?'

'பழூவூர் இளையராணிதானே?'

'உனக்கு என்ன தோன்றியது?'

'பழூவூர் ராணியைப் போலத்தான் இருந்தது. ஆனால் கொஞ்சம் சந்தேகமாக இருந்தது.'

'சந்தேகமில்லை; நிச்சயந்தான்.'

'எது நிச்சயம்?'

'பழூவூர் ராணி அல்ல; பித்துப்பிடித்த என் அத்தை ராணிதான் பல்லக்கில் இருக்கிறாள்!'

'உஷ்! இரைந்து பேசாதே!'

'இரைந்து பேசாவிட்டால் காரியம் நடப்பது எப்படி?'

'என்ன காரியம்?'

'எதற்காக இத்தனை தூரம் வந்தோமோ, அந்தக் காரியந்தான். அத்தையைக் கண்டுபிடித்து விட்டோம். அவளை விடுவித்து அழைத்துப் போக வேண்டாமா?'

'இப்போது அது முடியாத காரியம், பூங்குழலி! பல்லக்கு எங்கே போய்ச் சேர்கிறது என்று பார்த்துக் கொள்வோம். பிறகு யோசித்து விடுதலை செய்வதற்கு வழி தேடலாம்.'

'தும்பை விட்டு விட்டு வாலைப் பிடிக்க வேண்டும் என்கிறாயே? அதெல்லாம் முடியாது; இப்போது அத்தையை விடுதலை செய்தாக வேண்டும். உனக்குப் பயமிருந்தால் நீ சும்மா இரு!'

'விடுதலையாவதற்கு உன் அத்தை சம்மதிக்க வேண்டாமா? பல்லக்கில் ஏறி ஜாம் ஜாம் என்று போய்க்கொண்டிருக்கிறாள். எங்கே போகிறாள்; எதற்காக, யார் அவளைப் பிடித்து வரச் செய்தது என்றெல்லாம் தெரிந்துகொள்ள வேண்டாமா?'

'பாதாளச் சிறைக்குக் கொண்டுபோகிறார்களோ, என்னமோ? அப்புறம் நம்மால் என்ன செய்ய முடியும்?'

'ஏன் முடியாது? பாதாளச் சிறையில் நானே இருந்து வெளி வந்தவன்தான். அரண்மனைகளில் எனக்கும் கொஞ்சம் செல்வாக்கு உண்டு. உன் அத்தையை எப்படியாவது நான் விடுதலை செய்கிறேன். இப்போது நீ சும்மா இரு!'

பூங்குழலியும் அச்சமயம் பொறுமையுடன் சும்மா இருக்கத்தான் வேண்டும் என்று தீர்மானித்தாள். அப்போது அவர்கள் சிறிதும் எதிர்பாராத காரியம் ஒன்று நிகழ்ந்தது.

மூடுபல்லக்கின் விலகிய திரை இன்னும் நன்றாக விலகுவது போலிருந்தது. அதன் உள்ளிருந்து ஓர் உருவம் வெளியே வந்தது. சத்தம் சிறிதுமின்றிப் பூனை நடப்பது போல் நடந்தது. அடுத்த வினாடி அவர்கள் அருகில் வந்து விட்டது.

இவ்வளவும் நல்ல இருட்டில் நடந்தபடியால், மண்டபத்தின் அடிப்படிகளில் நின்ற காவலர்கள் கண்ணில் படவில்லை.

பல்லக்கிலிருந்து வெளிவந்தவள் ஊமை ராணிதான் என்பதைப் பூங்குழலி அந்த இருளிலும் நன்றாகத் தெரிந்துகொண்டு விட்டாள்.

ஊமை ராணி அந்த இரண்டு பேரின் கைகளையும் பிடித்து இழுத்துக்கொண்டு அம்மண்டபத்தின் பின் பகுதிக்கு விரைந்து சென்றாள்.

பூங்குழலியைத் தழுவிக்கொண்டு உச்சிமுகந்து, அவளைப் பார்த்ததில் தன் மகிழ்ச்சியைத் தெரிவித்தாள்.

பின்னர், அத்தைக்கும் மருமகளுக்கும் சமிக்ஞை பாஷையில் சிறிது நேரம் சம்பாஷணை நடந்தது.

அந்தக் காரிருளில் அவர்கள் ஒருவருக்கொருவர் எப்படித்தான் பேசிக் கொண்டார்களோ? ஒருவர் கருத்தை ஒருவர் எவ்வாறு தான் தெரிந்து கொண்டார்களோ? அது நம்மால் விளங்கச் சொல்ல முடியாத காரியம்.

பூங்குழலி சேந்தன் அமுதனிடம், 'அத்தை சொல்லுவது உனக்குத் தெரிந்ததா? என்னைப் பல்லக்கில் ஏறிக்கொண்டு போகச் சொல்கிறாள். அவளை உன் வீட்டுக்கு அழைத்துப் போகச் சொல்லுகிறாள்!' என்றாள்.

'உன் சம்மதம் என்ன பூங்குழலி?' என்று அமுதன் கேட்டான்.

'அத்தை சொல்லுகிறபடி செய்யப் போகிறேன். ஆளைப் பிடித்துக்கொண்டு வரச் சொன்னவர்கள் இன்னார் என்று தெரிந்து கொள்வதற்கு சரியான உபாயம் அல்லவா?'

'யோசித்துச் சொல்லு! பூங்குழலி! உபாயம் சரிதான்! அதில் என்ன அபாயம் இருக்குமோ!'

'அமுதா! நீ கவலைப்படாதே! அத்தை சொன்னபடி செய்வதினால் எனக்கு ஓர் அபாயமும் ஏற்படாது. அப்படி ஏற்படுவதாயிருந்தால், என் இடுப்பில் இந்தக் கத்தி இருக்கவே இருக்கிறது!' என்று சொன்னாள் பூங்குழலி.

அத்தையை மறுபடி ஒரு முறை தழுவிக்கொண்டு விட்டுப் பூங்குழலி அவளைப் போலவே சத்தம் செய்யாமல் நடந்து சென்று பல்லக்கில் புகுந்து திரையையும் விட்டுக் கொண்டாள்.

இருபத்திரண்டாம் அத்தியாயம்

அநிருத்தரின் ஏமாற்றம்

முதன்மந்திரி அநிருத்தப் பிரம்மராயர் சில தினங்களாகத் தலை நகரிலேயே தங்கியிருந்தார். அவரைக் காண்பதற்கு அரசாங்க அதிகாரிகள், சிற்றரசர்கள், சேனைத் தலைவர்கள், அயல்நாட்டுத் தூதுவர்கள், வர்த்தகக் குழுக்களின் பிரதிநிதிகள், ஆலய நிர்வாகிகள், தென்மொழி வடமொழி வித்வான்கள் முதலியோர் வந்த வண்ணமிருந்தார்கள். ஆதலின் அவருடைய மாளிகையில் ஜே, ஜே என்று எப்போதும் ஜனக்கூட்டமாக இருந்தது.

அநிருத்தர் தமக்கெனத் தனியாகக் காவல் படை வைத்துக் கொள்ள வில்லை. பரிவாரங்களும் மிகக் குறைவாகவே வைத்துக் கொண் டிருந்தார். ஆகையால் பழுவேட்டரையர்களோடு அவருக்குத் தகராறு எழுவதற்குக் காரணம் எதுவும் ஏற்படாமலிருந்தது.

ஆனபோதிலும், சின்னப் பழுவேட்டரையர் முணு முணுத்துக் கொண்டிருந்தார். முதன்மந்திரி தஞ்சை நகரில் தங்க ஆரம்பித்த திலிருந்து கட்டுக்காவல் குறைந்து போயிருந்தது. முதன்மந்திரியைக் காண வேண்டுமென்ற வியாஜத்தில் கண்டவர்கள் எல்லாம் கோட்டைக்குள் நுழைந்துகொண்டே இருந்தார்கள். சக்கரவர்த்தியின் அரண்மனையை அடுத்து முதல்மந்திரியின் மாளிகை இருந்தபடியால், அரண்மனை வட்டாரத்திலும் ஜனக் கூட்டம் அதிகமாகிக் கொண்டிருந்தது. முதன்மந்திரியின் பெயரைச் சொல்லிக் கொண்டும் அவருடைய இலச்சினையைக் காட்டிக் கொண்டும் அநேகம் பேர் அங்கே வந்து அவரைப் பார்த்த வண்ணமிருந்தார்கள்.

இதையெல்லாம் ஓரளவு கட்டுப்படுத்த வேண்டும் என்று சின்னப் பழுவேட்டரையர் விரும்பினார். ஆனால் நேரில் முதன்மந்திரியிடம் போய்ச் சண்டை பிடிப்பதற்கு வேண்டிய துணிச்சல் அவருக்கு இல்லை. பெரிய பழுவேட்டரையரும் இருந்தால், இருவருமாக யோசித்து ஏதேனும் செய்யலாம். இந்தச் சமயம் பார்த்துப் பெரிய

பழுவேட்டரையரும் கடம்பூருக்குப் போய் விட்டதனால், சின்னவரான காலாந்தக கண்டருக்கு ஒரு கை ஒடிந்தது போல் இருந்தது.

கோட்டைக்குள் ஜனக் கூட்டத்தைச் சேர்த்துக் கட்டுக் காவலுக்கு ஊறு விளைவிப்பது போதாது என்று, முதன்மந்திரி அநிருத்தர் அடிக்கடி ஏதாவது சின்னப் பழுவேட்டரையரிடம் உதவி கேட்கும் பாவனையில் அவருக்குக் கட்டளை அனுப்பிக் கொண்டிருந்தார்.

சில நாளைக்கு முன்பு கோடிக்கரைக்கு அனுப்புவதற்குச் சில வீரர்கள் வேண்டும் என்று கேட்டார். காலாந்தக கண்டரும் ஆட்களைக் கொடுத்து உதவினார். பிறகு நேற்றைக்கு உயர் குலத்துப் பெண்மணி ஒருவரைத் திருவையாற்றிலிருந்து அழைத்து வரவேண்டுமென்றும், அதற்குப் பழுவூர் அரண்மனையின் மூடுபல்லக்கு ஒன்றும், சிவிகை தூக்கிகளும் வேண்டும் என்றும் சொல்லி அனுப்பினார். சின்னப் பழுவேட்டரையர் இந்த கோரிக்கையையும் நிறைவேற்றினார். ஆனால் மனத்திற்குள் 'இந்தப் பிரம்மராயன் ஏதோ சூழ்ச்சியில் ஈடுபட்டிருக்கிறான். அவ்விதம் மூடுபல்லக்கில் வைத்து வரவழைக்கக் கூடிய உயர் குடும்பத்துப் பெண்மணி யார்? எதற்காக இங்கே வருகிறாள். இதை எப்படியும் கண்டுபிடிக்க வேண்டும். இத்தகைய சந்தர்ப்பத்தில் தமையனார் இங்கே இல்லாமற் போய் விட்டாரே?' என்று அவர் மனசு சஞ்சலப்பட்டது.

முதன்மந்திரி அநிருத்தரின் மாளிகைக்கு மூடுபல்லக்கில் வந்தது யார் என்று தெரிந்துகொள்ள இன்னொரு மனிதனும் ஆவல் கொண்டிருந்தான். அவன் வேறு யாரும் இல்லை; அநிருத்த பிரம்மராயரின் அருமைச் சீடனான ஆழ்வார்க்கடியான்தான். பெருமழை பெய்த அன்றைக்கு மறுநாள் காலையில் அநிருத்த பிரம்மராயர் ஸ்நானபானம், ஜபதபம், பூஜை, புனஸ்காரம் ஆகியவற்றை முடித்துக் கொண்டு மாளிகையில் முன் முகப்புக்கு வந்து சேர்ந்தார். தம்மைக் காண்பதற்கு யாரார் வந்து காத்திருக்கிறார்கள் என்று சேவகனைப் பார்த்துக்கொண்டு வரச் செய்தார். காத்திருந்தவர்களில் ஆழ்வார்க்கடியான் ஒருவன் என்று தெரிந்ததும், அவனை உடனே கூட்டி வரும்படி ஆக்ஞாபித்தார்.

ஆழ்வார்க்கடியான் தன் குருநாதரின் முன்னால் விரைந்து வந்து பயபக்தி வினயத்துடன் நின்றான்.

'திருமலை! போன காரியம் என்ன ஆயிற்று?' என்று அநிருத்தர் கேட்டார்.

'குருவே! மன்னிக்க வேண்டும். தோல்வியடைந்து திரும்பினேன்' என்றான் ஆழ்வார்க்கடியான்.

'ஒருவாறு நான் எதிர்பார்த்ததுதான். ஆதித்த கரிகாலரைச் சந்திக்கவே முடியவில்லையா?'

'சந்தித்தேன் ஐயா! தாங்கள் சொல்லச் சொன்ன செய்திகளையும் சொன்னேன், ஒன்றும் பயனில்லை. இளவரசரைக் கடம்பூர் அரண்மனைக்குப் போகாமல் தடுக்க முடியவில்லை...'

'இளவரசர் இப்போது கடம்பூரில்தான் இருக்கிறாரா?'

'ஆம், குருவே! சம்புவரையரின் மாளிகையில் அவர் பிரவேசித்ததைப் பார்த்துவிட்டுத்தான் வந்தேன். இளவரசருக்கு சம்புவரையர் இராஜோபசார வரவேற்பு அளித்தார். சுற்றுப்புறத்து மக்கள் காட்டிய உற்சாகத்தை வர்ணிக்க முடியாது.'

'அதெல்லாம் எதிர்பார்க்கக் கூடியதுதான் கடம்பூர் மாளிகைக்கு இன்னும் யார்யார் வந்திருக்கிறார்கள்?'

'இளவரசருடன் பார்த்திபேந்திரனும் வந்தியத்தேவனும் வந்திருக்கிறார்கள். இங்கிருந்து பெரிய பழுவேட்டரையர் இளைய ராணியுடன் வந்திருக்கிறார். இன்னும் நடுநாட்டையும் திருமுனைப்பாடி நாட்டையும் சேர்ந்த பல சிற்றரசர்களையும் அழைத்திருப்பதாகக் கேள்விப்படுகிறேன்...'

'திருக்கோவலூர் மலையமான்...'

'மணிமுத்தா நதி வரையில் இளவரசருடன் வந்து திரும்பிப் போய்விட்டார்...?'

'அந்த வீரக்கிழவன் சும்மா இருக்கமாட்டான். இதற்குள் சைனியம் திரட்டத் தொடங்கியிருப்பான். தெற்கேயிருந்து கொடும்பாளூர்ப் பெரிய வேளான் பெரிய சைன்யத்துடன் வருவதாகக் கேள்விப்படு கிறேன். இந்த ராஜ்யத்துக்குக் கேடு ஒன்றும் வராமல் கடவுள்தான் காப்பாற்ற வேண்டும். திருமலை! நீ வரும் வழியில் சோழ நாட்டு மக்கள் என்ன பேசிக் கொண்டிருக்கிறார்கள் என்பது ஏதேனும் காதில் விழுந்ததா?'

'சின்ன இளவரசருக்கு நேர்ந்த கடல் விபத்தைப் பற்றியே அதிகம் பேசிக் கொண்டிருக்கிறார்கள். பழுவேட்டரையர்கள் மீது ஒரே கோபமாயிருக்கிறார்கள். சிலர் தங்களையும் சேர்த்துக் குறை கூறுகிறார்கள்...'

'ஆம், ஆம்; குறை கூறுவதற்கு அவர்களுக்கு நியாயம் இருக்கத்தான் செய்கிறது. திருமலை! சீக்கிரத்தில் இந்த முதன்மந்திரி உத்தியோகத்தை விட்டுவிட எண்ணி இருக்கிறேன்...'

‘குருவே! தாங்கள் அப்படிச் செய்தால் எனக்கும் விடுதலை கிடைக்கும். ஆழ்வார்களின் பாசுரங்களை நாடெங்கும் பாடி யாத்திரை செய்து ஆனந்தமாகக் காலம் கழிப்பேன். எப்போது உத்தியோகத்தை விட்டு விடப் போகிறீர்கள், ஐயா!’

‘இராஜ்யத்திற்கு விபத்து நேராமல் பாதுகாக்கக் கடைசியாக ஒரு முயற்சி செய்து பார்க்கப் போகிறேன்; அது முடிந்ததும் விடப் போகிறேன்..’

‘அது என்ன முயற்சி குருவே?’

‘அந்த முயற்சியில் மிக முக்கியமான முதற்படி ஏறியாகி விட்டது. திருமலை! உன்னால் வரமுடியாது என்று நீ கைவிட்டு விட்ட ஒரு காரியத்தில் நான் வெற்றி பெற்று விட்டேன்...’

‘அதில் வியப்பு ஒன்றுமில்லை, ஐயா! அது என்ன காரியமோ?’

‘ஈழத் தீவில் பித்துப்பிடித்தவள்போலத் திரிந்து கொண்டிருக்கும் ஓர் ஊமை ஸ்திரீயைத் தேடிப் பிடித்து அழைத்து வரச் சொன்னேன் அல்லவா? உன்னால் அந்தக் காரியம் முடியவில்லை என்று திரும்பி வந்து கூறினாய் அல்லவா?’ என்று அநிருத்தர் கேட்டார்.

‘ஆம், ஐயா! அந்த ஊமை ஸ்திரீ...’

‘நேற்றிரவு நம் அரண்மனைக்கு அவளைக் கொண்டுவந்தாகி விட்டது.’

‘ஆகா! அதிசயம்! அதிசயம்! இதை எப்படிச் சாதித்தீர்கள்?’

‘சின்ன இளவரசர் தப்பிப் பிழைத்தாரா இல்லையா என்று தெரிந்து கொள்ள அந்த ஊமைப் பெண் கோடிக்கரைக்கு வருவாள் என்று எதிர்பார்த்தேன். வந்தால் அவளைப் பிடித்துக் கொண்டு வரும்படி ஆட்களை அனுப்பியிருந்தேன். நல்ல வேளையாக அவள் அதிக தொந்திரவு கொடுக்காமலே வந்து விட்டாள். இந்த வேடிக்கையைக் கேள், திருமலை! திருவையாற்றிலிருந்து அவளை மூடுபல்லக்கில் வைத்து அழைத்து வரச் செய்தேன். இதற்காகப் பழுவூர் ராணியின் மூடுபல்லக்கையே வரச் செய்தேன்....’

‘ஐயா நேற்று மாலை பெரும் புயலும் மழையும் அடித்ததே!’

‘ஆம்; அதனால் வழியில் தடங்கல் ஏற்பட்டது. எனக்குக்கூடக் கவலையாகத்தானிருந்தது. நேற்று நள்ளிரவு நேரத்துக்குப் பல்லக்கு வந்த பிறகுதான் நிம்மதியாயிற்று.’

‘ஓகோ! நள்ளிரவு ஆகிவிட்டதா? தாங்களும் அத்தனை நேரமும் விழித்திருந்து வரவேற்பு அளித்தீர்களா?’

‘விழித்திருந்தேன் ஆனால் வரவேற்பதற்கு நான் போகவில்லை. வீட்டுப் பெண்களைவிட்டே வரவேற்கச் செய்தேன். வெறி பிடித்தவளாயிற்றே; என்ன தகராறு செய்கிறாளோ என்று கவலையாகத்தானிருந்தது. நல்ல வேளையாக, அப்படி ஒன்றும் நடக்கவில்லை. நன்றாகச் சாப்பிட்டு விட்டு, உடனே உறங்கி விட்டாள். திருமலை! உண்மையைச் சொல்லப் போனால், இன்னமும் அவளைப் பார்க்கும் விஷயத்தில் எனக்குக் கொஞ்சம் பயமாய்த் தானிருக்கிறது. நீ இச்சமயம் வந்தது நல்லதாகப் போயிற்று...’

‘குருவே! நானும் அந்தப் பெண்மணியைப் பார்ப்பதற்கு மிக்க ஆவலாயிருக்கிறேன்...’

‘அப்படியானால், வா! அந்தப்புரத்துக்குப் போகலாம். உன்னை ஏற்கனவே அவளுக்குத் தெரியும் அல்லவா? நீ சின்ன இளவரசருக்கு வேண்டியவன் என்பதும் தெரியும். ஆகையால் உன்னிடமும் சிறிது சுமுகமாக இருக்கக்கூடும்.’

குருவும், சீடனும் மாளிகையின் பின் கட்டுக்குச் சென்றார்கள். தாதிமார்களிடம் நேற்றிரவு வந்த பெண்மணியை அழைத்து வரும்படி அநிருத்தப்பிரம்மராயர் கட்டளை இட்டார்.

தாதிமார்கள் அந்த ஸ்திரீயை அழைத்துக் கொண்டுவந்து நிறுத்தினார்கள்.

அநிருத்தர் அவளைப் பார்த்துத் திகைத்துப்போய் நின்றார்.

ஆழ்வார்க்கடியானின் முகத்தில் புன்னகை தவழ்ந்தது.

ஊமையும் பேசுமோ?

அநிருத்தர் சற்று நேரம் பூங்குழலியை உற்றுப் பார்த்துக் கொண்டிருந்து விட்டு, அவளைக் கொண்டுவந்த தாதிமார்களை அருகில் அழைத்தார்.

அவர்களிடம் மெல்லிய குரலில் ஏதோ கேட்டார். அவர்கள் மறுமொழி சொன்ன பிறகு அந்த அறையை விட்டு அப்பால் போகச் செய்தார்.

ஆழ்வார்க்கடியானைப் பார்த்து, 'திருமலை! ஏதோ தவறு நேர்ந்திருப்பதாகத் தோன்றுகிறது!' என்றார்.

'ஆம், ஐயா! அப்படித்தான் எனக்கும் தோன்றுகிறது.'

'இவள் இளம் பெண் சுமார் இருபது பிராயந்தான் இருக்கலாம்.'

'அவ்வளவு கூட இராது.'

'நான் எதிர்பார்த்துக் கொண்டிருந்த மாதரசிக்குப் பிராயம் நாற்பது இருக்க வேண்டும்.'

'அதற்கு மேலேயும் இருக்கும்'

'ஆம், ஆம், நீ இலங்கைத் தீவில் மந்தாகினி தேவியைப் பார்த்திருக்கிறாய் அல்லவா?'

'ஆம்; ஐயா! பார்த்து, தங்கள் கட்டளைப்படி இங்கு அழைத்து வரவும் முயன்றேன், முடியவில்லை.'

'இந்தப் பெண் மந்தாகினி தேவி அல்லவே?'

'இல்லை, குருதேவரே! நிச்சயமாக அந்த அம்மையார் இல்லை!'

'அப்படியானால் இவள் யாராயிருக்கும்? எப்படி இங்கு வந்து சேர்ந்தாள்?'

'இவளையே கேட்டுவிட்டால் போகிறது!' என்றான் ஆழ்வார்க்கடியான்.

'ஊமையிடம் கேட்டு என்ன பயன்?'

'குருதேவரே! இவள் ஊமைதான் என்பது...'

'அதைத்தான் தாதிமார்களிடம் கேட்டேன். இங்கு வந்ததிலிருந்து இவள் ஒன்றும் பேசவில்லை என்றார்கள்.'

'குருதேவரே! இவளை அடையாளம் கண்டு அழைத்து வருவதற்கு யாரை அனுப்பியிருந்தீர்கள்?'

'ஆகா! அந்த மூடன் ஏதாவது தவறு செய்து விட்டானா, என்ன?'

'எந்த மூடன், குருதேவரே! தாங்கள் இத்தகைய காரியங்களுக்கு மூடனை அனுப்பி வைத்திருப்பீர்களா?'

'புத்திசாலியாகக் காணப்பட்டான்; பழையாறைக்கு நான் சென்றிருந்த அன்று, வாணர் குலத்து வல்லவரையனுடன் ஒரு வாலிபன் சண்டையிட்டான் அல்லவா?'

'ஆம்! பழையாறை வைத்தியர் மகன் பினாகபாணி.'

'அவனேதான்! உன்னையும் வல்லவரையனையும் கரிகாலரைச் சந்திக்க அனுப்பியபிறகு அந்த வைத்தியர் மகனைச் சிறையிலிருந்து விடுதலை செய்து அழைத்து வரப் பண்ணினேன். நம் ஒற்றர் படைக்குத் தகுந்தவன் என்று கண்டு, அவனைக் கோடிக்கரைக்கு அனுப்பினேன். முன்னம் அவன் கோடிக்கரைக்குப் போய்ப் பழக்கப்பட்டவனாம்..'

'அவன்தான் இந்தப் பெண்ணை இங்கு அழைத்து வந்தானா?'

'அடையாளம் எல்லாம் சரியாகச் சொல்லி அனுப்பினேன். அவனும் திருவையாற்றில் கொண்டு வந்து சேர்த்துவிட்டுக் காரியம் வெற்றி என்று செய்தி அனுப்பியிருந்தான்...'

'ஐயா! நான் தோற்றுப்போன காரியத்தில் வெற்றி அடைந்த அந்தப் புத்திசாலி ஒற்றன் இப்போது எங்கே? இந்தப் பெண்ணைக் குறித்து அவனையே கேட்டுவிடுவது நல்லதல்லவா?'

'நல்லதுதான்! ஆனால் நேற்றிரவு அவனுக்கு எதிர்பாராமல் ஒரு விபத்து நேர்ந்துவிட்டது...!'

'அடாடா! அவனுக்கு என்ன விபத்து, எப்படி நேர்ந்தது?'

'சிவிகையின் பின்னால் அவனும் வந்து கொண்டிருந்தான். இருட்டிய பிறகு கோட்டைக்கு வரவேண்டும் என்று நான் கட்டளையிட்டிருந்த படியால் அந்தப்படியே அந்திமாலை நேரத்தில்

திருவையாற்றிலிருந்து புறப்பட்டு, முன்னிரவு வேளையில் கோட்டையை நெருங்கிக் கொண்டிருந்தார்கள். திடீரென்று புயல் அடித்த செய்திதான் உனக்குத் தெரிந்திருக்குமே...'

'ஆம், ஐயா! நான்கூடப் புயலுக்குப் பயந்து சாலை ஓரத்து யாத்திரை மண்டபம் ஒன்றில் சிறிது நேரம் தங்கியிருக்கும்படி நேர்ந்தது.'

'கோட்டைக்குச் சற்றுத் தூரத்தில் சிவிகை வந்தபோது சாலையில் பெரிய மரம் ஒன்று வேரோடு பெயர்ந்து விழுந்து விட்டது. அதிர்ஷ்டவசமாகப் பல்லக்கின்மீது விழாமல் பின்னால் வந்தவர்கள்மீது விழுந்தது. வைத்தியர் மகன் பினாகபாணி விழுந்த மரத்தடியில் அகப்பட்டுக் கொண்டான்..'

இவ்வாறு முதன்மந்திரி கூறியபோது, ஒரு பெண் குரல் 'அந்தச் சண்டாளன் தலையில் மரம் மட்டுந்தானா விழுந்தது? இடி விழவில்லையா?' என்று ஆத்திரத்துடன் கூறியது கேட்டது.

முதன்மந்திரி அநிருத்தர் அளவிலாத வியப்புடன் பூங்குழலியை நோக்கினார். அவளைப் பார்த்துக்கொண்டே, 'திருமலை! இப்போது பேசியவள் இந்தப் பெண்தானா?' என்றார்.

'ஆம், ஐயா! அப்படித்தான் தோன்றியது.'

'இது என்ன விந்தை? செவிடுக்குக் காது கேட்குமா? ஊமையும் பேசுமா?' என்றார் அநிருத்தர்.

'செவிட்டுக்குக் காது கேட்பதும், ஊமை பேசுவதும் மிகவும் விந்தையான காரியந்தான். ஆனால் சர்வசக்தி வாய்ந்த விஷ்ணு மூர்த்தியின் பக்தராகிய தாங்கள் மனது வைத்தால் எந்த அற்புதந்தான் நடவாது? ஆழ்வார் திருவாய் மலர்ந்தருளியிருப்பது என்னவென்றால்..'

'போதும்! ஆழ்வார்களை இப்போது இங்கே இழுத்துத் தொந்தரவு செய்யாதே! இது விஷ்ணு பகவானின் கருணையினால் நடந்தது அல்ல; ஏதோ தவறு நடந்திருக்கிறது. இந்தப் பெண் நம்மை ஏமாற்றி யிருக்கிறாள். இவள் யார்? இவளுடைய நோக்கம் என்ன? எதற்காக இவள் இத்தனை நேரமும் செவிட்டு ஊமை போல நடித்தாள்?'

'குருதேவரே! இந்தப் பெண்ணையே கேட்டு விடலாமே?'

'அப்பனே! உன் முகத்தில் தவழும் புன்னகையைப் பார்த்தால், உனக்கு ஒருவேளை தெரிந்திருக்கக்கூடுமோ என்று தோன்றுகிறது. சரி! இவளையே கேட்டு விடுகிறேன்; பெண்ணே! நீ செவிடு இல்லையா? நான் பேசுவது உனக்குக் காது கேட்கிறதா...?'

'ஐயா! நான் செவிடாயிருக்கக் கூடாதா என்று சில சமயம் விரும்பியதுண்டு. ஆனால் எனக்குக் காது கேட்பதுபற்றி இப்போது சந்தோஷப்படுகிறேன். அந்தச் சண்டாளன் வைத்தியர் மகன் தலையில் மரம் ஒடிந்து விழுந்த செய்தியைக் கேட்டேன் அல்லவா? சுவாமி! அவன் செத்து ஒழிந்தானா?' என்றாள் பூங்குழலி.

'ஆகா! உனக்குக் காது கேட்கிறது; பேசவும் பேசுகிறாய்; நீ ஊமை அல்ல!' என்றார் அநிருத்தர்.

'நிச்சயமாக இந்தப் பெண் ஊமை இல்லை!' என்றான் சீடன்.

'ஆகா! நான் ஊமையில்லை என்பதைக் கண்டுபிடித்து விட்டீர்களே! சோழ சாம்ராஜ்யத்திலேயே மிக்க அறிவாளி முதன்மந்திரி அநிருத்தப் பிரம்மராயர் என்று நான் கேள்விப்பட்டது சரிதான்!' என்றாள் பூங்குழலி.

'பெண்ணே! என்னைப் பரிகாசமா செய்கிறாய்! ஜாக்கிரதை! நீ ஊமையில்லாவிட்டால் நேற்று இரவு இங்கு வந்ததிலிருந்து பேசாமலிருந்தது ஏன்? ஊமைபோல் நடித்தது ஏன்? உண்மையைச் சொல்லு!' என்று கேட்டார் முதன்மந்திரி அநிருத்தப் பிரம்மாதிராயர்.

'ஐயா! நேற்றிரவு இங்கு நான் வந்து சேரும் வரையில் பேசத் தெரிந்தவளாக இருந்தேன். என்னை 'வாயாடி' என்று கூடச் சொல்வதுண்டு. முதன்மந்திரியின் அரண்மனையைப் பார்த்து இங்கு எனக்கு நடந்த இராஜோபசாரங்களைப் பார்த்ததும் பிரமித்து ஊமையாய்ப் போனேன். உங்கள் அரண்மனைப் பெண்மணிகள் என்னுடன் சமிக்ஞை மூலமாகப் பேசினார்கள். அவர்கள் எல்லாரும் ஊமை என்று எண்ணி நானும் சமிக்ஞையாக மறுமொழி சொன்னேன். தங்களுடைய பேச்சைக் கேட்ட பிறகு, எனக்கும் பேச்சு நினைவு வந்தது...'

'நீ பெரிய வாயாடி என்பதில் சந்தேகமில்லை; உன்னை எப்படித்தான் வைத்தியர் மகன் பிடித்துக்கொண்டு வந்தான் என்பதை நினைத்தால் ஆச்சரியமாயிருக்கிறது. அவன் முட்டாளாயிருந்தாலும் சாமர்த்தியசாலி தான்.'

'சுவாமி! அந்தப் பாவி மகன் என்னைப் பிடித்துக்கொண்டு வரவில்லை. அதற்குப் பிரயத்தனப்பட்டிருந்தால், இத்தனை நேரம் அவன் யமலோகத்துக்கு நிச்சயமாக யாத்திரை செய்து கொண்டிருப்பான்!' என்று கூறிப் பூங்குழலி தன் இடுப்பில் செருகியிருந்த கத்தியை எடுத்துக் காட்டினாள்.

'பெண்ணே! உனக்குப் புண்ணியமாகப் போகட்டும். கத்தியை இடுப்பிலே செருகிக்கொள். அவன் பேரில் உனக்கு ஏன் இத்தனை கோபம்? அவன்தான் உன்னைப் பிடித்து வரவில்லை என்கிறாயே?'

'என்னை அவன் பிடித்துக்கொண்டு வரவில்லை; ஆனால் என்னை அவன் ஆட்கள் படகிலே சேர்த்துக் கட்டிப் போட்டு விட்டு வந்தார்கள். என் அண்ணியை மரத்திலே சேர்த்துக் கட்டி விட்டார்கள். இத்தனைக்கும் அந்தச் சண்டாள வைத்தியர் மகன் தனக்கு இதில் ஒரு சம்பந்தமும் இல்லையென்று என்னிடம் சொன்னான்...'

'அந்த வரையில் அவன் புத்திசாலிதான். நான் சொன்னபடியே அவன் நடந்து கொண்டிருக்கிறான்...'

'ஐயா! முதன்மந்திரியே! அந்த தூர்த்தனை அனுப்பியது தாங்கள்தானா? வாயில்லாப் பேதையாகிய என் அத்தையைப் பிடித்துக்கொண்டு வரக்கட்டளையிட்டதும் தாங்கள்தானா?'

'உன் அத்தையா? கரையர் மகள் மந்தாகினி உன் அத்தையா? அப்படியானால், நீ...கலங்கரை விளக்கத்துக் காவலர் தியாக விடங்கருக்கு நீ என்ன வேணும்?' என்று அநிருத்தர் கேட்டார்.

'ஐயா! அவருடைய அருமைப் புதல்விதான் நான்!'

'ஆகா! தியாகவிடங்கருக்கு இவ்வளவு வாயாடியான ஒரு மகள் இருக்கிறாள் என்பது எனக்கு இதுவரை தெரியாமற் போயிற்று!'

'இதை வெளியில் சொல்ல வேண்டாம், ஐயா!'

'ஏன், பெண்ணே?'

'சோழ சாம்ராஜ்யத்தின் முதன்மந்திரி பிரம்மராயருக்குத் தெரியாத விஷயம் எதுவுமே இல்லை என்று நாடெல்லாம் பிரசித்தமா யிருக்கிறது. தங்களுக்கு ஒன்று தெரியாது என்று ஏற்பட்டால், தங்களிடம் மக்களுக்குள்ள மதிப்புக்குப் பங்கம் வந்துவிடாதா?'

'பெண்ணே! என் மதிப்பைப்பற்றி எனக்குக் கவலை இல்லை. எனக்குத் தெரியாத இன்னொரு செய்தியை மட்டும் சொல்லிவிடு. உன் அத்தையைப் பிடித்துக்கொண்டு வந்தார்கள் என்றாயே, அவள் இப்போது எங்கே? நான் அனுப்பிய பல்லக்கில், நீ எப்படி ஏறிக்கொண்டாய்? எவ்விடத்தில் ஏறிக் கொண்டாய்?' என்று அநிருத்தர் கேட்டார்.

'ஐயா! வாயில்லாத ஊமையாகிய என் அத்தையைத் தாங்கள் எதற் காகக் கைப்பற்றிக் கொண்டுவர ஆட்களை அனுப்பினீர்கள்?'

'மகளே! அதை உன்னிடம் சொல்வதற்கில்லை; அது பெரிய இராஜாங்க சம்பந்தமான விஷயம்.'

'தந்தையே! அப்படியானால், தாங்கள் கேட்ட கேள்விகளுக்கு நானும் மறுமொழி சொல்ல இயலாது.'

‘சொல்லும்படி செய்வதற்கு வழிகள் இருக்கின்றன!’

‘என்னிடம் பலிக்காது!’

‘பெண்ணே! உன்னைப் பாதாளச் சிறைக்கூடத்துக்கு அனுப்புவேன்!’

‘எந்தப் பாதாளச் சிறையிலும் என்னை அடைத்து வைத்திருக்க முடியாது.’

‘பாதாளச் சிறைக்கு ஒரு தடவை போனவர்கள் திரும்பி வருவதில்லை...’

‘திரும்பி வந்த ஒருவனை எனக்குத் தெரியும், ஐயா! நேற்றுக்கூடச் சேந்தன் அமுதனுடன் பேசிக்கொண்டுதான் பிரயாணம் செய்தேன்...’

‘அவன் யார் சேந்தன் அமுதன்?...’

‘அவன் என்னுடைய இன்னொரு அத்தையின் மகன். அவனும் நானுமாகத்தான் கோடிக்கரையிலிருந்து வந்து கொண்டிருந்தோம்.’

‘எதற்காக மகளே?’

‘இந்தத் தஞ்சாவூரிலுள்ள மாடமாளிகை, கூடகோபுரங்களைப் பார்க்க வேண்டுமென்று வெகு காலமாக ஆசை உண்டு. சக்கரவர்த்தி சுந்தர சோழரைத் தரிசிக்க வேண்டும் என்றும் ஆவல் கொண்டிருந்தேன். சக்கரவர்த்திக்கு உடல்நலமில்லை என்று சொன்னார்களே? இப்போது எப்படியிருக்கிறது ஐயா! நான் பார்க்கலாமா?’

‘அப்படியேதான் இருக்கிறது, மகளே! அபிவிருத்தி ஒன்றுமில்லை, ஆகையால் சக்கரவர்த்தியைத் தரிசிக்கும் எண்ணத்தை மறந்துவிடு!...’

‘அது எப்படி மறக்க முடியும் ஐயா! சக்கரவர்த்தியை நான் பார்த்தேயாக வேண்டும். பார்த்து, அவருடைய தர்மராஜ்யத்தில் பெண்களைப் பலவந்தமாகப் பற்றிக்கொண்டு வரும் அக்கிரமம் நடக்கும் செய்தியைச் சொல்ல வேண்டும்...’

‘பெண்ணே! உன்னோடு வெறும் விவாதம் செய்து கொண்டிருக்க எனக்கு நேரம் இல்லை. உன்னைப் பலவந்தமாகப் பற்றிக்கொண்டு வர நான் கட்டளையிடவும் இல்லை. நான் அனுப்பிய பல்லக்கில் நீ எப்படி ஏறிக்கொண்டாய், அதைச் சொல்! யாராவது உன்னைப் பலவந்தமாகப் பிடித்துப் பல்லக்கில் ஏற்றினார்களா?’

‘இல்லை, சுவாமி! அது மட்டும் இல்லை. தஞ்சைக் கோட்டைக்கு அருகில் வரும் சமயத்தில் இந்தப் பல்லக்கு வெறுமையாக இருந்தது. மழையாயிருக்கிறதே என்று நானாகவேதான் பல்லக்கில் ஏறிக் கொண்டேன்...’

முதன்மந்திரி அநிருத்தப்பிரம்மராயர் தமது சீடனாகிய ஆழ்வார்க் கடியானைப் பார்த்து, 'ஒருவாறு எனக்கு இப்போது விஷயம் விளங்குகிறது. வழியில் புயலும் மழையுமாயிருந்தபோது பல்லக்கை எங்கேயோ இறக்கியிருக்கிறார்கள். அச்சமயம் இவள் அத்தையைப் பல்லக்கிலிருந்து இறக்கிவிட்டு இவள் ஏறிக்கொண்டிருக்கிறாள். வைத்தியர் மகன் பேரில் மரம் விழுந்து பிரக்ஞை இழந்துவிட்டபடியால் அவனால் கவனிக்க முடியவில்லை. சிவிகை தூக்கிய மற்றவர்கள் கவனிக்கவில்லை. கோட்டை வாசலுக்குச் சமீபத்திலேதான் இது நடந்திருக்க வேண்டும் திருமலை! என்னுடைய ஊகம் சரியாயிருக்கும் என்று உனக்குத் தோன்றுகிறதா?' என்று கேட்டார்.

'சுவாமி! தாங்கள் இப்போது ஊகித்துச் சொன்னபடியேதான் நடந்தது; நானே கண்ணால் பார்த்தேன்.'

'நீ பார்த்தாயா? அது ஏன்? இத்தனை நேரம் ஏன் வாயை மூடிக் கொண்டிருந்தாய்? சீக்கிரம் சொல்லு!'

'நேற்று முன்னிரவில் மழைக்கால இருட்டில் கோட்டை வாசலை நெருங்கி வந்து கொண்டிருந்தேன். பெரும் புயலும் மழையும் அடித்தன; மரங்கள் முறிந்து விழுந்தன. சாலையோரத்து யாத்திரிகர் மண்டபம் ஒன்றில் சிறிது நேரம் தங்கியிருக்கலாம் என்று சென்றேன். அங்கே நான் ஒதுங்கிய சிறிது நேரத்துக்கெல்லாம் இந்தப் பெண்ணும் இன்னொரு வாலிபனும் வந்தார்கள். இவள் தன் அத்தை மகன் என்று சொன்னாளே, அவனாக இருக்கலாம். மின்னல் வெளிச்சத்தில் அவன் கழுத்தில் உருத்திராட்சம் கட்டியிருப்பதைப் பார்த்தேன். பிஞ்சிலே பழுத்த சைவன் என்று தெரிந்துகொண்டு அவனிடம் வைஷ்ணவத்தின் பெருமையைச் சொல்லலாம்; சற்றுப் பொழுது போகும்' என்று எண்ணினேன். இதற்குள் அதே மண்டபத்தின் முகப்பில் ஒரு சிவிகையைக் கொண்டுவந்து வைத்தார்கள். சிவிகையின் திரையில் பழுவேட்டரையரின் பனைச் சின்னம் தெரிந்தது. சிவிகையிலிருந்து ஒரு பெண் இறங்கி இவர்கள் அருகில் வந்தாள். மண்டபத்தில் இருள் கவிழ்ந்த இடத்தில் மூன்று பேரும் ஏதோ ஜாடைமாடையாகப் பேசிக் கொண்டார்கள். பிறகு இவள் போய்ப் பல்லக்கில் ஏறுவதைப் பார்த்தேன். மின்னல் வெளிச்சத்திலிருந்து 'பல்லக்கிலிருந்து இறங்கியவள் வேறு; மறுபடியும் ஏறியவள் வேறு' என்று தெரிந்து கொண்டேன். பல்லக்குத் தூக்கிகள் இதையொன்றும் கவனிக்க வில்லை; மழை சிறிது நின்றதும் பல்லக்கைத் தூக்கிக் கொண்டு புறப்பட்டுப் போய் விட்டார்கள்!...'

'ஆகா! அப்படியா என்னை ஏமாற்றி விட்டார்கள்? இத்தனை நேரம் சொல்லாமல் சும்மா இருந்தாயே? அந்த இரண்டு பேரும் பிறகு என்ன செய்தார்கள்?'

'பல்லக்குப் போன பிறகு அவர்களும் போய் விட்டார்கள்; பின்னர் நானும் புறப்பட்டேன்...'

'திருமலை! நீ ஏன் இதையெல்லாம் பார்த்துக்கொண்டு சும்மா யிருந்தாய்? இவள் அத்தையை நீ ஏன் தடுத்து நிறுத்தவில்லை? நீயும் இவர்களுடைய சூழ்ச்சியில் கலந்துவிட்டாயா, என்ன?'

'அபசாரம், குருதேவரே! அபசாரம்! அத்தகைய துரோகத்தை நான் செய்யக்கூடியவனல்ல. முதலில், இதெல்லாம் தங்கள் ஏற்பாடு என்று எனக்குத் தெரியாது. பழுவூர் அரண்மனைப் பல்லக்கு ஆனபடியால், சின்னப் பழுவேட்டரையருடைய காரியமாயிருக் கும் என்று எண்ணினேன். மேலும், மந்தாகினி தேவியை என்னால் தடுத்து நிறுத்த முடியுமா? புயற்காற்றை அணை போட்டு நிறுத்தினாலும் நிறுத்தலாம்; அந்த மாதரசியை நிறுத்த முடியுமா? இலங்கையிலேயே முயன்று பார்த்துத் தோல்வி அடைந்தவன்தானே. மேலும் அந்த அம்மாளுக்கு என்னை அடையாளம் தெரியும். பார்த்ததும் மிரண்டு ஓடிப் போவார்கள்; பிறகு யாராலும் அவரைப் பிடிக்க முடியாது...'

'அதை நினைத்தால் வைத்தியர் மகன் கெட்டிக்காரன் என்றே தோன்றுகிறது. இத்தனை தூரம் அழைத்துக்கொண்டு வந்துவிட்டான் அல்லவா?'

'குருதேவரே! இந்த விஷயத்தில் தங்கள் ஊகம் சரியல்லவென்று தோன்றுகிறது. மந்தாகினி தேவி தாமே விரும்பித்தான் வந்திருக்க வேண்டும். தஞ்சையை நெருங்கியதும் அவருடைய மனம் மாறியிருக்க வேண்டும்...'

'இருக்கலாம்; இருக்கலாம், ஆனாலும் இதற்குள் அதிக தூரம் அந்தக் கரையர் மகள் போயிருக்க முடியாது. இரவெல்லாம் காற்றும் மழையுமாக இருந்ததல்லவா? சமீபத்திலேதான் எங்கேயாவதுதான் இருக்க வேண்டும். திருமலை! எப்படியாவது அவளைப் பிடித்தாக வேண்டும். ஒரு வேளை இந்தப் பெண்ணுக்கு அவள் தங்குமிடம் தெரிந்திருக்கலாம்...மகளே! உன் பெயர் என்ன?'

'பூங்குழலி, ஐயா!'

'ஆகா! அழகான பெயர்! பெயர் வைப்பதில் தியாகவிடங்கரின் சாமர்த்தியத்துக்கு இணையே கிடையாது. பூங்குழலி! உன் அத்தை எங்கே தங்கியிருப்பாள் என்று உனக்குத் தெரிந்திருக்கும். தெரிந்தால் சொல்லு! அவளுக்கு ஒன்றும் கெடுதல் நேராது.'

பூங்குழலி சிறிது யோசித்துவிட்டு, 'சுவாமி! என் அத்தை இப்போது இருக்கக்கூடிய இடம் எனக்குத் தெரியும். அவளை எதற்காகத் தாங்கள்

பிடித்துக்கொண்டு வரச் செய்தீர்கள் என்று சொன்னால், நானும் அவள் இருக்குமிடத்தைச் சொல்லலாம்...'

'பூங்குழலி! அது பெரிய இராஜாங்க விஷயம். அரண்மனையைப் பற்றிய இரகசியம் உன்னிடம் சொல்ல முடியாது.'

'நானும் சொல்ல முடியாது!'

'இந்தப் பெண்ணுடன் பேசிச் சாத்தியப்படாது...'

'ஐயா! ஒரு நிபந்தனையை நிறைவேற்றுவதாயிருந்தால்...'

'ஆகா! எனக்கு இந்தப் பெண் நிபந்தனை போடுகிறாளாம்! அது என்ன?'

'என் அத்தையைத் தஞ்சாவூர்ச் சிம்மாசனத்தில் ஏற்றி வைத்து மணிமகுடம் சூட்டுவதாயிருந்தால், அவளை நானே அழைத்து வருகிறேன்.'

'திருமலை! இந்தப் பெண்ணுக்குப் பைத்தியம் பிடித்திருக்கிறது...!'

'அதை இப்போதுதானா கண்டீர்கள், குருதேவரே! இவளை ஒன்றும் கேட்கவே வேண்டாம். இவள் அத்தை இருக்குமிடம் எனக்குத் தெரியும். இவள் அத்தை மகன் சேந்தன் அமுதன் கோட்டைக்குச் சற்றுத் தூரத்தில் பூந்தோட்டத்தில் இருக்கிறான். அவனும் அவனது அன்னையும் தளிக்குளத்தார் கோயிலுக்குப் புஷ்ப கைங்கரியம் செய்கிறவர்கள். அங்கேதான் தாங்கள் தேடும் பெண்மணி இருக்கிறாள். என்னுடன் சில ஆட்களை அனுப்பினால், அழைத்து வருகிறேன்!' என்றான் ஆழ்வார்க்கடியான்.

பூங்குழலி திருமலையை எரித்து விடுகிறவள் போலப் பார்த்துவிட்டு, 'அப்படி ஏதாவது செய்தால், நான் இப்போதே சக்கரவர்த்தியின் அரண்மனை முன்னால் சென்று முறையிடுவேன்! நீங்கள் செய்யும் அக்கிரமம் ஊரெல்லாம் அறியும்படி செய்வேன்!' என்றாள்.

'திருமலை! இவளைப் பாதாளச் சிறைக்கு அனுப்பி வைக்க வேண்டியதுதான்; வேறு வழி இல்லை!' என்றார் அநிருத்தப் பிரம்மராயர்.

'என் அருகில் யாராவது வந்தால் கொன்று விடுவேன்!' என்று பூங்குழலி மடியில் செருகி வைத்திருந்த கத்தியை எடுத்துக் காட்டினாள்.

'ஐயா! இந்தப் பெண்ணை பாதாளச் சிறைக்கு அனுப்ப வேண்டிய தில்லை. அதற்குப் பதிலாக இளையபிராட்டி குந்தவை தேவியின் மாளிகைக்கு அனுப்பி வைக்கலாம். இளையபிராட்டி இப்போது இங்கேதானே இருக்கிறார்? அவர் இந்தப் பெண்ணின் பைத்தியத்தைத்

தெளிய வைப்பார்! இளையபிராட்டிக்கும் இந்தப் பெண்ணினால் ஆக வேண்டிய காரியம் ஏதேனும் இருக்கலாம்!' என்றான் ஆழ்வார்க் கடியான்.

'எதனால் சொல்லுகிறாய்? இளையபிராட்டிக்கு இந்தப் பெண்ணின் மூலமாக என்ன காரியம் ஆகவேண்டியிருக்கப் போகிறது...?'

'குருதேவரே! தங்களுக்குத் தெரியாதா? நேற்று மாலை இங்கு அடித்த புயல் சோழ நாட்டுக் கடற்கரை ஓரமாக அதாஹதம் செய்து விட்டிருக்கிறதாம்! தங்கள் அரண்மனை வாசலில் நாலாபுறமிருந்தும் தூதர்கள் வந்து காத்திருக்கிறார்கள்...'

'ஆம், ஆம்! அவர்களையெல்லாம் நான் இப்போது பார்க்கவேண்டும். அதற்குள் இந்தப் பெண்ணிடம் பேச்சுக் கொடுத்ததில் வெகு நேரம் வீணாகிவிட்டது. இவள் ஊமையாகவே பிறந்திருந்தால் எவ்வளவோ நன்றாயிருந்திருக்கும்...'

'கேள்வி முறையில்லாமல் கொடுமை செய்யலாம் அல்லவா?' என்று முணுமுணுத்தாள் பூங்குழலி.

'நாகைப்பட்டினத்துக்குப் பெரிய ஆபத்து என்று கேள்விப்படுகிறேன். கடல் பொங்கி வந்து நகரையே மூழ்க அடித்து விட்டதாகச் சொல்கிறார்கள்!...'

இந்த வார்த்தைகளைக் கேட்டு முதன் மந்திரி அநிருத்தர், பூங்குழலி இருவருமே திடுக்கிட்டார்கள்.

'அதைப் பற்றித் தங்களிடம் விசாரிப்பதற்கு இளையபிராட்டியே இங்கே வந்தாலும் வரக்கூடும்' என்று முடித்தான் ஆழ்வார்க் கடியான்.

அவன் சொல்லி வாய் மூடுவதற்குள்ளே அரண்மனை வாசலில் ஜயகோஷத் தொனிகள் கேட்டன.

'திருமலை, நீ எப்போது ஞானதிருஷ்டி பெற்றாய்? இளைய பிராட்டிதான் வருகிறார் போலிருக்கிறது!' என்று சொல்லிக் கொண்டு அநிருத்தர் எழுந்து வாசலை நோக்கி நடந்தார்.

அதற்குள் அதே வாசல் வழியாகக் குந்தவை தேவியும் வானதியும் உள்ளே பிரவேசித்தார்கள்.

பூங்குழலி அங்கே நின்று கொண்டிருப்பதைப் பார்த்ததும், இளைய பிராட்டியின் திருமுகத்தில் குடிகொண்டிருந்த கவலைக் குறி மறைந்து, வியப்பும் உவகையும் ஒருங்கே பிரதிபலித்தன.

இருபத்து நாலாம் அத்தியாயம்

இளவரசியின் அவசரம்

இளவரசிகளை உபசரித்து வரவேற்றுப் பீடங்களில் உட்காரச் செய்த பிறகு அநிருத்தர் தாமும் அமர்ந்தார்.

'தேவி, என்னைப் பார்க்க வேணுமென்று சொல்லி அனுப்பினால் நானே வந்திருக்கமாட்டேனா? இவ்வளவு அவசரமாக வந்த காரணம் என்ன? சக்கரவர்த்தி சௌக்கியமாயிருக்கிறார் அல்லவா?' என்று கேட்டார்.

'சக்கரவர்த்தியின் தேக சுகம் எப்போதும் போலிருக்கிறது, ஐயா! ஆனால் மனதுதான் கொஞ்சமும் சரியாக இல்லை. நேற்று இரவு அடித்த கடும் புயல் தந்தையின் மனத்தை ரொம்பவும் பாதித்திருக்கிறது. இராத்திரியெல்லாம் அவர் தூங்கவில்லை. குடிசைகளில் வாழும் ஏழை எளிய மக்கள் என்ன கஷ்டப் பட்டிருப்பார்கள் என்பதை எண்ணி அடிக்கடி புலம்பினார். பொழுது விடிந்தவுடன் தங்களைப் போய்ப் பார்க்கும்படிச் சொன்னார். புயலினால் கஷ்ட நஷ்டம் அடைந்தவர்களுக் கெல்லாம் உடனே உதவி அளிக்க ஏற்பாடு செய்ய வேண்டுமாம். அதைத் தங்களிடம் சொல்லுவதற்காகவே முக்கியமாக வந்தேன்!' என்றாள் இளையபிராட்டி குந்தவை.

'தேவி! இந்த எளியவனால் என்ன செய்ய முடியும்? முதன்மந்திரி என்ற பெயர்தான் எனக்கு என்பது தங்களுக்குத் தெரியாதா? பெரிய பழுவேட்டரையர் இந்தச் சமயம் ஊரை விட்டுப் போயிருக்கிறார். பொக்கிஷத்தை இறுக்கிப் பூட்டிக் கொண்டு தான் போயிருப்பார். அவருடைய சம்மதமின்றிக் காலாந்தக கண்டரால்கூடப் பொக்கிஷச் சாலையைத் திறக்க முடியாதே! கஷ்ட நஷ்டங்களை அடைந்தவர் களுக்கு நான் என்ன உதவி செய்ய முடியும்? வாசலில் பலர் வந்து காத்திருப்பதைத் தாங்கள் பார்த்திருப்பீர்கள். ஆனால் அவர்களைப் பார்ப்பதற்கே எனக்கு வெட்கமாயிருக்கிறது. அதனால்தான் வெளியில்

செல்லத் தயங்கிக் கொண்டிருக்கிறேன்' என்று அநிருத்தப்பிரம்மராயர் பஞ்சப்பாட்டுப் பாடினார்.

'ஐயா! அதைப்பற்றித் தாங்கள் கவலைப்பட வேண்டாம் என்னுடைய சொந்த உடைமைகள் அனைத்தையும் கொடுக்கிறேன். என் அன்னையும் அவ்விதமே கொடுக்கச் சித்தமாயிருக்கிறார் கள். சக்கரவர்த்தியின் அரண்மனையில் உள்ள எல்லாப் பொருள் களையும் தாங்கள் எடுத்துக்கொள்ளலாம். தந்தை அவ்விதம் சொல்லி அனுப்பினார்கள். ஏழைகளின் கஷ்டங்களுக்குத் தற்காலிக, சாந்தியாகவேனும் ஏதேனும் ஏற்பாடு செய்யுங்கள்...'

'தங்களுடைய சொந்த உடைமைகள் யானைப் பசிக்குப் சோளப் பொரி கொடுத்ததாகவே இருக்கும். சோழ நாடு முழுவதும் நேற்றுப் புயல் அடித்திருக்கிறது. எங்கெங்கே என்னென்ன நேர்ந்திருக்கிறது என்ற செய்திகளே இன்னும் கிட்டவில்லை. இதோ நிற்கிறானே, என் பரமானந்த சீடன், இவன் பெரும் பயங்கரமான செய்தியைச் சொல்லுகிறான். கடல் பொங்கி எழுந்து கோடிக்கரை முதலாவது நாகைப்பட்டினம் வரையில் கடலோரமுள்ள ஊர்களையெல்லாம் மூழ்கடித்து விட்டதாம்...!'

இந்த வார்த்தைகளைக் கேட்டதும் அங்கிருந்த மூன்று பெண்களின் முகங்களும் பீதிகரமான மாறுதலை அடைந்ததை அநிருத்தர் கவனித்தார். உடனே அவர் தொடர்ந்து ஆறுதலாகக் கூறினார்:

'ஆனால் அதை நான் நம்பவில்லை. இவன் கூறுவது வெறும் வதந்திதான். புயலைக் காட்டிலும் வேகமாக வதந்தி பரவியிருக் கிறது. கடற்கரைப் பகுதியிலிருந்து செய்தி வருவதற்கே இன்னும் நேரமாக வில்லை. குதிரைமீது தூதர்கள் வந்தாலும் இன்று மத்தியானத்துக்கு மேலேதான் இங்கு வந்து சேர முடியும். இதற்கிடையில் நம்மால் செய்யக் கூடிய உதவிகளையெல்லாம் செய்வதற்கு ஏற்பாடு செய்யலாம்.'

இளையபிராட்டி குந்தவை தன் மனக் குழப்பத்தைச் சிறிது சமாளித்துக்கொண்டு, 'ஐயா! நாகைப்பட்டினம் பற்றிய வதந்தி என் காதிலும் விழுந்தது. அதைப் பற்றியும் தங்களிடம் பேசலாம் என்று வந்தேன். இப்போதுதானே சூடாமணி விஹாரத்துக்கு நாம் நிவந்தங்கள் அளித்துவிட்டு வந்தோம்? விஹாரத்துக்கு விபத்து நேர்ந்தால் பாவம், அதில் உள்ள பிக்ஷுக்கள் என்ன செய்வார்கள்?' என்று கூறிவிட்டு, பூங்குழலி நின்ற இடத்தை நோக்கினாள்.

'ஐயா! இந்தப் பெண் இங்கே எப்படி வந்தாள்? கோடிக்கரைத் தியாவிடங்கரின் மகள் பூங்குழலி அல்லவா இவள்?' என்று வினவினாள்.

'ஆமாம்; தியாகவிடங்கரின் குமாரிதான். ஆனால் அவரைப் போல் சாதுவல்ல. ரொம்பப் பொல்லாத பெண். தனக்குச் சம்பந்தமில்லாத காரியங்களில் தலையிட்டுத் தொந்தரவு விளைவிப்பவள்!' என்றார் முதன்மந்திரி.

இளையபிராட்டிக்கு வேறு வித ஐயப்பாடு தோன்றியது. அருள் மொழியைப் பற்றி உளவு அறிவதற்காகத்தான் பூங்குழலியை இங்கே அநிருத்தர் தருவித்திருக்கிறாரோ? தந்திர வித்தைகளில் கைதேர்ந்த மந்திரியாயிற்றே? எப்படி இருந்தாலும் பூங்குழலியின் சார்பில் தான் இருக்க வேண்டுமென்று தீர்மானித்துக் கொண்டு, 'அப்படியொன்று மில்லையே? பூங்குழலி மிக நல்ல பெண் ஆயிற்றே! இங்கே வா, அம்மா! முதன்மந்திரி ஏன் உன் பேரில் கோபமாயிருக்கிறார்? அவருக்கு ஏதேனும் தொந்தரவு கொடுத்தாயா?' என்றாள்.

பூங்குழலி சற்று நெருங்கி வந்து, 'தேவி! முதன்மந்திரியையே தாங்கள் கேளுங்கள்! நான் முதன்மந்திரிக்குத் தொந்தரவு கொடுத்தேனா அவர் எனக்குத் தொந்தரவு கொடுத்தாரா என்று கேளுங்கள்!' என்றாள்.

'ஓகோ! நீயும் கோபமாகத்தான் இருக்கிறாய்! இங்கே வா, பெண்ணே; என் அருகில் உட்கார்ந்துகொள்!' என்று கூறி இளையபிராட்டி பூங்குழலியைத் தன் அருகில் உட்கார வைத்துக் கொண்டாள்.

'ஐயா! இந்தப் பெண்ணை எதற்காகத் தருவித்தீர்கள்? ஏதாவது முக்கியமான காரியமா?' என்று கேட்டாள்.

'அம்மணி! நான் இந்தப் பெண்ணைத் தருவிக்கவில்லை. இப்படி ஒரு பொல்லாத பெண் இருக்கிறாள் என்ற செய்தியே எனக்குத் தெரியாது இவளாகவேதான்..' என்று அநிருத்தர் தயங்கினார்.

'தேவி! முதன்மந்திரி ஏன் தயங்குகிறார்? மிச்சத்தையும் சொல்லச் சொல்லுங்கள்!' என்றாள் பூங்குழலி.

'இவளாகவேதான் இவளுடைய அத்தையைத் தேடிக் கொண்டு வந்தாள்.'

'யார் இவளுடைய அத்தை? ஓகோ! சேந்தன் அமுதனின் அன்னையா? கோட்டைக்கு வெளியில் அல்லவா அவர்களுடைய வீடு இருக்கிறது?'

'இல்லை; அமுதனின் அன்னை இல்லை; இவளுக்கு இன்னொரு ஊமை அத்தை இருக்கிறாள். இளவரசி! தங்களுக்கும் தெரிந்திருக்க வேண்டிய செய்திதான். ஈழநாட்டுக் காடுகளில் பித்துப்பிடித்தவள் போல் திரிந்து கொண்டிருந்த ஊமை ஸ்திரீ ஒருவர் உண்டு. அந்த மாதரசியை இங்கே ஒரு முக்கியமான காரியத்துக்காக அழைத்து வர

விரும்பினேன். அதற்காகப் பெரு முயற்சி செய்தேன்; கடைசியில், வெற்றி கிட்டியது அந்தச் சமயத்தில்...'

குந்தவை தேவி சொல்லி முடியாத பரபரப்பை அடைந்து, 'உண்மையாகவா? அந்தப் பெண்மணி இப்போது இங்கே இருக்கிறாளா? நான் உடனே பார்க்க வேண்டும்' என்று சொல்லிக்கொண்டே பீடத்தை விட்டு எழுந்தாள்.

'மன்னிக்க வேண்டும் தேவி! வெற்றி கிட்டும் சமயத்தில் இந்தப் பெண் குறுக்கிட்டுக் காரியத்தைக் கெடுத்துவிட்டாள்!' என்றார் முதன்மந்திரி.

குந்தவை மிக்க ஏமாற்றத்துடன் திரும்பவும் உட்கார்ந்து 'பூங்குழலி! இது உண்மைதானா? என்ன காரியம் செய்து விட்டாய்!' என்றாள்.

'தேவி! என் அத்தையை அழைத்து வருவதற்கு முதன்மந்திரி கையாண்ட முறையைக் கேளுங்கள். அப்போது என் பேரில் குற்றம் சொல்ல மாட்டீர்கள்!' என்றாள் பூங்குழலி.

பிறகு, முதன்மந்திரி நடந்தவற்றைச் சுருக்கமாகக் கூறினார்.

கேட்டுக் கொண்டிருந்த இளையபிராட்டி, 'அப்படியானால், இந்தக் கோட்டைக்குப் பக்கத்திலேதானே எங்கேனும் இருக்க வேணும்? தேடிப் பார்க்கலாமே?' என்றாள்.

'நல்ல வேளையாகத் தேடிப் பார்க்க வேண்டிய அவசியம்கூட இல்லை. சேந்தன் அமுதன் குடிசையில் இன்று காலையில் பார்த்ததாக என் சீடன் சொல்லுகிறான்' என்றார் முதன்மந்திரி.

'அப்படியானால் ஏன் வீண் கால தாமதம்? மற்றக் காரியங்கள் எல்லாம் அப்புறம் பார்த்துக் கொள்ளலாம். நாமே போய் அழைத்து வருவோம்; தாங்கள் வருவதற்கில்லாவிட்டால் நான் போய் வருகிறேன். வானதி! புறப்படு, போகலாம்!' என்றாள்.

ஆழ்வார்க்கடியான் அப்போது குறுக்கிட்டு, 'தேவி! சற்று யோசித்துச் செய்ய வேண்டும். புதிய மனிதர்கள் கூட்டமாக வருவதைக் கண்டால் அந்த அம்மாள் மிரண்டு ஓடத் தொடங்கி விடலாம். பிறகு புயலைப் பிடித்தாலும் அந்த அம்மணியைப் பிடிக்க முடியாது!' என்று சொன்னான்.

'ஆம், திருமலை சொல்லுவது சரிதான் நம்மைப் பார்த்ததும் பூங்குழலியின் அத்தை மிரண்டு ஓடத் தொடங்கி விடலாம். நமது பிரயத்தனமெல்லாம் வீணாகிவிடும்! நீ என்ன யோசனை சொல்கிறாய், திருமலை?' என்று முதன்மந்திரி கேட்டார்.

'இந்தப் பெண்மணியையே போய் அழைத்து வரும்படிச் சொல்லுங்கள். இந்த உலகத்தில் அந்த மாதரசியைக் கட்டுக்குள் வைக்கக் கூடியவர்கள் இரண்டே பேர்தான்! அவர்களில் இந்தப் பெண் ஒருத்தி!'

'இன்னொருவர் யார்?' என்று முதன்மந்திரி கேட்டதற்கு, ஆழ்வார்க்கடியான் சிறிது தயங்கி 'இன்னொருவர் கடலில் முழுகிவிட்டதாக ஊரெல்லாம் வதந்தியாயிருக்கிறது!' என்றான்.

குந்தவை தேவி அதைக் கவனியாதவள்போல், பூங்குழலியைப் பார்த்து, 'கரையர் மகளே! உடனே போய், உன் அத்தையை இங்கே அழைத்து வா! அவளுக்கு இங்கே ஒரு கெடுதியும் நேராது. மிக முக்கியமான காரியமாக உன் அத்தையை உடனே நான் பார்க்க வேண்டியிருக்கிறது! எனக்காக இந்த உதவி செய்வாய் அல்லவா?' என்றாள்.

'ஆகட்டும், அம்மா, முயன்று பார்க்கிறேன். ஆனாலும் முதன்மந்திரி இப்படிப்பட்ட உபாயத்தைக் கடைப்பிடித்திருக்க வேண்டியதில்லை. முன்னாலேயே எனக்குத் தெரிந்திருந்தால்..'

'ஆமாம்; விஷயங்களை மறைத்து வைப்பதில் இம்மாதிரி அசந்தர்ப்பங்கள் நேரத்தான் நேருகின்றன. அதை நானே உணர்ந்து வருத்தப்பட்டுக் கொண்டிருக்கிறேன். சீக்கிரம் அத்தையை அழைத்துக் கொண்டு வா! அதற்குப் பிறகு இன்னொரு முக்கியமான வேலை உனக்கு இருக்கிறது!' என்றாள் இளையபிராட்டி.

'திருமலை! நீயும் இந்தப் பெண்ணோடு போய்விட்டு வா! கோட்டை வாசல் வழியாக நீங்கள் வருவதில் ஏதேனும் சிரமம் இருந்தால், நமது அரண்மனைக்கு வரும் இரகசிய வழியில் அழைத்துக்கொண்டு வா!' என்றார் அநிருத்தர்.

பூங்குழலியும் ஆழ்வார்க்கடியானும் போன பிறகு குந்தவை முதன்மந்திரியைப் பார்த்து, 'ஐயா! வாசலில் வந்து காத்திருப்பவர்களுக்குச் சொல்ல வேண்டியதைச் சொல்லி அனுப்பி விட்டு வாருங்கள். மிக முக்கியமான காரியங்களைப் பற்றித் தங்களிடம் ஆலோசனை கேட்க வேண்டியிருக்கிறது!' என்றாள்.

'இதோ வந்துவிடுகிறேன், தாயே! எனக்கும் தங்களிடம் பேச வேண்டியதிருக்கிறது!' என்று சொல்லிவிட்டு அநிருத்தர் சென்றார்.

இத்தனை நேரமும் மௌனமாக இருந்த வானதி, 'அக்கா! பூங்குழலிக்கு இன்னொரு முக்கியமான காரியம் என்ன வைத்திருக்கிறீர்கள்? மறுபடியும் நாகைப்பட்டினத்துக்கு அனுப்பப் போகிறீர்களா?' என்று கேட்டாள்.

‘ஆம் வானதி! நீ வீணாகக் கவலைப்படாதே! பொன்னியின் செல்வனுக்கு ஆபத்து ஒன்றும் நேர்ந்து விடாது.’

‘நானும் அவளுடன் நாகைப்பட்டினத்துக்குப் போகிறேனே அக்கா!’

‘நீ போய் என்ன செய்வாய்? உன்னைக் காப்பாற்றுவதற்கு வேறு யாராவது வேண்டுமே?’

‘அந்த ஓடக்காரிக்கு என்னைக் கண்டால் பிடிக்கவேயில்லை, அக்கா!’

‘எப்படியடி அவள் மனத்தை நீ கண்டுபிடித்தாய்?’

‘என்னுடன் அவள் பேசவே இல்லை!’

‘நீயும் அவளோடு பேசவில்லை; அவளும் உன்னோடு பேசவில்லை.’

‘நான் அடிக்கடி அவள் முகத்தைப் பார்த்துக் கொண்டிருந்தேன். அவள் என்னை ஒரு தடவைகூடத் திரும்பிப் பார்க்கவில்லை; அவளுக்கு ஏதோ என் பேரில் கோபம்!’

‘ஆமாமடி, வானதி! இந்த நாட்டில் உள்ள கலியாணமாகாத கன்னிப் பெண்களுக்கெல்லாம் உன் பேரில் கோபமாகத் தானிருக்கும். அதற்காக நீ வருத்தப்படுவதில் பயனில்லை’ என்று சொன்னாள் இளையபிராட்டி குந்தவை தேவி.

இருபத்தைந்தாம் அத்தியாயம்

அநிருத்தரின் குற்றம்

முதன்மந்திரி தம் அரண்மனை ஆசார வாசலில் காத்திருந்தவர்களைப் பார்த்துப் பேசி அனுப்பிவிட்டு விரைவிலேயே திரும்பி வந்தார்.

‘அம்மணி! ஏதோ என்னால் முடிந்த வரைக்கும் ஏற்பாடு செய்திருக்கிறேன். புயலினால் நேர்ந்த சேதங்களை அறிந்து வர நாலா பக்கமும் ஆட்களை அனுப்பியிருக்கிறேன். சின்னப் பழுவேட்டரையருக்கும் சொல்லி அனுப்பியிருக்கிறேன். நம் இருவரின் பொறுப்பிலும் பொக்கிஷச் சாலையைத் திறந்து விடவேண்டும் என்று.’

‘ஐயா! பெரிய பழுவேட்டரையரின் மாளிகையையொட்டி நிலவறைப் பொக்கிஷம் ஒன்று இருக்கிறதாமே! அதில் கணக்கில்லாத பொருள்கள் குவிந்து இருப்பது உண்மையா? பெரிய பிராட்டி ஒரு தடவை சொன்னார்கள்.’

‘அதைத் திறந்தால் அதிலுள்ள பொருளைக்கொண்டு ஆயிரம் பெரிய கோவில்கள் புதியதாய்க் கட்டலாமே என்று அந்த அம்மாளுக்கு எண்ணம். நான்கூட அந்த நிலவறைக்குள் போனதில்லை அம்மா! அதற்குள் ஒரு தடவை போகிறவர்கள் உயிரோடு திரும்புவதில்லை’ என்றார் முதன்மந்திரி.

‘அது போகட்டும், ஐயா! அந்த ஊமைத் தாயை இவர்கள் அழைத்துக் கொண்டு வந்துவிடுவார்களா? கைக்கு எட்டியது வாய்க்கு எட்டாமல் போய்விடுமோ என்று எனக்குக் கவலையாயிருக்கிறது’ என்றாள் குந்தவை.

‘தாயே! அந்த மாதரசியைப்பற்றித் தங்களுக்கு என்ன தெரியும்? எப்படித் தெரிந்தது? தாங்கள் ஏன் அவளைப்பற்றி இவ்வளவு பரபரப்பு அடைந்திருக்கிறீர்கள்...?’ என்றார் அநிருத்தர்.

'ஐயா! சில தினங்களுக்கு முன்பு சக்கரவர்த்தியே என்னிடம் அந்த மாதரசியைப்பற்றிச் சொன்னார்.'

'என்ன? அவள் உயிரோடிருப்பதாகச் சொன்னாரா, என்ன ?'

'இல்லை, ஐயா! இருபத்தைந்து வருஷங்களுக்கு முன்னால் நடந்த நிகழ்ச்சிகளைச் சொன்னார். அவள் இறந்து போய்விட்ட தாகவே எண்ணிக்கொண்டிருக்கிறார். அதனாலேதான் அவரு டைய சித்தம் கலங்கிப் போயிருக்கிறது. அந்த ஊமைத்தாய் கடலில் விழுந்து இறந்து போய்விட்டதாகத் தாங்கள்தானே தெரிந்து கொண்டுவந்து என் தந்தையிடத்தில் சொன்னீர்களாம்? பின், அந்த மாதரசி உயிரோடிருக்கும் செய்தி தங்களுக்கு எப்படித் தெரிந்தது?'

'தங்களை அதே கேள்வி கேட்கவேண்டும் என்று எண்ணினேன்; தங்களுக்கு எப்படித் தெரிந்தது, தேவி?'

'அதற்கென்ன, சொல்கிறேன் வாணர்குலத்து வீரர் ஈழத்துக்குப் போய்த் திரும்பி வந்தாரே, அவர் முதலில் சொன்னார். பிறகு என் தம்பி அருள்மொழி...' என்று கூறிவிட்டு, குந்தவை தன் தவறைத் தானே உணர்ந்தவள்போல் வாயைக் கையினால் பொத்திக் கொண்டாள்.

'தேவி! இளவரசர் அருள்மொழிவர்மரைப்பற்றித் தாங்கள் என்னிடம் சொல்ல விரும்பவில்லையென்றால், சொல்ல வேண்டாம். தாங்கள் அந்தப் பெயரைக் குறிப்பிட்டதை நான் அடியோடு மறந்து விடுகிறேன்.'

'இல்லை, ஐயா! தங்களிடம் எல்லாவற்றையும் சொல்லிவிடுவது என்ற எண்ணத்துடனேயே வந்தேன். விஷயங்களை மூடி மறைத்து வைப்பதினால் தீமைதானே தவிர, நன்மை ஒன்றுமில்லை என்பதைக் கண்டுகொண்டேன். நேற்றிரவு எனக்கு அது நன்றாகத் தெரிந்தது. ஐயா! என் இளைய சகோதரனைக் கடல் கொண்டு போய்விடவில்லை. பொன்னியின் செல்வனைச் சமுத்திரராஜன் காப்பாற்றிக் கரையில் சேர்த்தார். அவன் இப்போது நாகைப்பட்டினத்திலுள்ள புத்த விஹாரத்தில் இருக்கிறான். அவனைப் பார்ப்பதற்காகவே நான் நாகைப்பட்டினம் போயிருந்தேன். ஆனால் தங்களுக்கு இது எல்லாம் தெரியும் என்று எனக்கு ஒரு சந்தேகம் உண்டு.'

'தாங்கள் சந்தேகித்தது நியாயமே; ஆனால் தேவி, தெரிந்ததாக நான் காட்டிக் கொள்ளவில்லையே! வேறு யாருடைய காரியத்தில் தலையிட்டாலும் தங்களுடைய காரியத்தில் தலையிடுவதில்லை என்று வைத்துக் கொண்டிருக்கிறேன். என்னுடைய ஆட்களுக்கும் அவ்விதமே கட்டளை இட்டிருக்கிறேன். தாங்கள் செய்வது எதுவுமே உசிதமாகத்தான் இருக்கும் என்பது என் நம்பிக்கை. நானும், மலையமானும்

கொடும்பாளூர் வேளானும் அடிக்கடி பேசிக் கொண்டிருக்கிறோம்: 'இளையபிராட்டி மட்டும் ஆண் பிள்ளையாகப் பிறந்திருந்தால், இந்த அகில உலகத்தையும் சோழர்களின் வெண்கொற்றக் குடையின் கீழ் கொண்டு வந்து தனியரசு செலுத்தி ஆண்டு வருவாள்' என்று.'

'அந்த மாதிரி எண்ணம் எனக்கு இருந்தது உண்மைதான். நான் பெண்ணாகப் பிறந்திருந்த போதிலும் என் சகோதரர்கள் மூலமாக அந்த மனோரதம் நிறைவேறும் என்ற ஆசையுடன் இருந்தேன். அந்த ஆசையை இப்போது விட்டுவிட்டேன், ஐயா! இராஜ்ய விஜயங்களில் பெண்கள் தலையிடவே கூடாது என்று முடிவு செய்து விட்டேன்! பாருங்கள், என் சகோதரனை நாகைப்பட்டினம் சூடாமணி விஹாரத்தில் இருக்கும்படி செய்தேன். அதன் விபரீதப் பலனைப் பாருங்கள்!'

'ஒன்றும் நேர்ந்து விடவில்லையே, தாயே! பொன்னியின் செல்வனை நடுக்கடலில் காப்பாற்றிய சமுத்திரராஜன், இப்போது கரையில் பத்திரமாயிருக்கும்போது தீங்கு விளைவித்து விடுவானா?'

'ஐயா! தாங்கள் உடனே என் தந்தையிடம் வந்து இவ்வாறு தைரியம் சொல்லுங்கள்.'

'ஆகா! சக்கரவர்த்திக்குத் தெரியுமா, என்ன? இளவரசர் சூடாமணி விஹாரத்தில் இருக்கும் செய்தி?'

'நேற்று இரவுதான் சொன்னேன்; சொல்லும்படியாக நேர்ந்து விட்டது.'

'ஆகா! இன்னும் கொஞ்சநாள் சொல்லாமலிருந்திருந்தால் நன்றாயிருந்திருக்கும். தாங்கள் செய்திருந்தது மிக நல்ல ஏற்பாடு என்று நினைத்தேன்! தேவி! சோழ நாடு முழுவதும் ஒரே கொந்தளிப்பாக இருக்கிறது. நேற்று அடித்த புயல் காரணமாக வெளியில் ஏற்பட்ட கொந்தளிப்பு சில நாளாகவே சோழ நாட்டு மக்களின் உள்ளத்தில் பொங்கிக் கொண்டிருக்கிறது. மதுராந்தகர் மீதும் பழுவேட்டரையர் கள் மீதும் ஜனங்கள் ஒரே கோபமாக யிருக்கிறார்கள். இளவரசரைச் சிறைப்படுத்திக் கொண்டு வரக் கப்பல்கள் அனுப்பப்பட்டதையும் அறிந்திருக்கிறார்கள். இளவரசரைப் பழுவேட்டரையர்கள்தான் கடலில் மூழ்கடித்து விட்டதாகப் பலர் நம்புகிறார்கள். இச்சமயத்தில் இளவரசர் இந்த நாட்டில் இருப்பது தெரிந்தால் மக்கள் கொதித்து எழுவார்கள். இளவரசரின் தலையில் இப்போதே மணிமகுடத்தைச் சூட்டிவிட வேண்டும் என்று பெரும் கிளர்ச்சி செய்வார்கள். பழுவேட்டரை யர்களும் சண்டைக்கு எப்போது முகாந்தரம் ஏற்படும் என்று காத்திருக் கிறார்கள். கொடும்பாளூர் பெரியவேளார் பெரும் படை திரட்டிக் கொண்டு தஞ்சையை நோக்கி வந்து கொண்டிருக்கிறார். தேவி! சோழ நாட்டில் இரத்த வெள்ளம் ஓடப்போகிறது என்று அஞ்சுகிறேன்.

இந்தப் பெரிய சாம்ராஜ்யம் சகோதரச் சண்டையினால் அழிந்துவிடுமே என்று பயப்படுகிறேன். அப்படி ஒன்றும் நேராமலிருக்க வேண்டும் என்று அல்லும் பகலும் ஸ்ரீரங்கநாதரைப் பிரார்த்தனை செய்து கொண்டிருக்கிறேன்.'

'என்னுடைய பிரார்த்தனையும் அதுவேதான், ஐயா! என் சகோதரர்கள் இந்த சாம்ராஜ்யத்தின் சிம்மாசனத்தில் ஏற வேண்டுமென்ற ஆசையை நான் விட்டுவிட்டேன். என்னைப் பொறுத்த வரையில் மதுராந்தகனுக்கே முடி சூட்டுவதில் இப்போது எனக்கு ஆட்சேபம் ஒன்றுமில்லை.'

'தங்களுக்கு ஆட்சேபமில்லை, ஆனால் மக்களுக்கு ஆட்சேபம் இருக்கிறதே! சக்கரவர்த்தி இன்னும் பல்லாண்டு இவ்வுலகில் வாழவேண்டும். ஆனால் விதிவசத்தினால் அவருக்கு ஏதாவது நேர்ந்து விட்டதென்றால் அன்றைய தினமே இந்தச் சோழ நாடு முழுவதும் ரணகளமாகி விடும்...'

'ஐயா! அத்தகைய துர்க்கதி விரைவிலேயே நேர்ந்து விடுமோ என்று எனக்குப் பயம் அதிகமாயிருக்கிறது. நேற்றிரவு சக்கரவர்த்தியின் நிலை மிக்க கவலைக்கிடமாகி விட்டது. அதனாலேதான் அவரிடம் பொன்னியின் செல்வன் பத்திரமாயிருக்கிறான் என்று சொல்ல வேண்டியதாயிற்று. ஆனால், சொல்லியும் அவர் நம்பவில்லை! அவருக்கு நான் வெறுமே ஆறுதல் சொல்வதாக எண்ணிக் கொண்டார். பல வருஷங்களுக்கு முன்னால் மாண்டு போன 'பழிகாரி' ஆவி அவருடைய புதல்வர்களின்மீது பழி வாங்குவதாக எண்ணிப் பிரமைகொண்டு பிதற்றுகிறார்...'

'அந்தோ, கடவுளே! என்ன விபரீதம்? நேற்று இரவு நடந்ததை யெல்லாம் விவரமாகச் சொல்லுங்கள்!'

'அதற்காகத்தான் வந்தேன் ஐயா! சொல்லித் தங்களிடம் யோசனை கேட்பதற்காகவே வந்தேன். முன் தடவை சுந்தர சோழர் மருத்துவசாலை ஏற்படுத்துவதற்காக நான் வந்த சமயத்தில், சக்கரவர்த்தி எனக்கு அந்தப் பழைய வரலாற்றைக் கூறினார். ஈழ நாட்டை அடுத்த தீவில் தாம் ஒதுங்க நேர்ந்தபோது, கரையர் மகள் ஒருத்தி தம்மைக் கரடிக்கு இரையாகாமல் காப்பாற்றியதுபற்றிச் சொன்னார். பின்னர் அத்தீவிலேயே சில மாத காலம் சொப்பன சொர்க்கலோகத்தில் வாழ்வதுபோல் அந்தப் பெண்ணுடன் வாழ்ந்திருந்ததைப் பற்றிச் சொன்னார். பின்னர் இந்தத் தஞ்சைபுரிக்கு அவர் அழைத்து வரப்பட்டதையும் கூறினார். அரண்மனை வாசலில் கூடியிருந்த கூட்டத்தின் மத்தியில் கரையர் மகளைப் பார்த்ததையும், ஆருயிர் நண்பராகிய தங்களை விட்டு அவளைத் தேடிக்கொண்டு வரச் சொன்னதையும், தாங்கள் தேடிப்போய்த் திரும்பி வந்து அவள் கடலில்

விழுந்து இறந்தாள் என்று தெரிவித்ததையும் கூறினார். அதுமுதலாவது அடிக்கடி அந்தக் கரையர் மகள், ஆவி வடிவத்தில் வந்து தம்மைத் துன்புறுத்துவதாகவும் சமீப காலத்தில் அவள் வருகை அதிகமாயிருப்ப தாகவும் சொன்னார்...'

'தேவி, அதையெல்லாம் நீங்கள் நம்பினீர்களா!'

'தந்தை கூறிய வரலாறு அவ்வளவு அதிசயமாயிருந்தபடியால் என் மனமும் மிக்க குழம்பி விட்டது. இறந்து போனவளின் ஆவி வந்து தந்தையைத் தொந்தரவு படுத்துவது சித்தப்பிரமையா யிருக்கலாம் என்று நினைத்தேன். பிறகு யோசித்துப் பார்க்கப் பார்க்க வேறு சில ஐயங்கள் உண்டாயின. வானதி ஒரு நாள் இரவு, சக்கரவர்த்தியின் கூக்குரலைக் கேட்டுப் போய்ப் பார்த் தாள். பழுவூர் இளையராணி மாதிரி ஓர் உருவம் மன்னரின் எதிரில் நிற்பதைக்கண்டு திடுக்கிட்டு மூர்ச்சித்து விழுந்தாள். அதுமுதலா வது அந்தக் கரையர் மகளுக்கும், இந்தப் பழுவூர் இளையராணிக் கும் ஏதோ சம்பந்தம் இருக்க வேண்டும் என்று தோன்றியது. வல்லவரையரும், அருள்மொழியும் கூறியதிலிருந்து அது உறுதி யாயிற்று. ஐயா! நந்தினி தேவி ஒருவேளை அந்த கரையர் மகளின் புதல்வியாயிருக்க முடியுமா?'

'தங்களைப் போலவே நானும் ஊகிக்கத்தான் முடியும் தாயே! உருவ ஒற்றுமையைப் பார்த்தால் அப்படித்தான் கருத வேண்டியிருக்கிறது. ஆனால் அதிலிருந்து மட்டும் நிச்சயிக்க முடியுமா? ஒரு வேளை கரையர் மகளின் கடைசித் தங்கையாகக் கூட நந்தினிதேவி இருக்கலாம். இதையெல்லாம் பற்றி நிச்சயமாகத் தெரிந்தவர்கள் இப்போது மூன்று பேர்தான் இருக்கிறார்கள்...'

'அவர்கள் யார், சுவாமி!'

'ஒருவர்தான் பெரிய பிராட்டி செம்பியன் மாதேவி. அவருடைய உள்ளத்தில் ஏதோ ஒரு இரகசியம் இருந்து வேதனை செய்து வருகிறது. ஆனால் அது இன்னதென்பதை அவராகச் சொன்னாலொழிய, நாம் கேட்டுத் தெரிந்துகொள்ள இயலாது. மகானாகிய கண்டராதித்தர் காலமாகும் தருவாயில் பெரிய பிராட்டி அதை அவரிடம் கூறினார் என்பது எனக்குத் தெரியும். கண்டராதித்தர் என்னிடம் சொல்லத் தொடங்கினார். இரண்டு வார்த்தை சொல்வதற்குள் அவருடைய மூச்சு நின்றுவிட்டது..'

'மற்ற இருவரும் யார், ஐயா?'

'மற்ற இருவரும் பேசத் தெரியாத ஊமைகள். சேந்தன் அமுதனின் அன்னையும் பெரியன்னையுந்தான். இவர்களில் அமுதனுடைய அன்னையிடமிருந்து நாம் ஒன்றும் தெரிந்துகொள்ள இயலாது.

செம்பியன் மாதேவியிடம் அவள் அளவிலாத பக்தி உள்ளவள். அந்தத் தேவி உயிரோடிருக்கும்வரையில் இவள் ஒன்றும் தெரிவிக்க மாட்டாள். ஆகையினால்தான் அவளுடைய தமக்கை மந்தாகினியை ஈழ நாட்டிலிருந்து அழைத்து வருவதற்கு நான் பெரும் பிரயத்தனம் செய்து கொண்டிருந்தேன்...'

'ஆகா! அந்தக் கரையர் மகளின் பெயர் மந்தாகினியா? அவள் உயிரோடிருப்பது தங்களுக்கு எப்போது தெரிந்தது.?'

'தேவி! இருபத்தைந்து ஆண்டுகளுக்கு மேலாக அது எனக்குத் தெரிந்த விஷயந்தான்.'

'என்ன? என்ன? இருபத்தைந்து வருஷங்களாகத் தெரிந்துமா என் தந்தையிடம் தாங்கள் சொல்லவில்லை? ஐயா! அவள் இறந்துவிட்டாள் என்ற எண்ணத்தினால் என் தந்தை எத்தனை மனோவேதனைக்கு உள்ளானார் என்பதெல்லாம் தங்களுக்குத் தெரியாதா?'

'தெரியும் தாயே! தெரியும்.'

'தெரிந்துமா அவரிடம் உண்மையைச் சொல்லாதிருந்தீர்கள்?'

அநிருத்தர் ஒரு நெடிய பெருமூச்சு விட்டார். அவர் உள்ளத்தில் ஒரு போராட்டம் நிகழ்ந்தது என்பதை அவருடைய முகம் எடுத்துக் காட்டியது. பின்னர் அவர் கூறினார்:

'தேவி! இருபத்தைந்து வருஷங்களுக்கு முன்னால் நான் ஒரு குற்றம் செய்தேன். முதன்முதலாக அதை இப்போது தங்களிடந்தான் சொல்லுகிறேன். கரையர் மகளைத் தேடி வரும்படி தங்கள் தந்தை என்னை அனுப்பினார் அல்லவா? விரைவாகக் குதிரைமீது செல்லும் ஆட்களுடன் நானும் போனேன்; கோடிக்கரைபோய்ச் சேர்ந்தோம். அங்கே கொந்தளித்துக் கொண்டிருந்த கடலில் அவள் கலங்கரை விளக்கின் உச்சியிலிருந்து விழுந்துவிட்டாள் என்பதை அறிந்தோம். அந்தப் பயங்கரக் காட்சியை நேரில் பார்த்தவர்கள் சொன்னார்கள். தியாக விடங்கரே நடுங்கிய குரலில் நாக்குழறக் கூறினார். அதைத்தான் நானும் தஞ்சாவூருக்கு வந்து என் நண்பரிடம் தெரிவித்தேன்...'

'இதில் தங்கள் குற்றம் என்ன, ஐயா?' என்றாள் குந்தவை.

'குற்றம் இதுதான்; கரையர் மகள் கடலில் விழுந்தாளே தவிர, அதிலே முழுகிச் சாகவில்லை. அந்தக் கொந்தளித்த கடலில் படகு விட்டுக் கொண்டுவந்த வலைஞன் ஒருவன் அவளைக் கண்டெடுத்துப் படகில் ஏற்றிக் காப்பாற்றிவிட்டான். கோடிக்கரைக்கு வெகு தூரத்துக்கு அப்பால் அவன் வந்து கரையேறினான். திரும்பி வரும் வழியில் நான் அந்தக் கரை யேறும் படகைப் பார்த்தேன். அதில் இருந்த பெண் யார்

என்பதை யும் தெரிந்து கொண்டேன். அந்தப் படகுக்காரனிடம் நிறையப் பணம் கொடுத்து அவளைப் பத்திரமாக இலங்கைக்குக் கொண்டு போய்ச் சேர்க்கும்படியும் அங்கேயே இருக்கும்படியும் கூறினேன்; அவனும் சம்மதித்துச் சென்றான். நான் திரும்பித் தஞ்சைக்கு வந்து கரையரின் மகள் கடலில் விழுந்து மாண்டு விட்டதாகக் கூறினேன். தங்கள் தந்தைக்கு நன்மை செய்வதாக நினைத்துக் கொண்டுதான் மனமறிந்து அத்தகைய குற்றத்தைச் செய்தேன். அந்தக் குற்றம் இத்தனை காலத்துக்குப் பிறகு இப்படி ஒரு விபரீத மான விளைவை உண்டாக்குமென்று எதிர்பார்க்கவில்லை...'

இளையபிராட்டி குந்தவை அப்போது குறுக்கிட்டு, 'ஐயா! தாங்கள் செய்தது குற்றமாயிருந்தாலும் என் தந்தைக்கு நன்மை செய்யும் எண்ணத்துடனேயே செய்தீர்கள். பிறகு, அந்தக் கரையர் மகளைப்பற்றித் தாங்கள் கேள்விப்பட்டு வந்தீர்களா?' என்று கேட்டாள்.

'ஏன்? அடிக்கடி கேள்விப்பட்டுத்தான் வந்தேன். இளவரசுப் பட்டம் சூட்டிக் கொண்டதும், சுந்தர சோழர் மதுரைப் போர் முனைக்குப் போனார். நான் காசி க்ஷேத்திரத்துக்குச் சென்றேன். சில ஆண்டுகள் அங்கேயே தங்கி வேதாகம சாத்திரங்கள் பயின்றுவிட்டுத் திரும்பி வந்தேன். அப்போது பழையாறையில் ஈசான பட்டரின் தந்தை அந்தக் கரையர் மகளோடு அந்தரங்கமாக உரையாடிக் கொண்டிருந்ததைக் கண்டு வியந்தேன். அவர் ஒரு அதிசயமான செய்தியைச் சொன்னார். அந்தக் கரையர் மகள் பெரிய பிராட்டியின் அரண்மனைத் தோட்டத்தில் வந்து சில நாள் தங்கியிருந்ததாகவும், இரட்டைக் குழந்தைகள் பெற்று அங்கேயே போட்டுவிட்டு ஓடிப் போனதாகவும் கூறினார். எப்போதாவது நினைத்துக்கொண்டு குழந்தைகளைப் பார்ப்பதற் காக அவள் இரகசியமாக வருவதுண்டு என்றும் தெரிவித்தார். குழந்தைகள் என்ன ஆயின என்று கேட்டேன், அவர் சொல்ல மறுத்து விட்டார். அது செம்பியன் மாதேவிக்கு மட்டுமே தெரிந்த இரகசியம் என்று கூறினார். நானும் அதைப்பற்றி அதிகம் கிளறாமலிருப்பதுதான் நல்லது என்று சும்மா விட்டு விட்டேன். தேவி! அருள்மொழி குழந்தைப் பிராயத்தில் காவேரி நதியில் விழுந்து விட்டபோது, அவனைக் காவேரி அன்னை காப்பாற்றினாள் என்று எல்லாரும் சொல்லுவார்கள் அல்லவா? அப்படிக் காப்பாற்றியவள் உண்மையில் கரையர் மகள்தான் என்று என் மனத்தில் அச்சமயமே தோன்றியது...'

'தங்கள் உள்ளத்தில் தோன்றியது உண்மைதான், ஐயா! அருள்மொழி ஈழ நாட்டில் அந்த மாதரசியைப் பார்த்துவிட்டு வந்து அவ்வாறுதான் சொன்னான். ஆனால் இந்த விந்தையைக் கேளுங்கள்! என் தந்தை என்ன எண்ணுகிறார் தெரியுமா? கடலில் விழுந்து இறந்த கரையர் மகள்தான்

ஆவி வடிவத்தில் வந்து தம் மக்கள் மீது பழி வாங்குவதாக எண்ணுகிறார். நேற்றிரவு வெளியில் கடும் புயல் அடித்தபோது என் தந்தையின் உள்ளப் புயலும் வேகத்தை அடைந்தது. இரவு முழுவதும் அவர் தூங்கவே இல்லை; என்னையும் தூங்கவிடவில்லை. பழைய கதைகளையெல்லாம் மறுபடி சொன்னார். 'கடலில் விழுந்து இறந்த அந்தப் பழிகாரிதான் இப்போது என் பேரில் பழி வாங்குகிறாள். அவள்தான் என் அருள்மொழியைக் கடலில் மூழ்க அடித்துக் கொன்று விட்டாள்! கரிகாலனையும் அவள் பழி வாங்காமல் விடமாட்டாள்!' என்று அடிக்கடி அலறினார். 'என் ஒரு மகனாவது உயிரோடிருக்கும் போது என்னைக் கொண்டு போக மாட்டாயா, யமனே!' என்று கதறினார். அவருக்கு எவ்வளவோ நான் சமாதானம் சொல்லியும் கேட்கவில்லை. அதன் பேரிலேதான் நாகைப்பட்டினம் புத்த விஹாரத்தில் அருள்மொழிவர்மன் பத்திரமாயிருப்பதைப்பற்றி அவரிடம் சொல்ல வேண்டி நேர்ந்தது...'

'அதற்குப் பிறகு சக்கரவர்த்தி சிறிது ஆறுதல் அடைந்தாரா?'

'அதுதான் இல்லை; அதன் பிறகு சித்தப்பிரமை இன்னும் அதிக மாகிவிட்டது! முதலில் அச்செய்தியை அவர் நம்பவே இல்லை. ஆனால் நேரில் பார்த்துவிட்டு வந்தேன் என்று சொன்ன பிறகு நம்பினார். ஏன் அவனை அழைத்துக்கொண்டு வரவில்லை என்று கேட்டார். குளிர் சுரத்துக்குப் பிறகு பிரயாணத்துக்கு வேண்டிய உடல் பலம் வரவில்லை என்றும், விரைவில் அழைத்துக்கொண்டு வர ஏற்பாடு செய்வதாகவும் கூறினேன். ஆனால் அவனை இப்போது இங்கு அழைத்து வருவதால் இராஜ்யத்தில் ஏற்படக்கூடிய குழப்பத்தைப் பற்றியும் இலேசாகச் சொன்னேன். இதைக் கேட்டதும் அவருடைய மனப் போக்கு வேறு விதமாகத் திரும்பி விட்டது. 'இந்த இராஜ்யந்தான் என் பிள்ளைகளுக்கு யமனாக ஏற்பட்டிருக்கிறது. இராஜ்யம் அவர்களுக்கு இல்லையென்று தீர்ந்தால் என் புதல்வர்கள் உயிரோடு சுகமாயிருப்பார்கள். அதற்காகத்தான் அவர்களை இங்கு அழைத்து வர இவ்வளவு அவசரப்படுகிறேன்!' என்றார். திடீரென்று இன்னொரு பீதி அவர் மனத்தில் குடிகொண்டது. உக்கிரமான புயல் காற்றினால் நேற்றிரவு அரண்மனையெல்லாம் கிடுகிடுத்துப் போயிற்று. ஒரு தடவை பேரிடி இடித்து ஓய்ந்ததும் என் தந்தை வெறிகொண்டு விட்டார். 'மகளே! அருள்மொழியை இனி நான் பார்க்கப் போவ தில்லை. கீழைக் கடலில் தோன்றும் புயல் காற்றுகளையும் சுழிக் காற்றுகளையும் பற்றி எனக்கு நன்றாகத் தெரியும். இன்று அடிக்கும் புயலினால் கடற்கரையில் தென்னை மர உயரம் அலைகள் எழும்பும். உள்நாட்டில் வெகு தூரம் கடல் பொங்கிவந்து மூழ்க அடிக்கும். காவேரிப் பட்டினத்தை அன்று ஒருநாள் கடல் கொண்டது போல் நாகைப் பட்டினத்தையும் கொண்டு போனாலும் போய்விடும்.

அதிலும் கடற்கரைக்கும் கால்வாய்க்கும் மத்தியில் உள்ள புத்த விஹாரம் ஒரு நாளும் தப்பிப் பிழைக்காது. அந்தப் பழிகாரி கரையர் மகள் கடலில் என் மகனைக் கொண்டு போக முடியவில்லை. அதற்குப் பதிலாக கரையிலேயே வந்து என் மகனைக் கொல்லப் போகிறாள்! நான் போய் இதோ அவளைத் தடுத்து என் மகனைக் காப்பாற்றப் போகிறேன்' என்று கதறிக்கொண்டு எழுந்திருக்க முயன்றார். அந்த முயற்சியில் தளர்ச்சியுற்றுப் படுக்கையில் விழுந்தார். ஐயா! அப்போது என் தந்தை விம்மி அழுத குரலைக் கேட்டால் கல்லும் மலையும் உருகிவிடும்!' என்றாள் இளையபிராட்டி. அவளுடைய கண்களில் அப்போது தாரை தாரையாகக் கண்ணீர் வழிந்து கொண்டிருந்தது.

இருபத்தாறாம் அத்தியாயம்

வீதியில் குழப்பம்

குந்தவை கண்ணீர் விடுவதைப் பார்த்துவிட்டு, வானதியும் விம்மத் தொடங்கினாள். உலகத்தில் எத்தனையோ இன்ப துன்பங்களைப் பார்த்தவரான அநிருத்தப் பிரம்மராயரின் இரும்பு நெஞ்சமும் இளகியது.

'தாயே! சக்கரவர்த்தி இப்போது படும் கஷ்டங்களுக்கெல்லாம் காரணமானவன் இந்தப் பாவிதான். என்ன பிராயச்சித்தம் செய்து அந்தப் பாவத்தைத் தீர்த்துக்கொள்ளப் போகிறேனோ தெரியவில்லை!' என்றார்.

'ஐயா! தங்களுக்குத் தெரியாதது ஒன்றுமில்லை; ஆயினும் எனக்குத் தெரிந்ததைச் சொல்லுகிறேன். அந்தக் கரையர் மகள் இறந்துவிட வில்லை. உயிரோடிருக்கிறாள் என்பதைத் தந்தைக்குத் தெரிவித்து விட்டால் அவருடைய துன்பம் தீர்ந்து மன அமைதி ஏற்பட்டு விடும். அதைச் சொல்வதற்காகவே தங்களிடம் வந்தேன். எப்படியாவது என் பெரியன்னையை அழைத்து வர ஏற்பாடு செய்யுங்கள் என்று கேட்டுக்கொள்ள வந்தேன். ஆனால் தாங்களே அதற்குப் பிரயத்தனம் செய்திருக்கிறீர்கள்!' என்றாள் இளையபிராட்டி.

'ஆம், அம்மா! நானும் அத்தகைய முடிவுக்குத்தான் வந்திருந்தேன். மந்தாகினிதேவி உயிரோடிருக்கும் விவரத்தைச் சக்கரவர்த்தியிடம் தெரிவித்துவிடத் தீர்மானித்து விட்டேன். ஆனால் வெறுமனே சொன்னால் அவர் நம்ப மாட்டார். முன்னே நான் கூறியது பொய், இப்போது சொல்வதுதான் உண்மை என்று எவ்விதம் அவரை நம்பச் செய்வது? அதற்காகவே அந்தத் தேவியை இங்கே அழைத்து வரச் செய்து பிறகு சொல்ல எண்ணினேன். நேரிலே பார்த்தால் நம்பியே தீரவேண்டும் அல்லவா? அதற்காகவே முக்கியமாக இலங்கைத் தீவுக்குச் சென்றிருந்தேன். ஆனால் தங்கள் தம்பியோடும் பெரிய வேளாரோடும் சதி செய்வதற்காக நான் ஈழ நாட்டுக்குப் போனேன்

என்று பழுவேட்டரையர்கள் சக்கரவர்த்தியிடம் சொல்லியிருக் கிறார்கள். அது இல்லை என்று நிரூபிப்பதற்காக வேனும் மந்தாகினி தேவியைத் தங்கள் தந்தையின் முன்னால் கொண்டுபோய் நிறுத்தப் போகிறேன்' என்றார் அநிருத்தர்.

'ஐயா! அந்த மாதிரி திடீரென்று கொண்டு போய் நிறுத்தினால் தந்தைக்கு ஏதேனும் தீங்கு நேரிட்டாலும் நேரிடலாம். முன்னால் தெரிவித்து விட்டுத்தான் அவர்களைப் பார்க்கச் செய்யவேணும்!' என்றாள் இளையபிராட்டி.

'ஆம், ஆம் அவ்வாறுதான் செய்ய உத்தேசித்திருக்கிறேன். இந்த வீட்டுக்கு மந்தாகினி தேவி வந்து சேர்ந்ததும் போய்ச் சொல்லலாம் என்று நினைத்தேன். இன்று காலை அரண்மனைக்கு வரவே எண்ணியிருந்தேன். அதற்குள் தியாகவிடங்கரின் மகள் நடுவில் தலையிட்டு எனக்கு ஏமாற்றத்தை அளித்துவிட்டாள். அந்தப் பொல்லாத பெண்ணுக்கு ஒருநாள் தகுந்த தண்டனை விதிப்பேன்!' என்றார் முதன்மந்திரி.

'ஐயோ! அப்படி ஒன்றும் செய்யாதீர்கள். அவள் நல்ல பெண்ணோ, பொல்லாத பெண்ணோ, நான் அறியேன். ஆனால் அருள்மொழியைக் கடலில் முழுகிப் போகாமல் காப்பாற்றியவள் பூங்குழலிதான் அல்லவா?'

'கடவுள் காப்பாற்றினார் என்று சொல்லுங்கள், தாயே! பாற்கடலில் பள்ளிகொண்ட பகவான் காப்பாற்றினார். அவருடைய அருள் இல்லாவிட்டால், இந்தச் சிறு பெண்ணால் என்ன செய்துவிட முடியும்? ஜோதிட சாஸ்திரம் உண்மையானால், கிரகங்கள், நட்சத்திரங்களின் சஞ்சார பலன்கள் மெய்யானால், இளவரசரைக் கடலும் தீயும் புயலும் பூகம்பமும்கூட ஒன்றும் செய்ய முடியாது...'

'இறைவன் அருளின்றி எதுவும் நடவாதுதான். ஆனால் இறைவனுடைய சக்தியும் மனிதர்கள் மூலமாகத்தானே இயங்க வேண்டும்? பூங்குழலியை மறுபடியும் நாகைப்பட்டினத்துக்கு அனுப்ப எண்ணியிருக்கிறேன், ஐயா! அல்லது, தாங்கள் வேறுவிதமாக எண்ணினால் - பகிரங்கமாகவே அருள்மொழியை இங்கு வரச் செய்யலாம் என்று கருதினால்...'

'இல்லை, தாயே! இல்லை! சிம்மாசனம் யாருக்கு என்பது நிச்சயமாகும் வரைக்கும் அருள்மொழிவர்மனைப் பற்றி மக்கள் அறிந்து கொள்ளாமலிருப்பதே நல்லது. தங்கள் தந்தையை இன்று முடிவாகக் கேட்டுவிட எண்ணியிருக்கிறேன். மதுராந்தகருக்குப் பட்டம் கட்டுவதாயிருந்தால், தங்கள் தம்பியை மறுபடியும் ஈழ நாட்டுக்குத் திருப்பி அனுப்பி விடுவது நல்லது. அருள்மொழிவர்மர் இங்கு

இருக்கும்போது மதுராந்தகருக்கு மகுடம் சூட்டச் சோழ நாட்டு மக்கள் ஒருநாளும் உடன்படமாட்டார்கள். சோழ நாடு பெரும் ரணகளமாகும்; சோழ நாட்டின் நதிகளில் எல்லாம் இரத்த வெள்ளம் பெருகி ஓடும்...'

'ஐயா! அப்படியானால் பூங்குழலியையும், சேந்தன் அமுதனையும் மறுபடி நாகைப்பட்டினத்துக்கு அனுப்புவதே நல்லதல்லவா?'

'அதுதான் நல்லது. சக்கரவர்த்தி விரும்பினால் ஒரு முறை அருள்மொழிவர்மர் இரகசியமாகத் தஞ்சைக்கு வந்துவிட்டுத் திரும்பிப் போகலாம்!'

'ஆம், ஆம்! மந்தாகினி தேவியும் அருள்மொழியும் உயிரோடிருக் கிறார்கள் என்பதை ஒருமுறை கண்ணால் பார்த்துத் தெரிந்து கொண்டால்தான் சக்கரவர்த்தியின் உள்ளம் அமைதி அடையும்.'

'பெரிய இளவரசரைப்பற்றித் தங்கள் தந்தைக்கு எவ்விதக் கவலையும் இல்லை அல்லவா?'

'இல்லவே இல்லை; ஆதித்த கரிகாலனுக்கு அபாயம் விளைவிக்கக் கூடியவர்கள் இந்த உலகத்திலேயே இல்லை என்று சக்கரவர்த்தி நம்பியிருக்கிறார். தாங்கள் என்ன நினைக்கிறீர்கள் ஐயா?'

'எனக்கு என்னமோ அவ்வளவு நம்பிக்கை இல்லை. போர்க்களத்தில் பெரிய இளவரசர் அசகாய சூரர்தான், ஆனால் மற்ற இடங்களில் அவரை ஏமாற்றுவதும் வஞ்சிப்பதும் கஷ்டமல்ல. பழுவேட்டரையர்கள் அவரை விரோதிக்கிறார்கள். பழுவூர் இளையராணி அவருக்கு எதிராக ஏதோ பயங்கரமான இரகசியச் சூழ்ச்சி செய்து வருகிறாள். இந்த இரண்டு செய்திகளையும் கரிகாலருக்கு என் சீடன் மூலம் சொல்லி அனுப்பினேன். ஆயினும் பலன் இல்லை; தஞ்சாவூருக்கு எவ்வளவு சொல்லியும் வர மறுத்தவர் கடம்பூர் சம்புவரையர் மாளிகைக்குப் போயிருக்கிறார்...'

'ஐயா! பழுவூர் இளையராணி எங்கள் சகோதரியாயிருக்கக் கூடும் என்று நான் என் தமையனுக்குச் செய்தி அனுப்பியிருக்கிறேன். அருகிலிருந்து காப்பாற்றும்படியும் வாணர் குலத்து வீரருக்குச் சொல்லி அனுப்பினேன். ஆகா! வல்லவரையர் மட்டும் இப்போது இங்கே இருந்திருந்தால், நாகைப்பட்டினத்துக்கு அனுப்பியிருக்கலாம்...'

'அந்தப் பிள்ளை ஏதாவது சங்கடத்தில் அகப்பட்டுக் கொள்ளாமல் இருப்பதற்கு நானும் என் சீடனை அனுப்பி இருப்பேன். இப்போதுகூடத் தாங்கள் பூங்குழலியை அனுப்பினால் பின்னோடு திருமலையையும் அனுப்ப உத்தேசிக்கிறேன்.'

'போனவர்கள் இன்னும் வந்து சேரவில்லையே? என் பெரியன்னை வந்துவிட்டால், என் நெஞ்சிலிருந்து முக்கால்வாசி பாரம்

இறங்கிவிடும் ஐயா! அவர் வந்தவுடனே, தாங்கள் என் தந்தையைச் சந்தித்துச் சொல்லி விடுவீர்கள் அல்லவா? நான் என் அன்னையிடம் ஆதியிலிருந்து எல்லாக் கதையையும் சொல்லியாக வேண்டும்...'

'ஆகா! மலையமான் மகளுக்குத்தான் எத்தனை மனத்துன்பங்கள்! அதோடு, திருக்கோவலூர்க் கிழவனுக்கு இதெல்லாம் தெரியும்போது அவன் என்ன செய்யப் போகிறானோ? தன் பேரப் பிள்ளைகளுக்குப் பட்டம் இல்லை என்று தெரிந்தால், இந்த நாட்டையே அழித்து விடுவேன் என்று ஒருவேளை மலையமான் கிளம்பக்கூடும்...'

'என் பாட்டனாரைச் சரிக்கட்டும் வேலையை என்னிடம் விட்டு விடுங்கள். இந்தப் பெண் வானதி இருக்கிறாளே, இவளுடைய பெரிய தகப்பனாரைப் பற்றித்தான் எனக்குக் கவலையாயிருக்கிறது. கொடும்பாளூர்ப் பெண், சோழ சிங்காதனத்தில் ஒருநாள் வீற்றிருக்கப் போகிறாள் என்று அவர் ஆசை கொண்டிருக் கிறாராம். இந்தப் பெண்ணின் மனத்திலேகூட அந்த ஆசை இருக்கிறது...'

வானதி இப்போது குறுக்கிட்டு ஆத்திரம் நிறைந்த குரலில் 'அக்கா!...' என்றாள்.

இந்தச் சமயத்தில், வானதி மேலே பேசுவதற்குள், பூங்குழலி உள்ளே பிரவேசித்தாள். அவள் தனியாக வந்தது கண்டு மூன்று பேரும் சிறிது துணுக்குற்றார்கள்.

'கரையர் மகளே! உன் அத்தை எங்கே? திருமலை எங்கே?' என்று முதன்மந்திரி பரபரப்புடன் கேட்டார்.

'ஐயா! என் கர்வம் பங்கமுற்றது; நான் சொல்லிப் போனபடி அத்தையை இங்கு கொண்டுவந்து சேர்க்க முடியவில்லை.'

'நீங்கள் போவதற்குள்ளேயே காணோமா? அல்லது வருவதற்கு மறுத்து விட்டாளா? அப்படியானால்...'

'இல்லை ஐயா! கோட்டைக்குள்ளே அழைத்துக்கொண்டு வந்து விட்டோம். அதற்குப் பிறகுதான் ஜனக் கூட்டத்திலே அகப்பட்டு அத்தை காணாமல் போய்விட்டார்!' என்றாள் பூங்குழலி. பின்னர் அச்சம்பவம் பற்றிய பின்வரும் விவரங்களைக் கூறினாள்:

மந்தாகினிதேவி நல்ல வேளையாகச் சேந்தன் அமுதன் வீட்டி லேயேதான் இருந்தாள். அவள் அங்கேயே இருக்கும்படியான காரணங்கள் நேர்ந்திருந்தன. நேற்றிரவு அடித்த புயலில் அமுதனு டைய வீடு சின்னாபின்னமடைந்திருந்தது. தோட்டத்திலிருந்த மரம் ஒன்று வீட்டுக் கூரை மேலேயே விழுந்திருந்தது. சேந்தன் அமுதனோ

முதலாவது நாளிரவு மழையில் நனைந்த காரணத்தினால் கடும் சுரம் வந்து படுத்துப் பிதற்றிக் கொண்டிருந்தான். இரண்டு சகோதரிகளும் விழுந்த மரங்களை அகற்றி வீட்டைச் சரிப்படுத்தும் முயற்சியில் ஈடுபட்டிருந்தார்கள். பூங்குழலியைக் கண்டதும் மந்தாகினி மகிழ்ச்சி அடைந்தாள். திருமலையைக் கண்டு கொஞ்சம் தயங்கினாள். அவன் நம்மைச் சேர்ந்தவன் என்று பூங்குழலி கூறியபிறகு தைரியம் அடைந்தாள். வழியில் பூங்குழலியும் திருமலையும் ஊமை ராணியிடம் என்ன சொல்லுவது, எவ்வாறு சொன்னால் அவள் தயங்காமல் தங்களுடன் வருவாள் என்று பேசி முடிவு செய்திருந்தார்கள். அந்தப்படியே பூங்குழலி அவள் அத்தையிடம் கூறினாள். சக்கரவர்த்தி நோய்ப்பட்டுப் படுத்த படுக்கையாக இருப்பதாகவும், எந்த நேரத்திலும் இந்த மண்ணுலகை விட்டுப் போய்விடலாமென்றும், அவருடைய மூச்சுப் பிரிவதற்கு முன்னால் ஊமை ராணியை ஒரு தடவை பார்க்க ஆசைப்படுகிறார் என்றும், ஊமை ராணியை அவர் இத்தனை காலமாகியும் மறக்கவில்லையென்றும், அவளைப் பார்த்தால் ஒருவேளை அவர் புதிய பலம் பெற்று இன்னும் சில காலம் உயிர் வாழக்கூடும் என்றும் சமிக்ஞை பாஷையில் தெரியப்படுத் தினாள். அதற்காகவேதான் முதன்மந்திரி அநிருத்தப் பிரம்மராயர் அவளை எப்படியாவது பிடித்து வர ஆட்களை அனுப்பியதாக வும் முதன்மந்திரியின் அரண்மனையிலேதான் முதலாவது நாளிரவு தான் தங்கியிருந்ததாகவும் கூறினாள். சக்கரவர்த்தியின் அருமைப் புதல்வி குந்தவை தேவி ஊமை ராணியைத் தன் தந்தையிடம் அழைத்துப் போவதற்காக முதன்மந்திரி வீட்டில் காத்திருப்பதாகவும் தெரியப் படுத்தினாள். இதையெல்லாம் ஒருவாறு தெரிந்து கொண்டபிறகு மந்தாகினி பூங்குழலியுடனும் திருமலையுடனும் புறப்பட்டு வர இசைந்தாள். கோட்டை வாசலுக்கு அவர்கள் வந்து சேர்ந்தபோது, சக்கரவர்த்தியின் வேளக்காரப் படையினர், கோட்டைக்குள் பிரவேசித்துக் கொண்டிருந்தார்கள். அவர்கள் போகட்டும் என்று மூன்று பேரும் ஒதுங்கி நின்றார்கள். வேளக்காரப் படையை மந்தாகினி கண்கொட்டாத ஆர்வத்துடன் பார்த்துக் கொண்டிருந்தாள். வேளக்காரப் படையைத் தொடர்ந்து ஒரு பெருங்கூட்டம் கோட்டைக்குள்ளே பிரவேசித்தது. அவர்களைத் தடுத்து நிறுத்தவும் கோட்டைக் கதவுகளைச் சாத்தவும் காவலர்கள் செய்த முயற்சி பலிக்கவில்லை.

‘இந்தக் கூட்டத்தோடு நாம் போக வேண்டாம்; முதன்மந்திரி அரண்மனைக்குப் போகப் பிரத்தியேகமான சுரங்க வழி இருக்கிறது; அதன் வழியாகப் போகலாம்’ என்றான் திருமலை. இதைப் பற்றி பூங்குழலி அவளுடைய அத்தைக்குச் சொல்லப் பிரயத்தனப்பட்டாள். ஊமை ராணி அதைக் கவனியாமல் கோட்டைக்குள் போகும்

கூட்டத்தோடு சேர்ந்து போகத் தொடங்கினாள். திருமலையும் பூங்குழலியும் பின்னோடு சென்றார்கள். கோட்டைக்குள் பிரவேசித்த பிறகும், திருமலை வேறு தனி வழியாகப் போகலாம் என்று சொன்னதைப் பூங்குழலியின் அத்தை பொருட்படுத்தவில்லை. கூட்டத்துடன் கலந்தே சென்றாள். கூட்டத்தைப் பார்த்து பயப்படும் சுபாவம் உடையவள் இம்மாதிரி செய்வதைக்கண்டு மற்ற இருவருக்கும் வியப்பாயிருந்தது. கொஞ்ச தூரம் போன பிறகு கூட்டத்தில் சிலர் மந்தாகினியைக் குறிப்பாகக் கவனிக்க ஆரம்பித்தார்கள். 'இந்த அம்மாளைப் பார்த்தால் பழுவூர் இளையராணியின் ஜாடையாக இல்லையா?' என்று ஒருவருக்கொருவர் பேசிக்கொள்ள ஆரம் பித்தார்கள்.திருமலைக்கும் பூங்குழலிக்கும் இது கவலையை அளித்தது. அவர்கள் மந்தாகினிக்கு முன்னால் போய் நின்று தடுத்து நிறுத்த முயன்றார்கள். இதற்குள் ஆழ்வார்க் கடியானைப் பார்த்தவர்கள் சிலர் 'இவன், யாரடா வைஷ்ணவன்? பெண் பிள்ளையைத் தொந்தரவு படுத்துகிறான்?' என்றார்கள். இந்த வார்த்தைகள் காதில் விழுந்து வேளக்காரப் படையில் முன்னால் போனவர்கள் திரும்பி வந்தார்கள். ஊமை ராணியைச் சூழ்ந்து கொண்டு மற்றவர்களை அப்புறப் படுத்தினார்கள். அந்த நெருக்கடியில் திருமலையும் பூங்குழலியும்கூட அப்பால் தள்ளப்பட்டு விலகிப் போக நேர்ந்தது.

'வேளக்காரப் படையில் ஒருவன் மந்தாகினி தேவியிடம் 'அம்மா! நீ யார்? உன்னை யார் தொந்தரவு செய்தார்கள், சொல்! அவனை இங்கேயே தூக்கிலே போட்டு விடுகிறோம்!' என்று கேட்டான். ஊமை ராணி மறுமொழி சொல்லாமல் நின்றாள். இன்னும் சிலர் கேட்டதற்கும் அவள் பதில் சொல்லவில்லை.

இதற்குள் ஒருவன் 'இவளைப் பார்த்தால் பழுவூர் ராணி ஜாடையாக இல்லையா?' என்றான்.

இன்னொருவன், 'அப்படித்தான் இருக்கவேண்டும். அதனாலேதான் இவ்வளவு கர்வமாயிருக்கிறாள்!' என்றான்.

'பழுவூர்க் கூட்டமே கர்வம் பிடித்த கூட்டம்!' என்றான் மற்றொருவன்.

இந்த நிகழ்ச்சிகள் சின்னப் பழுவேட்டரையரின் அரண்மனைக்குச் சமீபத்தில் நிகழ்ந்தன. ஆகையால் என்ன சச்சரவு என்று தெரிந்து கொள்வதற்காகப் பழுவூர் வீரர்கள் சிலர் அங்கே வந்தார்கள். 'பழுவூர்க் கூட்டமே கர்வம் பிடித்த கூட்டம்' என்று வேளக்கார வீரன் ஒருவன் கூறியது அவர்கள் காதில் விழுந்தது.

'யாரடா பழுவூர்க் கூட்டத்தைப் பற்றி நிந்தனை செய்கிறவன்? இங்கே முன்னால் வரட்டும்' என்றான் பழுவூர் வீரன் ஒருவன்.

‘நான்தானடா சொன்னேன்! என்னடா செய்வாய்!’ என்று வேளக்கார வீரன் முன் வந்தான்.

‘நீங்கள்தானடா கர்வம் பிடித்தவர்கள். உங்கள் கர்வம் பங்கமடையும் காலம் நெருங்கிவிட்டது!’ என்றான் பழுவூர் வீரன்.

‘ஆகா! எங்கள் இளவரசரைக் கடலில் மூழ்கடித்து விட்டதனால் இப்படிப் பேசுகிறாயா? உங்களைப்போன்ற பாதகர்கள் இருப்பதாலே தான் புயல் அடித்து ஊரெல்லாம் பாழாகி விட்டது!’ என்றான் கூட்டத்தில் ஒருவன்.

பழுவூர் வீரன் ‘என்னடா சொன்னாய்?’ என்று அவனைத் தாக்கப் போனான். வேளக்கார வீரன் அவனைத் தடுத்தான் பின்னர் கூட்டத்தில் கைகலப்பும் குழப்பமும் கூச்சலும் எழுந்தன.

‘பழுவூர் வள்ளல்கள் வாழ்க!’ என்று சிலரும், ‘மூன்று உலகம் உடைய சுந்தர சோழ சக்கரவர்த்தி வாழ்க!’ என்று சிலரும் கோஷமிட்டார்கள். ‘கொடும்பாளூர் வேளார் வாழ்க!’ ‘திருக்கோவலூர் மலையமான் வாழ்க!’ என்ற குரல்களும் எழுந்தன.

அச்சமயத்தில் சின்னப் பழுவேட்டரையரே குதிரை மீது ஆரோகணித்து அங்கு வந்து சேர்ந்தார். அவரைக் கண்டதும் சண்டை நின்றது. ஜனங்களும் கலைந்து நாலாபுறமும் சிதறி ஓடினார்கள். வேளக்காரப் படையினர் முன்னால் சென்றார்கள். பழுவூர் வீரர்கள் காலாந்தக கண்டரைச் சூழ்ந்துகொண்டு நடந்ததைத் தெரிவித்தார்கள். பூங்குழலியும் ஆழ்வார்க்கடி யானும் வீதி ஓரத்தில் ஒதுங்கினார்கள். சுற்று முற்றும் கூர்ந்து கவனித்தார்கள். மந்தாகினியைக் காணவில்லை.

‘ஐயோ! இது என்ன? இப்படி நேர்ந்துவிட்டதே! தலைநகரில் அரசாட்சி அழகாக நடக்கிறது! அத்தையை எப்படிக் கண்டுபிடிப்பது? ஏதாவது கெடுதல் நேர்ந்திருக்குமோ? யாரேனும் பிடித்துக்கொண்டு போயிருப்பார்களோ?’ என்று பூங்குழலி கவலைப்பட்டாள். காலாந்தககண்டரும் பழுவூர் வீரர்களும் போனபிறகு நாலாபுறமும் தேடிப் பார்த்தார்கள்; மந்தாகினியைக் காணவில்லை. திருமலை, ‘நான் இன்னும் சிறிது நேரம் தேடிப் பார்க்கிறேன். நீ சீக்கிரம் சென்று முதன்மந்திரியிடமும் இளையபிராட்டியிடமும் சொல்லு; நாம் இரண்டு பேர் மட்டும் தேடினால் போதாது. முதன்மந்திரியும் இளையபிராட்டியும் ஏதேனும் ஏற்பாடு செய்வார்கள்’ என்றான். பூங்குழலி போவதற்குத் தயங்கினாள். மறுபடியும் ஆழ்வார்க்கடியான், ‘நான் சொல்வதைக் கேள். உன் அத்தைக்கு ஒன்றும் நேர்ந்திருக்க முடியாது. ஜனக் கூட்டத்தில் யாரோ தெரிந்த மனிதன் ஒருவனை உன் அத்தை பார்த்திருக்கிறாள். அவள் ஒரு திக்கையே கவனமாக

நோக்கியதிலிருந்து ஊகிக்கிறேன். அதனாலேதான் கூட்டத்தோடு சேர்ந்து வந்தாள். இப்போதும் அவனைத் தொடர்ந்துதான் போயிருக்கிறாள் என்று தோன்றுகிறது. எப்படியும் கண்டு பிடித்து விடலாம்; நீ போய் முதன்மந்திரியிடம் சொல்லு!' என்றான். பூங்குழலி முதன் மந்திரியின் அரண்மனைக்கு வந்து சேர்ந்தாள்...

இதையெல்லாம் கேட்ட குந்தவை பெரிதும் கவலை அடைந்தாள். அநிருத்தர் அவ்வளவு கவலை கொண்டதாகத் தெரியவில்லை. 'பார்த்தீர்களா, இளவரசி! கலகப் பிசாசு எப்போது சந்தர்ப்பம் கிட்டும் என்று காத்துக் கொண்டிருப்பதை அறிந்து கொண்டீர்களா? அருள்மொழிவர்மர் உயிரோடிருக்கிறார் என்று தெரியவேண்டியது தான் ராஜ்யமெங்கும் தீ மூண்டுவிடும்!' என்றார்.

'தாங்கள் முதன்மந்திரியாயிருக்கும் வரையில் அப்படி ஒன்றும் நேராது. இப்போது, என் பெரியன்னையைப் பற்றிச் சொல்லுங்கள். நான் பயந்தது போலவே ஆகிவிடும் போலிருக்கிறதே! அவரை எப்படிக் கண்டுபிடிப்பது?' என்று கேட்டாள்.

'அந்தக் கவலை தங்களுக்கு வேண்டாம்; கோட்டைக்குள் வந்து விட்டபடியால் இனி நான் அறியாமல் வெளியில் போக முடியாது. அதற்குத் தக்க ஏற்பாடு செய்துவிடுகிறேன்; தேடவும் ஏற்பாடு செய்கிறேன். இனி, சக்கரவர்த்தியைப் பார்க்காமல் மந்தாகினி தேவி இவ்விடம் விட்டுப் போகவும் மாட்டாள்!' என்றார்.

இருபத்தேழாம் அத்தியாயம்

பொக்கிஷ நிலவறையில்

பூங்குழலி மந்தாகினி தேவியை விட்டுப் பிரிந்த இடத்தில் நாம் இப்போது அந்த மாதரசியைத் தொடர்வது அவசியமாகிறது. அவள் கூட்டத்திலும் குழப்பத்திலும் மறைந்துவிட்ட காரணம் பற்றி ஆழ்வார்க்கடியான் கூறியது உண்மையேயாகும். வேளக்காரப் படையுடன் தொடர்ந்து கோட்டைக்குள் பிரவேசித்த கூட்டத்தில் மந்தாகினி, ரவிதாஸன் என்னும் சதிகாரனைப் பார்த்து விட்டாள். ஏதேனும் ஒரு புலன் குறைவாயுள்ளவர்களுக்கு மற்றப் புலன் நன்கு இயங்குவது இயல்பல்லவா? மந்தாகினிக்கோ காது கேளாது; வாய் பேசாது. அவ்வளவுக்கு அவளுடைய கண் பார்வை கூர்மையாயிருந்தது. ஆழ்வார்க்கடியானும், பூங்குழலியும் மந்தாகினி தேவியையே கவனித்துக் கொண்டிருந்தார்கள். ஆகையால் அவர்கள் கண்ணிற்குப் படாத ரவிதாஸன் மந்தாகினியின் பார்வைக்கு இலக்கானான்.

வரப் போகும் நன்மை தீமைகளை முன்னாலேயே அறிந்து கொள்ளக் கூடிய இயற்கையான உணர்ச்சி அறிவும் மந்தாகினிக்கு இருந்தது. ஆதலின் ரவிதாஸன் ஏதோ தீய காரியத்துக்காகவே இங்கே வந்திருக்கிறான் என்பதை அவள் உணர்ந்து கொண்டாள். ஏற்கெனவே ஈழ நாட்டில் அருள்மொழிவர்மனை ரவிதாஸன் கொல்ல முயன்றதையும் அவள் அறிந்திருந்தாள் அல்லவா! ஆதலின் கூட்டத் தோடு கூட்டமாகத் தஞ்சையின் வீதிகளில் சென்றபோது அவள் பார்வை ரவிதாஸனை விட்டு அகலவில்லை.

குழப்பத்தின் உச்சமான நிலையில் சின்னப் பழுவேட்டரையர் குதிரை மேலேறி வந்த சமயத்தில் ஜனக்கூட்டம் சடசடவென்று கலைந்த தல்லவா? அச்சமயம் ரவிதாஸனும் இன்னொரு மனிதனும் ஒரு சந்து வழியில் அவசரமாகப் புகுந்து செல்வதை மந்தாகினி பார்த்தாள். உடனே அந்தத் திசையைக் குறிவைத்து அவளும் வேகமாகச் சென்று, அதே சந்து வழியில் பிரவேசித்தாள்.

இது நிகழ்ந்த ஒரு நிமிட நேரத்தில், ஜனக்கூட்டத்தினால் மோதித் தள்ளப்பட்ட திருமலையும், பூங்குழலியும் மந்தாகினியைக் கவனிக்க முடியவில்லை. பிறகு பார்த்தால் அவளைக் காணவில்லை. மந்தாகினி சந்து வழியில் புகுந்து பிறகு இரண்டொரு தடவை திரும்பிப் பார்த்தாள். பூங்குழலியும் திருமலையும் வருகிறார்களோ என்று. அவர்களைக் காணவில்லை. ஆனாலும் ரவிதாஸனைத் தொடர்வதே, முக்கியமான காரியம் என்று எண்ணிச் சென்றாள். இந்த வரலாற்றின் ஆரம்பத்தில் வந்தியத்தேவன் காலாந்தககண்டரின் ஆட்களிடமிருந்து தப்பிச் சென்ற வழியிலேயே ரவிதாஸனும் அவனுடைய தோழனும் சென்றார்கள். ரவிதாஸனுடைய தோழனையும் முன்னம் நாம் சந்தித் திருக்கிறோம். திருப்புறம்பியம் பள்ளிப்படையிலே நள்ளிரவு சதிக் கூட்டத்திலே நாம் பார்த்த சோமன் சாம்பவன் என்பவன்தான் அவன்.

அவ்விருவரும் அதி வேகமாகச் சந்து பொந்துகளில் புகுந்து சென்றார்கள். ஆங்காங்கு விழுந்து கிடந்த மரங்களைப் பொருட் படுத்தாமல் தாண்டிக் குதித்துச் சென்றார்கள். மழைத் தண்ணீர் தேங்கியதால் ஏற்பட்டிருந்த சேற்றுக் குட்டைகளையும் கவனியாமல் சென்றார்கள். இன்னமும் இலேசாகக் காற்று அடித்துக் கொண்டிருந்த படியால் மரக்கிளைகள் அசைந்தாடிக் கொண்டிருந்தன. கிளைகளிலிருந்து அவ்வப்போது தண்ணீர்த் துளிகள் சலசலவென்று விழுந்தன. தங்களை யாரும் பின் தொடர்வார்கள் என்ற எண்ணமே அவர்களுக்கு லவலேசமும் இல்லை. ஆகையால் அவர்கள் திரும்பிப் பாராமலே விரைந்து சென்றார்கள். திரும்பிப் பார்த்திருந்தாலும் மந்தாகினி தேவியை அவர்கள் பார்த்திருக்க முடியாது.

கடைசியில், அவர்களுடைய துரிதப் பிரயாணம் பெரிய பழுவேட்டரையருடைய அரண்மனைத் தோட்டத்தின் பின் மதில் ஓரத்தில் வந்து நின்றது. புயலினால் வேருடன் பறிக்கப்பட்ட மரம் ஒன்று அந்த மதில் மேலே விழுந்து முறிந்து கிடந்தது. ரவிதாஸனும் சோமன் சாம்பவனும் அந்த மரத்தின் மீது எளிதில் ஏறி மதிலைக் கடந்து அப்பால் தோட்டத்தில் குதித்தார்கள். அவர்கள் குதிப்பதைப் பார்த்த மந்தாகினி தேவியும் சிறிது நேரத்துக்கெல்லாம் அதே மரத்தின் மீது ஏறி அப்பாலிருந்த தோட்டத்தில் இறங்கினாள்.

ரவிதாஸன், சோமன் சாம்பவனைச் சற்று தூரத்திலேயே நிறுத்தி விட்டுப் பெரிய பழுவேட்டரையரின் அரண்மனையை அணுகினான். பெரிய பழுவேட்டரையரும் பழுவூர் இளைய ராணியும் இல்லாத படியால் அரண்மனை சூன்யமாகக் காணப்பட்டது. எனினும் பெண்களின் பேச்சுக் குரல் மட்டும் கேட்டது. ஒருமுறை இரண்டு தாதிப் பெண்கள் அந்த மாளிகையின் பின் முகப்புக்கு வந்தார்கள். தோட்டத்து மரங்கள் பல முறிந்து விழுந்து கிடந்ததைப் பார்த்தார்கள்.

‘ஆகா! அனுமார் அழித்த அசோக வனம் மாதிரியல்லவா இருக்கிறது?’ என்றாள் ஒருத்தி.

‘நம்முடைய சீதா தேவி இங்கே இச்சமயம் இருந்திருந்தால், ரொம்ப மனவேதனைப் பட்டிருப்பாள்!’ என்றாள் இன்னொருத்தி.

சற்று நேரம் இவ்விதம் பேசிக் கொண்டிருந்துவிட்டு அவர்கள் திரும்ப உள்ளே செல்லும் சமயத்தில் ரவிதாஸன் வாயைக் குவித்துக்கொண்டு ஆந்தைக் குரல் போன்ற ஒலி உண்டாக்கினான். தாதிப் பெண்கள் இருவரும் திரும்பிப் பார்த்தார்கள். ரவிதாஸன் நன்றாக மறைந்து கொண்டிருந்தான்.

தாதிகளில் ஒருத்தி ‘பாரடி! பட்டப் பகலில் கோட்டான் கத்துகிறது! நேற்று அடித்த புயலில் ஆந்தைக்கும் புத்தி சிதறிவிட்டது!’ என்றாள்.

இன்னொருத்தி ஒன்றும் சொல்லவில்லை.

சற்று நேரத்துக்கெல்லாம் மறுமொழி சொல்லாமல் சென்றவள் திரும்பி வந்தாள். பழுவூர் அரண்மனைக்கும் பொக்கிஷ நில வறைக்கும் நடுவில் இருந்த வஸந்த மண்டபத்துக்கு வந்து சேர்ந்தாள். இந்த மண்டபத்திலேதான் வந்தியத்தேவன் பழுவூர் ராணியைச் சந்தித்தான் என்பது வாசகர்களுக்கு நினைவிருக்கலாம். அந்தத் தோழிப் பெண் தோட்டத்தை உற்றுப் பார்த்தாள். மறுபடியும் ஆந்தையின் குரல் கேட்டது. குரல் வந்த இடத்தை நோக்கி அந்தப் பெண் நடந்து வந்தாள். மரத்தின் மறைவிலிருந்து ரவிதாஸனும் முன்னால் வந்தான். காந்த சக்தி கொண்ட கண்களால் அவளை விழித்துப் பார்த்தாள்.

‘மந்திரவாதி, வந்துவிட்டாயா? இளைய ராணிகூட இங்கே இல்லையே? எதற்காக வந்தாய்?’ என்று கேட்டாள்.

‘பெண்ணே, இளையராணி அனுப்பித்தான் வந்திருக்கிறேன்!’ என்றான் ரவிதாஸன்.

‘போன இடத்திலும் ராணியை நீ விடவில்லையா? இங்கே எதற்காக வந்தாய்? யாருக்காவது தெரிந்தால்...’

‘தெரிந்தால் என்ன முழுகிவிடும்?’

‘அப்படிச் சொல்லாதே! சின்னப் பழுவேட்டரையர் எங்கள் பேரில் சந்தேகம் கொண்டிருக்கிறார். என்னை அழைத்து ஒருநாள் கடுமையாக எச்சரித்தார். மறுபடியும் மந்திரவாதி வந்தால் தம்மிடம் வந்து சொல்ல வேண்டும் என்று கட்டளை இட்டிருக்கிறார்...’

‘அவன் கெட்டான், போ! அவர்களுடைய காலமெல்லாம் நெருங்கி விட்டது! நீ ஒன்றும் கவலைப்படாதே! நிலவறையின் சாவி வேண்டும். சீக்கிரம் கொண்டுவந்து கொடு!’ என்றான் ரவிதாஸன்.

‘ஐயையோ! நான் மாட்டேன்!’

‘இதோ பார், உன் எஜமானியின் மோதிரம்!’ என்று ரவிதாஸன் இளையராணியின் முத்திரை மோதிரத்தைக் காட்டினான்.

‘இதை நீ எங்கே திருடினாயோ, என்னமோ யார் கண்டது?’

‘அடி பாவி! என்னையா திருடன் என்கிறாய்? இளைய ராணியே என்னைக் கண்டு நடுங்குவதைப் பார்த்து விட்டுமா இப்படிச் சொல்கிறாய்? பார்! இன்றிரவே ஒன்பது பிசாசுகள் வந்து உன்னை உயிரோடு மயானத்துக்குத் தூக்கிச் சென்று…’

‘வேண்டாம், வேண்டாம்! உன் பிசாசுகள் எல்லாம் உன்னிடமே இருக்கட்டும். எனக்கென்ன வந்தது? இளைய ராணியின் மோதிரத்தைக் காட்டினால் நீ கேட்டதைக் கொண்டுவந்து கொடுத்து விடுகிறேன். ஆனால் அவசரப்படாதே! தோட்டம் அழிந்து கிடப்பதைப் பார்க்க அடிக்கடி பெண்கள் இங்கே வருகிறார்கள். எல்லாரும் சாப்பிடும் சமயத்தில் நான் உன்னிடம் சாவியைக் கொண்டுவந்து கொடுக்கிறேன். அதுவரை பொறுத்திரு…!’

‘ஆகட்டும்; எனக்கும் கொஞ்சம் சாப்பாடு கொண்டு வா! சாப்பிட்டு இரண்டு நாள் ஆகிறது. நிறையக் கொண்டு வா!’ என்றான் ரவிதாஸன்.

தாதிப் பெண் போன பிறகு, ரவிதாஸனும் சோமன் சாம்பவனும் விழுந்து கிடந்த மரம் ஒன்றில் மேல் உட்கார்ந்து பேசிக் கொண் டிருந்தார்கள். அவர்கள் அறியாத வண்ணம் மந்தாகினியும் சற்று தூரத்தில் மறைவான இடத்தில் உட்கார்ந்து கொண்டாள். ரவிதாஸனும் தாதிப் பெண்ணும் பேசியது ஒன்றும் அவளுக்குப் புரியாவிட்டாலும் ஏதோ நடக்கப் போகிறதென்று ஊகித்துக் கொண்டாள். வெகு நேரம் கழித்து அத்தாதிப் பெண் திரும்பி வந்தாள். ரவிதாஸன் எழுந்து முன்னால் போனான். அவள் கொண்டு வந்திருந்த சோற்று மூட்டையையும், சாவிக் கொத்தையும் வாங்கிக் கொண்டான். பிறகு, வஸந்த மண்டபத்தை அடைந்து அங்கிருந்த பொக்கிஷ நிலவறைக்குச் சென்ற நடை பாதையில் இருவரும் சென்றார்கள். ஒரு சாவி, இரண்டு சாவி, மூன்றாவது சாவியையும் போட்டுத் திருப்பிய பிறகு, பூட்டுத் திறந்தது. நிலவறையின் உள்ளே ஒரே கும்மிருட்டாக இருந்தது.

ரவிதாஸன் தாதிப் பெண்ணைப் பார்த்து, 'அடடா! ஒன்று மறந்து விட்டேனே! இந்த இருட்டறையில் விளக்கு இல்லாமல் எப்படி போவது? ஒரு விளக்காவது தீவர்த்தியாவது கொண்டு வா!' என்றான்.

'பட்டப்பகலில் தீவர்த்தியும், விளக்கும் எப்படிக் கொண்டு வருவேன்? யாராவது பார்த்துச் சந்தேகப்பட்டால்?'

'அது எனக்குத் தெரியாது! உனக்கு அவ்வளவு சாமர்த்தியம் இல்லை என்றா சொல்கிறாய்? நான் நம்பமாட்டேன். தீவர்த்தியாவது தீபமாவது கொண்டு வா! இல்லாவிடில் இராத்திரி பன்னிரண்டு கொள்ளிவாய்ப் பிசாசுகளை அனுப்பி...'

'ஐயையோ, சும்மா இரு! எப்படியாவது கொண்டு வந்து தொலைக்கிறேன்' என்று கூறினாள் அந்தத் தாதிப் பெண்.

'அதற்குள் நானும் சாப்பிட்டு முடிக்கிறேன்' என்றான் ரவிதாஸன்.

தோழிப் பெண் அரண்மனையை நோக்கிச் சென்ற பிறகு ரவிதாஸனும் சோற்று மூட்டையுடன் தோட்டத்துக்குள் பிரவேசித்தான். சோமன் சாம்பவனிடம் வந்தான்.

அவனிடம் சோற்று மூட்டையைக் கொடுத்து, 'ஒருவேளை இரண்டு மூன்று நாள் நிலவறையிலேயே நீ இருக்கும்படி நேரலாம். சரியான சந்தர்ப்பம் கிடைக்க வேண்டும் அல்லவா? ஆகையால் இந்தச் சோற்று மூட்டையை வைத்துக் கொள். வேலை எடுத்துக் கொண்டு என்னோடு சத்தமிடாமல் வா! அந்தப் பெண் தீவர்த்தி கொண்டு வரப் போயிருக்கிறாள். அதற்குள் நீ நிலவறைக்குள் புகுந்து விட வேண்டும்' என்று சொன்னான். இருவரும் துரிதமாகச் சென்றார்கள்; மந்தாகினியும் அவர்கள் அறியாமல் பின் தொடர்ந்தாள்.

இருபத்தெட்டாம் அத்தியாயம்

பாதாளப் பாதை

நாற்புறமும் நன்றாகப் பார்த்துவிட்டு ரவிதாஸன் திறந்திருந்த நிலவறைக் கதவைச் சுட்டிக் காட்டிச் சோமன் சாம்பவனை அதன் உள்ளே போகச் சொன்னான்.

'முதலில் இருட்டில் கண் தெரியாது. அதற்காகக் கதவின் அருகிலேயே நின்றுவிடாதே! உள்ளே கொஞ்சம் தூரமாகவே போய் நின்றுகொள்!' என்றான்.

சோமன் சாம்பவன் நிலவறைக்குள் புகுந்ததும் அவனை இருள் விழுங்கிவிட்டது போலிருந்தது. பிறகு, ரவிதாஸன் நடைபாதை வழியாகத் திரும்பி நந்தினிதேவியின் வஸந்த மண்டபம் வரையில் சென்றான். அங்கிருந்து பழுவேட்டரையரின் அரண்மனையைப் பார்த்துக் கொண்டிருந்தான். தாதிப் பெண்ணைத் தவிர வேறு யாராவது வந்து விட்டால் அவனும் நிலவறைக்குள் அவசரமாகச் சென்று கதவைச் சாத்திக் கொள்வது அவசியமாயிருக்கலாம் அல்லவா?

ரவிதாஸன் அவ்விதம் வஸந்த மண்டபத்தில் நின்றுகொண்டு அரண்மனை வாசலையே பார்த்துக் கொண்டிருந்த சமயத்தில், மந்தாகினி சிறிதும் சத்தமின்றி நடந்து வந்து திறந்திருந்த நில வறைக்குள் பிரவேசித்தாள். அடர்ந்த காடுகளில் நள்ளிரவில் எத்தனையோ நாள் இருந்து பழக்கப்பட்டவளுக்கு அந்த நிலவறையின் இருட்டு ஒரு பிரமாதமா என்ன? சில வினாடி நேரத்தில் கண் தெரிய ஆரம்பித்தது. ரவிதாஸனுடன் வந்தவன் சற்றுத் தூரத்தில் ஒரு தூணுடன் முட்டிகொண்டு தவித்ததைப் பார்த்தாள். இவள் அதற்கு நேர்மாறான திசையில் சென்றாள். அங்கே ஒரு படிக்கட்டு காணப்பட்டது. நிலவறைப் பாதை அங்கே கீழே இறங்கிச் சென்றது. படிகளின் வழியாக இறங்கிக் கீழே நின்று கொண்டாள்.

சோமன் சாம்பவனுக்கு ஏதோ சிறிது சத்தம் கேட்டிருக்க வேண்டும்.

‘யார் அது? யார் அது?’ என்று குரல் கொடுத்தான்.

அது திறந்திருந்த வாசல் வழியாகப் போய் ரவிதாஸனுடைய காதில் இலேசாக விழுந்தது. அதே சமயத்தில் அரண்மனை வாசல் வழியாகத் தாதிப் பெண் கையில் தீவர்த்தியுடன் வந்து கொண்டிருந்ததை ரவிதாஸன் பார்த்தான். தான் முன்னால் சென்று சோமன் சாம்பவனுக்கு எச்சரிக்கை செய்வதற்காக விரைந்து நடந்தான்.

நிலவறை வாசற்படிக்குள் புகுந்ததும், ‘சாம்பவா! எங்கே இருக்கிறாய்?’ என்னைக் கூப்பிட்டாயா?’ என்றான்.

‘ஆமாம்; கூப்பிட்டேன்!’

‘அதற்குள்ளே அவசரமா? உன் குரல் வெளியிலே யாருக்காவது கேட்டால் என்ன செய்கிறது? உன்னை இங்கே இப்படியே விட்டு விட்டுப் போய்விடுவேன் என்று நினைத்தாயா?’

‘இல்லை; இல்லை! ஒரு விஷயம் கேட்பதற்காகக் கூப்பிட்டேன்’ என்று சொல்லிக்கொண்டே சோமன் சாம்பவன் ரவிதாஸனை அணுகி வந்தான்.

இச்சமயத்தில் நிலவறையில் வாசலில் பிரகாசமான வெளிச்சம் தெரிந்தது. ‘ஓகோ! அந்தப் பெண் தீவர்த்தியுடன் வந்து விட்டாள்; உன்னைப் பார்த்துவிடப் போகிறாள். போ! போ! தூரமாகச் சென்று தூண் மறைவில் நில்! சீக்கிரம்!’ என்றான் ரவிதாஸன்.

சோமன் சாம்பவன் அவசரமாகப் பின்வாங்கிச் சென்றான். அடுத்த வினாடி நிலவறையின் வாசலில் தாதிப் பெண் கையில் தீவர்த்தியுடன் வந்து நின்றாள்.

‘மந்திரவாதி! மந்திரவாதி! எங்கே போனாய்?’ என்றாள்.

‘எங்கேயும், போகவில்லை உனக்காகத்தான் காத்துக் கொண் டிருந்தேன்’ என்று கூறிக்கொண்டே ரவிதாஸன் அவளை அணுகித் தீவர்த்தியைக் கையில் வாங்கிக் கொண்டான்.

‘பெண்ணே! வெளியில் கதவைப் பூட்டிக்கொள். இன்னும் ஒரு நாழிகைக்கெல்லாம் சாவியுடன் திரும்பி வா! கதவைத் தட்டிப் பார்! நான் குரல் கொடுத்தால் திறந்து விடு! ஒருவரும் இல்லாத சமயமாகப் பார்த்துத் திற!’ என்றான் ரவிதாஸன்.

‘ஆகட்டும், மந்திரவாதி! ஆனாலும் உனக்கு எச்சரிக்கை செய்கிறேன். சின்னப் பழுவேட்டரையருக்கு ஏதோ சந்தேகம் ஏற்பட்டிருக்கிறது. நீ அகப்பட்டுக் கொண்டால் என்னைக் காட்டிக் கொடுத்து விடாதே!’

என்று கேட்டுக் கொண்டாள் தாதிப் பெண்.

'பெண்ணே! வீணாகக் கலவரப்படாதே! நான்தான் சொன்னேனே! காலாந்தககண்டனுக்கே இறுதிக் காலம் நெருங்கிவிட்டது!'

'என்னை ஏன் மறுபடி வந்து கதவைத் திறக்கச் சொல்லுகிறாய்? நிலவறையிலிருந்து வெளியில் போவதற்குத்தான் வேறு வழி இருக்கிறதே!'

'அந்த வழி இன்றைக்கு உபயோகப்படாது; வெட்டாற்றில் வெள்ளம் கரைபுரண்டு ஓடுகிறது. நீ போ! சரியாக ஒரு நாழிகைக்கெல்லாம் திரும்பிவிடு!'

தாதிப் பெண் வெளியில் சென்று கதவைச் சாத்தினாள். அவள் வெளியில் கதவைப் பூட்டிய அதே சமயத்தில் ரவிதாஸன் உட்புறத்தில் தாளிட்டான். பின்னர், கையில் தீவர்த்தியைத் தூக்கிப் பிடித்துக்கொண்டு சோமன் சாம்பவன் இருக்குமிடம் நோக்கி விரைந்து வந்தான்.

'சாம்பவா! என்னை என்னமோ கேட்க வேண்டுமென்று சொன்னாயே? இப்போது கேள்' என்றான்.

'நீ இதற்கு முன் ஒரு தடவை இங்கு வந்தாயா?' என்று சோமன் சாம்பவன் கேட்டான்.

'ஒரு தடவை என்ன? பல தடவை வந்திருக்கிறேன். நாம் சேர்த்து வைத்திருக்கும் பொருளெல்லாம் வேறு எங்கிருந்து வந்ததென்று நினைத்தாய்?' என்றான் ரவிதாஸன்.

'நான் அதைக் கேட்கவில்லை நீ சற்று முன் என்னை இங்கு விட்டு விட்டு வெளியில் போனாயல்லவா? மறுபடியும்...'

'இப்போதுதான் வந்திருக்கிறேனே?'

'நடுவில் ஒரு தடவை வந்தாயா?'

'நடுவிலும் வரவில்லை; ஓரத்திலும் வரவில்லை, எதற்காகக் கேட்கிறாய்?'

'நீ போன சிறிது நேரத்துக்கெல்லாம் வாசற்படியின் வெளிச்சம் சட்டென்று மறைந்தது. நான் தூணில் முட்டிக் கொண்டேன்.

'ஒருவேளை கதவு தானாகச் சாத்தித் திறந்து கொண்டிருக்கும்.'

'ஏதோ ஒரு உருவம் உள்ளே வந்தது போலத் தெரிந்தது; காலடி சத்தமும் நன்றாகக் கேட்டது.'

‘உன்னுடைய சித்தப்பிரமையாயிருக்கும். இந்த நிலவறையே அப்படித்தான். இருட்டிலே நிழல் போலத் தெரியும். திடீரென்று வெளிச்சம் தோன்றி மறையும். விசித்திரமான ஓசைகள் எல்லாம் கேட்கும். இங்கு நுழைந்தவர்கள் சிலர் பயப்பிராந்தியினாலேயே செத்துப் போயிருக்கிறார்கள். அவர்களுடைய எலும்புக்கூடுகள் அங்கங்கே கிடக்கின்றன. பழுவேட்டரையன் வேண்டுமென்றே அந்த எலும்புக்கூடுகளை எடுக்காமல் விட்டு வைத்திருக்கிறான். ஒருவரும் அறியாமல் இந்த நிலவறைக்குள் நுழைகிறவர்கள் எலும்புக்கூடு களைப் பார்த்துப் பயந்து சாகட்டும் என்று..’

‘அப்படி யாருக்கும் தெரியாமல் இந்த நிலவறையில் பிரவேசிக்க முடியுமா, என்ன?’

‘சாதாரணமாக யாரும் நுழைய முடியாது. என்னைத் தவிர அப்படி யாரும் நுழைந்திருப்பார்கள் என்று தோன்றவில்லை. நானும் இளையராணி அல்லது அவளுடைய தோழியின் உதவியினால்தான் இங்கு வந்திருக்கிறேன்...’

‘பின்னே மனிதர்களின் எலும்புக்கூடுகளைப் பற்றிச் சொன்னாயே?’

‘அதுவா? பழுவேட்டரையன் யாரையாவது பயங்கரமாகத் தண்டிக்க விரும்பினால், நிலவறைக் கதவை இலேசாகத் திறந்து வைத்து விடுவான். பொக்கிஷ நிலவறையைப்பற்றிக் கேட்டிருப்பவர்கள் பொருளாசையினால் இதில் நுழைவார்கள். அப்புறம் இதைவிட்டு வெளியில் போவதில்லை.’

‘நீ ஒருவனைத் தவிர இங்கு வந்தவன் யாரும் வெளியில் போன தில்லையென்றா சொல்லுகிறாய்?’

‘முன்னேயெல்லாம் அப்படித்தான். இப்போது இரண்டு பேரைப் பற்றி எனக்குச் சந்தேகமாயிருக்கிறது...’

‘யாரைச் சொல்லுகிறாய் என்று எனக்குத் தெரியும். வல்லவரை யனையும், கந்தமாறனையும் சொல்லுகிறாய்.’

‘ஆமாம்.’

‘அவர்களை நாம் இன்னும் உயிரோடு விட்டு வைத்திருக்கிறோமே!’

‘எத்தனை தடவை உனக்குச் சொல்வது? வல்லவரையனை ஒரு முக்கியமான காரியத்துக்காகத்தான் இளைய ராணி விட்டு வைத்திருக்கிறாள். சுந்தர சோழனுடைய குலம் நசிக்கும்போது வந்தியத்தேவனும் சாவான். அதற்குக் காலம் நெருங்கிவிட்டது. வா! வா! இந்த நிலவறையிலுள்ள சுரங்கப் பாதைகளை எல்லாம் உனக்குக்

காட்டுகிறேன்... ஒரு காரியத்தில் மட்டும் ஜாக்கிரதையாயிரு! இங்கே நவரத்தினக் குவியல் வைத்திருக்கும் மண்டபம் ஒன்றிருக்கிறது. அதில் நூறு வருஷங்களாகச் சோழர்கள் சேர்த்து வைத்த நவரத்தினங்களைக் குப்பல் குப்பலாகப் போட்டு வைத்திருக்கிறார்கள். அந்த நவரத்தினங்களின் மோகத்தில் மனத்தைப் பறிகொடுத்து விட்டால், நீ வந்த காரியத்தையே மறந்து போனாலும் போய்விடுவாய்!'

'ரவிதாஸா! யாரைப் பார்த்து இந்த வார்த்தை சொல்கிறாய்? உன்னைப் போல் நானும் வீரபாண்டியனுடைய தலையற்ற உடலின்மீது சத்தியம் செய்து கொடுத்தவன் அல்லவா?'

'யார் இல்லை என்றார்கள்? அந்த நவரத்தினக் குவியல்களைப் பார்த்தபோது என் மனது கூடச் சிறிது சலித்துப்போய் விட்டது; அதனாலேதான் எச்சரிக்கை செய்தேன். இருக்கட்டும்; வா, போகலாம். முதலில் சோழன் அரண்மனைக்குப் போகும் வழியை உனக்குக் காட்டுகிறேன். அதைக் காட்டிவிட்டு நான் போன பிறகு நீயே சாவகாசமாக இந்த நிலவறை முழுவதையும் சுற்றிப் பார்த்துக்கொள். பின்னொரு காலத்தில் உபயோகமாயிருக்கலாம்.'

ரவிதாஸன் தீவர்த்தியைப் பிடித்துக் கொண்டு மேலே நடந்தான். சோமன் சாம்பவன் பக்கத்திலேயே சென்றான்.

முன்னொரு சமயம் பெரிய பழுவேட்டரையரும் இளையராணி நந்தினியும் சென்ற அதே பாதையில் அவர்கள் சென்றார்கள். தீவர்த்தியின் புகை சூழ்ந்த வெளிச்சத்தில் நிலவறையின் தூண்களும் அவற்றின் நிழல்களும் கரிய பெரிய பூதங்களைப் போல் தோன்றின. இருளில் வாழும் வௌவால்கள் பயங்கரமான குட்டிப் பேய்களின் தோற்றம் கொண்டிருந்தன. ஆங்காங்கு பிரம்மாண்டமான சிலந்திக் கூடுகளும் அவற்றின் மத்தியில் ராட்சஸ சிலந்திப் பூச்சிகளும் காணப்பட்டன. தரையிலோ விசித்திர வடிவங்கள் கொண்ட ஜீவராசிகள் சில அதிவேகமாகவும் சில மிகவும் மெதுவாகவும் ஊர்ந்து சென்றன. ரவிதாஸன் கூறியதுபோலவே இனந்தெரியாத பலவிதச் சத்தங்கள் கேட்டன. வெளியே இன்னமும் அடித்துக் கொண்டிருந்த புயலின் சத்தமும் எப்படியோ எங்கிருந்தோ அந்தச் சுரங்க நிலவறைக்குள் வந்து எதிரொலி செய்தது.

சோமன் சாம்பவன் திடீரென்று திடுக்கிட்டு நின்று, 'ரவிதாஸா! ஏதோ காலடிச் சத்தம் போல் கேட்கவில்லை?' என்று கேட்டான்.

'கேட்காமல் என்ன? நம்முடைய காலடிச் சத்தம் கேட்கத்தான் கேட்கிறது. வீணாக மிரண்டு விடாதே! இப்போது நானும் இருக்கும்

போதே இப்படிப் பயப்பட்டாயானால், இங்கே இரண்டு மூன்று தினங்கள் எப்படியிருப்பாய்?' என்றான் ரவிதாஸன்.

'நான் ஒன்றும் பயப்படவில்லை; நீ போன பிறகு வீண்பிராந்திக்கு உள்ளாவதைக் காட்டிலும் நீ இருக்கும்போதே கேட்டுத் தெரிந்து கொள்ள விரும்புகிறேன். இந்த நிலவறைக்குள் புகுந்தவர்கள் சிலர் இங்கேயே செத்துப் போனார்கள் என்று சொன்னாயல்லவா?' என்றான் சோமன் சாம்பவன்.

'ஆமாம்; அவர்களுடைய ஆவிகள் இங்கேயே உலாவிக் கொண்டுதானிருக்கும். அதனால் என்ன? பேய்கள்தான் நம்மைக் கண்டு பயந்து அலறுமே? அந்தச் சிறு பையன் வந்தியத்தேவன் இந்த நிலவறையில் பயப்படாமல் இருந்து எப்படியோ தப்பி வெளியேறியிருக்கிறான். எத்தனையோ பேய் பிசாசுகளைப் பார்த்த நானும் நீயும் ஏன் பயப்பட வேண்டும்?'

'பேயும் பிசாசும் இருக்கட்டும், அதற்கெல்லாம் யார் பயப்படு கிறார்கள். வேறு பிராணிகள், விஷ ஜந்துகள் இங்கே இருக்கலாம் அல்லவா?'

'பாம்புக்கும் தேளுக்கும் பயப்படப் போகிறாயா? நம்மைக் கண்டாலே அவைகள் வளைகளில் போய் ஒளிந்து கொள்ளும்...'

'இருந்தாலும் இரண்டு மூன்று நாட்கள் இங்கேயே இருக்கிறது என்றால் யோசனையாகத்தான் இருக்கிறது, ரவிதாஸா! அதற்கு முன்னாலேயே ஒருவேளை சந்தர்ப்பம் கிடைத்தால்...?'

'வேண்டாம், வேண்டாம்! அந்தத் தவறு மட்டும் செய்து விடாதே! இன்றைக்குச் செவ்வாய்க் கிழமை; புதன், வியாழன், இரண்டு நாளும் நீ காத்திருக்க வேண்டும். சுந்தர சோழன் தனிமையாக இருக்கும் நேரம் எது என்பதைப் பார்த்து வைத்துக் கொள். சுந்தர சோழனுடைய பட்டமகிஷி எப்போதும் அவன் அருகிலேயே இருப்பாள். வெள்ளிக்கிழமை இரவு நிச்சயமாகத் துர்க்கா பரமேசுவரியின் கோயிலுக்குப் போவாள். அன்று இரவுதான் நீயும் உன் காரியத்தை முடிக்க வேண்டும். சுந்தர சோழனுடைய குலம் நிர்மூலமாகும் நாள் வெள்ளிக்கிழமை தான். முன்பின்னாக ஏதாவது நடந்தால் காரியம் கெட்டுப் போகலாம்!' என்றான் ரவிதாஸன்.

இப்படிப் பேசிக்கொண்டே இருவரும் விரைவாக நடந்தார்கள். சோமன் சாம்பவன் மட்டும் சுற்று முற்றும் பார்த்துக்கொண்டே போனான். ஆயினும் அவர்கள் அறியாமல் தூண்களின் மறைவிலே ஒளிந்தும் சிறிதும் சத்தமின்றிப் பாய்ந்தும் அவர்களைத் தொடர்ந்து

வந்து கொண்டிருந்த ஊமை ராணி அவர்கள் கண்ணில் படவில்லை. நிலவறைச் சுரங்கத்தின் ஒரு பக்கத்திலிருந்து இன்னொரு பக்கத்துக்கு அவர்கள் வந்து சேர்ந்தார்கள். அவர்களுக்கெதிரே நெடுஞ்சுவர் நின்றது. அதில் எங்கும் வாசல் இருப்பதாகவே தெரியவில்லை. ஆனால், சுவரின் உச்சியில் சிறு பலகணி வழியாகக் கொஞ்சம் வெளிச்சம் வந்தது.

ரவிதாஸன் தீவர்த்தியைச் சாம்பவன் கையில் கொடுத்துவிட்டு அந்தச் செங்குத்தான சுவரில் ஆங்காங்கு நீட்டிக் கொண்டிருந்த முண்டு முரடுகளைப் பிடித்துக்கொண்டு ஏறினான். பலகணி வழியாகச் சிறிது நேரம் பார்த்துக் கொண்டிருந்து விட்டுக் கீழே சரசர என்று இறங்கினான்.

'அந்தப் பலகணி வழியாக வெளியில் குதிக்க வேண்டுமா? அதுதான் வழியா?' என்று சாம்பவன் கேட்டான்.

'இல்லை; இல்லை. அந்தப் பலகணி வழியாக எலிதான் நுழைந்து செல்லலாம். ஆனால் அது வழியாகப் பார்த்தால் சோழன் அரண்மனை தெரியும். அந்த அரண்மனையிலும் முக்கியமான இடம் தெரியும்' என்றான் ரவிதாஸன்.

'சுந்தர சோழன் படுத்திருக்கும் இடமா?' என்றான் சாம்பவன்.

'ஆமாம், அங்கே ஜன நடமாட்டம் எப்படியிருக்கிறது என்பதை இந்தப் பலகணியின் மூலமாகப் பார்த்து நீ தெரிந்து கொள்ளலாம். இப்போது என்னுடன் வா! நான் செய்கிறதை நன்றாகப் பார்த்துக் கொள்!'

இவ்விதம் கூறிவிட்டு ரவிதாஸன் கீழே குனிந்தான். உற்றுப் பார்த்து வட்ட வடிவமான ஒரு கல்லின்மீது காலை வைத்து அமுக்கிக்கொண்டு இரண்டு கையினாலும் ஒரு சதுர வடிவமான கல்லைப் பிடித்துத் தள்ளினான்; கீழே ஒரு வழி காணப்பட்டது.

'கடவுளே! நிலவறைக்குள்ளே ஒரு பாதாளப் பாதையா?' என்று வியந்தான் சோம்பன் சாம்பவன்.

'ஆமாம்; இந்தப் பாதை இருப்பது பெரிய பழுவேட்டரை யரையும் இளைய ராணியையும் தவிர யாருக்கும் தெரியாது. மூன்றாவதாக எனக்குத் தெரியும்! இப்போது உனக்கும் தெரியும்! பாதையைத் திறப்பது எப்படி என்று தெரிந்து கொண்டாய் அல்லவா?'

இருவரும் அப்பாதையில் இறங்கிச் சென்றார்கள்; தீவர்த்தியின் வெளிச்சம் சிறிது நேரத்திற்கெல்லாம் மறைந்தது. ஊமை ராணி தான் மறைந்து நின்ற இடத்திலிருந்து ஒரே பாய்ச்சலாக அங்கு வந்தாள்.

திறந்திருந்த வழியை உற்றுப் பார்த்தாள். அதில் இறங்குவதற்கு ஓர் அடி வைத்தாள். பிறகு புனராலோசனை செய்தவளாகச் சட்டென்று காலை வெளியில் எடுத்தாள்.

சிறிது நேரம் யோசனை செய்து கொண்டிருந்துவிட்டு, முன்னம் ரவிதாஸன் சுவரின் மீது ஏறிய இடத்தை நோக்கினாள். அங்கே ஒரே பாய்ச்சலாகப் பாய்ந்து சென்று அவன் ஏறியது போலவே தானும் சுவர் மீது ஏறினாள். பலகணியை அடைந்ததும் அதில் ஏறி உட்கார்ந்து கொண்டு அப்பால் பார்த்தாள். சுவரை ஒட்டினாற் போல் தோட்டமும் அதற்கப்பால் அழகிய மாடமாளிகையும் தென்பட்டன. அந்த மாளிகையைப் பார்த்ததும் அவளுக்கு உடம்பு சிலிர்த்தது. அதற்குள்ளே தனக்கு உயிரினும் இனியவர்கள் இருக்கிறார்கள் என்பதை அவள் உள்ளுணர்ச்சி கூறியது. இரகசிய வழியாகப் போகிறவர்கள் தனக்குப் பிரியமானவர்களுக்குத் தீங்கு செய்யும் நோக்கம் கொண்டவர்கள் என்பதையும் உணர்ந்தாள். அவர்களுடைய தீய நோக்கத்தைத் தடுக்கும் ஆற்றலைத் தனக்குக் கொடுத்து அருள வேண்டுமென்று அவள் அந்தராத்மாவில் குடிகொண்டிருந்த தெய்வத்தைப் பிரார்த்தனை செய்து கொண்டாள்.

கீழே இறங்கிவிடலாமா என்று அவள் எண்ணிய சமயத்தில் சற்றுத் தூரத்தில் தெரிந்த மாளிகையின் மேன்மாடத்தில் ஓர் அதிசயக் காட்சி தெரிந்தது. சற்று முன் அந்த இருளடர்ந்த நிலவறையிலிருந்த ரவிதாஸனும் சோமன் சாம்பவனும் அதில் ஏறித் தூண்களின் மறைவில் ஒளிந்து நின்றார்கள். அரண்மனையின் உட்பக்கமாக உற்று உற்றுப் பார்த்தார்கள். அப்போது பகல் நேரமாதலால் அந்த மாளிகையின் மேன்மாடம் நன்றாகத் தெரிந்தது. ரவிதாஸன் கையில் தீவர்த்தி இல்லை. சாம்பவன் கையில் வேல் மட்டும் இருந்தது. ரவிதாஸன் அந்த வேலை வாங்கிக் கொண்டு மாளிகையின் உட்புறத்தை நோக்கி அதை எறிவதற்காகக் குறிபார்த்தான். ஊமை ராணியின் நெஞ்சு அச்சமயம் நின்றுவிட்டது போலிருந்தது. நல்ல வேளையாக ரவிதாஸன் வேலை எறியவில்லை. எறிவதுபோல் பாவனை செய்து விட்டுச் சோமன் சாம்பவனிடம் திரும்பக் கொடுத்து விட்டான். மறுகணம் அவர்கள் இருவரும் அங்கிருந்து மறைந்து விட்டார்கள்.

ஊமை ராணியும் பலகணியிலிருந்து சுவர் வழியாகக் கீழே இறங்கினாள். சுரங்கப்பாதை தென்பட்ட இடத்தையே பார்த்துக் கொண்டு மறைந்து நின்றாள். இன்னும் சிறிது நேரத்துக்கெல்லாம் அந்தப் பாதையில் மறுபடி தீவர்த்தி வெளிச்சம் தெரிந்தது. இருவரும் வெளியில் வந்தார்கள். சுரங்கப்பாதையை மூடினார்கள்.

‘அதைத் திறக்கும் வழியை நன்றாகத் தெரிந்து கொண்டாயல்லவா?’ என்று ரவிதாஸன் கேட்டான்.

‘தெரிந்து கொண்டேன் இனி உனக்குக் கவலை வேண்டாம். ஒப்புக் கொண்ட காரியத்தை நிச்சயமாகச் செய்து முடிப்பேன்! சுந்தர சோழனுடைய வாழ்க்கை வெள்ளிக்கிழமையோடு முடிவடையும்! இம்மாதிரியே நீங்களும் உங்கள் காரியத்தைச் செய்யுங்கள்’ என்றான் சாம்பவன்.

‘இளையராணி கரிகாலனைப் பார்த்துக்கொள்வாள். அதைப் பற்றிக் கவலையில்லை. அந்தக் குட்டிப் புலி கடலிலிருந்து தப்பி வந்து நாகைப்பட்டினத்தில் இருப்பதாகக் காண்கிறது. ஆனால் இந்தத் தடவை அவன் தப்ப முடியாது. அவனைக் காப்பாற்றி வந்த இரண்டு பெண் பேய்களும் இப்போது இத்தஞ்சையில் இருக்கின்றன. ஓடக்காரப் பெண்ணையும், ஊமைச்சியையும் கூட்டத்தில் பார்த்தேன். அந்த வீர வைஷ்ணவத் துரோகிகூட இங்கேதான் இருக்கிறான். ஆகையால் குட்டிப் புலியும் இனித் தப்ப முடியாது. நாகைப்பட்டினத்துக்குக் கிரம வித்தனை அனுப்பப் போகிறேன். சுந்தர சோழனுடைய குலம் இந்த வெள்ளிக்கிழமை நசிந்துவிடும்...’

‘அப்புறம் மதுராந்தகத்தேவன் இருப்பானே?’

‘அவன் இருந்தால் இருக்கட்டும். அப்படிப்பட்ட ஒரு பேதை இன்னும் சில காலத்துக்குச் சோழ நாட்டுச் சிங்காதனத்தில் இருந்து வருவதுதான் நல்லது. பாண்டியச் சக்கரவர்த்திக்கும் வயது வரவேண்டும் அல்லவா?’

இவ்வாறு பேசிக்கொண்டே ரவிதாஸனும் சோமன் சாம்பவனும் வந்த வழியோடு விரைந்து சென்றார்கள்.

இராஜ தரிசனம்

அவர்கள் மறைந்த பிறகு ஊமை ராணி சுரங்கப்பாதை தென்பட்ட இடத்துக்கு வந்தாள். உற்று உற்றுப் பார்த்துப் பாதையைத் திறப்பதற்கு முயன்றாள், முடியவில்லை. ரவிதாஸன் அப்பாதையைத் திறந்தபோது அவள் தூரத்தில் நின்றபடியால் திறக்கும் வழியை அவள் கவனித்துப் பார்த்துக்கொள்ள முடியவில்லை. இரண்டு பேரில் ஒருவனாவது அங்கே கட்டாயம் திரும்பி வருவான் என்று அவள் மனத்தில் நிச்சயமாகப் பட்டிருந்தது. ஆகையால், அவ்விடத்திலேயே காத்திருக்கத் தீர்மானித்தாள்.

அவள் எதிர்பார்த்தது வீண் போகவில்லை. ரவிதாஸனை வெளியில் அனுப்பிவிட்டுச் சோமன் சாம்பவன் அங்கே திரும்பி வந்தான். அவன் கையில் தீவர்த்தி இருந்தது. ஆனால் முன்னைக் காட்டிலும் மங்கலாக எரிந்தது. ரவிதாஸனிடம் அவன் எவ்வளவோ தைரியமாகத்தான் பேசினான். ஆயினும் அவன் மனத்தில் பீதி போகவில்லையென்பது சுற்று முற்றும் மிரண்டு பார்த்துக்கொண்டு வந்ததிலிருந்து தெரிந்தது.

சுரங்கப்பாதை திறந்த இடத்தின் அருகில் வந்து அவன் பீதியுடன் உட்கார்ந்து கொண்டான்.

சற்று நேரத்துக்கெல்லாம் தீவர்த்தி அணைந்து விட்டது.

பிறகு அவன் சுவரின் உச்சியின் மீதிருந்த பலகணியை அடிக்கடி அண்ணாந்து பார்த்துக் கொண்டிருந்தான்.

அதன் வழியாக உள்ளே வந்த வெளிச்சம் சிறிது சிறிதாக மங்கி மறைந்து கொண்டிருந்தது.

நன்றாக வெளிச்சம் மங்கிச் சூரியன் அஸ்தமித்துவிட்டது என்று அறிந்த பிறகு அவன் சுரங்கப்பாதையை மறுபடியும் திறக்கத் தொடங்கினான். இப்போது மந்தாகினி அதன் சமீபமாக வந்து நின்று கொண்டாள்.

பாதை திறந்தது; சோமன் சாம்பவன் அதனுள் இறங்கப் போனான்.

அப்போது அந்த நிலவறையில், அவனுக்கு வெகு சமீபத்தில், 'கிறீச்' என்ற நீடித்த ஓலக் குரல் ஒன்று கேட்டது. சோமன் சாம்பவன் தன் வாழ்நாளில் எத்தனையோ பயங்கரங்களைப் பார்த்தவன்தான். ஆயினும் அந்த மாதிரி அமானுஷிகமான ஒரு சத்தத்தை அவன் கேட்டதில்லை. பேய் என்பதாக ஒன்று இருந்து அதற்குக் குரலும் இருந்தால், அது இப்படித்தான் இருக்க வேண்டும் என்று தோன்றியது. முதலாவது தடவை அக்குரல் கேட்டதும் சாம்பவன் தயங்கி நின்றான்; அதன் எதிரொலி நிற்கும் வரையில் காத்திருந்தான். இரண்டாந்தடவை அந்த ஓலக் குரலைக் கேட்டதும் அவன் உடம்பின் ரோமமெல்லாம் குத்திட்டு நிற்கத் தொடங்கியது. மூன்றாந்தடவை இன்னும் சமீபத்தில் கேட்ட பிறகு அவனுடைய உறுதி குலைந்து விட்டது. அந்த இருளடர்ந்த நிலவறையில் வழி துறை கவனியாமல் குருட்டாம் போக்காக ஓடத் தொடங்கினான்.

அவன் மறைந்ததும் ஊமை ராணி அந்தப் பாதையில் இறங்கினாள். சில படிகள் இறங்கிய பிறகு சமதரையாக இருந்தது. அதில் விடுவிடு என்று நடந்து போனாள். சோமன் சாம்பவன் அவள் இறங்குவதைப் பார்த்திருந்து திரும்பி வந்தாலும் அவளைப் பிடித்திருக்க முடியாது. அவ்வளவு விரைவாக நடந்தாள்.

நரகத்துக்குப் போகும் தொலைவில்லாத இருண்ட வழியைப் போல் தோன்றியது. ஆயினும் அதற்கும் ஒரு முடிவு இருந்தது. செங்குத்தான சுவரில் முடிந்த இடத்தில் மேலே இடைவெளி சிறிது தெரிந்தது. சில படிகளும் கைக்குத் தென்பட்டன. அவற்றின் வழியாக ஏறியபோது தலையில் திடீரென்று முட்டியது. பாதாளப் பாதையின் படிகளுக்கும், மேலே தலை முட்டிய இடத்துக்கும் நடுவில் சிறிய சிறிய இடைவெளிகள் காணப்பட்டன. அவற்றின் ஒன்றில் நுழைந்து வெளியில் வந்தாள். சுற்றிலும் பெரிய பெரிய பூத வடிவங்கள் தென்பட்டன. ஈழத் தீவில் பிரம்மாண்டமான சிலை வடிவங்களைப் பார்த்தவளானபடியால் அந்தக் காட்சி அவளுக்குத் திகைப்பை உண்டு பண்ணவில்லை. தான் வெளிவந்த பாதை எங்கே முடிகிறது என்பதை நன்றாகக் கவனித்துக் கொண்டாள்.

பத்துத் தலை இராவணன் தன் இருபது கைகளினாலும் கைலை யங்கிரியைப் பெயர்த்து எடுத்துக் கொண்டிருந்தான். மலைக்கு மேலே சிவனும் பார்வதியும் வீற்றிருந்தார்கள். இராவணன் மலையைத் தூக்கிய இடத்தில் கீழே பள்ளமாயிருந்தது. மேலே தூக்கி நிறுத்திய மலையை அவனுடைய இருபது கைகளும் தாங்கிக் கொண்டிருந்தன.

அவற்றில் இரண்டு கைகளுக்கு மத்தியில் இருந்த இடைவெளி வழியாக அந்தச் சிற்ப மண்டபத்துக்குள் தான் பிரவேசித்திருப்பதைத் தெரிந்துகொண்டாள். கைலையங்கிரிக்கு அடியில் அப்படி ஒரு பாதை இருக்கிறதென்பது சாதாரணமாகப் பார்ப்பவர்களுக்கு ஒரு நாளும் தெரியாது. அதன் அடியில் இறங்கிப் பார்க்கலாம் என்ற எண்ணமும் யாருக்கும் தோன்றாது. சமயத்தில் ஒளிந்து கொள்ளுவதற்குக்கூட அது சரியான மறைவிடந்தான்.

சில மணி நேரம் அந்தச் சிற்பச் சுரங்கப்பாதையின் அதிசயத்தைப் பார்த்துக் கொண்டிருந்துவிட்டு மந்தாகினி அச்சிற்ப மண்டபத்தைச் சுற்றினாள். வெளிச்சம் மிகக் குறைவாயிருந்த போதிலும் இரவில் பார்த்துப் பழக்கமுற்ற அவளுடைய கூரிய கண்களுக்கு எல்லாம் நன்றாகத் தெரிந்தன.

ஓரிடத்தில் சோழ குலத்து முன்னோர்களில் ஒருவரான சிபிச் சக்கரவர்த்தி புறாவின் உயிரைக் காக்கத் தம் உடலின் சதைகளை அறுத்துக் கொடுக்கும் காட்சி சிலை வடிவத்தில் இருந்தது. சிபியின் வம்சத்தில் பிறந்தவர்களானபடியினால் அல்லவோ சோழர்களுக்குச் 'செம்பியன்' என்னும் பட்டம் உரியதாயிற்று? அந்தச் சிற்பத்தைக் கூர்மையாகக் கவனித்துப் பார்த்த பிறகு ஊமை ராணி அப்பால் சென்றாள்.

பிரம்மாண்டமான சிவபெருமானுடைய சிரஸிலிருந்து கங்கை நதி கீழே விழும் காட்சி ஒரு சிற்பத்தில் அமைந்திருந்தது. அருகில் பகீரதன் கைகூப்பிய வண்ணம் நின்று கொண்டிருந்தான். கீழே விழுந்த பகீரதி நதி ஒரு பிரம்மாண்டமான ரிஷியின் வாய் வழியாகப் புகுந்து, காது வழியாக வெளியேறியது. அப்படி வெளியேறிய கங்கையில் ஒரு சிறிய முனிவர் குண்டிகையில் தண்ணீர் மொண்டு கொண்டிருந்தார். அவர்தான் குறு முனிவர் என்று பெயர் பெற்ற அகஸ்தியராக இருக்க வேண்டும். அந்தக் குண்டிகையை அவர் இன்னொரு சிறிய மலையின் மீது கவிழ்த்தார். குண்டிகையிலிருந்து பெருகிய நதி வரவரப் பெரிதாகிக் கொண்டு சென்றது. இந்தச் சிற்பக் கங்கையிலும் காவேரியிலும், அவற்றை அமைத்தபோது தண்ணீர் பெருகுவதற்கும் ஏற்பாடு செய்திருக்க வேண்டும். ஆனால் இப்போது அவற்றில் தண்ணீர் இல்லை. காவேரி நீண்டு வளைந்து மலைப் பாறைகளின் வழியாகவும் மரமடர்ந்த சோலைகளின் வழியாகவும் சென்றது. அதன் இருபுறமும் அநேக சிவன் கோயில்கள் இருந்தன. கடைசியாகக் காவேரி கடலில் கலக்க வேண்டிய இடத்தில் அந்தச் சிற்ப மண்டபத்தின் மதில் சுவர் இருந்தது.

ஏதோ சந்தேகப்பட்டு ஊமை ராணி அந்த இடத்தில் மதில் சுவரில் கையை வைத்து அமுக்கினாள். சிறிய கதவு ஒன்று திறந்தது. அதன்

வழியாக வெளியேறிய இடம் அரண்மனைத் தோட்டம். அதற்கு அப்பால் வெகு சமீபத்தில் அரண்மனையின் உன்னதமான மாடங்கள் காணப்பட்டன. சுற்றுமுற்றும் பார்த்தாள்; மயங்கிய அந்தி மாலையின் வெளிச்சத்தில் தோட்டத்தில் யாருமில்லை என்று தெரிந்தது.

பழுவேட்டரையரின் தோட்டத்தில் விழுந்து கிடந்தது போலவே இங்கேயும் மரங்கள் முறிந்து விழுந்து கிடந்தன. ஆகையால் தோட்டத்தில் யாராவது இருந்தாலும் அவள் சிற்ப மண்டபத்திலிருந்து வெளிவந்ததைப் பார்த்திருக்க முடியாது. இன்னும் நன்றாக இருட்டட்டும் என்று சிற்ப மண்டபத்தை ஒட்டியே நின்று காத்திருந்தாள். ஒருவேளை கையில் வேலையுடைய அந்த யமகிங்கரன் வந்தாலும் வரக்கூடும். ஆகையால், சிற்ப மண்டபத்துக்குள்ளும் அடிக்கடி எட்டிப் பார்த்துக் கொண்டிருந்தாள்.

அரண்மனையின் தீபங்கள் ஒவ்வொன்றாகச் சுடர்விட்டு எரியத் தொடங்கின. சிறிது நேரத்துக்கெல்லாம் அரண்மனை முழுவதும் ஒரே ஜகஜோதியாகக் காட்சி அளித்தது. கீழ் அறைகளில் ஏற்றிய தீபங்கள் பலகணிகளின் வழியாக வெளியில் ஒளி வீசின. மேல் மாடங்களில் ஏற்றிய தீபங்கள் வானத்து நட்சத்திரங்களுடன் போட்டியிட்டுக் கொண்டு பிரகாசித்தன.

'ஐயோ! பகல் வேளையைக் காட்டிலும் இரவு மிகவும் அபாயகரமாகத் தோன்றுகிறதே!' என்று மந்தாகினி எண்ணினாள்.

அரண்மனையை நாலுபுறமும் நன்றாக உற்றுப் பார்த்தாள். சிற்ப மண்டபத்துக்குச் சமீபமாக இருந்த அரண்மனைப் பகுதியிலே மட்டும் அதிக விளக்குகள் இல்லை என்பதைக் கவனித்துக் கொண்டாள். காவேரி வெள்ளத்திலிருந்து தான் எடுத்துக் காப்பாற்றிய தன் உயிருக்குயிரான செல்வக் குமாரனை இலங்கையில் கொல்ல முயற்சித்த பாதகனும், அவனுடைய தோழனும் அரண்மனையின் இந்தப் பகுதியிலேதான் மேல் மாடத்தில் ஏறி நின்றார்கள். ரவிதாஸன் இன்னொருவனிட மிருந்து வேலை வாங்கி யார் மீதோ எறிவது போல் குறி பார்த்த இடம் இதுதான். நல்ல வேளையாக, இந்தப் பகுதியில் அதிகமாக தீபங்கள் ஏற்றவில்லை. அதற்குக் காரணம் யாதாயிருக் கலாம்?... நல்லது; அதுவும் சீக்கிரத்தில் தெரிந்து போகிறது.

நன்றாக அஸ்தமித்து அரண்மனைத் தோட்டத்தில் இருள் சூழ்ந்த வுடனே மந்தாகினி சிற்ப மண்டபத்தின் வாசலிலிருந்து மிரண்டோடும் மானின் வேகத்துடன் பாய்ந்து சென்று அரண்மனையை அடைந்தாள்.

அரண்மனையின் அந்தப் பின் பகுதியில் வட்ட வடிவமான தாழ்வாரங்களும் அவற்றைத் தாங்கி நின்ற வரிசை வரிசையான

தூண்களும், பல இடங்களில் மேன் மாடத்துக்கு ஏறும் படிக்கட்டுகளும் காணப்பட்டன. தாழ்வாரங்களில், பெரிய விருந்துகளுக்குச் சமையல் செய்ய உதவும் பிரம்மாண்டமான தாமிரப் பாத்திரங்கள், பழசாகிப் போன தந்தப் பல்லக்குகள், ஒடிந்த சிங்காதனங்கள், இப்படிப் பல பொருள்கள் இருந்தன. அவற்றின் மத்தியில் சிறிது நேரம் சுற்றிப் பார்த்துவிட்டு மந்தாகினி கடைசியாக ஒரு படிக்கட்டின் மீது துணிந்து ஏறினாள்.

கீழே இருந்தது போலவே மேன் மாடத்திலும் வட்ட வடிவமான தாழ்வாரங்களும் அவற்றின் மேற்கூரையைத் தாங்கிய சித்திர விசித்திரமான தூண்களும் வேலைப்பாடு அமைந்த பலகணிகளும் நிலா முன்றில்களும் அவற்றில் பளிங்குக்கல் மேடைகளும் காணப்பட்டன. மனித சஞ்சாரம் அற்றதாகத் தோன்றிய அந்த மேன்மாடக் கூடங்களில் மந்தாகினி சுற்றிச்சுற்றி அலைந்தாள். மாடத்தின் உட்புறத்து ஓரங்களுக்குப் போக அவள் மிகவும் தயங்கினாள். ஓரிடத்தில் உட்புறத்தில் கீழேயிருந்து தீப வெளிச்சம் வருவதைக்கண்டு அங்கே போய்த் தூண் மறைவில் எட்டி பார்த்தாள்.

ஆகா! அவள் பார்த்தது என்ன?

பார்த்த கண்களைத் திருப்பவே முடியாத காட்சிகளைப் பார்த்தாள்.

ஒரு விசாலமான மண்டபத்தின் மத்தியில் சித்திர வேலைப்பாடு அமைந்த சப்ரமஞ்சக் கட்டிலில் ஒருவர் சாய்ந்த வண்ணம் படுத்திருந்தார்.

அவரைச் சுற்றிலும் நாலு ஸ்திரீகளும் இரண்டு ஆடவர்களும் அச்சமயம் நின்றார்கள். படுத்திருந்தவரிடம் அவர்கள் பயபக்தி கொண்டவர்கள் என்பது அவர்களுடைய தோற்றத்திலிருந்து தெரிந்தது. சிறிது தூரத்தில் இன்னும் அதிக மரியாதையுடன் இரு தாதிப் பெண்கள் நின்றார்கள்.

ஒரே ஒரு தீபந்தான் அந்த மண்டபத்தில் எரிந்தது. அதுவும் கட்டிலுக்கு அருகில் இருந்த விளக்குத் தண்டின்மீது பொருத்தப்பட்டு மங்கலான வெளிச்சத்தையே தந்து கொண்டிருந்தது.

சுற்றிலும் நின்றவர்களை முதலில் மந்தாகினி பார்த்தாள். அவர்களில் ஒருத்தி தன் உயிருக்குயிரான சகோதரன் மகள் பூங்குழலி என்பதை அறிந்தாள். மற்றவர்களையும் அவள் முன்னம் சில தடவை மறைவான இடங்களிலிருந்து பார்த்திருக்கிறாள். ஆனால், அவர்கள் எல்லாம் யார் யார் என்பது அவ்வளவு நன்றாகத் தெரியாது.

சுற்றி நின்றவர்களைப் பார்த்துவிட்டு மிக மிகத் தயக்கத்துடன் மந்தாகினி கட்டிலில் படுத்திருந்தவரைப் பார்த்தாள். அவளுடைய நெஞ்சு ஒரு கணம் ஸ்தம்பித்துவிட்டது.

ஆம்; அவரேதான்! எத்தனையோ யுகம் என்று சொல்லக் கூடிய நீண்ட காலத்துக்கு முன்னால் தான் சின்னஞ்சிறு பெண்ணாக ஓடி விளையாடிக் காடுகளில் திரிந்து கொண்டிருந்த காலத்தில் ஓரிடத்தில் வந்து ஒதுங்கி, தன் உள்ளத்தையும் உயிரையும் கொள்ளைகொண்ட மனிதர்தான். தான் வாழ்ந்திருந்த பூதத் தீவைச் சில காலம் சொர்க்க லோகமாக ஆக்கியிருந்தவர்தான். பெரிய கப்பலில் கூட்டமாக வந்தவர்களால் அழைத்துப் போகப்பட்டவர்தான்!

ஆகா! அவர் இப்போது எப்படி மாறிப் போயிருக்கிறார்!

பூர்வ ஜன்மம் என்று சொல்லக்கூடிய அந்த நாட்களுக்குப் பிறகும் மந்தாகினி அவரைப் பல தடவை அவரறியாமல் பார்த்திருக்கிறாள். காவேரி நதியில் உல்லாசப் படகுகளில் அவர் சென்றபோது கரையில் அடர்ந்த புதர்களின் மறைவில் ஒளிந்திருந்து பார்த்திருக்கிறாள். நகரங்களின் தெருக்களில் வெண்புரவிகள் பூட்டிய தங்க ரதத்தில் வீதிவலம் வந்தபோது கூட்டத்தோடு கூட்டமாக நின்று பார்த்திருக்கிறாள். ஆனால் கடைசியாக அவரைப் பார்த்துக் கொஞ்ச காலம் ஆகிவிட்டது. அந்தக் காலத்திற்குள்ளேதான் இப்படி மாறிப் போயிருக்கிறார். முகத்தில் தாடியும் மீசையும் வளர்ந்திருந்தன. கன்னங்கள் ஒட்டி உலர்ந்து போயிருந்தன. நெற்றியிலே சுருக்கங்கள். ஆகா! அந்தக் கண்களில் ஒரு காலத்தில் குடிகொண்டிருந்த காந்த ஒளி எங்கே போயிற்று? தெய்வமே! இப்படியும் மனிதர்கள் மாறுவது உண்டா? இலங்கைத் தீவில் விஷஜுரத்தில் பீடிக்கப்பட்டவர்கள் பலரை நீண்ட நாள் காய்ச்சலுக்குப் பிறகு உயிர் போகும் சமயத்தில் ஊமை ராணி மந்தாகினி பார்த்ததுண்டு.

ஆகா! ஒரு சமயம் தங்கச் சூரியனைப் போல் பிரகாசித்துக் கொண்டிருந்த இவருடைய களை ததும்பிய முகமும் அவ்வளவாக மாறிப் போயிருக்கிறதே! ஒருவேளை இவருடைய அந்திம காலமும் நெருங்கி விட்டதோ!

திடீரென்று மந்தாகினிக்கு அன்று மாலை தான் பார்த்த பயங்கரக் காட்சி நினைவுக்கு வந்தது. அவள் அச்சமயம் நின்ற இடத்திலேதான் ரவிதாஸன் என்னும் கொலைகாரனும் அவனுடைய தோழனும் நின்றார்கள். அங்கிருந்துதான் வேல் எறியக் குறி பார்த்தார்கள். ஒருவேளை கட்டிலில் படுத்திருப்பவர் மீது எறியத்தான் குறி பார்த்தார்களோ? இந்த நினைவினால் மந்தாகினியின் உடம்பெல்லாம் வெடவெடவென்று நடுங்கியது. கண்களைச் சுற்றிக்கொண்டு வந்தது; மயக்கம் வரும் போலிருந்தது. தூணைக் கெட்டியாகப் பிடித்துக்கொண்டு கால்களை ஊன்றி நின்று சமாளித்துக் கொண்டாள்.

முப்பதாம் அத்தியாயம்

குற்றச்சாட்டு

சுந்தர சோழ சக்கரவர்த்தியின் உள்ளமும் உடலும் சில நாளாகப் பெரிதும் நைந்து போயிருந்தன. புயல் அடித்த இரவு அவர் தூங்கவே இல்லையென்று இளையபிராட்டி முதன்மந்திரியிடம் கூறியது மிகைப்படுத்திக் கூறியதல்ல. அன்று பகற்பொழுது அவர் மனம் சஞ்சலப்பட்டுக் கொண்டுதானிருந்தது. பிற்பகலில் சின்ன பழுவேட்டரையர் வந்து அவருடைய சஞ்சலத்தை அதிகப்படுத்தி விட்டார். முக்கியமாக, முதன்மந்திரி அநிருத்தர் மீது அவர் பல குற்றங்களைச் சுமத்தினார். அவர் தஞ்சைக்கு வந்தது முதலாவது கோட்டைக்குள் ஜனங்கள் வருவது பற்றிய கட்டு திட்டங்கள் எல்லாம் உடைந்து விட்டன என்று கூறினார். முதல்மந்திரியைப் பார்ப்பதற்கு வருகிறோம் என்ற வியாஜத்தினால் கண்டவர்கள் எல்லாம் கோட்டைக்குள் நுழைகிறார்கள் என்றும், இதனால் சக்கரவர்த்தியின் பாதுகாப்புக்கே பங்கம் விளையலாம் என்றும் குறிப்பிட்டார். அந்த இரண்டு குற்றங் களையும் கேட்ட சக்கரவர்த்தி தமக்குத் தாமே புன்னகை செய்து கொண்டார். அவற்றை அவர் முக்கியமாகக் கருதவில்லை.

ஆனால், மேலும் காலாந்தககண்டர் சுமத்திய குற்றங்களைப் பற்றி அவ்விதம் அலட்சியம் செய்ய முடியவில்லை. அன்று வெளியிலேயிருந்து வந்த ஜனங்களுக்கும் வேளக்காரப் படை யினருக்கும் வீதியில் விவாதம் முற்றிப் பெரும் கலவரமாகி விடக் கூடிய நிலைமை ஏற்பட்டதென்றும், அச்சமயம் நல்ல வேளையாகத் தாம் அங்கே செல்ல நேர்ந்தபடியால் விபரீதம் எதுவும் நேரிடாமல் தடுத்து இரு சாராரையும் சமாதானப்படுத்தி அனுப்பியதாகவும் கூறினார். முதன்மந்திரி அநிருத்தர் ஒழுக்கத்தில் மிகச் சிறந்தவர் என்று நாடெல்லாம் பிரசித்தமாயிருக்க, அவருடைய நடவடிக்கை அதற்கு நேர்மாறாயிருக்கிறதென்றும், கோடிக்கரையிலிருந்து யாரோ ஒரு ஸ்திரீயைப் பலவந்தமாகக் கைப்பற்றி அவர் கொண்டு வந்திருக்கிறார் என்றும், பழுவூர் அரண்மனைப் பல்லக்கையும், ஆள்களையும் இந்தக்

காரியத்துக்கு உபயோகப்படுத்திய தாகவும், எதற்காக என்பது தெரியாமல் தாம் ஆள்களையும் பல்லக்கையும் அனுப்பிவிட்டதாகவும், ஏதாவது அபகீர்த்தி ஏற்பட்டால் அது பழுவூர்க் குடும்பத்தின் தலையிலே விடியும் என்றும் கூறினார்.

கடைசியாக இன்னொரு சந்தேகாஸ்பதமான சம்பவத்தைப் பற்றியும் சொன்னார். 'பெரிய பழுவேட்டரையர் அரண்மனைக்கு யாரோ ஒரு மந்திரவாதி அடிக்கடி வருவதாக அறிந்து நான் கவலை கொண்டிருந்தேன். அவன் இளையபிராட்டியைப் பார்க்க வருவதாக அறிந்தபடியால் நடவடிக்கை எடுக்கத் தயக்கமாயிருந்தது. ஆயினும், அந்த அரண்மனையின் மீது ஒரு கண் வைத்திருக்கும்படி ஓர் ஒற்றனை நியமித்திருந்தேன். இன்றைக்கு யாரோ ஒருவன் பொக்கிஷ மந்திரியின் அரண்மனைத் தோட்டத்தில் பின்புறமாகச் சுவர் ஏறிக் குதித்ததைப் பார்த்ததாக அந்த ஒற்றன் வந்து சொன்னான். உடனே அவனைக் கைப்பற்றி வரச் சில ஆட்களை அனுப்பினேன். அவர்கள் ஒருவனை அரண்மனைத் தோட்டத்தில் கையும் மெய்யுமாகப் பிடித்து வந்தார்கள். யார் என்று பார்த்தால், முதன்மந்திரியின் அருமைச் சீடனாகிய ஆழ்வார்க்கடியான் என்று தெரிய வந்தது.

'எதற்காக சுவர் ஏறிக் குதித்தாய்?' என்று கேட்டதற்கு அவன் மறுமொழி சொல்ல மறுத்துவிட்டான். 'முதன் மந்திரியின் கட்டளை' என்றான். சக்கரவர்த்தி! இப்படியெல்லாம் இந்த அநிருத்தப் பிரம்மராயர் செய்து வந்தால், தஞ்சைக் கோட்டைப் பாதுகாப்புக்கு நான் எப்படிப் பொறுப்பு வகிக்க முடியும்? என் தமையனாரும் ஊரில் இல்லாதபடியால் இதையெல்லாம் தங்கள் காதில் போட வேண்டியதாயிற்று!'

இவ்வாறு சின்னப் பழுவேட்டரையர் முறையிட்டது சக்கரவர்த்தியின் மனக் குழப்பத்தை அதிகமாக்கிற்று.

'ஆகட்டும், இன்று மாலை அநிருத்தர் இங்கே வருகிறார். இதைப்பற்றி எல்லாம் விசாரிக்கிறேன். முக்கியமாக, கோடிக்கரையிலிருந்து ஒரு பெண்ணைப் பலவந்தமாகப் பிடித்து வரச் சொன்ன விஷயம் என் மனத்தைப் புண்ணாக்கியிருக்கிறது. அது உண்மைதானே! தளபதி! சிறிதும் சந்தேகம் இல்லையே?' என்று கேட்டார்.

'சந்தேகமே இல்லை! பல்லக்குத் தூக்கிகளும் அவர்களுடன் வந்த வீரர்களும் நேற்று நள்ளிரவில் என்னிடம் வந்து சொன்னார்கள். தஞ்சைக் கோட்டையை அணுகியபோது புயலில் சிக்கிக் கொண்டார்களாம். சாலையின் மரம் ஒன்று பெயர்ந்து விழுந்து சிலருக்கு அபாயம் ஏற்பட்டதாம். சிவிகை மீது மரம் விழாமல் தப்பியது பெரும் புண்ணியம் என்று சொன்னார்கள். நல்லவேளையாக ஸ்திரீ ஹத்தி தோஷம்

ஏற்படாமல்போயிற்று! இதைப்பற்றி விசாரிப்பதோடு ஆழ்வார்க் கடியான் காரியத்தையும் சக்கரவர்த்தி தீர விசாரணை செய்ய வேண்டும்!' என்று தெரிவித்துவிட்டு, காலாந்தக கண்டர் சக்கரவர்த்தியிடம் விடை பெற்றுச் சென்றார்.

அநிருத்தர் வரும் சமயத்தில் அங்கே இருக்கச் சின்னப் பழுவேட் டரையர் விரும்பவில்லை. தாறுமாறாகச் சம்பந்தமில்லாத கேள்வி ஏதேனும் தம்மை முதன்மந்திரி கேட்டு திணறச் செய்யக்கூடும் என்ற அச்சம் அவர் மனதிற்குள்ளே இருந்தது. முக்கியமாக சக்கரவர்த்தியிடம் புயலினால் அவதிக்குள்ளான ஜனங்களுக்கு உதவுவதற்காகப் பொக்கிஷச் சாலையைத் திறந்து விடும்படி அநிருத்தர் தம் முன்னாலேயே உத்தரவு வாங்கி விட்டால் பெரிய தொல்லையாகப் போய்விடும். நாளைக்குத் தமையனாரின் முன்னால் எப்படி முகத்தைக் காட்டுவது?

அநிருத்தருடைய வரவை அன்று காலையிலிருந்தே சக்கரவர்த்தி எதிர்பார்த்துக் கொண்டிருந்தார். ஆனால் சூரியன் அஸ்தமிக்கும் சமயத்தில்தான் முதன்மந்திரி வந்தார். அவருடைய திட நெஞ்சமும் இப்போது சிறிது கலங்கிப் போயிருந்தது. அவர் எவ்வளவோ ஜாக்கிரதையுடன் போட்டிருந்த திட்டம் தவறிப் போய்விட்டது. மந்தாகினியைப் பற்றி ஏதேனும் செய்தி கிடைக்கும். பின்னர் சக்கரவர்த்தியைப் போய்ப் பார்க்கலாம் என்று அவர் அரண்மனைக்குப் போவதைத் தள்ளிப் போட்டுக் கொண்டிருந்தார். பிற்பகலில் ஆழ்வார்க்கடியான் வந்து பெரிதும் தர்மசங்கடமான செய்தியைத் தெரியப்படுத்தினான். ஊமை ராணி போயிருக்கக்கூடும் என்று தான் ஊகித்த குறுகிய சந்து வழியில் சென்றதாகவும், ஒரு ஸ்திரீ பழுவேட்டரையர் அரண்மனைத் தோட்டத்து மதில்சுவர் ஏறிக் குதித்தது போல் தோன்றியதென்றும், அவள் ஊமை ராணியாக இருக்கக் கூடும் என்று எண்ணி அவனும் அந்த மதில் சுவரில் ஏறிக் குதித்ததாகவும் தோட்டத்தில் தேட ஆரம்பிப்பதற்குள்ளே சின்னப் பழுவேட்டரையரின் ஆட்கள் வந்து பிடித்துக் கொண்டதாகவும் கூறினான். 'அவர்களிடம் உண்மைக் காரணத்தைச் சொல்ல முடியவில்லை ஐயா! அதனாலேதான் தங்களுடைய பெயரைக் கூறி விடுதலை பெற்று வரவேண்டியதாயிற்று!' என்றான்.

இந்த விவரம் முதன்மந்திரிக்குப் பெரும் கவலையை உண்டாக்கிற்று. 'இந்தத் தஞ்சாவூர்க் கோட்டையில் இவ்வளவு அரண்மனைகள் இருக்கிறபோது, பெரிய பழுவேட்டரையரின் மாளிகையிலேதானா அவள் பிரவேசிக்க வேண்டும்? பகிரங்கமாக ஆள்விட்டுத் தேடச் சொல்லக்கூட முடியாதே? ஆனாலும் பார்க்கலாம். பெரிய பழுவேட்டரையர் ஊரில் இல்லாதது ஒரு விதத்தில் நல்லதாகப்

போயிற்று. அரண்மனையைச் சுற்றிலும் காவல் போட்டு வைக்கலாம். அவ்வரண்மனைக்கு உள்ளேயும் எனக்கு ஒரு ஆள் இருக்கிறான். அவனுக்கும் சொல்லி அனுப்புகிறேன்! இருந்தாலும், இந்த ஓடக்காரப் பெண் எவ்வளவு தர்ம சங்கடத்தை உண்டாக்கி விட்டாள்?' என்றார் முதன்மந்திரி.

'சுவாமி! ஓடக்காரப் பெண் குறுக்கிட்டிராவிட்டாலும் ஊமை ராணி தங்கள் விருப்பத்தின்படி நடந்திருப்பாள் என்பது நிச்சயமில்லை. எப்படியாவது ஓடிப் போகத்தான் முயன்றிருப்பாள்!' என்றான் ஆழ்வார்க்கடியான்.

'எனக்கென்னவோ ஒரு நம்பிக்கை இருக்கிறது. இத்தனை தூரம் வந்தவள் சக்கரவர்த்தியைப் பார்க்காமல் போக மாட்டாள் என்று. நம்மால் முடிந்த முயற்சிகளையெல்லாம் செய்து பார்க்கலாம். ஆனால், இனிமேலும் சக்கரவர்த்தியைப் பார்ப்பதற்குப் போகாமல் காலம் தாழ்த்துவது முறையன்று. நீயும் அந்த ஓடக்காரப் பெண்ணை அழைத்துக்கொண்டு என்னுடன் வா! இரண்டு இளவரசர்களைப் பற்றிய எல்லாச் செய்திகளையும் சக்கரவர்த்திக்குத் தெரியப்படுத்தி விடவேண்டும். சின்ன இளவரசரைக் கடலிலிருந்து கரை சேர்த்த ஓடக்காரப் பெண் நேரில் அதைப்பற்றிச் சொன்னால் சக்கரவர்த்திக்கு நம்பிக்கை உண்டாகலாம்?' என்றார்.

முதன்மந்திரி அநிருத்தரும், அவருடைய சீடனும், பூங்குழலியும் சக்கரவர்த்தியின் அரண்மனைக்குச் சென்றார்கள். அரண்மனை முகப்பிலேயே இளையபிராட்டியும் வானதியும் அவர்களுக்காகக் காத்திருந்தார்கள். ஊமை ராணி அகப்படவில்லையென்ற செய்தி இளையபிராட்டிக்கும் கலக்கத்தை அளித்தது. அவள் பெரிய பழுவூர் மன்னரின் அரண்மனைத் தோட்டத்தில் புகுந்த செய்தி கலக்கத்தை அதிகப்படுத்தியது. இதிலிருந்து விபரீத விளைவு ஏதேனும் ஏற்படாமலிருக்க வேண்டுமே என்ற கவலையும் ஏற்பட்டது.

'ஐயா! பெரிய பழுவூர் மன்னரின் மாளிகையிலிருந்து வெளியேறுவதற்குச் சுரங்க வழி இருக்கிறதாமே? அதன் வழியாகப் போய் விட்டால்?'

முதன்மந்திரிக்கு வந்தியத்தேவனின் நினைவு வந்தது. 'தாயே! அந்த வழியைக் கண்டுபிடிப்பது அவ்வளவு சுலபமாயிருக்குமா? எல்லாரும் வாணர் குலத்து வாலிபனைப் போன்ற அதிர்ஷ்டசாலியாயிருப்பார்களா? ஆயினும் கோட்டைக்கு வெளியிலும் ஆட்களை நிறுத்தி வைப்பதற்கு ஏற்பாடு செய்கிறேன்!' என்றார்.

பின்னர் ஆழ்வார்க்கடியானையும் பூங்குழலியையும் இளைய பிராட்டியுடன் விட்டுவிட்டு முதன்மந்திரி மட்டும் சக்கரவர்த்தி

படுத்திருந்த இடத்துக்குச் சென்றார். சக்கரவர்த்திக்கும் அவர் அருகில் வீற்றிருந்த வானமாதேவிக்கும் வழக்கமான மரியாதைகளைச் செலுத்தி விட்டு, புயலினால் சோழ நாடெங்கும் நேர்ந்துள்ள சேதங்களைப்பற்றி விசாரித்துத் தக்க ஏற்பாடு செய்து கொண்டிருந்ததினால் சீக்கிரமாக வரமுடியவில்லை என்று சக்கரவர்த்தியிடம் தெரியப்படுத்திக் கொண்டார். அந்த ஏற்பாடுகளைப் பற்றிய விவரங்களை அறிந்து கொண்டதில் சக்கரவர்த்திக்குச் சிறிது திருப்தி உண்டாயிற்று.

'தனாதிகாரி இல்லாத சமயத்தில் நீங்களாவது இப்போது இங்கு இருந்தீர்களே! அது நல்லதாகப் போயிற்று! ஆனால் இது என்ன நான் கேள்விப்படுவது? கோடிக்கரையிலிருந்து யாரோ ஒரு ஸ்திரீயைப் பலவந்தமாகப் பிடித்து வந்திருக்கிறீராமே? சற்று முன் கோட்டைத் தளபதி சொன்னார். பிரம்மராயரே! இம்மாதிரி நடவடிக்கையை உம்மிடம் நான் எதிர்பார்க்கவில்லையே! ஒரு வேளை அதற்கு மிக அவசியமான காரணம் ஏதேனும் இருந்திருக் கலாம். அப்படியானால் எனக்குத் தெரிவிக்கலாமல்லவா? அல்லது எல்லாருமே நான் நோயாளியாகி விட்டபடியால் என்னிடம் ஒன்றுமே சொல்ல வேண்டியதில்லை, என்னை எதுவும் கேட்க வேண்டியதுமில்லை என்று வைத்துக் கொண்டு விட்டீர்களா? அருள்மொழிவர்மன் கடலில் முழுகாமல் தப்பிக் கரை சேர்ந்து நாகைப்பட்டினம் புத்த விஹாரத்தில் இருப்பதாகக் குந்தவை கூறுகிறாள். அதைப்பற்றிச் சந்தோஷப் படுவதா, வருத்தப்படுவதா என்று எனக்குத் தெரியவில்லை. கரை ஏறியவன் ஏன் இவ்விடத்துக்கு வரவில்லை? அவன் தப்பிப் பிழைத்து பத்திரமாக இருக்கும் செய்தியை ஏன் இதுவரை எனக்கு ஒருவரும் தெரியப்படுத்தவில்லை? மந்திரி! என்னைச் சுற்றிலும் நான் அறியாமல் என்னவெல்லாமோ நடைபெறுகிறது. என்னுடைய ராஜ்யத்தில் எனக்குத் தெரியாமல் பல காரியங்கள் நிகழ்கின்றன. இப்படிப்பட்ட நிலைமையில் உயிரோடிருப்பதைக் காட்டிலும்...' என்று சக்கரவர்த்தி கூறி வந்தபோது அவர் தொண்டை அடைத்துக்கொண்டது; கண்களில் கண்ணீர் ததும்பி நின்றது.

குறுக்கே பேசக்கூடாதென்ற மரியாதையினால் இத்தனை நேரம் சும்மாயிருந்த அநிருத்தர் இப்போது குறுக்கிட்டு, 'பிரபு! நிறுத்துங்கள். தங்களுடன் எனக்கு நட்பு ஏற்பட்டு நாற்பது ஆண்டுகள் ஆகின்றன. இவ்வளவு நாளும் தங்களுடைய நலனுக்கு எதிரான காரியம் எதுவும் செய்யவில்லை; இனியும் செய்யமாட்டேன். தங்களுக்கு வீண்தொல்லை கொடுக்க வேண்டாம் என்ற காரணத்துக்காக இரண்டொரு விஷயங் களைத் தங்களிடம் சொல்லாமல் விட்டிருக்கலாம். அது குற்றமாயிருந் தால் மன்னித்துவிடுங்கள். இப்போது தாங்கள் கேட்டவற்றுக்கெல்லாம் மறுமொழி சொல்கிறேன். கருணை கூர்ந்து அமைதியாயிருக்க வேண்டும்' என்று இரக்கமாகக் கேட்டுக் கொண்டார்.

'முதன்மந்திரி! இந்த ஜன்மத்தில் எனக்கு இனி மன அமைதி இல்லை. அடுத்த பிறவியிலாவது மன அமைதி கிட்டுமா என்று தெரியாது. என் அருமை மக்களும் என் ஆருயிர் நண்பராகிய முதன்மந்திரியும் எனக்கு எதிராகச் சதி செய்யும்போது...'

'பிரபு, தங்களுக்கு எதிராகச் சதி செய்பவர்கள் யார் என்பதைச் சீக்கிரத்தில் அறிந்து கொள்வீர்கள். அந்தப் பாதகத்துக்கு நான் உடந்தைப்பட்டவன் அல்ல. இந்த முதன்மந்திரி பதவியை இப்போது நான் பெயருக்காகவே வைத்துக் கொண்டிருக்கிறேன். பெரிய பழுவேட்டரையரிடமே இந்தப் பதவியைக் கொடுத்து விடுகிறேன் என்று முன்னமே பல தடவை சொல்லியிருக் கிறேன். இப்போதும் அதற்குச் சித்தமாயிருக்கிறேன். என் பேரில் சிறிதளவேனும் தங்களுக்கு அதிருப்தி இருந்தால்...'

'ஆம் முதன்மந்திரி, ஆம்! எந்த நேரத்திலும் என்னைக் கைவிட்டுப் போய்விட நீங்கள் எல்லோருமே சித்தமாயிருக் கிறீர்கள். என் மூச்சுப் போகும்வரையில் என்னுடன் இருந்து என்னுடன் சாகப் போகிறவள் இந்த மலையமான் மகள் ஒருத்திதான். நான் செய்திருக்கும் எத்தனையோ பாவங்களுக்கு மத்தியில் ஏதோ புண்ணியமும் செய்திருக்கிறேன். ஆகையினால் தான் இவளை என் வாழ்க்கைத் துணைவியாகப் பெற்றேன்!' என்றார் சக்கரவர்த்தி.

இந்த வார்த்தைகளைக் கேட்டதும் சக்கரவர்த்திக்கு அருகில் கட்டிலில் வீற்றிருந்த வானமாதேவிக்கு விம்மலுடன் அழுகை வந்து விட்டது. அவள் உடனே எழுந்து அடுத்த அறைக்குச் சென்றாள்.

'மன்னர் மன்னா! மலையமான் மகளைப் பற்றித் தாங்கள் கூறிய ஒவ்வொரு வார்த்தையும் சத்தியம். அவருடைய திருவயிற்றில் பிறந்த மக்களும் தங்களிடம் இணையற்ற பக்தி விசுவாசம் கொண்டிருக் கிறார்கள்.

'ஆனாலும் என் வார்த்தையை அவர்கள் மதிப்பதில்லை. என் கட்டளைக்கும் கீழ்ப்படிவதில்லை. எனக்குத் தெரியாமல் ஏதேதோ, செய்கிறார்கள். நீரும் அவர்களோடு சேர்ந்து கொள்கிறீர்! அருள்மொழிவர்மன் கடலிலிருந்து தப்பிப் பிழைத்து நாகைப்பட்டினம் புத்த விஹாரத்திலிருப்பது உமக்கு முன்னமே தெரியும் அல்லவா? ஏன் என்னிடம் சொல்லவில்லை?'

'மன்னிக்க வேண்டும் பிரபு! அந்த விவரம் நேற்று வரையில் எனக்கு நிச்சயமாகத் தெரிந்திருக்கவில்லை. இளவரசரின் உயிருக்கு ஆபத்து நேரிட்டிராது என்று மட்டும் உறுதியாயிருந் தேன். அவர் பிறந்த வேளையைக் குறித்துச் சோதிடக்காரர்கள் எல்லாரும் கூறியிருப்பது பொய்யாகி விடாதல்லவா?'

'முதன்மந்திரி! சோதிட சாஸ்திரத்தினால் நேரக்கூடிய தீங்கு களுக்கு அளவே இல்லை. இந்த இராஜ்யத்திலிருந்து சோதிடக் காரர்கள் எல்லாரையுமே அப்புறப்படுத்திவிட எண்ணுகிறேன். அருள்மொழியின் ஜாதகத்தைக் குறித்து சோதிடக்காரர்கள் கூறி யிருப்பதை வைத்துக் கொண்டுதான் நான் உயிரோடிருக்கும் போதே அவனைச் சிம்மாசனத்தில் ஏற்றி விடுவதற்கு எல்லாரும் பிரயத்தனப்படுகிறார்கள்; நீரும் அவர்களைச் சேர்ந்தவர்தானே?'

'சத்தியமாக இல்லை; பிரபு! அதற்கு மாறாக, சின்ன இளவரசர் சிறிது காலத்துக்கு இந்தச் சோழ நாட்டுக்குள் வராமலிருந்தாலே நல்லது என்று எண்ணினேன். இலங்கைக்குப் போயிருந்தபோது இளவரசரிடம் அவ்விதமே சொல்லிவிட்டு வந்தேன். ஆனால் நான் இப்பால் வந்தவுடன் பழுவேட்டரையர்களின் ஆட்கள் இளவரசரைச் சிறைப் படுத்திக் கொண்டுவர இலங்கைக்கு வந்திருக்கிறார்கள். தாங்களும் அதற்குச் சம்மதம் அளித்திருக் கிறீர்கள். இந்தச் செய்தி நாடு நகரமெல்லாம் பரவியிருக்கிறபடி யால், ஜனங்கள் பழுவேட்டரையர் கள் மீது ஒரே கோபமாயிருக் கிறார்கள். அவர்கள்தான் இளவரசரை ஏற்றி வந்த கப்பலை வேண்டுமென்று கடலில் மூழ்கடித்து விட்டதாக ஜனங்களிடையில் பேச்சாயிருக்கிறது....'

'பொய், முதன்மந்திரி! பொய்! எல்லாம் முழு பொய்! பார்த்திபேந்திர பல்லவன் எல்லாம் என்னிடம் கூறிவிட்டான். பழுவேட்டரையர்கள் அனுப்பிய கப்பலில் இளவரசன் வரவில்லை. பார்த்திபேந்திரனுடைய கப்பலில் வந்தான். வழியில் வேண்டுமென்று கடலில் குதித்தான். இன்னொரு எரிந்த கப்பலில் இருந்த யாரோ ஒருவனைக் காப்பாற்று வதற்காக என்று சொல்லி, பார்த்திபேந்திரன் தடுத்தும் கேளாமல், கொந்தளித்த கடலில் குதித்தான். இப்போது யோசிக்கும்போது எல்லாமே பொய்யென்றும் என்னை ஏமாற்றுவதற்காகச் செய்யப்பட்ட சூழ்ச்சி என்றும் தோன்றுகிறது. இந்தச் சூழ்ச்சியில் குந்தவையும் சம்பந்தப்பட்டவள் என்பதை நினைக்கும்போதுதான் எனக்கு வேதனை தாங்கவில்லை. இந்த உலகமே எனக்கு எதிராகப் போனாலும் குந்தவை என்னுடன் இருப்பாள் என்று எண்ணியிருந்தேன். ஒரு தகப்பன் தன் மகளிடம் சாதாரணமாகச் சொல்லத் தயங்கக்கூடிய வரலாறுகளை யெல்லாம் சொன்னேன்....'

'அரசர்க்கரசே! இளையபிராட்டி தங்களுக்கு எதிராக சதி செய்வதாக உலகமே சொன்னாலும் நான் நம்பமாட்டேன்; தாங்களும் நம்பக்கூடாது. இளையபிராட்டி ஒரு விஷயத்தைத் தங்களிடம் சொல்லவில்லை என்றால், அதற்குக் காரணம் அவசியம் இருக்கவேண்டும். சின்ன இளவரசர் தம் சிநேகிதனைக் காப்பாற்றுவதற்காகக் கடலில் குதித்ததில் பொய் ஒன்றுமில்லை. இளவரசரையும் அவருடைய

சிநேகிதரையும் கடலிலிருந்து காப்பாற்றிக் கரை சேர்த்த ஓடக்காரப் பெண் இதோ அடுத்த அறையில் இருக்கிறாள். இலங்கையில் நடந்த வற்றையும் நேரில் பார்த்து அறிந்தவள். அரசே! அவளைக் கூப்பிடட்டுமா!' என்றார் அநிருத்தர்.

சக்கரவர்த்தி மிக்க ஆவலுடன், 'அப்படியா? உடனே அவளை அழையுங்கள். முதன்மந்திரி!... கோடிக்கரையிலிருந்து நீர் பலவந்த மாகப் பிடித்து வரச் சொன்ன பெண் அவள்தானா?'...என்றார்.

'பழுவேட்டரையர் பல்லக்கில் வந்த பெண்தான் அடுத்த அறையில் காத்திருக்கிறாள். இதோ அழைக்கிறேன்' என்று அநிருத்தர் கூறிக் கையைத் தட்டியதும், பூங்குழலியும் ஆழ்வார்க்கடியானும் உள்ளே வந்தார்கள்.

முன்மாலைக் கனவு

பூங்குழலியைச் சக்கரவர்த்தி உற்றுப் பார்த்துவிட்டு, 'இந்தப் பெண்ணை நான் இதுவரை பார்த்ததில்லையல்லவா? ஆனால் முகஜாடை சற்றுத் தெரிந்த மாதிரி இருக்கிறது; பிரம்மராயரே! இவள் யார்?' என்று கேட்டார்.

'இவள் கோடிக்கரைத் தியாக விடங்கர் மகள் பெயர் பூங்குழலி!'

'ஆகா! அதுதான் காரணம்!' என்று சக்கரவர்த்தி கூறினார். பிறகு வாய்க்குள்ளே, 'இவள் அத்தையின் முகஜாடை கொஞ்சம் இருக்கிறது! ஆனால் அவளைப்போல் இல்லை; ரொம்ப வித்தியாசம் இருக்கிறது' என்று முணுமுணுத்துக் கொண்டார்.

அவர் முணுமுணுத்தது பூங்குழலியின் காதில் இலேசாக விழுந்தது. அதுவரையில் சக்கரவர்த்தியைப் பூங்குழலி பார்த்ததில்லை. அவர் அழகில் மன்மதனை மிஞ்சியவர் என்று கேள்விப்பட்டிருந்தாள். இளவரசரைப் பெற்ற தந்தை அப்படித்தான் இருக்க வேண்டுமென்றும் எண்ணியிருந்தாள். இப்போது உடல் நோயினாலும் மன நோயினாலும் விகாரப்பட்டுத் தோன்றிய சக்கரவர்த்தியின் உருவத்தைப் பார்த்துத் திகைத்துப் போனாள். தன் அத்தையைக் கைவிட்டது பற்றிச் சக்கரவர்த்தியிடம் சண்டை பிடிக்க வேண்டும் என்று எண்ணியிருந்ததை நினைத்து வெட்கினாள். பயத்தினாலும் வியப்பினாலும் கூச்சத்தினாலும் சக்கரவர்த்தியைத் தரிசித்தவுடனே வணக்கம் கூறுவதற்குக்கூட மறந்து நின்றாள்.

'பெண்ணே! உன் தந்தை தியாகவிடங்கர் சுகமா?' என்று சக்கரவர்த்தி அவளைப் பார்த்துக் கேட்டார்.

அப்போதுதான் பூங்குழலிக்குச் சுய நினைவு வந்தது. இலங்கை முதலாவது கிருஷ்ணா நதி வரையில் ஒரு குடை நிழலில் ஆளும் சக்கரவர்த்தியின் சந்நிதியில் தான் நிற்பதை உணர்ந்தாள். உடனே

தரையில் விழுந்து நமஸ்கரித்துவிட்டு எழுந்து கை கூப்பி வணக்கத்துடன் நின்றாள்.

சுந்தரசோழர் அநிருத்தரைப் பார்த்து, 'இந்தப் பெண்ணுக்குப் பேச வரும் அல்லவா? ஒரு கால் இவள் அத்தையைப்போல் இவளும் ஊமையா?' என்று கேட்டபோது, அவர் முகம் மன வேதனையினால் சுருங்கியது.

'சக்கரவர்த்தி! இந்தப் பெண்ணுக்குப் பேசத் தெரியும். ஒன்பது ஸ்திரீகள் பேசக்கூடியதை இவள் ஒருத்தியே பேசி விடுவாள்! தங்களைத் தரிசித்த அதிர்ச்சியினால் திகைத்துப் போயிருக்கிறாள்' என்றார் அநிருத்தர்.

'ஆமாம்; என்னைப் பார்த்தால் எல்லாருமே மௌனமாகி நின்று விடுகிறார்கள். என்னிடம் ஒருவரும் ஒன்றும் சொல்வதில்லை!' என்றார் சக்கரவர்த்தி.

மறுபடியும் பூங்குழலியைப் பார்த்து, 'பெண்ணே! இளவரசன் அருள்மொழிவர்மனை நீ கொந்தளித்த கடலிலிருந்து காப்பாற்றினாய் என்று முதன்மந்திரி சொல்லுகிறார். அது உண்மையா?' என்று சுந்தர சோழர் கேட்டார்.

பூங்குழலி தயங்கித் தயங்கி, 'ஆம், பிரபு!...அது குற்றமாயிருந்தால்..' என்றாள்.

சக்கரவர்த்தி சிரித்தார்; அந்தச் சிரிப்பின் ஒலி பயங்கரமாக தொனித்தது.

'பிரம்மராயரே! இந்தப் பெண் சொல்லுவதைக் கேளுங்கள்! 'அது குற்றமாயிருந்தால்' என்கிறாள். இளவரசன் உயிரை இவள் காப்பாற்றியது 'குற்றமாயிருந்தால்' என்கிறாள். என் மகன் கடலில் முழுகிச் செத்திருக்க வேண்டும் என்று நான் ஆசைப்படுகிறேன் போலிருக்கிறது. அப்படிப்பட்ட ராட்சதன் நான் என்று இவளிடம் யாரோ சொல்லியிருக்கிறார்கள்? முதன்மந்திரி, நாட்டு மக்கள் எல்லாம் இப்படித்தான் என்னைப் பற்றி எண்ணிக் கொண்டிருக்கிறார்களா?' என்று கேட்டார் சுந்தர சோழர்.

'பிரபு! இவள் பயத்தினால் ஏதோ சொல்லிவிட்டாள். அதைப் பொருட்படுத்த வேண்டாம். பெண்ணே! இளவரசரை நீ காப்பாற்றியதற்காக இந்தச் சோழ நாடே உனக்கு நன்றிக் கடன் பட்டிருக்கிறது. சக்கரவர்த்தியும் அளவில்லாத மகிழ்ச்சி அடைந்திருக்கிறார். அதற்காக நீ என்ன பரிசு வேண்டுமோ, அதைக் கேட்டுப் பெறலாம். இப்போது, நடந்ததையெல்லாம் சக்கரவர்த்தியிடம் விவரமாகக் கூறு! பயப்படாமல் சொல்லு!' என்றார்.

'முதலில் ஒரு விஷயத்தை இந்தப் பெண் சொல்லட்டும். இளவரசரைக் கடலிலிருந்து காப்பாற்றியதாகச் சொல்லு கிறாளே, அவன்

இளவரசன்தான் என்பது இவளுக்கு எப்படி தெரியும்? முன்னம் பார்த்ததுண்டா!'...என்றார் சக்கரவர்த்தி.

'ஆம், பிரபு! முன்னம் ஈழ நாட்டுக்கு வீரர்களுடன் இளவரசர் கப்பல் ஏறியபோது சில தடவை பார்த்திருக்கிறேன். ஒரு முறை இளவரசர் என்னைச் 'சமுத்திர குமாரி' என்று அழைத்ததும் உண்டு!' என்று கூறினாள் பூங்குழலி.

'ஆகா! இந்தப் பெண்ணுக்கு இப்போதுதான் பேச்சு வருகிறது!' என்றார் சோழ சக்கரவர்த்தி.

பின்னர், முதன்மந்திரி அடிக்கடி தூண்டிக் கேள்வி கேட்டதன் பேரில் பூங்குழலி வந்தியத்தேவனை இலங்கைக்கு அழைத்துச் சென்றதிலிருந்து இளவரசரை நாகைப்பட்டினத்தில் கொண்டு போய் விட்டது வரையில் எல்லாவற்றையும் கூறினாள். ஆனால் அநிருத்தர் எச்சரிக்கை செய்திருந்தபடியால் மந்தாகினியைப் பற்றி மட்டும் ஒன்றும் சொல்லவில்லை.

எல்லாம் கேட்ட பின்னர் சக்கரவர்த்தி, 'பெண்ணே! சோழ குலத்துக்கு இணையில்லாத உதவி செய்திருக்கிறாய். அதற்கு ஈடாக உனக்குச் செய்யக்கூடியது ஒன்றுமில்லை. ஆனால் ஒன்று கேட்கிறேன், சொல்! கோடிக்கரையில் இளவரசரைக் கரை சேர்ந்த பிறகு இங்கே ஏன் அழைத்து வரவில்லை? ஏன் நாகைப்பட்டினத்துக்கு அழைத்துப் போனாய்?' என்றார்.

'சுவாமி! இளவரசர் கொடிய சுரத்தினால் நினைவு இழந்திருந்தார். நாகைப்பட்டினம் புத்த விஹாரத்தில் நல்ல வைத்தியர்கள் இருக்கிறார்கள் என்று அங்கே அழைத்துப் போனோம். பிக்ஷுக்கள் இளவரசரிடம் மிக்க பக்தி உள்ளவர்கள் என்பது எங்களுக்குத் தெரியும். இளவரசரை அந்த நிலையில் ஓடத்தில்தான் ஏற்றிப் போகலாமே தவிர, குதிரை மேலோ, வண்டியிலோ ஏற்றி அனுப்ப முடிந்திராது...'

'அச்சமயம் கோடிக்கரையில் பழுவேட்டரையர் இருந்தாரே, அவரிடம் ஏன் தெரிவிக்கவில்லை...?'

பூங்குழலி சற்றுத் தயங்கிவிட்டுப் பின்னர் கம்பீரமான குரலில், 'சக்கரவர்த்தி! பழுவேட்டரையர் இளவரசருக்கு விரோதி என்று நாடெல்லாம் அறிந்திருக்கிறது. அப்படியிருக்க, இளவரசரைப் பழுவேட்டரையரிடம் ஒப்புவிக்க எவ்விதம் எனக்கு மனம் துணியும்?' என்றாள்.

'ஆம், ஆம்! என் புதல்வர்களுக்குப் பழுவேட்டரையர்கள் மட்டுமா விரோதிகள்? நான் கூடத்தான் விரோதி. உலகம் அப்படித்தான் எண்ணிக் கொண்டிருக்கிறது. அது போகட்டும்! முதன்மந்திரி! நேற்று

இங்கு அடித்த புயல் நாகைப்பட்டினத்தில் இன்னும் கடுமையாக இருந்திருக்குமே? இளவரசனுக்கு மறுபடியும் ஏதேனும் தீங்கு நேரிடாமலிருக்க வேண்டுமே என்று என் நெஞ்சம் துடிக்கிறது.'

'பிரபு, சோழ நாடு அதிர்ஷ்டம் செய்த நாடு. இப்போது இந்நாட்டுக்கு மகத்தான நல்ல யோகம். ஆகையால்...

'சோழ நாடு அதிர்ஷ்டம் செய்த நாடுதான்; ஆனால் நான் துரதிர்ஷ்ட சாலியாயிற்றே, பிரம்மராயரே! நான் கண்ணை மூடுவதற்குள் என் புதல்வர்களை ஒரு தடவை பார்க்க விரும்புகிறேன்...'

'ஐயா! அப்படியெல்லாம் சொல்லாதீர்கள், இத்தகைய புதல்வர்களையும், புதல்வியையும் பெற்ற தங்களைப் போன்ற பாக்கியசாலி யார்? இதோ இன்றைக்கே ஆட்களை அனுப்பி வைக்கிறேன். இளவரசரைப் பத்திரமாக அழைத்து வருவதற்கு என் சீடன் திருமலையையும் கூட அனுப்புகிறேன்!' என்றார் முதன்மந்திரி.

அப்போதுதான் சக்கரவர்த்தி ஆழ்வார்க்கடியான் மீது தம் பார்வையைச் செலுத்தினார். 'ஆகா! இவன் இத்தனை நேரமும் இங்கே நிற்கிறானா? சின்னப் பழுவேட்டரையர் இவனைப் பற்றித்தானே சொன்னார்? பழுவூர் அரண்மனை மதிலில் ஏறிக் குதித்தவன் இவன்தானே?'

'பிரபு, அதற்குத் தகுந்த காரணம் இருக்கிறது. அதைப் பற்றி நாளைக்குத் தெரியப்படுத்த அனுமதி கொடுங்கள். ஏற்கனவே மிக்க களைப்படைந்து விட்டீர்கள்!' என்றார் முதன்மந்திரி.

இச்சமயத்தில் மலையமான் மகளும், குந்தவையும், வானதியும் சக்கரவர்த்தி அறைக்குள்ளே வந்தார்கள்.

'முதன்மந்திரி! இன்றைக்கு இத்துடன் நிறுத்திக் கொள்ளுங்கள். சக்கரவர்த்திக்கு அதிகக் களைப்பு உண்டாகக் கூடாது என்று வைத்தியர்கள் கண்டிப்பாகக் கட்டளையிட்டிருக்கிறார்கள்!' என்று மகாராணி கூறினாள்.

பின்னர், 'இந்தப் பெண் இனிமையாகப் பாடுவாளாம். ஒரு தேவாரப் பாடல் பாடச் சொல்லுங்கள்; சக்கரவர்த்திக்குக் கானம் மிகவும் பிடிக்கும்' என்றாள்.

'ஆகட்டும் தாயே! என் சீடன் கூட ஆழ்வார் பாசுரங்களை நன்றாகப் பாடுவான். அவனையும் பாடச் சொல்கிறேன்!' என்றார் முதன்மந்திரி.

பூங்குழலி 'கூற்றாயினவாறு விலக்ககிலீர்' என்ற அப்பர் தேவாரத்தைப் பாடினாள். ஆழ்வார்க்கடியான் 'திருக்கண்டேன் பொன் மேனி கண்டேன்' என்ற பாசுரத்தைப் பாடினான்.

பாடல் ஆரம்பித்ததும் சுந்தர சோழர் கண்களை மூடிக் கொண்டார். சிறிது நேரத்துக்கெல்லாம் அவர் முகத்தில் சாந்தியும் நிம்மதியும் காணப்பட்டன. மூச்சு நிதானமாகவும் ஒரே மாதிரியாகவும் வந்தது. நல்ல நித்திரையில் ஆழ்ந்து விட்டார் என்று தெரிந்தது.

இருட்டுகிற சமயமாகி விட்டபடியால் தாதிப் பெண் விளக்கேற்றிக் கொண்டு வந்து வைத்தாள்.

முதன்மந்திரி உள்ளிட்ட அனைவரும் அவ்வறையிலிருந்து வெளியேறினார்கள்.

மலையமான் மகள் மட்டும் சிறிது நேரம் சக்கரவர்த்தியின் அருகில் இருந்தாள். அடுத்த அறையின் வாசற்படியிலிருந்து குந்தவை அவளைப் பார்த்து ஏதோ சமிக்ஞை செய்யவே அவளும் எழுந்து சென்றாள். பின்னர், அந்த அறையில் மௌனம் குடிகொண்டது. சுந்தர சோழர் மூச்சுவிடும் சப்தம் மட்டும் இலேசாகக் கேட்டுக் கொண்டிருந்தது.

முதலாவது நாளிரவு சற்றும் தூங்காத காரணத்தினால் களைத்துச் சோர்ந்திருந்தபடியினாலும், பூங்குழலியும் ஆழ்வார்க்கடியானும் பாடிய தமிழ்ப் பாசுரங்களின் இனிமையினாலும் சுந்தர சோழர் அந்த முன் மாலை நேரத்தில் நித்திரையில் ஆழ்ந்தாரென்றாலும், அவருடைய துயில் நினைவற்ற அமைதி குடிகொண்ட துயிலாக இல்லை. பழைய நினைவுகளும் புதிய நினைவுகளும் உண்மை நிகழ்ச்சிகளும் உள்ளக் கற்பனைகளும் கனவுகளாக உருவெடுத்து அவரை விதவிதமான விசித்திர அனுபவங்களுக்கு உள்ளாக்கின.

அமைதி குடிகொண்டிருந்த நீலக்கடலில் அவரும் பூங்குழலியும் படகில் போய்க் கொண்டிருந்தார்கள். பூங்குழலி படகைத் தள்ளிக் கொண்டே கடலின் ஓங்கார சுருதிக்கு இசைய ஒரு கீதம் பாடிக் கொண்டிருந்தாள்.

> ‘சோர்வு கொள்ளாதே மனமே - உன்
> ஆர்வ மெல்லாம் ஒருநாள் பூரணமாகும்!
> காரிருள் சூழ்ந்த நீளிரவின் பின்னர்
> காலை மலர்தலும் கண்டனை அன்றோ
> தாரணி உயிர்க்கும் தாமரை சிலிர்க்கும்
> அளிகுலம் களிக்கும் அருணனும் உதிப்பான்!’

இந்தக் கீதத்தைக் கேட்டுச் சுந்தர சோழர் புளகாங்கிதம் அடைந்தார். அவருடைய உள்ளத்தில் குடிகொண்டிருந்த சோர்வு நீங்கி உற்சாகம் ததும்பியது. ‘இன்னும் பாடு! இன்னும் பாடு!’ என்று பூங்குழலியைத்

தூண்டிக் கொண்டிருந்தார். ஆழ் கடலில் மிதந்து படகு போய்க் கொண்டேயிருந்தது.

திடீரென்று இருள் சூழ்ந்தது; பெரும் காற்று அடிக்கத் தொடங்கியது. சற்று முன் அமைதியாக இருந்த கடலில் மலை மலையாக அலைகள் எழுந்து விழுந்தன. தொட்டில் ஆடுவது போல் சற்று முன்னால் ஆடிக் கொண்டிருந்த படகு இப்போது மேக மண்டலத்தை எட்டியும் அதல பாதாளத்தில் விழுந்தும் தத்தளித்தது. படகில் இருந்த பாய்மரங்களின் பாய்கள் சுக்குநூறாகக் கிழிந்து காற்றில் அடித்துக்கொண்டு போகப் பட்டன. ஆயினும் படகு மட்டும் கவிழாமல் எப்படியோ சமாளித்துக் கொண்டிருந்தது. அப்போதெல்லாம் பூங்குழலியின் படகு விடும் திறத்தைச் சுந்தர சோழ சக்கரவர்த்தி வியந்து மகிழ்ந்து கொண்டிருந்தார்.

காற்று வந்த வேகத்தைப்போலவே சட்டென்று நின்றது. கடலின் கொந்தளிப்பு வரவரக் குறைந்தது. மீண்டும் பழையபடி அமைதி ஏற்பட்டது. கீழ்திசையில் வான்முகட்டில் அருணோதயத்துக்கு அறிகுறி தென்பட்டது. சிறிது நேரத்துக்கெல்லாம் தங்கச் சூரியன் உதயமானான். கடலின் நீரும் பொன் வண்ணம் பெற்றுத் தகத்தகா மயமாகத் திகழ்ந்தது. சற்றுத் தூரத்தில் பசுமையான தென்னந் தோப்புக்கள் சூழ்ந்த தீவுகள் சில தென்பட்டன. அத்தீவுகளிலிருந்து புள்ளினங்கள் மதுர மதுரமான குரல்களில் இசைத்த கீதங்கள் எழுந்தன. ஈழ நாட்டின் கரையோரமுள்ள தீவுகள் அவை என்பதைச் சுந்தர சோழர் உணர்ந்து கொண்டார். அவற்றில் ஒரு தீவிலேதான் முந்தைப் பிறவியில் அவர் மந்தாகினியைச் சந்தித்தார் என்பது நினைவு வந்தது.

அந்தத் தீவின் பேரில் பார்வையைச் செலுத்திக்கொண்டே 'பூங்குழலி! கடைசியில் என்னைச் சொர்க்கலோகத்துக்கே கொண்டு வந்து சேர்த்து விட்டாயல்லவா? உனக்கு நான் எவ்விதத்தில் நன்றி செலுத்தப் போகிறேன்?' என்றார். பூங்குழலி மறுமொழி சொல்லாதது கண்டு அவள் பக்கம் திரும்பிப் பார்த்தார் அப்படியே ஸ்தம்பிதமாகிவிட்டார். ஏனெனில், படகில் இன்னொரு பக்கத்தில் இருந்தவள் பூங்குழலி இல்லை. அவள் மந்தாகினி! முப்பது ஆண்டுகளுக்கு முன்னர் எப்படி இருந்தாளோ, அப்படியே இன்றும் இருந்தாள்!

சில நிமிஷ நேரம் திகைத்திருந்து விட்டு, 'மந்தாகினி நீதானா? உண்மையாக நீதானா? பூங்குழலி மாதிரி மாற்றுருவம் கொண்டு என்னை அழைத்து வந்தவள் நீதானா?' என்றார். தாம் பேசுவது அவளுக்குக் காது கேளாது என்பது நினைவு வந்தது. ஆயினும் உதடுகளின் அசைவிலிருந்து அவர் சொல்வது இன்னதென்பதை அறிந்து கொண்டவள்போல மந்தாகினி புன்னகை புரிவதைக் கண்டார். அவள் அருகில் நெருங்கிச் செல்வதற்காக எழுந்து செல்ல முயன்றார். ஆனால் அவரால்

எழுந்திருக்க முடியவில்லை. தம் கால்கள் பயனற்றுப் போயின என்பது நினைவு வந்தது.

'மந்தாகினி! நான் நோயாளியாகப் போய் விட்டேன். உன்னிடம் என்னால் வர முடியவில்லை; நீதான் என் அருகில் வரவேண்டும். இதோ பார் மந்தாகினி! இனி ஒரு தடவை மூன்று உலகத்துக்கும் சக்கரவர்த்தியாக முடிசூட்டுவதாக என்னை யாரேனும் அழைத்தாலும் நான் உன்னை விட்டுப் போகமாட்டேன். இந்த ஈழ நாட்டுக்கு அருகிலுள்ள தீவுகளுக்கு நாம் போக வேண்டாம். இங்கே யாராவது வந்துகொண்டே இருப்பார்கள். படகை நடுக்கடலில் விடு! வெகுதூரம், தொலைதூரம், ஏழு கடல்களையும் தாண்டிச் சென்று அப்பால் உள்ள தீவாந்தரத்துக்கு நாம் போய்விடுவோம்!' என்றார் சுந்தர சோழர். அவர் கூறியதையெல்லாம் தெரிந்துகொண்டவள்போல் மந்தாகினி புன்னகை புரிந்தாள்.

காவேரி நதியில் இராஜ ஹம்ஸத்தைப் போல் அலங்கரித்த சிங்காரப் படகில் சுந்தர சோழ சக்கரவர்த்தியும் அவருடைய பட்டத்து ராணியும் குழந்தைகளும் உல்லாசப் பிரயாணம் செய்து கொண்டிருந்தார்கள். கான வித்தையில் தேர்ந்தவர்கள் பாடிக் கொண்டிருந்தார்கள். சுந்தர சோழர் கான இன்பத்தில் மெய் மறந்து கண்களை மூடிக் கொண்டிருந்தார்.

திடீரென்று, 'ஐயோ! ஐயோ!' என்ற கூக்குரலைக் கேட்டுக் கண் விழித்துப் பார்த்தார். 'குழந்தையைக் காணோமே! அருள் மொழியைக் காணோமே' என்று பல குரல்கள் முறையிட்டன.

சுந்தர சோழர் பரபரப்புடன் சுற்றுமுற்றும் பார்த்தார். காவேரியின் வெள்ளத்தில் அவருடைய செல்வக் குழந்தையான அருள்மொழியை யாரோ ஒரு ஸ்திரீ கையினால் பிடித்துக் கொண்டு தண்ணீரில் அமுக்கிக் கொல்ல முயன்று கொண்டிருந்தாள். சொல்ல முடியாத பயங்கரத்தை அடைந்த சுந்தர சோழர் காவேரி வெள்ளத்தில் குதிக்க எண்ணினார். அச்சமயம் அந்த ஸ்திரீயின் முகம் அவருக்குத் தெரிந்தது. அது விகாரத்தை அடைந்த மந்தாகினியின் முகம் என்பதை அறிந்து கொண்டார். உடனே அவருடைய உடல் ஜீவசக்தி அற்ற ஜடப் பொருளைப்போல் ஆயிற்று. தண்ணீரில் குதிக்கப் போனவர் படகிலேயே தடால் என்று விழுந்தார்.

படகிலே விழுந்த அதிர்ச்சியினாலே தானோ, என்னமோ, சுந்தர சோழர் துயிலும் கனவும் ஒரே காலத்தில் நீங்கப் பெற்றார். புயல் மழை காரணமாக வழக்கத்தைவிடக் குளிர்ச்சி மிகுந்திருந்த அவ்வேளையில் அவருடைய தேகமெல்லாம் வியர்த்திருந்தது. இவ்வளவு நேரமும்

கண்ட தோற்றங்கள் எல்லாம் கனவில் கண்டவை என்பதை உணர்ந்த போது அவருடைய நெஞ்சிலிருந்து ஒரு பெரும் பாரத்தை எடுத்தது போன்ற ஆறுதல் ஏற்பட்டது. எதிரே பார்த்தார். அறையில் ஒருவரும் இருக்கவில்லை. தீபம் மட்டும் எரிந்து கொண்டிருந்தது. தாம் தூங்கி விட்டபடியால் பக்கத்து அறையில் இருக்கிறார்கள் போலும்! கையைத் தட்டி அழைக்கலாமா என்று எண்ணினார். 'சற்றுப் போகட்டும்; கனவுத் தோற்றத்தின் அதிர்ச்சிகள் நீங்கட்டும்' என்று எண்ணிக்கொண்டார்.

அப்போது மேல் மச்சியிலிருந்து ஏதோ மிக மெல்லிய சப்தம் கேட்டது. அது என்னவாயிருக்கும்? முகத்தைச் சிறிதளவு திருப்பிச் சப்தம் வந்த திக்கை நோக்கினார். மேல் மச்சில் தூணைப் பிடித்துக்கொண்டு விளிம்பின் வழியாக ஓர் உருவம் இறங்கி வருவதுபோலத் தோன்றியது.

'ஏன் என்னை வதைக்கிறாய்?'

சுந்தர சோழர் மிக்க வியப்பு அடைந்தார். மேன்மாடத்திலிருந்து அவ்வாறு தூண்களின் விளிம்பின் வழியாக யார் இறங்கி வருகிறது? எதற்காக வரவேண்டும்! இத்தனை நேரம் கண்ட குழப்பமான கனவுகள் நினைவு வந்தன. இதுவும் கனவிலே காணும் தோற்றமா? இன்னும் தாம் தூக்கத்திலிருந்து நன்றாக விழித்துக் கொள்ளவில்லையா? இந்தச் சந்தேகத்தைத் தீர்த்துக் கொள்வதற்காகச் சுந்தர சோழர் மறுபடியும் கண்களை மூடிக் கொண்டார். ஒரு நிமிஷ நேரம் அவ்வாறு இருந்து விட்டுக் கண்களை நன்றாகத் திறந்து அந்த உருவம் இறங்கிய திக்கைப் பார்த்தார். அங்கே இப்போது ஒன்றும் இல்லை. ஆகா! அந்தத் தோற்றம் வெறும் பிரமையாகத்தான் இருக்க வேண்டும்.

அவர் உறங்குவதற்கு முன்னால் நிகழ்ந்தவற்றை ஞாபகப் படுத்திக் கொண்டார். முதன்மந்திரியும் அவருடைய சீடனும் இனிய குரலில் பாடிய தியாகவிடங்கரின் மகளும் தாம் தூங்கிய பிறகு போய்விட்டார்கள் போலும். மலையமான் மகளும் தாதிமார்களும் வழக்கம்போல் அடுத்த அறையிலே காத்திருக் கிறார்கள் போலும். குந்தவையைக் குறித்துத் தாம் முதன்மந்திரியிடம் குறை கூறியதைச் சக்கரவர்த்தி நினைத்துக் கொண்டு சிறிது வருத்தப்பட்டார். குந்தவை இணையற்ற அறிவும், முன் யோசனையும் படைத்தவள். இராஜ்யத்திலே குழப்பம் ஏற்படாமலிருக்கும் பொருட்டு இளவரசனை நாகைப்பட்டினத்தில் இருக்கச் செய்திருக்கிறாள். அதைப் பற்றித் தவறாக எண்ணிக் கொண்டது தம்முடைய தவறு. தமது அறிவு சரியான நிலைமையில் இல்லை என்பது சில காலமாகச் சுந்தர சோழருக்கே தெரிந்திருந்தது. பின்னே, இளையபிராட்டியின் பேரில் கோபித்துக் கொள்வதில் என்ன பயன்? எதையும் அவளுடைய யோசனைப்படி செய்வதே நல்லது. இப்போது முக்கியமாகச் செய்ய வேண்டியது நாகைப்பட்டினத்திலிருந்து இளவரசனை அழைத்து வர வேண்டியது. கடவுளே! புயலினால் அவனுக்கு யாதொரு ஆபத்தும் நேரிடாமல்

இருக்க வேண்டுமே! உடன் குந்தவையிடம் அதைப்பற்றிக் கேட்க வேண்டும். பக்கத்து அறையில் இருப்பவர்களை அழைப்பதற்காகச் சுந்தர சோழர் கையைத் தட்ட எண்ணினார்...

ஆனால் இது என்ன? தம்முடைய தலைமாட்டில் யாரோ நடமாடுவதுபோல் தோன்றுகிறதே! ஆனால் காலடிச் சத்தம் மிக மெதுவாக - பூனை, புலி முதலிய மிருகங்கள் நடமாடுவதுபோல் கேட்கிறது. யாராயிருக்கும்? ஒருவேளை மலையமான் மகளா? தம் குமாரியா? தாதிப் பெண்ணா? தமது உறக்கத்தைக் கலைக்கக் கூடாது என்று அவ்வளவு மெதுவாக அவர்கள் நடக்கிறார்களா? 'யார் அது?' என்று மெதுவான குரலில் சுந்தர சோழர் கேட்டார் அதற்குப் பதில் இல்லை. 'யார் அது? இப்படி எதிரே வா!' என்று சற்று உரத்த குரலில் கூறினார். அதற்கும் மறுமொழி இல்லை.

சுந்தர சோழருக்கு ஓர் எண்ணம் தோன்றியது. அது அவருக்குக் குழப்பத்தையும் திகிலையும் உண்டாக்கியது. 'ஒருவேளை அவளாக இருக்குமோ? அவளுடைய ஆவியாக இருக்குமோ? கனவிலே தோன்றிய கிராதகி இப்போது நேரிலும் வந்து விட்டாளா? நள்ளிரவில் அல்லவா ஆடை ஆபரண பூஷிதையாக வந்து தன்னைத் துன்புறுத்துவது வழக்கம்? இப்போது முன் மாலையிலேயே வந்து விட்டாளா? அல்லது ஒருவேளை நள்ளிரவு ஆகிவிட்டதா? அவ்வளவு நேரம் தூங்கி விட்டோமா? அதனாலேதான் ஒருவேளை மலையமான் மகளும், தம் குமாரியும் இங்கே இல்லையோ? தாதிப் பெண்களும் தூங்கி விட்டார்களோ? ஐயோ! அவர்கள் ஏன் என்னைத் தனியாக விட்டுவிட்டுப் போனார்கள்? அந்தப் பாதகி கரையர் மகளாக இருந்தால் என்னை இலேசில் விடமாட்டாளே? உள்ளம் குமுறி வெறி கொள்ளும் வரையில் போகமாட்டாளோ?'

'அடிபாவி! உண்மையில் நீயாக இருந்தால் என் முன்னால் வந்து தொலை! என்னை எப்படியெல்லாம் வதைக்க வேண்டுமோ, அப்படி யெல்லாம் வதைத்துவிட்டுப் போ! ஏன் பார்க்க முடியாதபடி தலைமாட்டில் உலாவி என் பிராணனை வாங்குகிறாய்? முன்னால் வா! இரத்த பலி கேட்பதற்காக வந்திருக்கிறாயா? வா! வா! நீதான் மடியில் கத்தி வைத்திருப்பாயே? புலி கரடிகளைக் கொன்ற அதே கத்தியினால் என்னையும் கொன்றுவிட்டுப் போய்விடு! என் மக்களை மட்டும் ஒன்றும் செய்யாதே! நான் செய்த குற்றத்துக்காக அவர்களைப் பழி வாங்காதே! அவர்கள் உனக்கு ஒரு துரோகமும் செய்யவில்லையடி! நான்தான் உனக்கு என்ன துரோகம் செய்தேன்? கலங்கரை விளக்கத்தின் உச்சியில் ஏறிக் கடலில் விழுந்து சாகும்படி நானா சொன்னேன்? நீயே செய்த அந்தக் கோரமான காரியத்துக்கு என்னை எதற்காக வதைக் கிறாய்?...'

சுந்தர சோழர் தம்முடைய தலைமாட்டில் வெகு சமீபத்தில் ஓர் உருவம் வந்து நிற்பதை உணர்ந்தார். திகிலினால் அவருடைய உடம்பு நடுங்கியது. வயிற்றிலிருந்து குடல் மேலே ஏறி நெஞ்சை அடைத்துக் கொண்டது போலிருந்தது! நெஞ்சு மேலே ஏறித் தொண்டையை அடைத்துக் கொண்டது. கண் விழிகள் பிதுங்கி வெளியே வந்துவிடும் போலிருந்தது. அவள்தான் வந்து நிற்கிறாள் சந்தேகமில்லை. அவளுடைய ஆவிதான் வந்து நிற்கிறது. தாம் நினைத்தபடியே கடைசியாக இரத்தப் பழி வாங்குவதற்கு வந்திருக்கிறது. தம் நெஞ்சில் கத்தியால் குத்தித் தம்மைக் கொல்லப் போகிறது. அல்லது வெறுங் கையினாலேயே தம் தொண்டையை நெறித்துக் கொல்லப் போகிறதோ, என்னமோ? எப்படியாவது அவள் எண்ணம் நிறைவேறட்டும்! தாம் இனி உயிர் வாழ்ந்திருப்பதில் யாருக்கும் எந்த உபயோகமும் இல்லை. அந்தப் பேய் தம்மைப் பழி வாங்கி விட்டுப் போனால் தம் மக்களை ஒன்றும் செய்யாமல் விட்டுவிடும் அல்லவா?

இன்னும் சிறிது நிமிர்ந்து அண்ணாந்து பார்த்தால், மந்தாகினிப் பேயின் ஆவி வடிவம் தம் கண்களுக்குப் புலனாகும் என்று சுந்தர சோழருக்குத் தோன்றியது. தலைமாட்டில் அவ்வளவு சமீபத்தில் அந்த உருவம் வந்து நிற்பது போலிருந்தது. அதன் நிழல்கூட அவர் முகத்திலே விழுந்தது போலிருந்தது. ஒரு கணம் நிமிர்ந்து பார்ப்பதற்கு எண்ணினார். அவ்வளவு தைரியம் வரவில்லை. 'நான் கண்களை இறுக மூடிக்கொள்கிறேன். அது செய்வதை செய்துவிட்டுப் போகட்டும்' என்று தீர்மானித்துக் கண்களை மூடிக் கொண்டார்.

சற்று நேரம் அப்படியே இருந்தார்; அவர் எதிர்பார்த்ததுபோல் அவர் நெஞ்சில் கூரிய கத்தி இறங்கவும் இல்லை. அவர் தொண்டையை இரண்டு ஆவி வடிவக் கைகள் பிடித்து நெறிக்கவும் இல்லை.

அந்த உருவம் - அவர் தலைமாட்டில் நின்ற உருவம் - அங்கிருந்து நகர்ந்து போய்விட்டதாகத் தோன்றியது.

ஆகா, கரையர் மகள் அவ்வளவு சுலபமாக என்னை விட மாட்டாள். இன்னும் எத்தனை காலம் என்னை உயிரோடு வைத்திருந்து சித்திரவதை செய்ய வேண்டுமோ செய்வாள்? இன்றைக்கு என் கண்ணில் படாமலே திரும்பித் தொலைந்து போய்விட்டாள் போலும்! சரி, சரி யாரையாவது கூப்பிடலாம். யாராவது இந்த அறைக்குள்ளே வந்தால், இன்னும் இவள் ஒரு வேளை இங்கேயே இருந்தாலும் மறைந்து போய்த் தொலைவாள்!

'யார் அங்கே? எல்லாரும் எங்கே போனீர்கள்?' என்று உரத்த குரலில் கூவிக் கொண்டே சுந்தர சோழர் கண்களைத் திறந்தார்.

ஆகா! அவர் எதிரே, மஞ்சத்தில் கீழ்ப்புரத்தில், நிற்பது யார்? அவள்தான் சந்தேகமில்லை; அந்த ஊமையின் பேய்தான், தலைவிரி கோலமாக நிற்கிறது பேய்! அதன் நெற்றியிலே இரத்தம் கொட்டுகிறது! 'இரத்தப் பழி வாங்க வந்தேன்!' என்று சொல்லுகிறது போலும்! சுந்தர சோழர் உரத்த குரலில் வெறி கொண்டவரைப்போல் அந்த ஆவி உருவத்தைப் பார்த்த வண்ணமாகக் கத்தினார்:

'அடி ஊமைப் பேயே! நீ உயிரோடிருந்த போதும் வாய் திறந்து பேசாமல் என்னை வதைத்தாய்; இப்பொழுதும் என்னை வதைக்கிறாய்! எதற்காக வந்திருக்கிறாய், சொல்லு! இரத்தப் பழி வாங்க வந்திருந்தால் என்னைப் பழி வாங்கிவிட்டுப் போ; ஏன் சும்மா நிற்கிறாய்? ஏன் முகத்தை இப்படிப் பரிதாபமாக வைத்துக் கொண்டிருக்கிறாய்? என்னிடம் ஏதாவது கேட்க வந்திருக்கிறாயா? அப்படியானால் சொல்லு! வாய் திறந்து பேச முடியவில்லையென்றால், சமிக்ஞையினாலே சொல்லு! வெறுமனே நின்றுகொண்டு என்னை வதைக்காதே. உன் கண்ணில் ஏன் கண்ணீர் ததும்புகிறது? ஐயையோ! விம்மி அழுகிறாயா, என்ன? என்னால் பொறுக்க முடியவில்லையே! ஏதாவது சொல்லுகிறதாயிருந்தால் சொல்லு! இல்லாவிட்டால் தொலைந்து போ. போகமாட்டாயா; ஏன் போக மாட்டாய்? என்னை என்ன செய்ய வேண்டுமென்றுதான் எண்ணிக் கொண்டிருக்கிறாய்? என் அருமை மகனை சின்னஞ்சிறு குழந்தையை காவேரி வெள்ளத்தில் அமுக்கிக் கொல்லப் பார்த்தவள்தானே நீ! கடவுள் அருளால் உன் எண்ணம் பலிக்கவில்லை. இனியும் பலிக்கப் போவதில்லை! அடி பாதகி! இன்னும் எதற்காக என் நெஞ்சைப் பிளக்கிறவள்போல பார்த்துக் கொண்டு இருக்கிறாய்? போ! போ! போக மாட்டாயா? போகமாட்டாயா! இதோ உன்னைப் போகும்படிச் செய்கிறேன் பார்!...'

இப்படிச் சொல்லிக்கொண்டே சுந்தர சோழர் தமதருகில் கைக்கெட்டும் தூரத்தில் என்ன பொருள் இருக்கிறதென்று பார்த்தார். பஞ்ச உலோகங்களினால் செய்த அகல் விளக்கு ஒன்றுதான் அவ்விதம் கைக்குக் கிடைப்பதாகத் தென்பட்டது. அதை எடுத்துக்கொண்டு, 'போ! பேயே போ!' என்று அலறிக் கொண்டு மந்தாகினிப் பேயின் முகத்தைக் குறி பார்த்து வீசி எறிந்தார். திருமால் எறிந்த சக்ராயுதத்தைப் போல் அந்தத் தீபம் சுடர்விட்டு எரிந்த வண்ணம் அந்தப் பெண்ணுருவத்தை நோக்கிப் பாய்ந்து சென்றது.

அப்போது சுந்தர சோழர் பேய் என்று கருதிய அந்தப் பெண் உருவத்தின் வாயிலிருந்து ஓர் ஓலக்குரல் கிளம்பிற்று.

சுந்தர சோழருடைய ஏழு நாடியும் - ஒடுங்கி, அவருடைய உடலும் சதையும் எலும்பும் எலும்புக்குள்ளே இருந்த ஜீவ சத்தும் உறைந்து போயின.

தீபம் அந்த உருவத்தின் முகத்தின்மீது விழவில்லை. சற்று முன்னாலேயே தரையில் விழுந்து உருண்டு 'டணங் டணங்' என்று சத்தமிட்டது.

அகல் விளக்கு அணைந்துவிட்ட போதிலும், நல்ல வேளையாக அந்த அறையின் இன்னொரு பக்கத்தில் வேறொரு தீபம் எரிந்து கொண்டிருந்தது.

அதன் மங்கலான வெளிச்சத்தில் சுந்தர சோழர் உற்றுப் பார்த்து, மந்தாகினியின் ஆவி வடிவம் இன்னும் அங்கேயே நிற்பதைக் கண்டார். அதனுடைய முகத்தில் விவரிக்க முடியாத வேதனை ஒரு கணம் காணப்பட்டது. பின்னர் அது கடைசி முறையாக ஒரு தடவை சுந்தர சோழரை அளவில்லாத ஆதங்கத்துடன் பார்த்துவிட்டுத் திரும்பி அங்கிருந்து போவதற்கு யத்தனித்தது.

அந்த நேரத்திலேதான் சுந்தர சோழரின் உள்ளத்திலே முதன் முதலாக ஒரு சந்தேகம் உதித்தது. இது மந்தாகினியின் ஆவி உருவமா? அல்லது அவளை வடிவத்தில் முழுக்க முழுக்க ஒத்த இன்னொரு ஸ்திரீயா? அவளுடன் இரட்டையாகப் பிறந்த சகோதரியா? அல்லது ஒருவேளை... ஒருவேளை... அவளே தானா? அவள் சாகவில்லையா? இன்னமும் உயிரோடிருக் கிறாளா? தாம் நினைத்ததெல்லாம் தவறா? அவளேயாக இருக்கும் பட்சத்தில் அவள் பேரில் தாம் விளக்கை எடுத்து எறிந்தது எவ்வளவு கொடுமை! அவளுடைய முகத்தில் சற்று முன் காணப்பட்ட பரிதாபம் மாறி, விவரிக்க முடியாத வேதனை தோன்றியதே? தம்முடைய கொடூரத்தை எண்ணி அவள் வேதனைப் பட்டாளோ? ஆகா! அதோ அவள் திரும்பிப் போக யத்தனிக்கிறாள். எந்தப் பக்கம் போகலாம் என்று பார்க்கிறாள்.

'பெண்ணே! நீ கரையர் மகள் மந்தாகினியா? அல்லது அவளுடைய ஆவி வடிவமா? அல்லது அவளுடன் பிறந்த சகோதரியா? நில், நில்! போகாதே! உண்மையைச் சொல்லிவிட்டுப் போ!...'

இவ்விதம் சுந்தர சோழர் பெரும் குரலில் கூவிக் கொண்டிருந்த போது தடதடவென்று பலர் அந்த அறைக்குள் புகுந்தார்கள். மலையமான் மகள், குந்தவை, வானதி, பூங்குழலி, முதன்மந்திரி, அவருடைய சீடன், அத்தனை பேரும் அறைக்குள்ளே வருகிறார்கள் என்பதைச் சுந்தர சோழர் ஒரு கண நேரத்தில் தெரிந்து கொண்டார். 'நிறுத்துங்கள்! அவள் ஓடிப் போகாமல் தடுத்து நிறுத்துங்கள்! அவள் யார், எதற்காக வந்தாள் என்பதைக் கேளுங்கள்!' என்று சுந்தர சோழர் அலறினார்.

உள்ளே வந்தவர்கள் அவ்வளவு பேரும் ஒரு கணம் வியப்பினால் திகைத்துப் போய் நின்றார்கள். சுந்தர சோழரின் வெறி கொண்ட முகத் தோற்றமும், அவருடைய அலறும் குரலில் தொனித்த பயங்கரமும் அவர்களுக்குப் பீதியை உண்டாக்கின. மந்தாகினி தேவியை அங்கே பார்த்தது அவர்களை வியப்பு வெள்ளத்தில் திக்குமுக்காடச் செய்தது. இன்னது செய்வது என்று அறியாமல் எல்லாரும் சற்று நேரம் அசைவற்று நின்றார்கள். முதன்மந்திரி அநிருத்தர், நிலைமை இன்னதென்பதையும் அது எவ்வாறு நேர்ந்திருக்கக் கூடும் என்பதையும் ஒருவாறு ஊகித்து உணர்ந்து கொண்டார்.

அவர் பூங்குழலியைப் பார்த்து, 'பெண்ணே! இவள்தானே உன் அத்தை?' என்றார்.

'ஆம், ஐயா!' என்றாள் பூங்குழலி.

'திருமலை! ஏன் மரம் போல நிற்கிறாய்? மந்தாகினி தேவி ஓடப் பார்க்கிறாள்! அவளைத் தடுத்து நிறுத்து, சக்கரவர்த்தியின் கட்டளை!' என்றார்.

ஆழ்வார்க்கடியான் தன் வாழ்நாளில் முதன்முறையாகக் குருவின் கட்டளைக்குக் கீழ்ப்படிய மறுத்தான். 'ஐயா! அதைக் காட்டிலும் புயற் காற்றைத் தடுத்து நிறுத்தும்படி எனக்குக் கட்டளையிடுங்கள்!' என்றான்.

இதற்குள் பூங்குழலி சும்மா இருக்கவில்லை. ஒரே பாய்ச்சலாக ஓடிச் சென்று அத்தையின் தோளைப் பிடித்துக்கொண்டாள். மந்தாகினி அவளை உதறித் தள்ளிவிட்டு ஓடினாள்.

ஆழ்வார்க்கடியான் சட்டென்று ஒரு காரியம் செய்தான். சற்று முன்னால் முதன்மந்திரி முதலியவர்கள் நுழைந்து வந்த கதவண்டை சென்று அதைச் சாத்தித் தாளிட்டான். பிறகு கதவை யாரும் திறக்க முடியாதபடி கைகளை விரித்துக் கொண்டு நின்றான்.

வேடர்களால் சூழ்ந்துகொள்ளப்பட்ட மானைப் போல் நாலுபுறமும் பார்த்து மிரண்டு விழித்தாள் மந்தாகினி. தப்பிச் செல்வதற்கு வேறு வழி இல்லை என்று, தான் இறங்கி வந்த வழியாக ஏறிச் செல்ல வேண்டியதுதான் என்றும் தீர்மானித்துக் கொண்டாள். அவள் மேல் மாடியை நோக்கிய பார்வையிலிருந்து அவளுடைய உத்தேசத்தை மற்றவர்களும் அறிந்து கொண்டார்கள்.

சுந்தர சோழர், 'பிடியுங்கள்! அவளைப் பிடித்து நிறுத்துங்கள்! அவள் எதற்காக வந்தாள், யாரைப் பழிவாங்க வந்தாள் என்று கேளுங்கள்!' என்று மேலும் கத்தினார்.

தூணின் வழியாக மேல் மாடத்துக்கு ஏறிச் செல்ல ஆயத்தமாயிருந்த மந்தாகினி தேவியிடம் மறுபடியும் பூங்குழலி ஓடி நெருங்கினாள். இம்முறை அவளைப் பிடித்து நிறுத்துவதற்குப் பதிலாகப் பூங்குழலி கையினால் சமிக்ஞை செய்து ஏதோ கூற முயன்றாள். மந்தாகினி அதன் பொருளைத் தெரிந்து கொண்டவள்போல், கீழே விழுந்து கிடந்த அகல் விளக்கைச் சுட்டிக் காட்டினாள்.

இதைக் கவனித்துக் கொண்டிருந்த குந்தவை, 'அப்பா! பெரியம்மாவின் பேரில் தாங்கள்தான் விளக்கை எடுத்து எறிந்தீர்களா?' என்று கேட்டாள்.

'ஆம் மகளே! அந்தப் பேய் என்னைப் பார்த்த பார்வையை என்னால் சகிக்க முடியவில்லை. அதனால் விளக்கை எடுத்து எறிந்தேன்!' என்றார் சுந்தர சோழர்.

'தந்தையே! பேயுமல்ல; ஆவியும் அல்ல; உயிரோடிருக்கும் மாதரசியேதான். அப்பா! பெரியம்மா சாகவே இல்லை! முதன் மந்திரியைக் கேளுங்கள்! எல்லாம் சொல்லுவார்!' என்று குந்தவை கூறிவிட்டு, மந்தாகினியும் பூங்குழலியும் மௌன வாக்குவாதம் செய்துகொண்டிருந்த காட்சியைப் பார்த்தாள். உடனே அந்த இடத்துக்குப் பாய்ந்து சென்றாள்.

'மகளே! அவளிடம் போகாதே! அந்த ராட்சசி உன்னை ஏதாவது செய்து விடுவாள்!' என்று சுந்தர சோழர் கூவிக் கொண்டே குந்தவையைத் தடுப்பதற்காகப் படுக்கையிலிருந்து பரபரப்புடன் எழுந்திருக்க முயன்றார்.

மலையமான் மகள் வானமாதேவி அவருடைய தோள்களை ஆதரவுடன் பிடித்துப் படுக்கையில் சாயவைத்தாள்.

'பிரபு! சற்றுப் பொறுங்கள்! தங்கள் திருமகளுக்கு அபாயம் ஒன்றும் நேராது!' என்று கூறினாள்.

முப்பத்து மூன்றாம் அத்தியாயம்

'சோழர் குல தெய்வம்'

குந்தவை தன் அருகில் வந்ததும் மந்தாகினி அவளை ஒரு கணம் உற்றுப் பார்த்தாள். அப்போது யாரும் எதிர்பாராத ஒரு காரியத்தை இளையபிராட்டி செய்தாள். தரையில் விழுந்து மந்தாகினியின் பாதங்களைத் தொட்டு சாஷ்டாங்கமாக நமஸ்காரம் செய்தாள். மந்தாகினியின் கண்களில் கண்ணீர் பெருகிற்று. அவள் குனிந்து குந்தவையைத் தூக்கி எடுத்து அணைத்துக்கொண்டாள். பிறகு இளையபிராட்டி அவளுடைய ஒரு கையைத் தோள் வரையில் சேர்த்துத் தன் கையினால் தழுவிப் பிணைத்துக்கொண்டு சக்கரவர்த்தி படுத்திருந்த இடத்தை நோக்கி வந்தாள்.

சக்கரவர்த்தினி இப்போதுதான் மந்தாகினியின் முகத்தை நன்றாகப் பார்த்தார். அவளுடைய நெற்றியிலிருந்து இரத்தம் வழிவதைக் கண்டார்.

'சுவாமி! தாங்கள்தான் விளக்கை எறிந்து காயப்படுத்தி விட்டீர்களா? ஐயோ! என்ன காரியம் செய்தீர்கள்?' என்று மலையமான் மகள் அலறினாள்.

'இல்லை, இல்லை! நான் எறிந்த விளக்கு இவள் பேரில் விழவே இல்லை. அதற்கு முன்னாலேயே இவள் இரத்தக் காயத்துடன் வந்து நின்றாள். ஆனால் இந்தப் பாதகி என் பேரில் பழி சொன்னாலும் சொல்லுவாள்! நீங்களும் நம்பிவிடுவீர்கள். நீங்கள் எல்லோருமே அவளுடைய பட்சத்தில் இருக்கிறீர்கள். மலையமான் மகளே! இவளிடம் நீ கூடப் பரிதாபப்படுகிறாயே? இவள் யார் என்பது உனக்குத் தெரியுமா?' என்று சுந்தர சோழர் கேட்டார்.

'தெரியும், சுவாமி! இவர் என் குலதெய்வம். சோழர் குலத்துக்கே தெய்வம். என் அருமை மகன் காவேரியில் மூழ்கிப்போய் விடாமல் காப்பாற்றிக் கொடுத்த தெய்வம் அல்லவா?...'

'ஆகா! நீ கூட அவ்விதம் நம்புகிறாயா? குந்தவை ஒருவேளை அவ்வாறு உன்னிடம் சொன்னாளா?'

'நானே கண்ணால் பார்த்ததைத்தான் சொல்கிறேன், குந்தவையும் அப்போது குழந்தை அல்லவா? அவளுக்கு என்ன தெரிந்திருக்க முடியும்? அருள்மொழியைக் காப்பாற்றியது மட்டும் அல்ல, சோழ நாட்டுக்குத் தங்கள் உயிரைக் காப்பாற்றிக் கொடுத்த தெய்வமும் இவர்தானே! தாங்கள் பூதத் தீவில் காட்டுக் கரடிக்கு இரையாகாமல் காப்பாற்றிய தெய்வம் அல்லவா?'

'கடவுளே! அதுகூட உனக்குத் தெரியுமா? இவள் இத்தனை நாள் உயிரோடு இருந்து வருகிறாள் என்பதும் தெரியுமா?'

'சில காலமாகத் தெரியும்; தெரிந்தது முதலாவது இத்தேவியை ஈழ நாட்டிலிருந்து அழைத்து வரும்படி முதன்மந்திரியிடம் சொல்லிக் கொண்டிருந்தேன்...'

'அநிருத்தரே! இது என்ன மகாராணி சொல்லுவது? இவள் உண்மையிலேயே அந்தக் கரையர் மகள்தானா? இவள் உயிரோடுதான் இருக்கிறாளா? இவள் இறந்துவிட்டாள் என்பது பொய்யா? இவள் ஆவி என்னை வந்து சுற்றுகிறதென்று நான் எண்ணியதெல்லாம் பிரமையா? ஏற்கெனவே என் அறிவு குழம்பியிருக்கிறது. எல்லாருமாகச் சேர்ந்து என்னை முழுப் பைத்தியமாக்கி விடாதீர்கள்?' என்றார் சக்கரவர்த்தி சுந்தர சோழர்.

'பிரபு! இவர் கரையர் மகள் என்பது உண்மைதான். இவர் இறக்கவில்லை என்பதும் உண்மைதான். சக்கரவர்த்தி! நான் பெரிய குற்றவாளி. நான் செய்த குற்றத்துக்கு மன்னிப்பே இல்லை. ஆனாலும் தங்கள் கருணையினால்...'

'முதன்மந்திரி! இப்போது தெரிகிறது, கோடிக்கரையிலிருந்து நீர் பலவந்தமாகப் பிடித்துக்கொண்டு வரச் சொன்னவள் இவள் தான்! பல்லக்கில் வந்தவள் அந்த ஓடக்காரப் பெண் என்று நீர் கூறியது உண்மையல்ல!...'

'மன்னர் மன்னா! அடியேனை மன்னிக்க வேண்டும்!'

'ஆகா! மன்னிக்க வேண்டுமாம்! சக்கரவர்த்தி என்றும், மன்னர் மன்னன் என்றும் கூறப்பட்ட ஒருவன் என்னைப்போல் ஏமாற்றப்பட்டது இந்த உலகம் தோன்றிய காலத்திலிருந்து நேர்ந்திராது. எனக்குத் தெரியாமல் ஏன் இந்தக் காரியத்தைச் செய்ய வேண்டும்? ஏன் முன்னாலேயே சொல்லியிருக்கக் கூடாது? இன்று சாயங்காலம் என்னுடன் அத்தனை நேரம் பேசிக் கொண்டிருந்தீர்களே? அப்போதுகூட ஏன்

சொல்லவில்லை? முதன்மந்திரி! எனக்கு எல்லாம் விளங்குகிறது. பழுவேட்டரையர்கள் சொல்லுவது சரிதான். நீங்கள் எல்லாருமாகச் சேர்ந்து எனக்கு எதிராகச் சூழ்ச்சி செய்கிறீர்கள்!'

'நாங்கள் சூழ்ச்சி செய்தது என்னமோ உண்மைதான். ஆனால் தங்களுக்கு எதிராகச் சூழ்ச்சி செய்யவில்லை. எப்படியாவது கரையர் மகளைத் தங்களிடம் கொண்டுவந்து சேர்ப்பிக்க வேண்டுமென்று எண்ணினோம். அவள் கடலில் விழுந்து இறந்தது பற்றித் தங்கள் மனம் மிக்க வேதனைப்பட்டுக் கொண்டிருக்கிறது என்று மகாராணியின் மூலமாக அறிந்து நான் இந்த முடிவுக்கு வந்தேன். மகாராணியும் அவ்விதம் ஆக்ஞாபித்தார்கள். ஆனால் அவரை அழைத்து வருவது எளிய காரியமாயில்லை. அவர் உயிரோடிருப்பதாகச் சொன்னால், தாங்கள் நம்புவது சிரமமாயிருக்கும். ஆகையால் எப்படியும் அவரை இந்த ஊரில் கொண்டு வந்து சேர்த்த பிற்பாடு தங்களிடம் சொல்ல எண்ணினேன். நேற்று மாலை கோட்டை வாசலுக்குக் கிட்டத்தட்ட வந்த பிறகு மந்தாகினி தேவி மறைந்து விட்டார். அவருக்குப் பதிலாக இந்தப் பெண் பல்லக்கில் வந்தாள். இன்றைக்கெல்லாம் தேவியைத் தேடுவதில் ஈடுபட்டிருந்தோம். அவர் பழுவூர் அரண்மனைத் தோட்டத்தின் மதிள் ஏறிக் குதித்ததைப் பார்த்து விட்டுத்தான் என் சீடனும் அவ்வாறு மதிள் ஏறிக் குதித்தான். ஆனால் இந்தத் தேவி அகப்படவில்லை. திருமலையைப் பழுவூர் ஆட்கள் பிடித்துக்கொண்டு வந்தார்கள். சக்கரவர்த்தி! என் சீடனை அக்குற்றத்துக்காக மன்னிக்கப் பிரார்த்திக்கிறேன்.'

'மன்னிப்பதற்கு இது ஒரு குற்றந்தானா? எவ்வளவோ இருக்கிறது! அப்புறம் சொல்லுங்கள்!'

'அப்புறம், இன்று சாயங்காலம் வரை காத்திருந்தும், பழுவூர் அரண்மனைக்குள்ளே தேடியும், இவரைக் காணவில்லை. தாங்கள் சற்று முன் கண்ணயர்ந்திருந்தபோது நாங்கள் எல்லாரும் அடுத்த அறையில் இவரைப் பற்றியே பேசிக் கொண்டிருந் தோம். இவர் எங்கே மறைந்திருக்கக்கூடும் என்றும், இதையெல் லாம் பற்றித் தங்களிடம் எப்படிச் சொல்லுவது, யார் சொல்லுவது என்றும் யோசனை செய்து கொண்டிருந்தோம். அதற்குள் இவராகவே எப்படியோ தங்கள் சந்நிதிக்கு வந்து சேர்ந்திருக்கிறார். பழம் நழுவிப் பாலில் விழுந்தது போலாயிற்று!'

சக்கரவர்த்தி அப்போது மந்தாகினி தேவி இருந்த இடத்தை நோக்கினார். குந்தவை, பூங்குழலி முதலியோர் அந்தப் பெண் மணியின் நெற்றியிலிருந்த காயத்தை ஈரத் துணியினால் துடைத்து

விட்டு மருந்து கலந்த சந்தனக் குழம்பை அதன் பேரில் அப்புவதைக் கவனித்தார்.

'விடங்கர் மகளே! உன் அத்தையின் நெற்றியில் காயம் எப்படி ஏற்பட்டதென்று கேட்டுச் சொல்லுவாயா?' என்றார்.

பூங்குழலி இரண்டு அடி முன்னால் வந்து, 'கேட்டேன், பிரபு! ஆனால் அத்தை சொல்லும் காரணம் எனக்கே சரியாக விளங்கவில்லை…' என்றாள்.

'என்னதான் சொல்லுகிறாள்? நான் விளக்கை எறிந்ததால் ஏற்பட்ட காயம் என்று சொல்லுகிறாளா?'

'இல்லை, இல்லை! மலை மேல் முட்டிக்கொண்டதால் காயம் பட்டதாகச் சொல்கிறார். இரத்தம் வழிந்ததை அவர் கவனிக்கவில்லையென்றும் கூறுகிறார்…'

சுந்தர சோழர் அப்போது ஒரு மிக அபூர்வமான காரியம் செய்தார். கலகலவென்று நகைத்தார்! அம்மாதிரி அவர் சிரித்ததை மற்றவர்கள் பார்த்துப் பல வருஷங்கள் ஆயின. மீண்டும் மீண்டும் அவர் நினைத்து நினைத்துச் சிரித்தார். அனைவரும் அவரைக் கவலையுடன் உற்றுப் பார்க்கத் தொடங்கினார்கள்.

'முதன்மந்திரி எதற்காக என்னை எல்லோரும் இப்படி உற்றுப் பார்க்கிறீர்கள்? எனக்குப் புதிதாகப் பைத்தியம் பிடிக்கவில்லை. பழைய பைத்தியந்தான் மிச்சமிருக்கிறது. இப்போது நான் சிரிப்பதன் காரணம் உங்களுக்கெல்லாம் தெரியவில்லையா? சோழ வளநாட்டில் இவள் மலையில் மோதிக் கொண்டு காயம் பட்டதாகக் கூறுகிறாளே? அதை எண்ணித்தான் சிரித்தேன். மலையைப்பற்றிச் சொல்வானேன்? இங்கே ஒரு சிறிய விக்கிரகம் செய்யக்கூடக் கல் கிடைக்காதே? சோழச் சக்கரவர்த்தியின் தலையில் யாராவது கல்லைப்போட விரும்பினால் அதற்குக்கூட ஒரு கருங்கல் கிட்டாதே! இவள் மலை மீது மோதிக் கொண்டதாகச் சொல்கிறாளாமே? எந்த மலையின்மேல் மோதிக் கொண்டாள்? பூங்குழலி, நன்றாகக் கேள்!' என்றார்.

இதையெல்லாம் கேட்டுக் கொண்டிருந்த வானதியின் முகத்தில் அப்போது ஒரு பிரகாசம் உண்டாயிற்று. அவள் சட்டென்று இரண்டு அடி முன் வந்து சக்கரவர்த்திக்கு வணக்கம் செலுத்தினாள். 'ஐயா! எனக்கு ஒன்று தோன்றுகிறது கட்டளையிட்டால் சொல்லுகிறேன்!' என்றாள்.

'வேளிர் மகளே! நீ வேறு இங்கே இருக்கிறாயா? உன்னை இத்தனை நேரமும் நான் கவனிக்கவே இல்லையே? இவ்வளவு தடபுடலுக்கும்

நீ மூர்ச்சையடைந்து விழாமல் இருக்கிறாயே? அதுவே ஆச்சரியந்தான்! உனக்கு என்ன தோன்றுகிறது? எதைப்பற்றி? சொல்!' என்று சக்கரவர்த்தி ஆக்ஞாபித்தார்.

'இந்தத் தேவி மலை மேல் மோதிக் கொண்டதால் காயம் பட்டது என்கிறாரே! அதைப்பற்றி எனக்கு ஒன்று தோன்றுகிறது ஐயா!'

'என்ன? என்ன? நீ புத்திசாலிப்பெண்! உனக்கு ஏதேனும் காரணம் புரிந்தாலும் புரிந்திருக்கும்! சீக்கிரம் சொல்! ஈழ நாட்டில் மலையில் முட்டிக் கொண்டு அந்த இரத்தக்காயத்துடனே இங்கே வந்திருக்கிறாளா?'

'இல்லை, ஐயா; இந்த அரண்மனைத் தோட்டத்தில் சிற்ப மண்டபம் ஒன்று இருக்கிறதல்லவா? அதற்குள்ளே இராவணன் தூக்கிப் பிடிக்கும் கைலாச மலை ஒன்று இருக்கிறது. ஒருவேளை அதில் இவர் முட்டிக் கொண்டிருக்கலாம்!'

இவ்விதம் வானதி சொன்னதும் அத்தனை பேரும் வியப்புக் கடலில் மூழ்கிப் போனார்கள்.

'இருக்கலாம்; இருக்கலாம்!' 'அப்படித்தான் இருக்கும்' என்று ஒருவருக்கொருவர் சொல்லிக் கொண்டார்கள்.

குந்தவை வானதியின் நெற்றியைத் தொட்டு திருஷ்டி கழிப்பது போல் கையை நெறித்து, 'அடி என் கண்ணே! என்ன புத்திசாலியடி நீ! எங்களுக்கெல்லாம் தோன்றாதது உனக்குத் தோன்றியதே!' என்றாள்.

பூங்குழலி அதைக் கோபத்துடன் பார்த்துக் கொண்டிருந்து விட்டு, தன்னுடைய ஊமை அத்தையிடம் சமிக்ஞா பாஷையில் பேசினாள். பின்னர், 'ஆமாம்! சிற்ப மண்டபத்தில் உள்ள மலைதானாம்! அந்த மண்டபத்தை நான் பார்த்திருந்தால், எனக்கும் அது தெரிந்திருக்கும்!' என்றாள்.

சக்கரவர்த்தி மந்தாகினியை உற்றுப் பார்த்துக்கொண்டே 'ஆமாம்; வழி தெரியாமல் தவித்துச் சிற்ப மண்டபத்தின் மலை மேல் முட்டிக் கொண்டிருக்கிறாள். எங்கே போவதற்காக வழி தேடினாளோ, தெரியவில்லை. கடைசியில் இங்கே வந்து சேர்ந்தாள்!' என்றார்.

'தங்களிடம் வருவதற்குத்தான் வழி தேடி இருக்கிறார். அதைப்பற்றிச் சிறிதும் சந்தேகம் இல்லை. நானே இவர்களிடம் சொல்லிக் கொண்டிருந்தேன். தங்களைத் தரிசிக்காமல் இவ்விடம் விட்டுப் போகமாட்டார் என்று...'

'நான் நம்பவில்லை; முதன்மந்திரி! என்னிடம் இவள் வருவதாக இருந்தால் முன்னமே வந்திருக்கமாட்டாளா? இருபத்தைந்து

வருஷமாக வந்திருக்கமாட்டாளா? இத்தனை நாள் பொறுத்திருந்து வருவானேன்? என்னைப் பேயாக வந்து சுற்றுவானேன்? ஆம், ஆம்! இவள் பேய் வடிவத்தில் இருப்பதாக எண்ணிக் கொண்டிருந்தேன். அதுவும் உண்மைதானே? பேயைப் போலத்தான் ஈழ நாட்டுக் காடு மலைகளில் அலைந்து திரிந்து வந்திருக்கிறாள். நான் இத்தனை காலமும் அரண்மனைச் சுகபோகங்களில் ஆழ்ந்து காலம் கழித்திருக்கிறேன். குற்றத்தின் சக்தியைத்தான் என்னவென்று சொல்லுவது? இவளைப் போன்ற உருவத்தைக் கண்டு எத்தனை தடவை என் உள்ளம் பிரமை அடைந்திருக்கிறது; யார் கண்டது? இப்போது வந்ததைப்போல் இதற்கு முன்னாலும் இரகசியமாக வந்து என்னைப் பார்த்து விட்டுப் போனாளோ, என்னவோ? நான் பிசாசு என்று எண்ணி மிரண்டு வந்தேன்!... இருபத்தைந்து ஆண்டு! இருபத்தைந்து யுகம்!'

இவ்விதம் தமக்குத் தாமே பேசுகிறவர் போலச் சொல்லி வந்த சக்கரவர்த்தி திடீரென்று அநிருத்தரின் பக்கம் திரும்பி, 'முதன்மந்திரி! நீர் ஏதோ குற்றம் செய்ததாகச் சொல்லி மன்னிப்புக் கேட்டீரே? அது என்ன குற்றம்?' என்று ஆத்திரத்துடன் கேட்டார்.

அநிருத்தர், 'சக்கரவர்த்தி! குற்றவாளியிடமே குற்றத்தைப் பற்றிக் கேட்பது தர்மமா?' என்றார்.

'பின்னே, யாரிடம் கேட்கிறது? ஆம், ஒருவரிடமும் கேட்க வேண்டியதில்லை. உம்முடைய முகத்திலேயே எழுதியிருக்கிறது. அவள் கடலில் விழுந்து இறந்துவிட்டதாக வந்து சொன்னீரே? அதுவே பொய்! இருபத்தைந்து வருஷங்களாக அந்தப் பொய்யை நீர் சாதித்து வந்தீர். நானும் நம்பி வந்தேன். அநிருத்தரே! உண்மையிலேயே உமது குற்றம் மிகப் பயங்கரமானது!...'

'அதற்கு நான் மட்டும் பொறுப்பாளி அல்ல, சக்கரவர்த்தி! கரையர் குல மகளும் பொறுப்பாளிதான்! அவர் கடலில் விழுந்தது என்னமோ உண்மை. பிறகு புனர் ஜன்மம் அடைந்தார். தங்களிடம் அவர் உயிரோடிருப்பதைச் சொல்ல வேண்டாமென்று வாக்குறுதி வாங்கிக் கொண்டார்; வாக்குறுதியைக் கொடுக்காவிடில் மறுபடியும் உயிரை விட்டு விடுவேன் என்று சொன்னார். இவையெல்லாம் உண்மையா என்பதைத் தாங்களே அவரிடம் கேட்டுத் தெரிந்து கொள்ளலாம்.'

'கேட்க வேண்டியதே இல்லை! அவ்விதமே இருக்கும். ஆனாலும் நீங்கள் எல்லோருமாகச் சேர்ந்து எனக்கு எதிராகச் சதி செய்கிறீர்கள் என்று நான் கூறியதிலே தவறு ஒன்றுமில்லை அல்லவா?' என்றார் சுந்தர சோழர்.

‘நான் செய்த குற்றத்துக்கு மன்னிப்பு இல்லைதான்; மன்னிப்பு நான் கோரவும் இல்லை. ஆனாலும் பல வருஷ காலமாக என் மனத்திலிருந்த பாரம் இன்றைக்கு நீங்கிவிட்டது. இனி எனக்கு விடை கொடுங்கள். திருவரங்கம் சென்று ஸ்ரீரங்கநாதருக்குச் சேவை செய்து என் நாட்களைக் கழிக்க அனுமதியுங்கள்.’

‘அது முடியாத காரியம், பிரம்மராயரே! நீ அன்று செய்த குற்றத்தி னால் இன்று எத்தனையோ குழப்பங்கள் நேர்ந்திருக்கின்றன. அவற்றை யெல்லாம் தீர்த்து வைத்து விட்டல்லவா நீர் ரங்க நாதருக்குச் சேவை செய்யப் போக வேண்டும்?’ என்றார் சக்கரவர்த்தி.

இராவணனுக்கு ஆபத்து!

சுந்தர சோழர் தமது செல்வக் குமாரியைப் பார்த்து, 'குந்தவை! நான் முதன்மந்திரியோடு இராஜ்ய காரியங்களைப் பற்றிக் கொஞ்சம் பேச வேண்டும். நீங்கள் போய் உங்கள் காரியங்களைப் பாருங்கள். போகும்போது இதையும் அழைத்துக்கொண்டு போங்கள்! உன் தாயார் மட்டும் இங்கே சிறிது நேரம் இருக்கட்டும்!' என்றார்.

சக்கரவர்த்தி 'இதையும்' என்று குறிப்பிட்டது மந்தாகினியைத் தான். அப்படிக் குறிப்பிட்டதிலிருந்து அவள் விஷயத்தில் அவருடைய அருவருப்பு வெளியாயிற்று. குந்தவை சிறிது ஏமாற்றத்துடன் தந்தையை நோக்கினாள்.

அதைக் கவனித்த சக்கரவர்த்தி, 'ஆமாம், இவள் முட்டிக் கொண்டது சிற்ப மண்டபத்திலுள்ள கைலாச மலைதானா என்பதைத் தெரிந்துகொள்வது நல்லது! இவளை அங்கேயே அழைத்துக் கொண்டு போய்க் காட்டித் தெரிந்து கொள்ளுங்கள்! இவள் இங்கே நிற்பதை என்னால் சகிக்க முடியவில்லை' என்றார்.

குந்தவை ஏமாற்றம் நிறைந்த முகத்தோடு மந்தாகினியைக் கையைப் பிடித்து அழைத்துக்கொண்டு புறப்பட்டாள். அப்போது மலையமான் மகள் குந்தவையின் அருகில் வந்து, அவள் காதில் மட்டும் கேட்கும் படியாக, 'குழந்தாய்! இவள் இப்போது பார்க்கச் சகிக்காமல்தானே இருக்கிறாள்? அப்பாவிடம் வருத்தப்படுவதில் என்ன பயன்? உன்னுடைய அலங்காரக் கலைத் திறமையையெல்லாம் இவளிடம் காட்டு பார்க்கலாம்!' என்றாள்.

குந்தவை புன்னகை மூலம் தன் சம்மதத்தைத் தெரிவித்துவிட்டு அங்கிருந்து மந்தாகினியை அழைத்துச் சென்றாள். அவர்களுடன் வானதியும் பூங்குழலியும் வெளியேறினார்கள்.

பிறகு சுந்தர சோழர் முதன்மந்திரியையும் மலையமான் மகளையும் மாறி மாறிப் பார்த்தவண்ணம், 'நீங்கள் இரண்டு பேரும் சேர்ந்து இந்தக்

காரியத்தை எதற்காகச் செய்தீர்கள் என்று தெரியவில்லை. எனக்கு இதனால் சந்தோஷம் உண்டாகும் என்று நீங்கள் எண்ணியிருந்தால் அது பெரும் தவறு! முதன்மந்திரி! எதற்காக நீர் இவ்வளவு பிரயத்தனப்பட்டுக் கோடிக்கரையிலி ருந்து இந்தக் காட்டுமிராண்டி ஜன்மத்தைப் பிடித்துக் கொண்டு வரச் செய்தீர்? இப்போதாவது உண்மையைச் சொல்லுங்கள்! இனிமேலாவது என்னிடம் எதையும் மறைத்து வைக்க முயல வேண்டாம்!' என்றார்.

அப்போது முதன்மந்திரி அநிருத்தர் உணர்ச்சி ததும்பக் கூறினார்:

'ஒரு தடவை செய்த பிழையை மறுபடியும் செய்ய மாட்டேன், இனி எந்தக் காரியத்தையும் தங்களிடமிருந்து மறைத்து வைக்கவும் உடன்படேன். உண்மை வெளிப்பட வேண்டு மென்பதற்காகவே இப்போது இவ்வளவு பிரயத்தனம் எடுத்துக் கொண்டேன். தங்களால் ஒரு பெண்மணி கடலில் விழுந்து இறந்ததாகத் தங்கள் மனம் வேதனைப்பட்டுக் கொண்டிருந்தது. அந்தச் சம்பவத்தைத் தாங்கள் மறந்து விட்டதாக வெகுகாலம் நான் எண்ணிக் கொண்டிருந்தேன். ஆனால் நாளாக ஆக அந்த நினைவு தங்கள் உள்ளத்தின் உள்ளே பதிந்து வேதனையை அதிகப்படுத்திக் கொண்டு இருந்ததாக அறிந்தேன். தூக்கத்தில் தாங்கள் அதைப் பற்றிய கனவு கண்டு பல முறை ஓலமிட்டதாக மகாராணி சொன்னார்கள். அதனால் தங்களைக் காட்டிலும் மலையமான் மகளார் அதிக வேதனை அடைந்தார்கள். சில காலத்துக்கு முன்பு என்னிடம் யோசனை கேட்டார்கள். அதன் பேரில் நாங்கள் இந்தப் பிரயத்தனம் செய்யத் தீர்மானித்தோம். தங்கள் காரணமாக இறந்து விட்டதாக தாங்கள் நினைத்து வருந்திய பெண்மணியைத் தங்கள் முன்னாலேயே கொண்டு வந்து நிறுத்தி அந்த எண்ணத்தைப் போக்க உத்தேசித்தோம். நேரில் கொண்டு வந்து நிறுத்தினால்தான் தாங்கள் நம்புவீர்கள் என்று எண்ணினோம். இது குற்றமாயிருந்தால் கருணை கூர்ந்து மன்னிக்க வேண்டும்!'

இதைக் கேட்ட சக்கரவர்த்தி ஆத்திரம் பொங்கக் கூறியதாவது:

'குற்றந்தான்! பெருங்குற்றம்! இத்தனை நாளும் இவள் பேயாக என்னைச் சுற்றிக் கொண்டிருந்தாள். கனவிலே வந்து கஷ்டப்படுத்திக் கொண்டிருந்தாள். பேய்க்குப் பதிலாகப் பிச்சியைக் கொண்டு வந்து என் முன்னால் நிறுத்தியிருக்கிறீர்கள். இது எனக்கு மகிழ்ச்சி தரும் என்று நினைத்தீர்களா? ஒரு நாளும் இல்லை. என்னிடம் முன்னதாக உண்மையைத் தெரிவித்திருந் தால் இவளை இங்கே அழைத்து வரும் யோசனையைக் கண்டிப்பாக நிராகரித்திருப்பேன். போனது போகட்டும், ஏதோ செய்தது செய்து விட்டீர்கள். வெகு கஷ்டப்பட்டு இங்கே இந்த ஊமைப் பைத்தியக்காரியை அழைத்து வந்து

சேர்த்தீர்களே? திரும்பி அவளை எப்போது எப்படிப் போகச் செய்வதாக உத்தேசம்?'

இவ்வாறு சுந்தர சோழர் கேட்டதும், அநிருத்தர் உண்மை யிலேயே பேச்சிழந்து நின்றார்.

அப்போது சக்கரவர்த்தினி, 'சுவாமி! இங்கிருந்து என் சகோதரியைத் திரும்பிப் போகச் செய்வதாகவே எனக்கு உத்தேசமில்லை. இந்த அரண்மனையில் என்னுடனேயே அவர் தங்கியிருப்பார். எனக்கு முன் பிறந்த தமக்கையைப்போல் பாவித்து இவரை நான் போற்றிப் பூசித்து வருவேன்!' என்றாள்.

'தேவி! என்னிடம் உனக்குள்ள பக்தியை இந்த மாதிரி மெய்ப்பிக்க நீ பிரயத்தனப்பட வேண்டியதில்லை. கண்ணகியைக் காட்டிலும் மேலான கற்பின் அரசி என்பதை இந்த இருபத்தைந்து ஆண்டுகளில் நான் கண்டிருக்கிறேன். நான் நோய்ப்பட்டது முதலாவது நீ உன் செல்வக் குழந்தைகளையும் மறந்து எனக்குப் பணிவிடைகள் செய்து வருவதையும் எனக்காக நோன்பு நோற்று வருவதையும் அறிந்துதானிருக்கிறேன். காட்டிலே திரிந்த ஊமைப் பிச்சியை அரண்மனையிலே அழைத்து வைத்து என்னிடம் உனக்குள்ள பக்தியைக் காட்ட வேண்டியதில்லை. மலையமான் மகளே! இதைக்கேள்! முதன்மந்திரி! நீங்களும் நன்றாகக் கேட்டுக் கொள்ளுங்கள். எப்போதோ ஒரு காலத்தில் மனித சஞ்சாரமற்ற தீவாந்தரத்தில் நான் தன்னந்தனியே தங்கியிருந்தபோது இந்த ஊமைப் பிச்சியைப் பார்த்தேன். அச்சமயம் இவளிடத்தில் பிரியம் கொண்டதும் உண்மை தான் இல்லை என்று சொல்லவில்லை. அதனாலேயே இன்னமும் நான் இவளை நினைத்து ஏங்கித் தவிப்பதாக நீங்கள் எண்ணினால் அதைவிடப் பெரிய தவறு செய்ய முடியாது. அப்போது இவள் பேரில் எனக்கு ஏற்பட்டிருந்த பிரியத்துக்கு எத்தனையோ காரணங்கள் இருந்தன. அந்தப் பிரியம் இந்த இருபத்தைந்து வருஷ காலத்தில் முற்றும் மாறித் துவேஷமாகவும் அருவருப்பாகவும் உருவெடுத்திருக் கிறது. கனவிலும் நினைவிலும் என்னை அவ்வளவாக இவள் கஷ்டப்படுத்தி இருக்கிறாள். இவள் இந்த அரண்மனையில் இருக்கிறாள் என்னும் எண்ணத்தையே என்னால் சகிக்க முடியவில்லை. உடனே இவளை இங்கிருந்து அனுப்பி விட்டு மறுகாரியம் பாருங்கள். இவளைப் பேய் என்று நினைத்தபடியால் இவள் பேரில் விளக்கை எடுத்து எறிந்தேன். உயிரோடும் உடம்போடும் இருப்பவள் என்று அறிந்திருந்தால், என்ன செய்திருப்பேனோ, தெரியாது!'

இவ்வாறு சுந்தர சோழர் குரோதம் ததும்பிய குரலில் கூறிய குரூரமான வார்த்தைகளைக் கேட்டுச் சக்கரவர்த்தினியும் முதன்மந்திரியும் கதிகலங்கிப் போனார்கள். சக்கரவர்த்தி இவ்விதம் பேசுவார் என்று

அவர்கள் எதிர்பார்க்கவே இல்லை. அநிருத்தர் தாம் செய்த பழைய குற்றத்துக்காக மட்டுமே தம்மைச் சக்கரவர்த்தி கண்டனம் செய்வார் என்று கருதியிருந்தார். மகாராணியோ சக்கரவர்த்தி வாய்விட்டு வெளிப்படையாகச் சொல்லாவிட்டாலும் மனத்திற்குள் மகிழ்ந்து பூரித்துத் தன்னுடைய பெருந்தன்மையான செயலை ரொம்பவும் பாராட்டுவார் என்று எதிர்பார்த்தாள்.

சுந்தர சோழரின் கொடிய வார்த்தைகள் அவர்களுக்கு ஏமாற்றம் அளித்ததோடு ஓரளவு வெறுப்பையும் கோபத்தையும் உண்டாக்கின.

சக்கரவர்த்தி இத்தனை நேரம் பேசியதற்கெல்லாம் சிகரம் வைத்தாற் போல், 'சீச்சீ, இந்த ஊமைப் பைத்தியக்காரி உலகில் உயிரோடு வாழ்ந்திராவிட்டால் என்ன நஷ்டம் நேர்ந்து விடும்? இவள் கடலில் விழுந்தபோது உண்மையாகவே செத்துத் தொலைந்து போயிருந்தால் எவ்வளவு நன்றாயிருந்திருக்கும்! எந்தப் பரம முட்டாள் மெனக்கட்டு இவளை எடுத்துக் காப்பாற்றினான்?' என்றார்.

இதற்குப் பிறகு மலையமான் மகளால் பொறுக்க முடியாமல் போயிற்று. உருக்கம் ததும்பிய ஆவேசத்துடன் அவள், 'சுவாமி! தங்கள் வாயால் அப்படிச் சொல்லாதீர்கள்! மகாபாவம்! நன்றி மறத்தல் எவ்வளவு கொடிய பாதகம் என்று பெரியோர்கள் எத்தனையோ பேர் சொல்லியிருக்கிறார்களே? தங்கள் உயிரை இந்த மாதரசி காப்பாற்றியதை வேணுமானாலும் மறந்து விடுங்கள். ஆனால் நம் அருமைக் குமாரன் அருள்மொழி வர்மனை இவர் காப்பாற்றியதை மறக்கலாமா? தாங்கள் மறந்தாலும் நான் மறக்க முடியாது பதினாலு ஜன்மத்துக்கும் இந்தத் தெய்வ மகளுக்கு நான் நன்றிக் கடன் பட்டிருப்பேன்!' என்று சொன்னாள்.

'தேவி அந்தக் கதையை மறுபடியுமா சொல்லுகிறாய்..?' என்று சுந்தர சோழர் மேலும் பேசுவதற்குள் மலையமான் மகள் குறுக்கிட்டுக் கூறினாள்:

'கதை அல்ல, சுவாமி! அருள்மொழியே என்னிடம் சொன்னான். காவேரி வெள்ளத்திலிருந்து தன்னைக் காப்பாற்றிய தேவிதான் ஈழத் தீவிலும் பலமுறை தன்னைக் காப்பாற்றியதாகச் சொன்னான். நல்ல வேளையாக, அவன் நாகைப்பட்டினத்திற்கு வந்து சுகமாயிருக்கிறான். அவனை அழைத்து வரச் செய்யுங்கள். தாங்களே நேரில் கேட்டுத் தெரிந்து கொள்ளுங்கள்!'

'ஆமாம், ஆமாம்! அருள்மொழி நாகைப்பட்டினத்தில் இருக்கிறான். ஆனால் அவன் சுகமாயிருக்கிறான் என்பது என்ன நிச்சயம்? நேற்று அடித்த பெரும் புயலில் அவனுக்கு ஆபத்து நேர்ந்ததோ என்னமோ?

முதன்மந்திரி! என் உள்ளத்தில் நிம்மதி இல்லை! இனந் தெரியாத அபாயம் ஏதோ என் குலத்தை நெருங்கிக் கொண்டிருப்பதாகத் தோன்றுகிறது. இந்தச் சமயத்தில் இந்த ஊமைப் பிச்சி இங்கு வந்திருப்பதும் ஓர் அபசகுனமாகவே தோன்றுகிறது...'

'சுவாமி! கரையர் குலமகள் இங்கே இச்சமயம் வந்திருப்பது அபசகுனம் இல்லை; நல்ல சகுனம். இவர் இங்கிருப்பது நம்முடைய குலத்துக்கே ஒரு பாதுகாப்பு. நான் இடைவிடாமல் பிரார்த்தனை செய்யும் துர்க்கா பரமேசுவரியே என் மீது அருள் புரிந்து இந்தத் தேவியை அனுப்பி வைத்திருக்கிறாள்...'

'இல்லவே இல்லை; துர்க்கா பரமேசுவரி அனுப்பவில்லை, சனீசுவரன் அனுப்பியிருக்கிறான். அந்தப் பிச்சியை உடனே திரும்பிப் போகச் சொல்லிவிட்டு மறுகாரியம் பாருங்கள். நீங்கள் முடியாது என்றால், நானே அந்தக் காரியத்தைச் செய்ய வேண்டியதுதான்..'

'சுவாமி! ரொம்பவும் கருணைகூர்ந்து எனக்கு இந்த வரத்தைக் கொடுங்கள். அருள்மொழி வந்து சேருகிற வரையில் அவர் இந்த அரண்மனையில் இருப்பதற்கு அனுமதி அளியுங்கள்!' என்று சக்கரவர்த்தினி உருக்கமான குரலில் கேட்டுவிட்டு சுந்தர சோழரின் பாதங்களைத் தொட்டுப் பணிந்தாள்.

'முதன்மந்திரி! கேட்டீரா? வெளுத்ததெல்லாம் பால் என்று கருதும் மலையமான் மகளின் கோரிக்கையைக் கேட்டீரா? கடவுளே! இப்படியும் ஒரு கபடமற்ற சாது உலகத்தில் இருக்க முடியுமா? இவள் என்னிடம் எதுவுமே கோருவதில்லை. போயும் போயும் இப்படிப் பட்ட வரத்தைக் கேட்கிறாள். அதை மறுக்க மனம் வரவில்லை. ஆனால் அந்த ஊமைப் பைத்தியக்காரி இங்கே இருக்கும் ஒவ்வொரு நிமிஷமும் எனக்கு நரக வேதனையாக இருக்கும். ஆகையால், நாகையிலிருந்து இளவரசனை அழைத்துவர உடனே ஏற்பாடு செய்யுங்கள்!'

'அப்படியே செய்கிறேன் ஐயா! யானைப் படைகளும் குதிரைப் படைகளும் அனுப்பிப் பகிரங்கமாக இளவரசரை அழைத்து வரச் செய்யலாமா? அல்லது...'

'மாறு வேடம் பூணச் செய்து இரகசியமாக அழைத்து வரலாமா, என்றுதானே கேட்கிறீர்? பகிரங்கமாக இளவரசன் வந்தால் சோழ நாட்டில் பெரும் குழப்பம் ஏற்படும் என்று எண்ணுகிறீர்கள் அல்லவா?'

'நான் எண்ணுவது மட்டும் அல்ல, பிரபு! நிச்சயமாக அறிந்திருக் கிறேன். மக்கள் பல காரணங்களினால் கொதிப்பு அடைந்திருக் கிறார்கள். ஏதாவது ஒரு வியாஜம் ஏற்பட வேண்டியதுதான்; உடனே

மக்களின் உள்ளக் கொதிப்பு வெளியே பீறிக்கொண்டு வரும். பழுவேட்டரையர்களும் மதுராந்தகத் தேவரும் என்ன கதி அடைவார்கள் என்று சொல்ல முடியாது...'

'இது என்ன பேச்சு, முதன்மந்திரி! குடிமக்கள் அப்படி மூர்க்கத்தனமாக நடந்து கொண்டால், சோழ நாட்டு வீர சைன்யங்கள் எங்கே போயின?'

'சைன்யங்களிடையேதான் கொதிப்பு அதிகம், பிரபு! மக்களாவது வெறுங் கூச்சல் குழப்பத்துடன் அடங்கி விடுவார்கள். சேனா வீரர்களோ, தஞ்சைக் கோட்டையை சின்னா பின்னமாக்கி, பழுவேட்டரையர் களையும் மதுராந்தகத் தேவரையும் சிறையில் அடைத்துவிட்டு, ஈழங்கொண்ட வீராதி வீரராகிய அருள்மொழி வர்மரைச் சிங்காதனத்தில் ஏற்றிவிட்டே மறுகாரியம் பார்ப்பார்கள்...'

'அப்படி நடக்க வேண்டுமென்று நீங்களும் மனத்திற்குள் ஆசைப் பட்டுக் கொண்டிருக்கிறீர்கள். முட்டாள் ஜோதிடர்கள் கட்டி விட்ட கதைகளை நம்பிக்கொண்டு குடிமக்களும் புத்தி தடுமாறி அலைகிறார்கள். ஆனால் உங்கள் மனத்தில் ஒன்று நிச்சயமாகப் பதிய வைத்துக் கொள்ளுங்கள். என் பெரிய பாட்டனார் கண்டராதித்த அடிகளின் குமாரன் மதுராந்தகனே இந்தச் சோழ சிம்மாசனத்துக்கு உரிமை உடையவன். அவனுக்கே பட்டம் கட்டி வைப்பதென்று தீர்மானித்து விட்டேன். மக்கள் அதற்குத் தடை சொன்னாலும் சரி, தேவர்களும் மூவர்களும் வந்து தடுத்தாலும் சரி, நான் கேட்கப் போவதில்லை. என்னுடைய குமாரர்கள் அதற்குக் குறுக்கே நின்றால்...'

'சுவாமி! அப்படி ஒரு நாளும் நேராது. தங்கள் விருப்பத்துக்கு மாறாகத் தங்கள் குமாரர்கள் ஒரு நாளும் தடை சொல்ல மாட்டார்கள். அருள்மொழிக்கு இராஜ்ய ஆசையே கிடையாது. இலங்கை மணிமகுடத்தை அவனுக்குக் கொடுத்தார்கள். அதை அவன் வேண்டாம் என்று மறுதளித்து விட்டான். அப்படிப் பட்டவனா தங்கள் வார்த்தைக்கு மறுவார்த்தை கூறப் போகிறான்? கரிகாலன் மட்டும் என்ன? அவனுக்குத் தாங்களே யுவராஜ பட்டாபிஷேகம் செய்து வைத்தீர்கள். அதனால் ஒப்புக் கொண்டான். அவனுடைய வீர பராக்கிரமத்தைப் பற்றி நான் சொல்லவேணுமா? அவன் ஆசைப்பட்டால் தானாகவே அவனுடைய வீரவாளின் உதவியைக்கொண்டு பெரிய இராஜ்யத்தை ஸ்தாபித்துக்கொள்ளக் கூடியவன் அல்லவா? ஆனால் அவனுக்கும் இராஜ்யம் ஆளுகிற ஆசை இல்லை. தாங்கள் அவனிடம் தங்கள் விருப்பம் இன்னதென்பது பற்றி ஒரே ஒரு வார்த்தை சொல்ல வேண்டியதுதான்...'

'அந்த வார்த்தை நான் சொல்லிவிடப்போகிறேனே, அவன் காதில் விழுந்துவிடப் போகிறதே என்பதற்காகத்தானே, எத்தனை சொல்லி அனுப்பியும் இங்கே வராமல் ஆட்டம் போடுகிறான்?'

'சக்கரவர்த்தி! பட்டத்து இளவரசர் காஞ்சியில் அற்புதமான பொன் மாளிகை நிர்மாணித்துவிட்டுத் தங்களின் வருகைக்காகக் காத்திருக்கிறார்...'

'எதற்காகக் காத்திருக்கிறான் என்று எனக்குத் தெரியும். கம்ஸன் அவனுடைய பெற்றோர்களைச் சிறை வைத்ததுபோல் எங்களைச் சிறை வைத்துவிட்டுச் சோழ சிம்மாசனம் ஏறக் காத்திருக்கிறான். அவன் கட்டியிருப்பது பொன் மாளிகையோ, அல்லது அரக்கு மாளிகைதானோ, யாருக்குத் தெரியும்?'

'சுவாமி! கரிகாலனைப்பற்றித் தாங்கள் இவ்வாறு சொல்வது கொடுமை!' என்றாள் மலையமான் மகள்.

'சக்கரவர்த்தியின் உள்ளத்தை அவ்வளவு தூரம் விஷமாக்கி வைத்திருக்கிறார்கள்!' என்றார் முதன்மந்திரி.

'வேறு யாரும் இல்லை; என் மனத்தில் விஷம் ஏற்றியவன் கரிகாலனேதான்! அவன் எனக்கு உண்மையான மகனாயிருந்தால் எத்தனை தடவை சொல்லி அனுப்பியும் ஏன் வரவில்லை?' என்று சுந்தர சோழர் கேட்டார்.

'அதற்கு வேறு சரியான காரணங்களும் இருக்கலாம் அல்லவா?'

'நீங்கள்தான் ஒரு காரணத்தை ஊகித்துச் சொல்லுவதுதானே?'

'கரிகாலன் கொள்ளிடத்துக்கு இப்பால் வந்தால் பழுவேட்டரையர்கள் அவனைச் சிறைப்படுத்தி விடுவார்கள் என்று நாடெல்லாம் பேச்சாயிருக்கிறது..'

'அம்மாதிரி சொல்லி என் மகனுடைய மனத்தை யாரோ கெடுத்திருக்கிறார்கள்! இவளுடைய தகப்பன் திருக்கோவலூர் மலையமான் ஒருவன்: கொடும்பாளூர் வேளான் ஒருவன். நீங்களும் அவர்களோடு சேர்ந்து கொண்டீர்களோ, என்னவோ தெரியவில்லை.

'சுவாமி! நான் யாரைப் பற்றியும் அவர்களுக்குப் பின்னால் பேசும் வழக்கமில்லை. சற்று முன் தாங்களே அபாயத்தைப் பற்றிப் பேசினீர்கள். தங்கள் உள்ளத்தில் அவ்விதம் தோன்றுவதாகச் சொன்னீர்கள். தங்கள் உள்ளத்தில் தோன்றுவது முற்றிலும் உண்மை. சோழர் குலத்துக்கு அபாயம் நெருங்கிக் கொண்டுதானிருக்கிறது. அது இரண்டு வழியாக வருகிறது. இந்த நாட்டில் இப்போது

இரண்டுவிதமான சதிகள் நடைபெற்று வருகின்றன. பழுவேட்டரையர்களும், சம்புவரையர்களும்...'

'முதன்மந்திரி அநிருத்தரே! நிறுத்துங்கள்; பழுவூர் வம்சத்தார் நூறு ஆண்டு காலமாகச் சோழ குலத்துக்குத் தொண்டு செய்து வந்தவர்கள், பெரிய பழுவேட்டரையர் இருபத்துநாலு போர் முனையிலும் போரிட்டுத் தமது மேனியில் அறுபத்துநாலு புண்களைச் சுமந்து கொண்டிருக்கிறார். அப்படிப்பட்டவர் இன்று சோழ குலத்துக்கு எதிராகச் சதி செய்கிறார் என்று சொல்வதைக் காட்டிலும், சூரியன் இருட்டாகி விட்டது என்றும், கடல் நீரில் தீப்பிடித்துக் கொண்டுவிட்டது என்றும் சொல்லுவதை நம்பலாம்...'

'சக்கரவர்த்தி! சூரியனையும் கிரகணம் பிடிக்கிறது. கடல் நீரில் வடவாமுகாக்கினி கொழுந்துவிட்டெரிகிறது. ஆனால் அதைப் பற்றி நான் சொல்ல வரவில்லை. பழுவேட்டரையர்கள் சோழ குலத்துக்கு எதிராக சதி செய்வதாக நான் கூறவே இல்லை. மதுராந்தகருக்குப் பட்டம் கட்டுவதற்காக அவர்கள் மிகுந்த பிரயத்தனம் செய்து வருகிறார்கள்...'

'மகா சிவபக்தராகிய கண்டராதித்தருடைய புதல்வருக்குப் பட்டம் கட்ட எண்ணுவதில் என்ன தவறு? சிம்மாசன உரிமை நியாயமாக மதுராந்தகனுக்குத்தானே உரியது?' என்றார் சக்கரவர்த்தி.

'நானும் அதையேதான் சொல்லுகிறேன். மேலும் தாங்களே மனமுவந்து மதுராந்தகத் தேவருக்குச் சோழர் குலத்து மணி மகுடத்தை அளிக்கத் தீர்மானித்து விட்டீர்கள். அப்படியிருக்கும் போது பழுவேட்டரையர் மீது குற்றம் என்ன? தங்கள் விருப்பத்தை நிறைவேற்றி வைக்கவே அவர்கள் பிரயத்தனப்படுகிறார்கள்..'

'ஆகையினால் என்னுடைய நன்றியறிதலுக்கு மேலும் அவர்கள் பாத்திரமாகியிருக்கிறார்கள்.'

'ஆனால், சக்கரவர்த்தி, தங்களுடைய சம்மதம் பெறாத சில காரியங்களும் செய்கிறார்கள். சோழ ராஜ்யத்தை இரண்டாகப் பங்கு போட்டுக் காவேரிக்குத் தெற்கேயுள்ளதை மதுராந்தகத் தேவருக்கும் வடக்கே உள்ள பகுதியைக் கரிகாலருக்கும் கொடுத்து விடுவதென்று யோசனை செய்து வருகிறார்கள். சம்புவரையர் மாளிகையில் இன்றைய தினம் அந்தப் பேச்சு நடந்து வருகிறது. சக்கரவர்த்தி! நூறு வருஷ காலமாகத் தங்கள் முன்னோர்கள் பாடுபட்டு விஸ்தரித்த ராஜ்யத்தை விஜயாலய சோழரும் ஆதித்த சோழரும் மகாபராந்தக சக்கரவர்த்தியும் ஈழம் முதலாவது கோதாவரி வரையில் நிலைநாட்டிய சோழ மகாராஜ்யத்தை இரண்டாகப் பிளந்து பங்கு போடுவது தங்களுக்குச் சம்மதமா?'

'முதன்மந்திரி! ஒரு நாளும் அதற்கு நான் சம்மதம் கொடேன். சோழ இராஜ்யத்தைப் பிளப்பதற்கு முன்னால் என்னை வெட்டிப் பிளந்து விடுங்கள் என்று சொல்லுவேன். பழுவேட்டரையர் அத்தகைய முயற்சியில் இறங்கியிருப்பார் என்று நான் நம்பவில்லை. ஒருவேளை எனக்கு அது பிரியமாயிருக்கலாம். என் மகனுக்குப் பாதி இராஜ்யமாவது கொடுக்க நான் ஆசைப்படலாம் என்ற எண்ணத்தினால் அவர் இந்த யோசனைக்கு இணங்கியிருப்பார். அது எனக்கு விருப்பமில்லையென்று தெரிந்தால்கைவிட்டு விடுவார். முதன்மந்திரி! இந்தச் சோழ சாம்ராஜ்யத்தில் ஓர் அங்குல விஸ்தீரணம் கூடக் குறையாமல் மதுராந்தகனுக்குப் பட்டம் கட்டி வைப்பேன். அதை என் மக்கள் எதிர்த்தாலும் சரி, பழுவேட்டரையரே எதிர்த்தாலும் சரி, நான் கேட்கப் போவதில்லை.'

'சக்கரவர்த்தி! பழுவேட்டரையர் எதிர்த்தால் பொருட்படுத்த வேண்டியதில்லை. தங்கள் புதல்வர்களோ! எதிர்க்கப் போவதில்லை. ஆனால் மதுராந்தகருக்குப் பட்டம் கட்டுவதற்குத் தடை இவையெல்லாம் அல்ல. அந்தத் தடை இன்னும் பெரிய இடத்திலிருந்து வருகிறது. தாங்களும் நானும் இந்தச் சோழ நாட்டு மக்கள் அனைவரும் போற்றி வணங்கும் தெய்வப் பெண்மணியிடமிருந்து அந்தத் தடை வருகிறது. சில நாளைக்கு முன்புகூட அவரிடம் பேசிப் பார்த்தேன்...'

'செம்பியன் மாதேவியை நீங்கள் குறிப்பிடுகிறீர்கள். அந்த மாதரசியின் மனத்தையும் யாரோ கெடுத்திருக்கிறார்கள். நான் என் புதல்வர்களுக்குப் பட்டம் கட்ட ஆசைப்படுவதாக பெரிய பிராட்டி கருதி வருகிறார். முதன்மந்திரி! அவரை உடனே இங்கு அழைத்து வருவதற்கு ஏற்பாடு செய்யுங்கள். நான் அவருடைய மனத்தை மாற்றி விடுகிறேன்...'

'சக்கரவர்த்தி! அது அவ்வளவு சுலபம் அல்ல. மகான் கண்டராதித்தர் தமது தர்மபத்தினிக்கு அவ்விதம் கட்டளை இட்டுச் சென்றிருக்கிறார். அவருடைய மரணத் தறுவாயில் நான் அவர் அருகில் இருந்தேன். 'மதுராந்தகனுக்குப் பட்டம் கட்டக் கூடாது என்பதற்கு முக்கிய காரணம் இருக்கிறது; அது என் துணைவிக்குத் தெரியும்' என்று தங்கள் பெரிய பாட்டனார் சொன்னார்...'

'முதன்மந்திரி! அப்படிப்பட்ட தடை உண்மையில் இருக்கிறதா? அது இன்னதென்று உங்களுக்குத் தெரியுமா?'

'தெரிந்திருந்தால், தாங்கள் கேட்கும் வரையில் காத்துக் கொண்டிருப்பேனா? பெரிய பிராட்டியை அழைத்து வரச்செய்து தாங்கள்தான் அதைப்பற்றிக் கேட்டுத் தெரிந்துகொள்ள வேண்டும்...'

'ஆமாம்; அந்த ஒரு விஷயந்தான் எனக்கும் தொல்லை கொடுத்து வருகிறது. பெரிய பிராட்டியை உடனே அழைத்து வருவதற்கு ஏற்பாடு செய்யுங்கள். எப்பேர்ப்பட்ட தடையாயிருந்தாலும் அதை நான் நிவர்த்தி செய்கிறேன். அவரை அழைத்து வருவதற்கு யாரை அனுப்பலாம்? ஏன் என் குமாரியையே அனுப்புகிறேன். தேவி! குந்தவையை உடனே இங்கு அழைத்து வா!' என்று சுந்தர சோழர் மலையமான் மகளைப் பார்த்துக் கூறினார்.

சக்கரவர்த்திக்கும் முதன்மந்திரிக்கும் நடந்த சம்பாஷணையை வானமா தேவி ஒரு காதினால் கேட்டுக் கொண்டிருந்தாலும், அவளுடைய கவனமெல்லாம் சற்று முன் அருகிருந்து சென்ற ஊமை ராணியின் பேரிலேயே இருந்தது. ஆதலின் சக்கரவர்த்தி குந்தவையை அழைத்து வரும்படிச் சொன்னதும் மலையமான் மகள் அங்கிருந்து அந்தப்புரத்துக்கு விரைந்து சென்றாள்.

அவள் அந்தப்புரத்தை அடைந்தபோது குந்தவை, வானதி, பூங்குழலி ஆகியவர்கள் பெருங்கலக்கத்தில் ஆழ்ந்திருந்தார்கள். அதற்குக் காரணத்தையும் மகாராணி உடனே தெரிந்து கொண்டாள். ஊமை ராணியை அங்கே காணவில்லை. எங்கே என்று கவலையுடன் கேட்ட போது குந்தவை கூறியதாவது:

'அம்மா! தங்கள் கட்டளையை நிறைவேற்றுவது சுலபமான காரியமாக இல்லை. ஆயினும் நாங்கள் மூன்று பேருமாகச் சேர்ந்து வற்புறுத்தி மந்தாகினி தேவியைக் குளிப்பாட்டினோம். பிறகு புதிய ஆடைகள் அணிவித்தோம். வானதி அவருடைய கூந்தலை வாரி முடிந்து கொண்டிருந்தாள். பூங்குழலி பூத்தொடுத்துக் கொண்டிருந்தாள். ஆபரணங்கள் எடுத்துக் கொண்டிருந்தபோதே, இவளுடைய கூச்சல் கேட்டது. திரும்பி வந்து பார்த்தால் மந்தாகினி தேவியைக் காணவில்லை. கூந்தலை வாரி முடி போட்டவுடனே திடீரென்று அவர் திமிறிக்கொண்டு ஓடிப்போனாராம். அக்கம் பக்கத்து அறைகளில் எங்கேயும் காணவில்லை. இன்னமும் தேடிக் கொண்டிருக்கிறோம்!'

இதைக் கேட்டு மலையமான் மகள் புன்னகை புரிந்தார். 'அவருக்கு அலங்காரம் செய்தபோது எதிரில் கண்ணாடி இருந்ததா?' என்று கேட்டாள்.

'இருந்தது; சற்றுத் தூரத்தில் இருந்தது' என்றாள் வானதி.

'அவருடைய அலங்கரித்த உருவத்தைத் தற்செயலாகக் கண்ணாடியில் பார்த்திருப்பார். அது அவருக்கு வெட்கத்தை உண்டாக்கியிருக்கும். அதனால் ஓடி எங்கேயாவது மறைந்து கொண்டிருப்பார். இன்னும் நன்றாகத் தேடிப் பாருங்கள். ஒருவேளை அந்தப்புரத்துப் பூங்காவிற்குச்

சென்று ஒளிந்து கொண்டிருந்தாலும் இருப்பார். மதில் ஏறிக் குதிப்பது, பலகணி வழியாகக் குதிப்பது போன்ற காரியங்கள்தான் அவருக்கு வழக்கமானவை ஆயிற்றே?' என்றாள் சக்கரவர்த்தினி.

பிறகு எல்லோருமாக நந்தவனத்துக்குச் சென்று தேடினார்கள். அங்கு ஊமை ராணி அகப்படவில்லை; அவர்களுடைய கவலை அதிகமாயிற்று. முதன்மந்திரியிடமும் சக்கரவர்த்தியிடமும் போய்த் தெரிவிக்கலாமா என்று அவர்கள் எண்ணத் தொடங்கியபோது எங்கிருந்தோ 'டணார் டணார்' என்று ஒரு சத்தம் வந்தது. கருங்கல்லில் இரும்பு உளியினால் ஓங்கி அடிப்பது போன்ற ஓசை. எங்கிருந்து அந்த ஓசை வருகிறது என்று காது கொடுத்துக் கவனமாகக் கேட்டார்கள். சிற்ப மண்டபத்திலிருந்து வருகிறதென்று தெரிந்தது. உடனே ஒரு தாதிப் பெண்ணைத் தீபம் எடுத்துக்கொண்டு வரும்படி சொல்லி விட்டு எல்லாரும் சிற்ப மண்டபத்துக்குச் சென்றார்கள்.

சிற்ப மண்டபத்துக்குள்ளே அவர்கள் ஒரு விந்தையான காட்சியைக் கண்டார்கள். ஓரளவு ஆடை அலங்காரங்கள் அணிந்து விளங்கிய மந்தாகினி கையில் ஒரு நீண்ட பிடியுள்ள சுத்தியை வைத்துக்கொண்டு கைலாச மலையைத் தாங்கிக் கொண்டிருந்த இராவணேசுவரனுடைய கரங்களை ஓங்கி ஓங்கி அடித்துக் கொண்டிருந்தாள். மிக உறுதியான கல்லினால் செய்யப்பட்ட சிற்பமாதலால் அந்தத் தாக்குதலுக்கு இராவணன் அது வரையில் அசைந்து கொடுக்கவில்லை. ஆனாலும் சீக்கிரத்தில் அவனுக்கு ஆபத்து வந்துவிடலாம் என்ற நிலைமை ஏற்பட்டிருந்தது. கைலாச மலையைத் தாங்கி கொண்டிருந்த இராவணனுடைய கரங்களில் இரண்டு மூன்று கைகள் ஒடிந்து விட்டால் மலையே இடம் பெயர்ந்து அவன் தலைகளின் மீது இன்னும் நன்றாக உட்கார்ந்து விடக்கூடும்! தலைகள் சுக்குநூறாக நொறுங்கி விடக்கூடும்! அத்தகைய ஆபத்தான நெருக்கடியிலேதான் குந்தவை முதலியவர்கள் சிற்ப மண்டபத்துக்குள் பிரவேசித்தார்கள்.

அவர்களுடைய வரவைப் பார்த்ததும் மந்தாகினி தன்னுடைய கையில் பிடித்திருந்த சுத்தியைக் கீழே போட்டுவிட்டு வந்தவர்களைப் பார்த்துப் புன்னகை புரிந்துகொண்டு நின்றாள். மண்டபத்துக்குள் பிரவேசித்தவர் களில் பூங்குழலியைத் தவிர மற்றவர்களின் உள்ளங்களில் 'இவள் ஒரு பைத்தியக்காரப் பிச்சிதான்! சக்கரவர்த்தி இவளைக் கண்டு அருவருப்பு அடைவதில் வியப்பு ஒன்றுமில்லை!' என்ற எண்ணம் தோன்றியது.

மலையமான் மகள் மற்றவர்களைப் பார்த்து, 'பெண்களே, இதைப்பற்றிச் சக்கரவர்த்தியின் முன்னிலையில் யாரும் பிரஸ்தாபிக்க வேண்டாம்!' என்று எச்சரிக்கை செய்தாள்.

முப்பத்தைந்தாம் அத்தியாயம்

சக்கரவர்த்தியின் கோபம்

மந்தாகினியை மற்ற அரண்மனைப் பெண்டிர் சிற்ப மண்டபத்தில் கண்டுபிடித்த சமயத்தில் சக்கரவர்த்திக்கும் முதன்மந்திரிக்கும் கடுமையான வாக்குவாதம் நடந்து கொண்டிருந்தது. மலையமான் மகள் அங்கிருந்து சென்றவுடனேயே முதன்மந்திரி அநிருத்தர், 'மன்னர் பெரும! பெண்மணிகள் இருக்கும்போது சில விஷயங்கள் சொல்லக் கூடாது என்றிருந்தேன். இப்போது அவற்றைச் சொல்லித் தீர வேண்டியதாயிருக்கிறது. வீர பாண்டியனுடைய ஆபத்துதவிகள் இன்னமும் இந்த நாட்டில் மறைந்து திரிந்து கொண்டிருக்கிறார் கள். அவர்களுடைய கொடுமையான சபதத்தை நிறைவேற்று வதற்குத் தக்க சமயத்தை எதிர்பார்த்துக் கொண்டிருக்கிறார்கள்' என்றார்.

'இது ஒன்றும் புதிதில்லையே? எனக்குத் தெரிந்த செய்திதானே? பழுவேட்டரையர்கள் அந்தக் காரணத்தைக் கொண்டே எனக்கு இத்தனை பலமான பாதுகாப்பு ஏற்படுத்தியிருக்கிறார்கள் அல்லவா?' என்று சக்கரவர்த்தி ஏளனச் சிரிப்புடன் கூறினார்.

'ஆபத்துதவிகளின் விஷயம் தங்களுக்குத் தெரிந்ததுதான். ஆனால் அந்தச் சதிகாரர்களுக்குச் சோழ ராஜ்யத்தின் பொக்கிஷத்திலிருந்தே பொருள் உதவி கிடைத்து வருகிறது என்பது தங்களுக்குத் தெரிந்திருக்க முடியாது!' என்றார் முதன்மந்திரி.

'ஆகா! இது என்ன கட்டுக் கதை!' என்றார் சுந்தர சோழர்.

'இதைக் காட்டிலும் பிரமிப்பான கட்டுக் கதைகள் சிலவற்றையும் தங்களுக்கு நான் சொல்ல வேண்டியிருக்கிறது. பெரிய பழுவேட்டரையரின் பொக்கிஷ நிலவறையிலிருந்து புதிய பொற்காசுகள் ஆபத்துதவிகள் கூட்டத்தின் மத்தியில் குவியலாகக் கொட்டப்பட்டிருந்தன. கண்ணால் பார்த்தவனாகிய சீடன் திருமலை இதோ இருக்கிறான். தாங்கள் பணித்தால் அதைப்பற்றி விவரமாகச் சொல்லுவான்...'

‘வேண்டியதில்லை, தலைமுறை தலைமுறையாகச் சோழ குலத்துக்காக உயிரைக் கொடுத்து இரத்தம் சிந்தி வந்தவர்கள் பழுவேட்டரையர்கள். அவர்கள் என்னைக் கொல்லுவதற்காகச் சதி செய்யும் கூட்டத்திற்கு என் பொக்கிஷத்திலிருந்து பொற்காசு கொடுக்கிறார்கள் என்று அரிச்சந்திரனே வந்து சொன்னாலும் நான் நம்பமாட்டேன்.’

‘மன்னிக்க வேண்டும், பழுவேட்டரையர்கள் மீது அத்தகைய துரோகக் குற்றத்தை நான் சுமத்தவில்லை. அவர்களுக்குத் தெரியாமலே சதிகாரர் களுக்கு நம் பொக்கிஷத்திலிருந்து பொற்காசுகள் போகலாம் அல்லவா?’

‘அது எப்படி முடியும்? யமன் அறியாமல் உயிர் போகக் கூடுமா, என்ன?’

‘யமன் ஒருவேளை கிழப் பருவத்தில் இளமங்கை ஒருத்தியை மணம் செய்து கொண்டிருந்தால் அதுவும் சாத்யமாகலாம் அரசே!’

‘பெரிய பழுவேட்டரையர் இந்தப் பிராயத்தில் கலியாணம் செய்து கொண்டது எனக்கும் பிடிக்கவில்லைதான்.அதை அவரிடமே சொல்லியிருக்கிறேன். அதற்காக இம்மாதிரியெல் லாம் அவர்மீது துரோகக் குற்றம் சுமத்துவதை என்னால் சகிக்க முடியாது.’

‘சக்கரவர்த்தி! பழுவேட்டரையர் மீது நான் துரோகக் குற்றம் சுமத்த வில்லை. அவர் மணந்துகொண்ட இளைய ராணி மீதுதான் சுமத்துகிறேன்.’

‘ஆண்பிள்ளைகள் மீது குற்றம் சுமத்துவதையாவது பொறுத்துக் கொள்ளலாம். துர்பாக்கியவதியான அபலைப் பெண் ஒருத்தியின்மீது நீர் குற்றம் சுமத்துவது எனக்கு நாராசமாயிருக் கிறது.’

‘எவ்வளவு நாராசமாக இருந்தாலும் பழுவூர் இளைய ராணியைப் பற்றிய சில உண்மைகளைத் தங்களுக்கு நான் சொல்லியே தீர வேண்டும். ஒரு தடவை தங்களுக்கு நான் ஓர் உண்மையைச் சரியான சமயத்தில் சொல்லாதது பற்றி எவ்வளவோ வருத்தப்பட நேர்ந்தது. சற்று முன் தாங்களும் கோபித்துக் கொண்டீர்கள். ஆகையினால் சிறிது பொறுமையாகக் கேட்க வேண்டும்.’

முதன்மந்திரியின் இந்தச் சாமர்த்தியமான வார்த்தைகளைக் கேட்டுச் சக்கரவர்த்தி புன்னகை புரிந்தார்.

‘என் வார்த்தையைக்கொண்டே என்னை மடக்குகிறீர்கள். அது என் சொந்தக் காரியம். அதற்கும் இதற்கும் யாதொரு சம்பந்தமும் இல்லை. ஆயினும் சொல்லுங்கள், கேட்கிறேன்’ என்றார்.

‘பழுவூர் பெரிய அரண்மனைக்கு மூன்று வருஷங்களுக்கு முன்னால் இளைய ராணி நந்தினி தேவி வந்து சேர்ந்தாள். அது முதலாவது பழுவூர் அரண்மனைக்குச் சில மந்திரவாதிகள் அடிக்கடி வந்து போகிறார்கள். இது சின்னப் பழுவேட்டரை யருக்கும் தெரியும்.

அவருக்கும் மந்திரவாதிகள் வருவது பிடிக்கவில்லை. ஆனாலும் தமையனாரை எதிர்த்துப் பேசத் தைரியமில்லாமல் சும்மா இருந்து வருகிறார்.

'சகோதரர்கள் என்றால், இப்படியல்லவா இருக்க வேண்டும்!'

'சகோதர விசுவாசத்தினால் இராஜ்யத்துக்குக் கேடு வரக்கூடாதல்லவா?'

'இப்போது இராஜ்யத்துக்கு என்ன கேடு வந்துவிட்டது? ஒரு பேதைப் பெண் யாரோ மந்திரவாதிகளைக் கூப்பிட்டு மந்திரம் போடச் சொல்வதினால் இராஜ்யம் கெட்டுப் போய் விடுமா? பழுவூர் இளைய ராணி மந்திரம் போட்டுத்தான் எனக்கு நோய் வந்துவிட்டதென்று சொல்லுகிறீர்களா?'

'சக்கரவர்த்தி! பழுவூர் இளைய ராணியைப் பார்க்க வருகிறவர்கள் உண்மையில் மந்திரவாதிகள் அல்ல. மந்திரவாதிகள் என்று சொல்லிக் கொண்டு வரும் சதிகாரர்கள் என்று சந்தேகிக்கிறேன். அவர்கள் மூலமாக நம் பொக்கிஷத் திலிருந்து பொருள் போய்க் கொண்டிருக்கிற தென்றும் சந்தேகிக்கிறேன்.'

'எதைப் பற்றி வேணுமானாலும் யாரைப் பற்றி வேணுமானாலும் சந்தேகிக்கலாம். ருசு ஏதேனும் உண்டா?'

'மன்னர் மன்னா! இன்றைய தினம் பெரிய பழுவேட்டரையரின் அரண்மனையையும், பொக்கிஷ நிலவறையையும் சோதனை போட்டால் ஒருவேளை ருசுக் கிடைக்கலாம்.'

'இதைக் காட்டிலும் எனக்குப் பிரியமில்லாத காரியத்தை இதுவரை யாரும் சொன்னது கிடையாது. அநிருத்தரே! நீர் எனக்கு மட்டும் நண்பர். பழுவேட்டரையர் எனக்கு முன் மூன்று தலைமுறையைச் சேர்ந்த சோழ சக்கரவர்த்திகளுக்கு உயிருக்குயிரான நண்பர். சோழ குலத்துக்கு இரும்புக் கவசம் போன்றவர். சோழர்களின் பகைவர்களுக்கு இந்திரனுடைய வஜ்ராயுதம் போன்றவர். அப்படிப்பட்டவருடைய மாளிகையை அவர் இல்லாதபோது சோதனை போடுவதா? பழுவேட்டரையர் தம் அரண்மனையில் சதிகாரர்களுக்கு இடம் கொடுக்கிறார் என்று நம்புவதைக் காட்டிலும், மலையமான் மகள் மருந்து என்று சொல்லி எனக்கு நஞ்சைக் கொடுக்கிறாள் என்று நம்புவேன்...'

'சக்கரவர்த்தி! பழுவேட்டரையருக்குத் தெரிந்து இது நடைபெற வில்லை. மோகத்தினால் கண்ணிழந்திருக்கும் பழுவேட்டரை யருக்குத் தம் எதிரில் நடப்பது தெரியவில்லை. அவர் அறியாமலே அவருடைய மாளிகை சதிகாரர்களின் தலைமை ஸ்தலமாக இருந்து வருகிறது. பழுவூர் இளைய ராணியே சதிகாரர்களோடு சேர்ந்தவள் என்று நம்புவதற்கு இடமிருக்கிறது.'

'அந்தப் பேதைப் பெண்ணைக் குறித்து இன்னும் என்ன அவதூறு சொல்லப் போகிறீர்கள்?'

'சில நாளைக்கு முன்பு திருப்புறம்பியம் காட்டில் பிருதிவீபதியின் பள்ளிப்படைக்கு அருகில் நள்ளிரவு வேளையில் மகுடாபிஷேக வைபவம் ஒன்று நடந்தது. ஒரு ஐந்து வயதுப் பிள்ளையைச் சிங்காதனத்தில் உட்கார வைத்துப் பாண்டிய மன்னன் என்றும் சோழ சாம்ராஜ்ஜியத்தின் சக்கரவர்த்தி என்றும் பட்டம் சூட்டினார்கள். இந்த மகுடாபிஷேக வைபவத்தில் கலந்து கொண்டவர்கள் சோழ குலத்தை அடியோடு நிர்மூலம் செய்வதாகவும் சபதம் எடுத்துக் கொண்டார்கள்..'

'முதன்மந்திரி! இந்தச் செய்தியைச் சொல்லி என்னைப் பயப் படுத்தலாம் என்று உத்தேசமா? என் கைகால்கள் நடுங்குமென்று எதிர்பார்த்தீரா?'

'இல்லை, சக்கரவர்த்தி, இல்லை! அந்தக் கேலிக்கூத்தை நான் ஒரு பொருட்டாக எண்ணவில்லை. அப்படி சபதம் எடுத்துக் கொண்ட சதிகாரர் கூட்டத்தில் பழுவூர் இளைய ராணியும் இருந்தாள் என்பதைத் தங்களிடம் சொல்ல விரும்பினேன்.'

'அதையெல்லாம் அருகில் இருந்து பார்த்துவிட்டு வந்து தங்களுக்குத் தெரிவித்த புத்திசாலி யார்? அதோ நிற்கிறானே, தங்களுடைய அருமைச் சீடன், அவன்தானே?'

'எல்லாம் நடந்து முடிந்த பிறகு இவன் அங்கே போய்ச் சேர்ந்தான். நேரில் பார்த்தவன் வாணர் குலத்து வந்தியத்தேவன்...'

'இங்கே ஒரு தடவை வந்துவிட்டுத் தப்பி ஓடிப் போனானே அந்த ஒற்றனையா சொல்லுகிறீர்?'

'அவன் ஒற்றன் அல்ல, பிரபு! தங்கள் திருக்குமரன் ஆதித்த கரிகாலரின் அந்தரங்கத்துக்குரிய நண்பன்.'

'கரிகாலனுக்கு இப்படிப்பட்ட அந்தரங்க நண்பர்கள் எத்தனையோ பேர். ஒருவர் சொன்னதுபோல் இன்னொருவர் சொல்லமாட்டார்கள். அவன் கூறியது உண்மையாகவே இருக்கட்டும். அதற்காக இப்போது செய்யக்கூடியது ஒன்றுமில்லை. பெரிய பழுவேட்டரையரும் இங்கே இல்லை; அவருடைய இளைய ராணியும் இல்லை. அவர்கள் திரும்பி வந்த பிறகு விசாரித்துக் கொள்ளலாம். முதன்மந்திரி! பழுவூர் இளைய ராணியைப் பற்றி நீங்கள் சொல்லச் சொல்ல, அத்தகைய அதிசயமான பெண்ணைப் பார்க்க வேண்டும் என்று எனக்கே ஆர்வமுண்டாகி விட்டது. பழுவேட்டரையர் கலியாணம் செய்து கொண்டு வந்தபோது எனக்கு ஏற்பட்ட அருவருப்பினால் அந்தப் பெண்ணை என் முன்னால் அழைத்து வரவேண்டாம் என்று சொல்லியிருந்தேன். அதனாலேயே

அவளுக்கு ஒருவேளை என் பேரில் கோபம் உண்டாகி விட்டதோ என்னமோ தெரியவில்லை. பெரிய பழுவேட்டரையர் இம்முறை திரும்பி வந்ததும் அவருடைய இளைய ராணியை அழைத்து வரச்செய்து அவளுடைய கோபத்தைத் தீர்க்கப் போகிறேன்...'

'சக்கரவர்த்தி! நான் விரும்புவதும் அதுதான். நந்தினி தேவியின் கோபத்தைத் தணிப்பதற்கு இன்னும் முக்கியமான காரணங்களும் இருக்கின்றன. நந்தினி வந்து சேரும் வரையில் ஈழத்து அரசி நமது அரண்மனையில் இருப்பதற்கு அனுமதி தரவேண்டும்...'

'ஆகா; அவளை ஈழத்து அரசியாக முடிசூட்டிவிட்டீர்கள் அல்லவா? போகட்டும்; அவளுக்கும் பழுவூர் ராணிக்கும் என்ன சம்பந்தம்?'

'அதைத்தான் கண்டுபிடிக்க வேண்டும், பிரபு! இருவரும் நேருக்கு நேர் சந்தித்தால் ஒருவேளை அந்தச் சம்பந்தம் தெரிய வரலாம். நந்தினிதேவி சோழ குலத்தின் மீது கொண்டிருக்கும் பகையும் ஒருவேளை மாறலாம்...'

'மந்திரி! ஒரு பெண்ணின் பகையைக் குறித்து நீங்கள் இவ்வளவு கவலைப்படுவது ஆச்சரியமாயிருக்கிறது...'

'நந்தினி தேவியின் பகையைக் குறித்து கவலைப்படக் காரணம் இருக்கிறது. அதை நான் சொல்வது உசிதமாயிருக்குமா என்று அஞ்சுகிறேன்...'

'தாங்கள் சொல்லத் தயங்குவதை வேறு யார் என்னிடம் சொல்ல முடியும்? மிச்சம் வைக்காமல் சொல்லிவிடுங்கள்' என்றார் சக்கரவர்த்தி.

முதன் மந்திரி சிறிது யோசனை செய்துவிட்டுக் கூறினார். 'மன்னர் பெருமானே! இப்போது நான் கூறப்போவது மிகச் சிக்கலான விஷயம். தங்களுக்கு அது உகந்ததாயிருக்க முடியாது. ஆயினும் பொறுமையுடன் கேட்க வேண்டும். நந்தினி தேவியையும், மந்தாகினி தேவியையும் பார்த்தவர்கள் அனைவரும் அவர்களுடைய தோற்றத்தின் ஒற்றுமையைக் குறித்து அதிசயிக்கிறார்கள்...'

'உலகத்தில் இப்படி எத்தனையோ அதிசயங்கள் இருக்கின்றன. ஒரு மரத்தைப் போலவே இன்னொரு மரம் இருக்கிறது. ஒரு பைத்தியம் போல் இன்னொரு பைத்தியம் இருக்கிறது...'

'ஆனால் ஒரு மரம் இன்னொரு மரத்தைப்போல் வேஷம் போட்டு நடப்பதில்லை. ஒரு பைத்தியம் இன்னொரு பைத்தியத்தின் ஆவியைப் போல் வந்து சக்கரவர்த்தியை இம்சிப்பதில்லை..'

'என்ன சொல்கிறீர், முதன்மந்திரி?'

'மந்தாகினி தேவியின் ஆவி தங்களை இரவு நேரங்களில் வந்து இம்சிப்பதாக எண்ணித் தாங்கள் வேதனைப்பட்டு வந்தீர்கள்...'

'அவளுடைய ஆவி வரவில்லை, அவளே வந்தாள் என்று சொல்கிறீரா?'

'இல்லை, இல்லை. பழுவூர் இளைய ராணி, மந்தாகினியின் ஆவியாக நடித்துத் தங்களை இம்சித்திருக்க வேண்டும் என்று சொல்கிறேன்.'

சுந்தர சோழர் சிறிது நிமிர்ந்து உட்கார்ந்து, கோப வெறி பொங்க, 'நீங்கள் இப்போது சொல்வது மட்டும் உண்மை என்று ஏற்பட்டால், அந்த ராட்சசியை என் கையினாலேயே கழுத்தை நெரித்து...' என்று கூறுவதற்குள், முதன்மந்திரி குறுக்கிட்டு, 'வேண்டாம், சக்கரவர்த்தி! தங்கள் வாயால் அப்படியொன்றும் சபதம் கூற வேண்டாம்!' என்று பரபரப்புடன் சொன்னார்.

'ஏன்? அவள் பேரில் என்ன தங்களுக்கு அவ்வளவு இரக்கம்? என்னை அவ்வளவு தூரம் வேதனைப்படுத்தியவளை என்ன செய்தால்தான் என்ன?' என்று சுந்தர சோழர் பொங்கினார்.

'எவ்வளவு கஷ்டப்படுத்தியிருந்தாலும், கஷ்டப்படுத்தியவர் நெருங்கிய பந்துவாயிருக்கும் பட்சத்தில்... ஒருவேளை சொந்தப் புதல்வியாயிருக்கும் பட்சத்தில்...' என்று முதன்மந்திரி கூறித் தயங்கி நின்றார்.

'முதன்மந்திரி! இது என்ன பிதற்றல்?' என்றார் சுந்தர சோழர்.

'சக்கரவர்த்தி! தங்களுடைய பொறுமையை உண்மையில் சோதித்து விட்டேன். அதற்காக எனக்கு உசிதமான தண்டனையைக் கொடுங்கள். ஆனால் நந்தினி தேவியைத் தண்டிப்பதுபற்றிப் பேச வேண்டாம். நந்தினிதேவி தனாதிகாரி பழுவேட்டரையரின் இளைய ராணி மட்டும் அல்ல; மூன்று உலகமும் உடைய சுந்தர சோழ சக்கரவர்த்தியின் புதல்வி. அவரை எந்தக் குற்றத்துக்காக யார்தான் தண்டிக்க முடியும்?' என்றார் அநிருத்தப் பிரம்மராயர்.

இதைக் கேட்ட சக்கரவர்த்தி சிறிது நேரம் முதன்மந்திரியை அளவில்லாத வியப்போடு உற்றுப் பார்த்துக் கொண்டிருந்தார். பிறகு 'கலீர்' என்று சிரித்தார்.

'சக்கரவர்த்தி! இன்றைக்கு மிகவும் சுபதினம். இரண்டு தடவை தாங்கள் சிரிக்கக் கேட்டேன்' என்றார் அநிருத்தர்.

'பிரம்மராயரே! இந்த அரண்மனையில் இப்போது ஒரு பெண் பைத்தியந்தான் இருக்கிறது என்று நினைத்தேன். நீர் அவளை விடப் பெரிய பைத்தியம் என்று இப்போது அறிந்தேன். அவள் பேசாத ஊமைப் பைத்தியம்; நீர் பேசிப் பிதற்றும் பைத்தியம்!' என்று கூறிவிட்டுச் சுந்தர சோழர் மறுபடியும் நினைத்து நினைத்துச் சிரித்தார்.

முப்பத்தாறாம் அத்தியாயம்

பின்னிரவில்

சுந்தர சோழரின் சிரிப்பு ஒலிக் கேட்டுக் கொண்டிருக்கும்போதே பெண்மணிகள் அங்கு வந்தார்கள். முன்னால் மகாராணியும் அவளுக்குப் பின்னால் குந்தவை ஒரு பக்கமும் வானதி ஒரு பக்கமும் பிடித்து இழுத்துக்கொண்டுவர மந்தாகினியும், அவர்களுக்கும் பின்னால் பூங்குழலியும் ஒரு தாதிப் பெண்ணுமாக ஊர்வலம் போல வந்தார்கள். சுந்தர சோழரின் சிரிப்பு அவர்களுக்கும் சிறிது குதூகலத்தை உண்டு பண்ணியிருந்தது. மந்தாகினி அவரை ஒரு கணம் நிமிர்ந்து பார்ப்பதும் மறு கணம் குனிந்து தரையைப் பார்ப்பதுமாயிருந்தாள். அவளுடைய அலங்காரம் இப்போது பூரணம் அடைந்திருந்தது.

குந்தவைப்பிராட்டி அலங்காரக் கலையில் இணையில்லாத தேர்ச்சி பெற்றவள் என்று அந்தக் காலத்தில் புகழ் பெற்றிருந்தாள். அதற்காகவே சிற்றரசர்கள் தங்கள் மகளிரை இளைய பிராட்டியின் தோழியாயிருப்பதற்கு பழையாறைக்கு அனுப்புவது வழக்கம். குந்தவை தன் முழுத் திறமையையும் ஊமை ராணியை அலங்கரிப்பதில் பயன்படுத்தியிருந்தாள். அடி உள்ளத்தில் தோன்றிய ஏதோ ஓர் உருத்தெரியாத உணர்ச்சியினால் மந்தாகினியின் தலைக் கூந்தலை நந்தினியைப்போல் ஆண்டாள் கட்டுடன் அலங்கரித்திருந்தாள். இந்த அலங்காரம் முடிந்ததும் பெண்கள் எல்லோருக்குமே அவள் தத்ரூபமாக நந்தினியைப் போலிருந்தது தெரிந்து விட்டது. காட்டிலே அலைந்து திரிந்த தேக ஆரோக்கியமுள்ள மாதரசியாதலால் பிராயத்திலே இருந்த இருபத்தைந்து வருஷ வித்தியாசம்கூடத் தெரிய வில்லை. மற்றப் பெண்மணிகள் மந்தாகினி தேவியைச் சிறிது பெருமை யுடனேயே அழைத்துக்கொண்டு வந்தார்கள். ஒவ்வொருவரும் ஒவ்வொரு காரணத்தினால் பெருமை கொண்டிருந்தார்கள்.

இந்தச் சரித்திரம் நிகழ்ந்த நாட்களில் தமிழகத்துப் பேரரசர்களும் குறுநில மன்னர்களும் பல மனைவியரை மணப்பது சகஜமா யிருந்தது.

ஓயாமல் போர்கள் நடந்த வண்ணமாயிருந்தன. அரசிளங்குமாரர்களோ போர் முனையில் எப்போதும் முன்னணியில் இருந்தார்கள். ஆகையால் குலம் நசிக்காமல் பாதுகாப்பதற்காக அரச குலத்தவர் பெண்கள் பலரை மணப்பது வழக்கமாயிருந்தது. பட்ட மகிஷியாயிருப்பவள் மற்ற ராணிகளிடம் அசூயை கொள்ளாமல் அணைத்து ஆதரிப்பது ஒரு சிறந்த நறுங் குணமாகக் கருதப்பட்டது. இந்த முறையிலேயே மலையமான் மகள் உற்சாகமாயிருந்தாள். குந்தவை தன்னுடைய அலங்காரத் திறமையை இவ்வளவு நன்றாகக் காட்ட முடிந்தது பற்றிப் பெருமை கொண்டிருந்தாள். பைத்தியக்காரப் பிச்சியாகத் தோன்றியவளை இணையில்லா அழகு வாய்ந்த இளம் பெண்ணாகத் தோன்றும் படியல்லவா அவள் செய்துவிட்டாள்? பூங்குழலிக்கோ தன் அத்தைக்கு அரண்மனையில் இவ்வளவு இராஜோபசாரங்கள் நடப்பது பற்றிக் களிப்பு உண்டாகி யிருந்தது. அவள் எதிர்பார்த்ததற்கெல்லாம் மாறாக இங்கேயுள்ள அரண்மனைப் பெண்கள் நடந்து கொண்டிருந்தார்கள் அல்லவா?

இவ்வாறு பெருமிதம் பொங்க அந்த அறையினுள் பிரவேசித்த பெண்களின் ஊர்வலத்தைச் சக்கரவர்த்தி பார்த்தார். அவருடைய சிரிப்பு அந்த க்ஷணமே நின்றுவிட்டது. மந்தாகினியின் புதிய தோற்றம் அவருக்கே அளவில்லாத பிரமிப்பை அளித்தது. தாம் கண் முன்னால் பார்ப்பது உண்மைதானா என்று சந்தேகிப்பவர்போல் கண்களைக் கையினால் சிறிது மூடிக் கொண்டும் பின்னர் திறந்தும் உற்று உற்றுப் பார்த்தார். சற்று முன்னால் முதன்மந்திரி சொல்லிக் கொண்டிருந்த விவரங்கள் எல்லாம் அவர் மனத்தில் பதிந்திருந்தன. சில காலமாக நள்ளிரவில் தன் எதிரே தோன்றித் தன்னை வருத்திய பெண் உருவத்துக்கும் மந்தாகினியின் உருவத்துக்கும் உள்ள ஒற்றுமை அவருக்கு நன்கு புலனாயிற்று. அதே சமயத்தில் சில வேற்றுமைகள் இருப்பதையும் கவனித்துக் கொண்டார். இதைப் பற்றிய மர்மத்தை முழுவதும் ஆராய்ந்து உண்மையை அறிய வேண்டும் என்னும் ஆசை அவர் உள்ளத்திலும் உதயமாயிற்று.

மந்தாகினிமீது அவருக்கு முதலில் ஏற்பட்டிருந்த அருவருப்பு அப்படியே மாறாமல் இருந்தது. ஆனால் அதை வெளியில் காட்டிக் கொள்ளாமலிருக்கத் தீர்மானித்தார்.

அநிருத்தரிடம் அவர், 'முதன்மந்திரி! சற்று முன் உங்களை நான் பைத்தியம் என்றேன். பிரமை, பைத்தியம் எல்லாம் எனக்குத்தான் என்று தோன்றுகிறது. இனிமேல் தினந்தோறும் வைத்தியன் என்னை வந்து பார்ப்பது மட்டும் போதாது; மாந்திரீகனையும் அனுப்பி வைக்க வேண்டியதுதான். பழுவூர் இளைய ராணியைப் பார்க்க வரும்

மந்திரவாதியைப் பிடித்து அனுப்பி வைத்தால் கூடப் பாவமில்லை!' என்று மெல்லிய குரலில் கூறினார்.

அநிருத்தரின் உள்ளத்தில் ஒரு சிறிய துணுக்கம் உண்டாயிற்று. 'அந்த மந்திரவாதிகளில் எவனும் சக்கரவர்த்தியை நெருங்காமல் இருக்கட்டும்' என்று மனதிற்குள் வேண்டிக் கொண்டார். பிறகு, 'மன்னர் பெரும! மந்திரவாதி எதற்கு? வேறு மந்திரந்தான் எதற்கு? ஸ்ரீமந் நாராயணனுடைய திருநாமத்தை விடச் சக்தியுள்ள மந்திரம் வேறு ஒன்றுமில்லை!' என்றார்.

குந்தவைப்பிராட்டி, 'அப்பா! என்னை அழைத்து வரச் சொன்னீர் களாமே? பழையாறைக்குப் போக வேண்டும் என்று கூறினீர்களாமே? நாங்கள் எல்லோருமே போகலாமா?' என்றாள்.

சுந்தர சோழர் அதற்கு மறுமொழி சொல்லாமல் முதன்மந்திரியைப் பார்த்து, 'அநிருத்தரே! நான் என் கருத்தை மாற்றிக் கொண்டேன். இந்தப் பெண்கள் எதனாலோ ஒரே உற்சாகமாக இருக்கிறார்கள். வீட்டுக்குப் புதிய மருமகள் வந்ததுபோலக் களிப்படைந்திருக் கிறார்கள். இச்சமயம் இவர்களைப் பிரிக்க எனக்கு விருப்பமில்லை. தாங்கள் சற்று முன் சொன்னதுபோல் இவர்கள் எல்லாரும் சில நாள் இங்கேயே தங்கியிருக் கட்டும். செம்பியன் மாதேவி தங்களிடம் மிக்க நம்பிக்கையும் மரியாதையும் உள்ளவர். ஆகையால் தாங்களே நேரில் சென்று அவரை அழைத்துக்கொண்டு வாருங்கள்! தங்கள் சீடனை நாகைப்பட்டி னத்துக்கு அனுப்புங்கள். பெரிய பழுவேட்டரையரையும் அவருடைய இளைய ராணியையும் உடனே அழைத்து வர ஏற்பாடு செய்யும்படி நானே சின்னப் பழுவேட்டரையருக்குச் சொல்கிறேன்!' என்றார்.

'அப்படியே செய்யலாம், சக்கரவர்த்தி! ஆனால் எல்லாரும் வந்து சேருவதற்குச் சில தினங்கள் பிடிக்கலாம். நேற்று அடித்த புயல் மழை காரணமாக நதிகளில் எல்லாம் பூரணப் பிரவாகம் ஓடிக் கொண்டிருக்கிறது!' என்றார் முதன்மந்திரி.

'அதனால் பாதகம் இல்லை; இத்தனை நாள் பொறுத்த நாம் இன்னும் சில நாள் பொறுத்திருப்பதில் நஷ்டம் ஒன்றுமில்லை. கரிகாலனையும் அழைத்து வருவதற்கு ஏற்பாடு செய்தால் எல்லா விஷயங்களையும் முடிவு செய்து விடலாம். அவன் இன்னமும் வருவதற்கு மறுத்தால் நானே புறப்பட்டுப் போக வேண்டியது தான். அதைப் பற்றிப் பிறகு பேசிக் கொள்ளலாம். நீங்கள் நாளைக்கே சென்று பெரிய பிராட்டியை எப்படியாவது கையோடு அழைத்து வாருங்கள்! போகும்போது புயலினால் கஷ்டத்திற்குள்ளான மக்களைப்பற்றியும் கவனியுங்கள். நம்முடைய குடும்ப விவகாரங்களில் கவனம் செலுத்தி அந்த முக்கியமான காரியத்தை மறந்தே விட்டோம்' என்றார் சக்கரவர்த்தி.

'இல்லை, பிரபு! அதை நான் மறக்கவே இல்லை. எல்லாக் காரியங்களும் சரிவர நடைபெறும்; தாங்கள் நிம்மதியாயிருக் கலாம்' என்று சொல்லிவிட்டு முதன்மந்திரி விடை பெற்றுச் சென்றார்.

அன்றிரவு சுந்தர சோழர் உண்மையிலேயே இத்தனை காலமும் அனுபவியாத நிம்மதியை அடைந்திருந்தார். கரையர் குலத்து மந்தாகினி இறக்கவில்லை என்னும் செய்தி மெய்யாகவே அவருடைய நெஞ்சில் வெகு காலமாகக் குடிகொண்டிருந்த ஒரு பெரும் பாரத்தை அகற்றிவிட்டது. அருள்மொழிவர்மன் நாகைப்பட்டினத்தில் இருக்கிறான் என்ற செய்தியும் அவருக்கு ஆறுதல் அளித்திருந்தது. சூடாமணி விஹாரம் மிகப் பலமான கட்டிடமாதலால் அதில் உள்ளவர்க்கு அபாயம் ஒன்றும் நேருவதற்கில்லை என்ற தைரியமும் அவருக்கு இருந்தது. பழுவூர் இளைய ராணி அவருடைய புதல்வியாயிருக்கலாம் என்று அநிருத்தர் குறிப்பிட்டதை நினைக்க நினைக்க அவருக்கு வேடிக்கையாயிருக்கிறது. இது சக்கரவர்த்தியின் முகத்திலும் அடிக்கடி குறுநகையை உண்டாக்கியது.

மலையமான் மகள் முதலிய பெண்களுடன் அவர் சிறிது நேரம் உல்லாசமாகப் பேசிக் கொண்டிருந்தார். குந்தவையின் அலங்காரத் திறமையைப் பற்றிப் பாராட்டினார். 'காட்டு மிராண்டி ஜன்மமாகக் காணப்பட்டவளைத் தேவலோகத்து இந்திராணியாக மாற்றி விட்டாயே? ஆனால் அதற்கெல்லாம் இந்தக் கிழவிதானா அகப்பட்டாள்? வானதியைப்போன்ற சிறு பெண்களிடமல்லவா உன் திறமையைக் காட்ட வேண்டும்?' என்று பரிகாசமும் செய்தார். பிறகு பூங்குழலியிடம் அருள்மொழிவர்மனைப் பற்றி மேலும் விவரங்கள் கேட்டுத் தெரிந்து கொண்டார்.

அதன் முடிவில் பூங்குழலி, 'சுவாமி, நான் கோடிக்கரைக்குத் திரும்பிப் போக அனுமதி கொடுங்கள். நாளைக்கே நான் புறப்படலாம் அல்லவா? என் அத்தையைப் பற்றிய கவலை இனிமேல் எனக்கு இல்லை!' என்றாள்.

'உன் அத்தை மகன் ஒருவன் காய்ச்சல் வந்து கிடக்கிறான் என்றாயே? அவனைப் பற்றிக்கூடக் கவலை இல்லையா? போவதற்கு நீ இவ்வளவு அவசரப்பட வேண்டாம். சில நாள் இருந்துவிட்டுப் போ!' என்றார் சக்கரவர்த்தி. பூங்குழலி மௌனமாயிருந்தாள்.

அன்றிரவு சுந்தர சோழ சக்கரவர்த்தி நிம்மதியாக உறங்கினார். கனவுகள் கூட அதிகம் காணவில்லை. கண்ட கனவுகளும் துர்ச் சொப்பனங்களாக இல்லை; இன்பமான கனவுகள்.

அவருக்குப் பக்கத்து அறையிலே படுத்துறங்கிய அரண்மனைப் பெண்டிர்களும் நிம்மதியாகவே தூங்கினார்கள். அவர்களிலே

நிம்மதியில்லாமலும் நன்றாகத் தூங்காமலும் இருந்தவள் மந்தாகினி ஒருத்திதான். இன்று நடந்த நிகழ்ச்சிகள் எல்லாம் அவளுடைய மனத்தில் பெருங் கிளர்ச்சியை உண்டுபண்ணி யிருந்தன. முக்கியமாக அவளுடைய நினைவு பொக்கிஷ நிலவறைக்கும் சுரங்கப்பாதைக்கும் ஊசலாடிக் கொண்டிருந்தது. இராவணனுடைய கரங்களை உடைத்து அந்தச் சுரங்கப் பாதையை மூடிவிடுவதற்குத் தான் செய்த முயற்சி பலிக்காமற் போனதுபற்றி எண்ணி எண்ணி அவள் மனம் நிம்மதி கொள்ளாமல் தவித்தது. தூங்கா விளக்கின் மங்கலான வெளிச்சத்தில் சுற்று முற்றும் பார்த்துக் கொண்டேயிருந்தாள். முக்கியமாக மேல் மாடங்களின் சாளரங்களை அடிக்கடி உற்று நோக்கிக் கொண்டிருந்தாள்.

நள்ளிரவு கழிந்தது; பின்னிரவு தொடங்கியது. மூன்றாவது ஜாமம் ஏறக்குறைய முடியும் நேரம் ஆகிவிட்டது. அப்போது மேல் மாடத்தின் சாளரம் ஒன்றில் ஒரு தோற்றம் அவளுக்குத் தென்பட்டது. அகோர பயங்கர முகம் ஒன்று அந்தச் சாளரத்தை ஒட்டினாற் போலிருந்த அந்த அறைக்குள்ளே எட்டிப் பார்த்துக் கொண்டிருந்ததைக் கண்டாள். அந்த முகம் இன்னாருடைய முகம் என்பதும் ஒருவாறு அவளுக்குத் தெரிந்துவிட்டது. தூக்கிவாரிப் போட்டுக்கொண்டு எழுந்து நின்றாள். மறுபடியும் அந்தச் சாளரத்தை உற்றுப் பார்த்தாள். அங்கே அந்த முகத்தைக் காணவில்லை. பக்கத்து அறை வாசற்படி வரையில் மெள்ள நடந்து சென்று எட்டிப் பார்த்தாள். அங்கே சக்கரவர்த்தி நிம்மதியாக உறங்குவதைக் கண்டாள். அந்த அறையின் மேல் மாடச் சாளரங்களையும் உற்றுப் பார்த்தாள். ஒன்றும் தெரியவில்லை.

திரும்பி வந்து சிறிதும் சத்தம் செய்யாமல் பூங்குழலியைக் கையினால் தொட்டு அசைத்து எழுப்பினாள். அசந்து தூங்கிய பூங்குழலி கண் விழித்தாள். ஊமை ராணியின் முகத் தோற்றத்தைக் கண்டு திடுக்கிட்டாள். ஊமை ராணி சமிக்ஞை யினால் தன்னைத் தொடர்ந்து வரும்படி அவளிடம் சொன்னாள். அத்தையிடம் அளவிலாத பக்தி விசுவாசம் வைத்திருந்த பூங்குழலியும் சத்தம் செய்யாமல் எழுந்து அவளைப் பின்பற்றிச் சென்றாள்.

ஊமை ராணி சிற்ப மண்டபத்தை நோக்கிச் சென்றாள். போகும்போது நடைபாதையில் எரிந்து கொண்டிருந்த தூங்கா விளக்கு ஒன்றைக் கையில் எடுத்துக்கொண்டு நடந்தாள். சிற்ப மண்டபத்தை அடைந்ததும் பூங்குழலிக்குச் சிறிது கவலை உண்டாயிற்று. மறுபடியும் இவள் இராவணச் சிற்பத்தை உடைக்கப் போகிறாளா, என்ன? அப்படியானால் அதனால் ஏற்படும் சத்தத்தில் அரண்மனையில் உள்ளவர்கள் அத்தனை பேரும் விழித்துக் கொள்வார்களே? தன் அத்தை பைத்தியக்காரி தான் என்று ஊர்ஜிதமல்லவா ஆகிவிடும்?

அத்தை அந்த முயற்சியில் இறங்கினால் தான் அதைத் தடுத்தேயாக வேண்டும். சுத்தியைப் பலவந்தமாகப் பிடுங்கியாவது தடுத்தாக வேண்டும்... இப்படி எண்ணிக் கொண்டே அத்தையைத் தொடர்ந்து சிற்ப மண்டபத்துக்குள் பூங்குழலி பிரவேசித்தாள்.

ஆ! இது என்ன! அந்த இராவணச் சிற்பத்தின் தலை ஒன்று அசைகிறதே? இல்லை, இல்லை! இராவணன் தலை அசையவில்லை. இராவணனுடைய தலைகளுக்கும், மேலே உள்ள கைலாச மலைக்கும் மத்தியில் வேறொரு மனிதனின் தலை மாதிரி தெரிந்தது! உடனே அது மறைந்துவிட்டது. வீண் பிரமை! தூக்கக் கலக்கம்! விளக்கின் ஒளியில் உண்டாகும் சிற்பங்களின் நிழல் தோற்றமாயிருக்க வேண்டும்!...

மந்தாகினிக்கும் அந்தத் தோற்றம் புலப்பட்டதோ என்னமோ, தெரியவில்லை; ஆனால் அவள் இராவணன் சிலையை நெருங்கித்தான் சென்றாள். நல்ல வேளையாகப் பக்கத்தில் கிடந்த சுத்தியின் மீது அவள் கவனம் செல்லவில்லை. இராவணன் தலைகள் - கைகளுக்கும் அவை தாங்கிக் கொண்டிருந்த கைலாசகிரிக்கும் நடுவிலிருந்த இருளடர்ந்த பகுதியில் தீபத்தைத் தூக்கிப்பிடித்துக் காட்டினாள். அங்கே ஒரு துவாரம் இருந்தது தெரிந்தது.

பூங்குழலி முன்னமேயே ஊகித்தது சரிதான். அங்கே ஒரு சுரங்கப் பாதையின் வெளித்துவாரம் இருக்கிறது. யாரும் சந்தேகிக்க முடியாதபடி அவ்வளவு சாமர்த்தியமாக அமைக்கப்பட்டிருக்கிறது. அந்தச் சுரங்கப்பாதையின் துவாரத்தை மூடிவிடுவதற்கே முன்னிரவில் தன் அத்தை பிரயத்தனப்பட்டாள். அதை அறிந்து கொள்ளாமல் மற்றவர்கள் தடுத்து விட்டார்கள்.

இவ்விதம் பூங்குழலி எண்ணிக் கொண்டிருக்கும்போதே ஊமை ராணி தன் மருமகளுக்குத் தன்னைப் பின்பற்றி வரும்படி சமிக்ஞை செய்துவிட்டுக் கையில் விளக்குடனே அந்தத் துவாரத்தில் சிரமப்பட்டுப் புகுந்து அதில் இறங்கிச் செல்லத் தொடங்கினாள். சிறிது சிறிதாக அவள் உடம்பு மறைந்து வந்து தலையும் மறைந்து கையில் பிடித்திருந்த விளக்கும் மறைந்தது. கொஞ்சம் வெளிச்சம் மட்டும் தெரிந்தது. பிறகு பூங்குழலியும் உடம்பை நெளித்து வளைத்துத் தலையில் மோதிக் கொள்ளாமல் ஜாக்கிரதையாக அந்தச் சுரங்கத் துவாரத்துக்குள் இறங்கினாள். சில கணங்களுக்கெல்லாம் அவளும் மறைந்தாள். பின்னர், விளக்கின் ஒளியும் மறைந்தது. சிற்ப மண்டபத்தில் அந்தகாரம் குடிகொண்டது.

காலையில் மலையமான் மகளும் குந்தவையும் வானதியும் எழுந்து பார்த்தபோது ஊமை ராணியையும் பூங்குழலியையும் அவர்கள் படுத்திருந்த இடத்தில் காணாமல் திடுக்கிட்டார்கள். அரண்மனை

முழுவதும், தோட்டத்திலும், சிற்ப மண்டபத்திலும் தேடிப் பார்த்தும் அவர்கள் அகப்படவில்லை. அவர்கள் எப்படி மாயமாக மறைந்தார்கள் என்பதை யாராலும் ஊகிக்க முடியவில்லை. சக்கரவர்த்தியிடம் கூறியபோது முதலில் அவர் சிறிது கவலைப்பட்டார். பின்னர், 'அந்தப் பைத்தியங்கள் போய்த் தொலைந்ததே நல்லது! எப்படித் தொலைந்தால் என்ன?' என்றார். எனினும் அவர் உள்ளத்தினுள்ளே இனந்தெரியாத கவலையும் பயமும் குடிகொண்டன.

முப்பத்தேழாம் அத்தியாயம்

கடம்பூரில் கலக்கம்

ஆதித்த கரிகாலன் கடம்பூர் மாளிகைக்கு வந்ததிலிருந்து அம்மாளிகையில் நிரந்தரமாக வசித்தவர்களும் விருந்தினராக வந்தவர்களும் முள்ளின் மேல் நிற்பவர்கள் போலவும் நெருப்பின் மேல் நடப்பவர்கள் போலவும் காலங்கழிக்க வேண்டியிருந்தது. இளவரசரின் நாவிலிருந்து எந்த நிமிஷத்தில் எந்தவிதமான அஸ்திரம் என்று யாராலும் ஊகிக்க முடியவில்லை. ஆகையால் எல்லாரும் தவியாகத் தவித்துக் கொண்டிருந்தார்கள்.

சோழ சிம்மாசனத்தில் மதுராந்தகனை ஏற்றி வைப்பதற்குச் செய்யப்படும் சதியாலோசனை பற்றிக் கரிகாலன் அடிக்கடி ஜாடைமாடையாகக் குறிப்பிட்டு மற்றவர்களைத் துடிதுடிக்கச் செய்து வந்தான். பழுவேட்டரையரால் இதைப் பொறுக்க முடிய வில்லை. சிற்றரசர்களின் அபிப்பிராயத்தைக் கரிகாலனிடம் வெளிப்படையாகச் சொல்லிவிட வேண்டியதுதான் என்று சம்புவரையரிடம் வற்புறுத்தினார். சம்புவரையரோ, 'கொஞ்சம் பொறுங்கள்; எப்படியும் நமது விருந்தாளியாக வந்திருக்கிறான்; வெறும் முரடனாகவும் இருக்கிறான். ஒன்று நினைக்க வேறொன்றாக முடிந்தால் என்ன செய்கிறது? நல்ல சமயம் பார்த்துச் சொல்வோம்' என்று தள்ளிப் போட்டுக் கொண்டேயிருந்தார்.

எப்படி அந்தப் பேச்சை ஆரம்பிப்பது என்ற தர்மசங்கடத்தை அவர்களுக்கு வைக்காமல் ஆதித்த கரிகாலனே ஒருநாள் எல்லாரும் சேர்ந்திருந்த சமயத்தில் பட்டவர்த்தனமாக அதைப் பற்றிக் கேட்டு விட்டான்.

'பழுவூர்ப் பாட்டனிடமும் கடம்பூர் மாமனிடமும் ஒரு முக்கியமான விஷயத்தில் யோசனை கேட்பதற்காகவே நான் இங்கு வந்தேன். அதை இப்போது கேட்டுவிடுகிறேன். மூன்று வருஷங்களுக்கு முன் என் தகப்பனார் என்னைச் சோழ ராஜ்யத்தின் பட்டத்து இளவரசனாக்கிப்

பகிரங்கமாக முடிசூட்டினார். அதற்கு நீங்கள் எல்லாரும் சம்மதம் கொடுத்தீர்கள். இப்போது சக்கரவர்த்தி தம் அபிப்பிராயத்தை மாற்றிக் கொண்டிருப்பதாகத் தெரிகிறது. மதுராந்தகனைச் சிம்மாசனத்தில் ஏற்றி வைத்து முடிசூட்ட வேண்டும் என்று விரும்புகிறாராம். அதற்காகவே தஞ்சாவூருக்கு வரும்படியாக எனக்கு அழைப்புக்கு மேல் அழைப்பு அனுப்பிக் கொண்டிருக்கிறார். நானும் போகாமல் தட்டிக் கழித்துக் கொண்டிருக்கிறேன். எதற்காகத் தஞ்சாவூர் போகவேண்டும்? போய் என் தந்தையின் வார்த்தையை நேருக்கு நேர் ஏன் புறக்கணிக்க வேண்டும்? அதைவிடப் போகாமலிருந்து விடுவதே நல்லது அல்லவா? பழுவூர்ப் பாட்டா! கடம்பூர் மாமா! நீங்கள் பெரியவர்கள். எல்லா நியாயமும் தெரிந்தவர்கள். நீங்களே சொல்லுங்கள். இராஜ்யத்தை மதுராந்தனுக்கு விட்டுக் கொடுத்துவிடும்படி என் தந்தை இத்தனை காலத்துக்குப் பிறகு என்னைக் கேட்பது நியாயமாகுமா? அதை நான் மறுதளித்தல் குற்றமாகுமா?' என்று ஆதித்த கரிகாலன் திட்டவட்டமாகக் கேட்டதும், எல்லாருமே திகைத்துப் போனார்கள்.

பழுவேட்டரையர் தொண்டையைக் கனைத்துக் கொண்டு, பதில் சொல்லச் சிறிது காலம் கடத்தலாம் என்று எண்ணி, 'கோமகனே! இந்த விஷயமாகத் தங்கள் திருக்கோவலூர்ப் பாட்டனை யோசனை கேட்டிருப்பீர்களே? மலையமான் என்ன சொல்கிறார்?' என்றார்.

'ஆகா! அந்தக் கிழவனாரின் இயல்புதான் உங்களுக்கெல்லாம் தெரியுமே? அவருடைய பேரப்பிள்ளை சிம்மாசனத்தை இன்னொருவனுக்கு விட்டுக் கொடுத்துவிட அவர் சம்மதிப் பாரா? அதைக் காட்டிலும் என்னையும், என்னைப் பெற்ற தாயையும் சேர்த்து அவர் வெட்டிப்போட்டு விடுவார்! இப்போது மலையமான் சைன்யம் சேர்க்கத் தொடங்கி விட்டார் - அவருடைய பேரனுடைய சிங்காதன உரிமையை நிலைநாட்டு வதற்காக! ஆனால் நான் அவருடைய பேச்சைக் கேட்டு மட்டும் நடக்கப் போவதில்லை. நீங்கள் எல்லாரும் எப்படிச் சொல்கிறீர் களோ, அப்படி நடந்து கொள்வேன்!' என்று கரிகாலன் மிக்க சாதுப் பிள்ளையைப்போல் கூறினான்.

இதனால் ஏமாந்துபோன பழுவேட்டரையர், 'மலையமானைப் போல் தந்தையைத் தனயன் எதிர்க்கும்படி தூண்டி விடக் கூடியவர்கள் நாங்கள் அல்ல. சக்கரவர்த்தியின் கட்டளை எதுவாயிருந்தாலும் அதை அனுசரித்து நடக்க நாம் எல்லாரும் கடமைப்பட்டவர்கள். ஆனால் நியாயம் இன்னது என்பதைச் சொல்லும் பாத்தியதை நமக்கு உண்டு. சக்கரவர்த்தி இந்த விஷயமாகச் சொல்வதில் நியாயமே இல்லை யென்று சொல்ல முடியாது. இந்தச் சோழ ராஜ்யத்தின்மீது மதுராந்தகத் தேவருக்கு உரிமையே கிடையாது என்றும் சொல்வதற்கில்லை. இளவரசே! தாங்கள் கேட்கிறபடியினால் எங்கள் மனத்தை விட்டுச்

சொல்கிறோம். முடிவு தங்கள் இஷ்டத்தைப் பொறுத்தது. இந்த விவாதத்தை வளரும்படி விடுவது இராஜ்யத்துக்கு மிக்க அபாயகரமானது என்று நாங்கள் கருதுகிறோம். ஆகையால், ஏதேனும் ஒரு சமரச முடிவுக்கு வருவது நல்லது. சோழ ராஜ்யம் இப்போது முன்னைப் போல் இரண்டு வெள்ளாறுகளுக்கு மத்தியில் குறுகிக் கிடக்கவில்லை. குமரி முனையிலிருந்து கிருஷ்ணை நதிவரையில் பரவிப் படர்ந்திருக்கிறது. இதை இரண்டாகப் பிரித்தாலும் ஒவ்வொன்றும் பெரிய இராஜ்யமாக இருக்கும். அவ்விதம் கொள்ளிடம் நதிக்குத் தெற்கேயுள்ள ராஜ்யத்தை மதுராந்தகத் தேவருக்கும் வடக்கேயுள்ள பகுதியைத் தங்களுக்கும் உரியதென்று பிரித்துக் கொடுப்பது நியாயமா யிருக்கும். இது எங்கள் முடிவான கருத்து. தாங்கள் இதை ஒப்புக்கொண்டால் மேலே செய்ய வேண்டியதைச் செய்யலாம். சக்கரவர்த்தியை இந்த ஏற்பாட்டுக்குச் சம்மதிக்கச் செய்யும் பொறுப்பை நானே ஏற்றுக் கொள்கிறேன்!' என்றார்.

ஆதித்த கரிகாலன் அப்போது கலகலவென்று சிரித்தது பழுவேட்டரை யருடைய வயிற்றில் அனலை மூட்டியது.

'பாட்டா! சோழ ராஜ்யத்தை இரண்டாகப் பிரித்துத் தெற்கு இராஜ்யத்தில் பழுவேட்டரையர்களும் வடக்கு இராஜ்யத்தில் சம்புவரையர்களும் அதிகாரம் செலுத்துவது சரியான பங்கீடுதான். உங்கள் இரு குடும்பங்களும் என் பாட்டனுக்குத் தகப்பனார் காலத்திலிருந்து செய்து வந்திருக்கும் சேவைக்கு உரிய வெகுமதிதான். ஆனால் இராஜ்யத்தைப் பிரிப்பதில் எனக்குச் சிறிதும் விருப்பமில்லை. வழிவழியாக வந்த இராஜ்யத்தைப் பங்கிட்டுக் கொள்வதும் ஒன்றுதான்; தாலி கட்டிய மனைவியை பங்கிட்டுக் கொள்வதும் ஒன்றுதான்! கிழவர்களாகிய உங்களுக்கு அது சம்மதமாயிருக்கலாம்! எனக்குச் சம்மதம் இல்லை!' என்று கரிகாலன் கூறியபோது பெரிய பழுவேட்டரையரின் கண்களில் தீப்பொறி பறந்தது. அவர் கொதிப்புடன் எழுந்து நின்றார். உடைவாளை உறையிலிருந்து எடுப்பதற்கும் ஆயத்தமானார்.

அச்சமயத்தில் கரிகாலன் 'பாட்டா! என்ன, இதற்குள் எழுந்து போகப் பார்க்கிறீர்கள்? என்னுடைய யோசனையை முழுதும் கேட்டு விட்டுப் போங்கள். சோழ ராஜ்யத்தைப் பிரிப்பதற்கு எனக்குச் சம்மதமில்லை. என் குலத்து முன்னோர்களும், நீங்களும் உங்கள் முன்னோர்களும் ஐந்து தலைமுறையாகப் பாடுபட்டு எத்தனையோ வீராதி வீரர்களின் உயிர்களைப் பலி கொடுத்துச் சோழ ராஜ்யம் இந்த நிலைமைக்கு வந்திருக்கிறது. இதை இரண்டாகப் பிரித்து சிறிய பகுதிகளாக்குவது பாவமாகும். வீர சொர்க்கத்திலுள்ள இராஜாதித்தர் முதலிய நம்

முன்னோர்கள் நம்மைச் சபிப்பதற்கு ஏதுவாகும். ஆகையால் அந்த யோசனையை விட்டுவிடுங்கள். இந்தப் பெரிய சோழ ராஜ்யம் முழுவதையும் மதுராந்தகனுக்கே விட்டுக் கொடுத்து விட நான் ஆயத்தமாயிருக்கிறேன்; அதற்கு நியாயமும் உண்டு. என் பெரிய பாட்டனாரின் மகன் மதுராந்தகன். ஆகையால் என் தந்தைக்குப் பதிலாகவே மதுராந்தகனுக்குப் பட்டம் கட்டியிருக்க வேண்டும். பராந்தகச் சக்கரவர்த்தியின் ஏற்பாட்டினால் என் தந்தை முடிசூட்டிக் கொள்ள வேண்டியதாயிற்று. அந்தத் தவறு அவரோடு போகட்டும். 'தந்தைக்குப் பிறகு மகன்' என்ற நியதிப்படி எனக்கு இந்த ராஜ்யத்தின் பேரில் பூரண உரிமை இருந்தாலும் அதை விட்டுக் கொடுத்து விடுகிறேன்.

ஆனால் அதற்கு ஒரு நிபந்தனை இருக்கிறது. வடதிசையின்மீது படை எடுத்துச் செல்ல மூன்று லட்சம் போர் வீரர் கொண்ட சைன்யம் எனக்கு வேண்டும். சைன்யத்துக்கு வேண்டிய தளவாட சாமான்களும் சாமக்கிரியைகளும் ஒரு வருஷத்துக்கு உணவுப் பொருள்களும் திரட்டித்தர வேண்டும். மாகடலில் செல்லக் கூடிய முந்நூறு பெரிய மரக்கலங்களும் வேண்டும். பார்த்திபேந்திரனைக் கப்பல் படைத் தலைவனாக்கிக் கடலோரமாக வரச் செய்துவிட்டு நான் தரை மார்க்கமாக வட நாட்டின்மீது படை எடுத்துச் செல்வேன். கங்கை நதியின் முகத்துவாரத்தில் நானும் பார்த்திபேந்திரனும் சந்திப்போம். பிறகு மேலும் வடக்கே போவோம். என் குலத்து முன்னோன், என் பெயர் கொண்ட கரிகால் வளவன், இமயமலை மீது புலிக் கொடியை நாட்டினான் என்று கவிஞர்கள் பாடி வைத்திருக்கிறார்கள். என் முன்னோர் சாதித்ததை நானும் இப்போது மறுபடியும் சாதிப்பேன். என்னுடைய வாள் வலிகொண்டும், எனக்குத் துணை வரும் வீரர்களின் தோள் வலிக்கொண்டும், கிருஷ்ணை நதிக்கு வடக்கே நானாகக் கைப்பற்றும் நாடுகளுக்குச் சக்கரவர்த்தியாவேன். அன்றி, போரில் மடிந்தால், சோழ குலத்தின் வீரப் புகழை நிலை நாட்டினோம் என்ற மகிழ்ச்சியுடன் வீர சொர்க்கம் அடைவேன். பழுவூர்ப் பாட்டா! கடம்பூர் மாமா! என்ன சொல்கிறீர்கள்? இந்த நிபந்தனையை நிறைவேற்றித் தர நீங்கள் ஒப்புக் கொள்வீர்களா?'

இவ்விதம் கம்பீரமாக கேட்டுவிட்டுக் கரிகாலன் நிறுத்தினான். கிழவர்கள் இருவரும் திகைத்துப் போனார்கள். பழுவேட்டரை யர், தடுமாற்றத்துடன், 'இளவரசே! தங்களுடைய நிபந்தனையை ஒப்புக்கொள்ள நாங்கள் யார்? எங்களுக்கு என்ன உரிமை? சக்கரவர்த்தியை அல்லவா கேட்க வேண்டும்!' என்றார்.

கரிகாலன் கொதித்து எழுந்து, இடி முழக்கக் குரலில் கர்ஜனை செய்தான்:

'பாட்டா! சக்கரவர்த்தியின் பெயரைச் சொல்லி யாரை ஏமாற்றலாம் என்று பார்க்கிறீர்கள்? என்னை ஏமாற்ற முடியாது! என் தந்தையை நீங்கள் அரண்மனையில் சிறைப்படுத்தி நீங்கள் ஆட்டி வைத்தபடி ஆடும் பொம்மையாக வைத்துக் கொண்டிருக் கிறீர்கள்! அது எனக்குத் தெரியாது என்றா எண்ணினீர்கள்? சின்னப் பழுவேட்டரையர் அனுமதியின்றி யாராவது என் தந்தையைப் பார்க்க முடியுமா? என் தம்பியை ஈழத்திலிருந்து சிறைப்படுத்திக் கொண்டுவருவதற்கு என் தந்தை கட்டளை போட்டது சக்கரவர்த்தியின் சொந்த விருப்பத்தினாலா? உங்கள் கட்டாயத்தினாலா? தேச மக்களின் கண்ணுக்குக் கண்ணான அருமை மகனை, வீராதி வீரனை, சிறைப்படுத்திக் கொண்டு வரும்படி எந்தத் தகப்பனாவது இஷ்டப் பட்டுக் கட்டளை யிடுவானா? அருள்மொழியைச் சிறைப்படுத்திக் கொண்டுவந்து கடலில் மூழ்க அடித்துக் கொன்றுவிட்டதாக உங்கள் பேரில் இன்று சோழ நாட்டு மக்கள் எல்லாரும் ஆத்திரப்பட்டுக் கொதித்துக் கொண்டிருக்கிறார்கள்...'

'இளவரசே! அத்தகைய அபாண்டமான பழியை யார் சொன்னது? சொன்னவனுடைய நாவைத் துண்டித்து அவனையும் கண்ட துண்டமாக்குவேன்...!' என்று பழுவேட்டரையர் அலறினார்.

'பழி சொல்லுகிறவர் ஒருவராயிருந்தால் நீங்கள் கண்டதுண்டம் செய்யலாம். பதினாயிரம், லட்சம், பத்து லட்சம் பேர் சொல்லுகிறார்கள். அவ்வளவு பேரையும் நீங்கள் தண்டிப்பதா யிருந்தால் சோழ நாடு பிணக்காடாகவும் சுடுகாடாகவும் மாறிவிடும். சிவபக்தனாகிய மதுராந்தகன் ஆட்சி புரிவதற்குச் சோழ நாடு தகுந்த இராஜ்யமாயிருக்கும்! ஆனால் பாட்டா! அந்தப் பேச்சை நான் நம்பவில்லை. மக்கள் அறிவற்ற மூடர்கள். ஆராய்ந்து பாராமல் ஒருவன் கட்டிவிட்ட கதையையே மற்றவர்களும் திரும்பிச் சொல்லிக் கொண்டிருப்பார்கள். சோழ குலத்துக்குப் பரம்பரைத் துணைவர்களான நீங்கள் அத்தகைய படுபாதகத்தை ஒரு நாளும் செய்திருக்க மாட்டீர்கள். அருள்மொழி கடலில் மூழ்கியிருந்தால் அது அவனுடைய தலைவிதியின் காரணமாகத்தான் இருக்க வேண்டும். 'மூன்று உலகமும் ஆளப் பிறந்தவன்' என்று கூறி வந்த ஜோதிடர்கள், ஆருடக்காரர்கள், ரேகை சாஸ்திரிகள் வாயில் மண்ணைப் போடுவதற்காகவே அவன் கடலில் மூழ்கி மாண்டிருக்க வேண்டும்.

'பாட்டா! நீங்கள் எவ்வளவு பெரிய வீராதி வீரராயிருந்தாலும் நடுக்கடலில் சுழிக்காற்றை வரவழைப்பதற்கும் கப்பலின் பாய் மரத்தின்மீது இடிவிழச் செய்வதற்கும் உங்களால்கூட முடியாது. ஒருவேளை அது பாண்டிய நாட்டு மந்திரவாதிகளின் காரியமா யிருக்கலாம்; நீங்கள் அதற்குப் பொறுப்பில்லை. ஆகையால்

அருள்மொழியின் கதிக்கும் நீங்கள் பொறுப்பாளியில்லை. ஆனால் 'சக்கரவர்த்தியைக் கேட்டுச் சொல்ல வேண்டும்' என்று மட்டும் இனி என்னிடம் சொல்லா தீர்கள். அப்புறம் அந்த அன்பில் பிரம்மராயனைக் கேட்டுச் சொல்ல வேண்டும் என்றுகூடச் சொல்வீர்கள். சக்கரவர்த்தியும் முதன்மந்திரியும் ஏதோ அந்தப் பட்டங்களைச் சுமந்து கொண்டிருக்கிறார்கள். உங்கள் விருப்பத்தை மீறி அவர்கள் எதுவும் செய்ய முடியாது. பழுவூர் பாட்டி நந்தினிதேவியைக் கேட்டுச் சொல்கிறேன் என்று வேண்டுமானால் சொல்லுங்கள்...!'

இச்சமயம் கந்தமாறன் குறுக்கிட்டு, 'ஐயா! எங்கள் வீட்டுக்கு விருந்தாளியாக வந்திருப்பவர்களை...' என்று ஏதோ தடுமாற்றத் துடன் இரைந்து சொல்ல ஆரம்பித்தான்.

கரிகாலன் அவன் பக்கம் கண்களில் தீ எழ நோக்கி, முப்புரம் எரித்த சிவனைப்போலச் சிரித்து 'கந்தமாறன்! இது உங்கள் வீடா? மறந்துவிட்டேன்! கொல்லி மலை வல்வில் ஓரியின் வம்சத்தில் பிறந்த வீராதி வீரன் நீ என்பதையும் மறந்து விட்டேன். உன் வீட்டில், அதுவும் நீ இருக்கும் இடத்தில் கொஞ்சம் பயந்துதான் பேசவேண்டும்! தவறாக என்ன சொல்லிவிட்டேன். உன் வீட்டு விருந்தாளிகளை என்ன செய்துவிட்டேன்?... கந்தமாறன்! ஏன் உன் கைகால் நடுங்குகிறது? ஈழத்தில் பரவியிருக்கும் நடுக்கு ஜுரம் உனக்கும் வந்து விட்டதா? நீ ஈழத்துக்குக்கூடப் போகவில்லையே!' என்றான்.

வந்தியத்தேவன் அப்போது, 'கோமகனே! கந்தமாறனுக்கு நடுக்கு ஜுரம் இல்லை. தாங்கள் பழுவூர் இளைய ராணியைப் பாட்டி என்று சொன்னதில் அவனுக்குக் கோபம்!' என்றான். கந்தமாறன் வந்தியத்தேவனைக் குரோதத்துடன் பார்த்துக் கொண்டு கத்தியை எடுக்கத் தொடங்கினான். பார்த்திபேந்திரன் அவன் கையைப் பிடித்து இழுத்து உட்கார வைத்துக் காதோடு ஏதோ சொன்னான். கந்தமாறன் அடங்கினான். அவனுடைய உடல் மட்டும் சிறிது நேரம் நடுங்கிக் கொண்டிருந்தது.

கரிகாலன் அவனைப் பார்த்துச் சிரித்துவிட்டு, பழுவேட்டரையர் பக்கம் திரும்பி, 'பாட்டா! இளங்காளைகள் இப்படித்தான் கட்டுக் கடங்காமல் சில சமயம் துள்ளிக் குதிப்பார்கள். அவர்களை நீங்கள் பொருட்படுத்த வேண்டாம். நீங்கள் எனக்குப் பாட்டன் முறை ஆகையால் இளைய ராணி எனக்குப் பாட்டிதானே? அப்படி நான் அழைப்பதில் என் பாட்டிக்கும் வருத்தம் இல்லை; தங்களுக்கும் வருத்தமில்லை. இந்தச் சிறு பிள்ளைகளுக்கு எதற்காக ஆத்திரம் பொத்துக்கொண்டு வருகிறது? போனால் போகட்டும்! நான் ஆரம்பித்த விஷயத்தை விட்டுவிட்டு எங்கேயோ போய்விட்டேன். என் தந்தை - சக்கரவர்த்தியின் பேரில் தாங்கள் பாரத்தைச் சுமத்த வேண்டாம். தாங்கள் சம்மதித்தால் என்

தந்தையும் சம்மதித்தாற் போலத்தான். பொக்கிஷம் தங்கள் கையில் இருக்கிறது. வடபுலத்துக்குப் படையெடுத்துப் போகிறேன் என்றால், சோழ நாட்டிலிருந்து மூன்று லட்சம் என்ன, முப்பது லட்சம் வீரர்கள் போட்டியிட்டுக் கொண்டு வருவார்கள். முந்நூறு கப்பல்களைச் சேகரித்துக் கொடுப்பதிலும் கஷ்டம் ஒன்றுமில்லை. தாங்கள் சம்மதிக்க வேண்டும்! மதுராந்தகத் தேவனும் சம்மதிக்க வேண்டும்! அவ்வளவு தான்! என்ன சொல்லுகிறீர்கள்?' என்று கரிகாலன் நிறுத்தினான்.

திணறித் திண்டாடித் திக்கு முக்காடிப்போன பழுவேட்டரையர் தொண்டையை மறுபடியும் கனைத்துக்கொண்டு கூறினார்:

'கோமகனே! தங்கள் அதிசயமான விருப்பத்துக்கு நான் சம்மதித்தாலும், மதுராந்தகத் தேவரின் சம்மதம் எப்படியும் வேண்டும் அல்லவா? சக்கரவர்த்தியிடம் விடை பெற்றுக் கொள்ளாமல் தாங்கள் திக்விஜயத்துக்குப் புறப்பட முடியுமா? ஆகையால் எல்லோருமாகத் தஞ்சாவூருக்குப் போவோம்...'

'அது மட்டும் முடியாது; பாட்டா, தஞ்சாவூருக்குப் போன பிறகு என் தந்தை வேறு விதமாகக் கட்டளையிட்டால் என்னால் அதை மீற முடியாமல் போய்விடும். அப்புறம் அங்கே என் அன்னை, மலையமான் மகள், இருக்கிறாள். என் சகோதரி இளைய பிராட்டி இருக்கிறாள். அவர்களுக்கு நான் முடிதுறந்து தேசாந்தரம் செல்வது சம்மதமாயிராது. அவர்கள் பேச்சை மீறுவதும் கஷ்டமாயிருக்கும். பாட்டா! இந்த விஷயம் இந்தக் கடம்பூர் மாளிகையில்தான் முடிவாக வேண்டும். தாங்கள் தஞ்சைக்குப் போய் மதுராந்தகனை இங்கே அழைத்து வாருங்கள். நமக்குள் பேசி முடிவு செய்தபிறகு தந்தையிடம் தெரிவிக்கலாம். படையெடுப்புக்கு எல்லாம் ஆயத்தமான பிறகு நான் தஞ்சைக்கு வந்து என் பெற்றோர்களிடம் விடைபெற்றுக்கொண்டு கிளம்புகிறேன். அல்லது மதுராந்தகனுக்கு இப்போதே பட்டம் கட்டி விட்டு என் பெற்றோர்கள் காஞ்சிக்கு வரட்டும். அங்கே நான் கட்டியிருக்கும் பொன் மாளிகையில் அவர்களை இருக்கச் செய்துவிட்டு நான் புறப்படுகிறேன்' என்றான்.

பழுவேட்டரையர் சம்புவரையரைப் பார்த்தார். சம்புவரையரோ கூரை மேட்டைப் பார்த்துக் கொண்டிருந்தார். அவரிடமிருந்து உதவி ஒன்றும் கிடைப்பதற்கில்லையென்று கண்டு, பழுவேட்டரையர் 'கோமகனே! தங்களுடைய கட்டளைக்கு மாறாக நான் என்ன சொல்ல முடியும்?' என்றார். 'ஆகட்டும்' என்று சொல்லிப் பழுவேட்டரையர் கனைத்துக் கொண்டார்.

'மிக்க வந்தனம், பாட்டா! அப்படியானால் சீக்கிரமே புறப்படுவதற்கு ஏற்பாடு செய்யுங்கள்! மதுராந்தகனைப் பகிரங்கமாகவே யானைமீது

ஏற்றிவைத்து இவ்விடத்துக்கு அழைத்து வாருங்கள். அல்லது பொன் ரதத்தில் ஏற்றி அழைத்து வாருங்கள். இளைய பாட்டியின் மூடு பல்லக்கு மட்டும் இந்தத் தடவை வேண்டாம்!' என்று சொல்லிவிட்டுச் சிரித்தான் கரிகாலன்.

பின்னர் கந்தமாறன் முதலியவர்களைப் பார்த்து, 'கந்தமாறா! உன்பாடு யோகந்தான்! உன் வீட்டுக்கு மேலும் விருந்தாளிகள் வரப் போகிறார்கள். சுந்தர சோழருக்குப் பிறகு சோழ நாட்டுக்குச் சக்கரவர்த்தியாகப் போகிற மதுராந்தகர் வரப் போகிறார். அவருக்குப் பட்ட மகிஷியாகப் போகும் சின்னப் பழுவேட்டரையரின் மகளையும் உடன் அழைத்து வந்தாலும் வருவார். கடம்பூர் மாளிகை ஒரே கோலாகலமாகத் தானிருக்கும். பழுவூர்ப் பாட்டனார் தஞ்சைக்குப் புறப்படட்டும். நாம் வேட்டைக்குப் புறப்படலாம் வாருங்கள்! வில் வித்தையில் ஒரு காலத்தில் நான் வல்லவனாக இருந்தேன். 'அர்ச்சுனனுக்கு அடுத்தபடி ஆதித்த கரிகாலன்தான்' என்று பெயர் வாங்கியிருந்தேன். மூன்று வருஷங்களாக வில்லைத் தொடாமல் வில் வித்தையே மறந்துபோய் விட்டது. மறுபடியும் பழக்கம் செய்து கொள்ள வேண்டும். பார்த்திபேந்திரா! வந்தியத்தேவா! எல்லாரும் கிளம்புங்கள்! வேட்டைக்கு எங்கே போகலாம்? கொல்லிமலைக்குப் போகலாமா?' என்று பொதுப் படையாகக் கரிகாலன் கேட்டான்.

இத்தனை நேரமும் எந்தப் பேச்சிலும் கலந்து கொள்ளாமலிருந்த சம்புவரையர், 'கோமகனே! கொல்லிமலை வெகு தூரத்தில் இருக்கிறது. அவ்வளவு தூரம் போக வேண்டியதில்லை. வீரநாராயண ஏரியின் மேற்குக் கரையில் அடர்ந்த காடு இருக்கிறது. அதைத் 'தண்டகாரண்யம்' என்றே சொல்வதுண்டு. வேட்டைக்கு வேண்டிய காட்டு மிருகங்களும் அங்கே ஏராளமாக இருக்கின்றன. அந்தக் காட்டிலிருந்து வேட்டையாடிக்கொண்டு வந்த மிருகங்கள்தான் நமது வேட்டை மண்டபத்தில் உள்ளவை. ஏரிக்கரைக் காடு, இம்மாளிகைக்குச் சமீபத்திலும் இருக்கிறது. காலையில் வேட்டையாடப் புறப்பட்டுச் சென்றால் இரவு வீடு திரும்பி விடலாம்!' என்றார்.

'அப்படியே செய்யலாம், ஐயா! இந்த மாளிகையில் நான் விருந்தாளியாயிருக்கும் வரையில் தாங்கள் வைத்ததே எனக்குச் சட்டம். தங்கள் குமாரி மணிமேகலையையும் வேட்டைக்கு அழைத்துப் போகலாமா? அவள் இருக்குமிடம் எப்போதும் கலகலப்பாயிருக்கிறது!' என்றான் ஆதித்த கரிகாலன்.

'எனக்கு ஆட்சேபமில்லை; மணிமேகலையைக் கேட்டுப் பார்க்கலாம்' என்றார் சம்புவரையர்.

அப்போது கந்தமாறன் 'வேட்டைக்குப் போகும் இடத்தில் பெண்கள் எதற்கு? அவர்கள் பத்திரமாயிருக்கிறார்களா என்று பார்ப்பதற்குத்தான் வேலை சரியாயிருக்கும். வேட்டையில் கவனம் செலுத்த முடியாது. மேலும், நந்தினி தேவிக்கு இங்கே துணை வேண்டுமல்லவா?' என்றான்.

'ஆமாம்; ஆமாம். கந்தமாறனுக்கு எப்போதும் பழுவூர் பாட்டியைப் பற்றித்தான் கவலை. மணிமேகலையை அழைத்துப் போவதில் இன்னொரு கஷ்டமும் இருக்கிறது. அவள் துள்ளிக் குதிப்பதைப் பார்த்துவிட்டு மான் துள்ளிக் குதிப்பதாக நினைத்து யாராவது அவள் பேரில் அம்பை விட்டாலும் விடுவார்கள். பெண்கள் அரண்மனையிலேயே இருக்கட்டும், நாம் வேட்டைக்குப் போகலாம். நாளை அதிகாலையில் புறப்பட வேண்டும். இன்றிரவு குரவைக் கூத்தைச் சீக்கிரம் முடித்துவிட்டு, அவரவர்களும் சீக்கிரமாகத் தூங்குங்கள். ஐயா! வேட்டைக்காரர்களுக்கெல்லாம் இப்போதே சொல்லி வைத்துவிடுங்கள். வந்தியத்தேவா! வா! நம்முடைய ஜாகைக்குப் போகலாம்!' என்று சொல்லி ஆதித்த கரிகாலன் வந்தியத்தேவனைக் கையைப்பிடித்து இழுத்துக் கொண்டு புறப்பட்டான்.

கந்தமாறனும் பார்த்திபேந்திரனும் அவர்களைச் சிறிது அசூயையுடன் பார்த்துக்கொண்டு நின்றார்கள். சம்புவரையர் வேட்டைக்காரர்களுக்குக் கட்டளை பிறப்பிப்பதற்காகச் சென்றார். பழுவேட்டரையர் நந்தினியைத் தேடி அந்தப்புரத்துக்குப் போனார்.

முப்பத்தெட்டாம் அத்தியாயம்

நந்தினி மறுத்தாள்

பழுவேட்டரையர் சிறிது உற்சாகத்துடனேயே நந்தினியைப் பார்க்கப் போனார். கடம்பூருக்கு அவர் புறப்பட்டு வந்தபோது என்ன நம்பிக்கையுடன் வந்தாரோ, அது ஒன்றும் இதுவரையில் நிறைவேற வில்லை. சிறு பிள்ளையாகிய ஆதித்த கரிகாலனைக் கடம்பூர் மாளிகையிலே தருவித்து வைத்துக் கொண்டால், அவனை நயத்தினாலும் பயத்தினாலும் தம்முடைய விருப்பத்தின்படி நடக்கச் செய்யலாம் என்று அவர் எண்ணியிருந்தார். தாமும் சம்புவரையரும் சொல்லுவதற்கு அவன் கட்டுப்பட்டே தீரவேண்டும் என்று நம்பினார். சோழ ராஜ்யம் முழுவதற்கும் மதுராந்தகனுக்கு உடனடியாகப் பட்டம் கட்டுவதிலுள்ள அபாயம் அவருக்குத் தெரிந்தேயிருந்தது. வடக்கே மலையமானும், தெற்கே கொடும்பாளூர் வேளானும் அதற்கு விரோதமாயிருப்பார்கள். கரிகாலன் அவர்களுடன் சேர்ந்து கொண்டால் உள்நாட்டு யுத்தம் மூண்டே தீரும். அதன் முடிவு எப்படியாகும் என்று யார் சொல்ல முடியும்? பொது மக்களில் பெரும்பாலோர் சுந்தர சோழருடைய புதல்வர்களின் பக்கமே இருப்பார்கள். மதுராந்தகனுடைய தாயே அவனுக்கு விரோதமா யிருக்கிறாள். காலாமுகக் கூட்டத்தாரை மட்டும் நம்பி உள்நாட்டுப் போரில் இறங்க முடியுமா? பாண்டிய நாட்டிலும், சேர நாட்டிலும் பாலாற்றுக்கு வடக்கேயுள்ள நாடுகளிலும் கலகங்கள் கிளம்பினாலும் கிளம்பும். ஆகையால் இப்போதைக்கு மதுராந்தகனுக்குப் பாதி ராஜ்யம் என்று பிரித்துக் கொண்டால், அதுவும் தஞ்சையை தலைநகராகக் கொண்ட தென் சோழ ராஜ்யமாயிருந்தால், பிற்பாடு போகப் போகப் பார்த்துக் கொள்ளலாம். கொடும்பாளூர் வேளானின் செல்வாக்கை ஒரு வழியாகத் தீர்த்துக் கட்டிவிடலாம். பிறகு வடக்கே திரும்பித் திருக்கோவலூர் மலையமானையும் ஒரு கை பார்க்கலாம். கரிகாலன் வெறும் முரடன், என்றைக்காவது ஒருநாள் ஏதாவது ஏடாகூடமான காரியத்தில் இறங்கி அற்பாயுளில் இறக்கக்கூடும். அப்படி நேர்ந்தால், எல்லாக் கவலையும் தீர்ந்தது. இப்போதைக்குப் பாதி ராஜ்யம் என்று ஏற்பாடு செய்துகொள்வது நல்லது.

இளைய ராணி நந்தினியுடனும் கலந்து ஆலோசித்ததின் பேரில் பெரிய பழுவேட்டரையர் இத்தகைய முடிவுக்கு வந்து, அதன் பிறகுதான் கடம்பூருக்கு வந்தார். கரிகாலனையும் அங்கு அழைத்து வரச் செய்தார். ஆனால் எதிர்பார்த்தபடி ஒன்றும் நடக்கவில்லை. பெரியவர்களுக்கு அடங்கி நடப்பதற்குப் பதிலாக கரிகாலன் பெரியவர்களை அதட்டி உருட்டி அதிகப் பிரசங்கம் செய்து கொண்டிருந்தான். அவனுடைய கேலிப் பேச்சுக்களையும் இரு பொருள் கொண்ட மொழிகளையும் பழுவேட்டரையரால் பொறுக்க முடியவில்லை. முக்கியமாக அவரைப் பற்றிக் கரிகாலன் அடிக்கடி வயதான கிழவர் என்று குறிப்பிட்டதும், இளைய ராணியைப் பாட்டி என்று அழைத்து வந்ததும் கூரிய விஷந் தோய்ந்த பாணங்களைப்போல் அவரைத் துன்புறுத்தி வந்தன. போதும் போதாதற்குச் சம்புவரையரின் போக்கும் அவ்வளவு திருப்திகரமாயில்லை. தமக்குப் பக்கபலமாக நின்று கரிகாலனுடைய அதிகப் பிரசங்கத்தை அடக்க முயல்வதற்குப் பதிலாகச் சம்புவரையர் பெரும்பாலும் வாயை மூடி மௌனம் சாதித்துக் கொண்டிருந்தார். ஏதாவது பேசினாலும் தயங்கித் தயங்கி வழவழா, குழகுழா என்று பேசினார். கரிகாலன் தமது மாளிகைக்கு விருந்தாளியாக வந்து விட்டபடியினால் ஏதாவது ஏடாகூடமாக நடந்து விடக் கூடாதென்று அப்படி ஜாக்கிரதையாக நடந்து கொண்டிருக்கிறார் போலும்! காரணம் எதுவாயிருந்தாலும் சம்புவரையரின் போக்கு கொஞ்சங்கூடப் பழுவேட்டரையருக்குத் திருப்திகரமாக இல்லை.

இன்றைக்குக் கரிகாலன் கூறியதில் எவ்வளவு தூரம் உண்மையான பேச்சு, எவ்வளவு தூரம் கேலிப் பேச்சு, எவ்வளவு தூரம் மனத்தில் ஒன்று உதட்டில் ஒன்றுமான வஞ்சகப் பேச்சு என்பதைக் கண்டு கொள்வதும் எளிதாயில்லை. மதுராந்தக னையும் அங்கே வரவழைத்த பிறகு ஏதேனும் பெரிய விபரீத காரியம் செய்ய உத்தேசித்திருக் கிறானோ என்னமோ, யார் கண்டது? மலையமானைப் பெரும் சைன்யத்துடன் படையெடுத்து வரச் செய்து கடம்பூர் மாளிகையை வளைத்துக் கொள்ளும்படிச் செய்தாலும் செய்யலாம் அல்லவா?...

இவையெல்லாவற்றையும் எண்ணும்போது தஞ்சாவூருக்குத் திரும்பிப் போய்விடுவதே நல்லது. சின்னப் பழுவேட்டரையன் நல்ல மதியூகி. அவனிடமும் யோசனை கேட்டுக்கொள்ளலாம். ஒருவேளை மதுராந்தகனை இங்கு அழைத்து வருவதாயிருந் தாலும் எல்லா நிலைமைக்கும் ஆயத்தமாகக் காலாந்தக கண்டனைப் பெரிய படை திரட்டிக் கொள்ளிடக் கரையில் கொண்டு வந்து வைத்திருக்கச் செய்யலாம். எது எப்படியா னாலும் இளைய ராணியை இங்கே இனி மேல் இருக்கச் செய்து இந்த மூடர்களின் கேலிப் பேச்சுக்கு உள்ளாக்குவது கூடவே கூடாது. அவளை அழைத்துக்

கொண்டுபோய்த் தஞ்சாவூரில் விட்டுவிடுவது மிக்க அவசியம். அதற்கு ஒரு வசதி இப்போது ஏற்பட்டிருக்கிறது. அதைக் கைவிடுவானேன்?

இவ்விதம் ஒரு முடிவுக்கு வந்ததும் பெரிய பழுவேட்டரை யருக்குச் சிறிது உற்சாகம் உண்டாயிற்று. முக மலர்ச்சியுடனே நந்தினியின் அந்தப்புரத்தை அடைந்தார். அங்கே அவர் வாசற்படியருகில் வந்த போது உள்ளேயிருந்து கலகலவென்று சிரிப்புச் சத்தம் வருவதைக் கேட்டார். ஏனோ அந்தச் சிரிப்பின் ஒலி அவருக்கு எரிச்சலை உண்டாக்கிற்று. தஞ்சாவூர் அரண்மனையில் நந்தினி இவ்விதம் சிரிப்பதேயில்லை. இப்போது என்ன குதூகலம் வந்துவிட்டது? எதற்காகச் சிரிக்கிறாள்? அவளுடன் சேர்ந்து சிரிப்பது யார்?... உள்ளே பிரவேசித்ததும் உடன் இருந்தவள் மணிமேகலை என்று தெரிந்தது. இதனால் அவர் மனம் சிறிது தெளிந்தது. அவரைக் கண்டதும் மணி மேகலை சிரிப்பை அடக்குவதற்காக இரண்டு கைகளினாலும் வாயைப் பொத்திக்கொண்டாள். அப்படியும் அடக்க முடியாமல் போகவே சிரித்துக்கொண்டே அந்த அறையை விட்டு ஓடிப் போனாள்.

நந்தினியின் சிரிப்பு பழுவேட்டரையரைக் கண்டதுமே நின்றுவிட்டது. அவளுடைய முகமும் வழக்கமான கம்பீரத்தை அடைந்தது. 'ஐயா! வாருங்கள்! யோசனை முடிவடைந்ததா?' என்றாள்.

'நந்தினி! அந்தப் பெண் எதற்காக அப்படிச் சிரித்தாள்? ஏன் சிரித்துக் கொண்டே ஓடுகிறாள்?' என்று பழுவேட்டரையர் கேட்டார்.

'அதைச் சொல்லத்தான் வேண்டுமா? சொல்லுகிறேன். சபா மண்டபத்தில் நடந்த பேச்சுக்களில் கொஞ்சம் பக்கத்து அறையிலிருந்த மணிமேகலையின் காதில் விழுந்ததாம். இளவரசர் ஆதித்த கரிகாலர் பாட்டன்களைப் பற்றியும் பாட்டிகளைப் பற்றியும் பரிகாசமாகப் பேசியதைச் சொல்லி விட்டு அவள் சிரித்தாள்..'

'சீ! துஷ்டப்பெண்! அவளோடு சேர்ந்து நீயும் சிரித்தாயே?'

'ஆம்; அவளோடு சேர்ந்து சிரித்தேன். அவள் அப்பால் போனதும் அழலாம் என்று இருந்தேன். அதற்குள் தாங்கள் வந்து விட்டீர்கள்!' என்று நந்தினி கூறிவிட்டுக் கண்ணில் துளித்த கண்ணீரைத் துடைத்துக் கொண்டாள்.

'ஆகா! உன்னை இப்பேர்ப்பட்ட மூடர்களின் மத்தியில் நான் அழைத்துக் கொண்டு வந்தது என் தவறு. நாளைப் பொழுது விடிந்ததும் நாம் தஞ்சாவூருக்குப் புறப்பட்டுப் போகலாம். இன்றிரவு மட்டும் பொறுத்துக் கொள்!' என்றார்.

'தஞ்சாவூருக்குப் புறப்படவேண்டுமா? ஏன்? வந்த காரியம் ஆகிவிட்டதா?' என்று நந்தினி கேட்டாள்.

அன்று சபா மண்டபத்தில் நடந்த பேச்சின் முடிவுகளைப் பழுவேட்டரையர் நந்தினிக்குத் தெரியப்படுத்தினார்.

எல்லாவற்றையும் கேட்டு விட்டு நந்தினி, 'சுவாமி! தாங்கள் தஞ்சாவூருக்குப் போய் வாருங்கள் நான் வரமாட்டேன். ஆதித்த கரிகாலனுக்கு புத்தி கற்பிக்கும்வரையில் நான் இங்கிருந்து புறப் படுவதாக உத்தேசமில்லை. அந்தக் கர்வம் பிடித்த இளவரசன் ஒன்று தங்கள் காலில் விழுந்து அவன் பேசிய பரிகாசப் பேச்சுக்களுக்காக மன்னிப்புக் கேட்டுக்கொள்ள வேண்டும். அல்லது தங்கள் கத்திக்கு அவன் இரையாக வேண்டும்!' என்றாள்.

'நந்தினி! இது என்ன சொல்லுகிறாய்? இத்தகைய பாதகமான எண்ணம் உன் உள்ளத்தில் எப்படி உதித்தது.'

'ஐயா! எது பாதகமான எண்ணம்? என்னைக் கைப்பிடித்து மணந்த கணவனை ஒருவன் நிந்தித்துப் பேசினால், அவனைப் பழிவாங்க வேண்டும் என்று நான் நினைப்பது பாதகமா?'

'இல்லை, நந்தினி! இதைக் கேள்! எங்கள் பழுவூர்க் குலம் சோழ குலத்தோடு ஆறு தலைமுறையாக நட்புரிமை கொண்டது. அதையெல்லாம் மறந்து, அறியாச் சிறுவன் ஒருவன் ஏதோ உளறினான் என்பதற்காக நான் அக்குலத்துக்கு விரோதமாகக் கத்தி எடுக்க முடியுமா? சுந்தர சோழரின் புதல்வனை, இன்று வரையில் பட்டத்து இளவரசனாயிருப்பவனை, நான் என் கையினால் கொல்லுவதா? இது என்ன பேச்சு?' என்று பழுவேட்டரையர் பதறினார்.

கரிகாலனுடைய காரசாரமான வார்த்தைகளைக் கேட்டபோது சில சமயம் பழுவேட்டரையருக்கே உடைவாளின் மீது கை சென்றது. அப்போது சிரமப்பட்டு மனத்தையும் கையையும் கட்டுப்படுத்திக் கொண்டார். தம் உள்ளத்தில் முன்னம் தோன்றிய எண்ணத்தை நந்தினி வெளியிட்டுச் சொன்னவுடனே அவருக்கு அவ்வளவு பதட்டம் உண்டாயிற்று.

'ஐயா! தாங்கள் சோழ குலத்தோடு ஆறு தலைமுறையாக நட்புக் கொண்டவர்கள்; உறவும் கொண்டவர்கள். ஆகையால் தாங்கள் கத்தி எடுக்கத் தயங்குவது இயல்பு. ஆனால் எனக்கு அத்தகைய உறவு ஒன்றுமில்லை. சோழக் குலத்துக்கு நான் எந்த விதத்திலும் கடமைப் பட்டவள் அல்ல. ஆதித்த கரிகாலன் தங்கள் அடிபணிந்து மன்னிப்புக் கேட்டுக் கொள்ளாவிட்டால், என் கையில் கத்தி எடுத்து நானே அவனைக் கொன்று விடுகிறேன்?' என்றாள் நந்தினி. அப்போது அவளுடைய கண்கள் சிவந்து, புருவங்கள் நெரிந்து முகத்தோற்றமே மாறி விட்டது.

முப்பத்தொன்பதாம் அத்தியாயம்

‘விபத்து வருகிறது!’

பழுவேட்டரையர் சிரித்தார்; நந்தினியின் வார்த்தையைக் கேட்டுப் பரிகாசமாகச் சிரிப்பதாக எண்ணிக்கொண்டு இலேசாகத்தான் சிரித்தார். அந்தச் சிரிப்பின் ஒலியால் அந்த அறையும் அதிலிருந்த சகல பொருள்களும் நடுநடுங்கின. தம்மை அவமதித்தவர்களை நந்தினி தன் கையினாலேயே கத்தி எடுத்துக் கொன்றுவிடுவதாகக் கூறியதைக் கேட்டபோது அவருடைய உள்ளத்தில் ஒரு பெருமிதம் உண்டாயிற்று. தம்முடைய மரியாதையைப் பாதுகாப்பதில் நந்தினிக்கு அவ்வளவு அக்கறை இருக்கிறது என்பதை அறிந்ததில் பழுவேட்டரையருக்கு இறும்பூது ஏற்பட்டது. அதே தோரணையில் அவள் மேலும் பேசிக் கேட்க வேண்டுமென்ற ஆசை அவர் மனத்தில் ஒரு பக்கம் பெருகியது. மற்றொரு பக்கத்தில் அவள் அம்மாதிரியெல்லாம் பேசுவதைத் தாம் விரும்பவில்லை என்று காட்டிக்கொள்ளவும் ஆசைப்பட்டார்.

‘ஐயா! ஏன் சிரிக்கிறீர்கள்! என் வார்த்தையில் அவநம்பிக்கை யினால் சிரிக்கிறீர்களா?’ என்று கேட்டாள்.

‘தேவி! மந்தார மலரின் இதழைப் போல் மென்மையான உன் கையினால் கத்தியை எப்படி எடுப்பாய் என்று எண்ணிச் சிரித்தேன். மேலும் நான் ஒருவன் இரண்டு நீண்ட கைகளை வைத்துக்கொண்டு உயிரோடிருக்கும்போது...’

‘ஐயா! தங்கள் கரங்களின் பெருமையையும் வலிமையையும் நான் அறிவேன். யானைத் துதிக்கையையொத்த நீண்ட கைகள். இந்திரனுடைய வஜ்ராயுதத்தைப்போன்ற வலிமையுள்ள கைகள். போர்க்களத்தில் ஆயிரமாயிரம் பகைவர்களை வெட்டி வீழ்த்தியகைகள். சோழ சக்கரவர்த்திகளின் சிரத்தில் மணிமகுடத்தை வைத்து நிலைநாட்டிவரும் கைகள். ஆனாலும் அதையெல்லாம் இன்று நினைத்துப் பார்ப்பாரில்லை. நேற்றுப் பிறந்த பிள்ளைகள் தங்களைக் ‘கிழடு’ என்று சொல்லி ஏளனம் செய்யும் காலம் வந்து விட்டது.

தாங்களோ மந்திரத்தால் கட்டுண்ட சர்ப்பராஜனைப் போல் சோழ குலத்தாரிடம் கொண்ட பக்திக்குக் கட்டுப்பட்டுச் சும்மா இருக்க வேண்டியிருக்கிறது. என்னுடைய கரங்கள் வளையல் அணிந்த மென்மையான கரங்கள்தான். ஆனாலும் வீராதி வீரராகிய தங்களை அக்கினி சாட்சியாகக் கைப்பிடித்த காரணத்தினால் எனது கைகளுக்கும் சிறிது சக்தி ஏற்பட்டிருக்கிறது. என் கற்பைக் காத்துக் கொள்வதற்கும் என் கணவரின் மரியாதையை நிலை நிறுத்துவதற்கும் அவசியம் ஏற்படுமானால் என் கைகளுக்கும் கத்தி எடுக்கும் வலிமை உண்டாகி விடும். இதோ பாருங்கள்...!' என்று நந்தினி கூறிவிட்டு, மஞ்சத்துக்கு அடியிலிருந்த பெட்டியை வெளிப்புறமாக நகர்த்தினாள். பெட்டியைத் திறந்து அதன் மேற்புறத்தில் கிடந்த ஆடைகளை அப்புறப்படுத்தினாள். அடியில் தகதகவென்று பிரகாசித்துக் கொண்டிருந்த நீண்ட வாளை ஒரு கையினால் அலட்சியமாக எடுத்துத் தலைக்கு மேலே தூக்கிப் பிடித்தாள்.

பழுவேட்டரையர் அதைப் பார்த்த வண்ணமாகச் சிறிது நேரம் பிரமித்துப்போய் நின்றார். பின்னர், 'இந்தப் பெட்டிக்குள்ளே இந்த வாள் எத்தனை காலமாக இருக்கிறது? உன் ஆடை ஆபரணங்களை வைத்திருப்பதாகவல்லவோ நினைத்தேன்?' என்றார்.

நந்தினி வாளைப் பெட்டியில் திரும்ப வைத்துவிட்டு, 'ஆம்; என் ஆடை ஆபரணங்களை இந்தப் பெட்டியிலேதான் வைத்திருக் கிறேன். என் ஆபரணங்களுக்குள்ளே மிக முக்கியமான ஆபரணம் இந்த வாள். என் கற்பையும் என் கணவருடைய கௌரவத்தை யும் பாதுகாப்பதற் குரியது' என்றாள்.

'ஆனால் இதை நீ உபயோகப்படுத்துவதற்கு அவசியம் ஒன்றும் ஏற்படப் போவதில்லை. நான் ஒருவன் உயிரோடிருக்கும் வரையில்!'

'அதனாலேதான் இந்த வாளை நான் வெளியில் எடுப்பதில்லை. ஈழ நாட்டிலிருந்து வேங்கி நாடு வரையில் சோழ ராஜ்யத்தைப் பாதுகாத்துக் கொண்டிருக்கும் தங்கள் தோள் வலிமையால் தங்கள் கௌரவத்தைப் பாதுகாத்துக்கொள்ள முடியாதா? அல்லது பேதையாகிய என்னைத்தான் பாதுகாக்க முடியாதா? என்றாலும், முக்கியமான ராஜரீக காரியங்களில் ஈடுபட்டிருக்கும் தாங்கள் எப்போதும் என்னைக் கட்டிக் காத்துக் கொண்டிருக்க முடியாது. தங்களைப் பிரிந்திருக்கும் நேரங்களில் என்னை நான் பாதுகாத்துக்கொள்ள ஆயத்தமாக இருக்க வேண்டும் அல்லவா?'

'தேவி! அதற்கு அவசியம் என்ன? போனது போகட்டும், இனி நான் உன்னைப் பிரிந்திருக்கப் போவதே இல்லை....'

‘ஐயா! என்னுடைய விருப்பமும் அதுதான்; ஆனால் இந்த ஒரு தடவை மட்டும் தாங்கள் என்னைப் பிரிந்து தஞ்சைபுரிக்குப் போய் வாருங்கள்...’

‘இது என்ன பிடிவாதம்? எதற்காக இந்தத் தடவை மட்டும் நான் உன்னை இங்கே விட்டுவிட்டுப் போக வேண்டும்?’ என்று பழுவேட்டரையர் கேட்டபோது அவருடைய புருவங்கள் நெரிந்தன.

‘சுவாமி! அதற்கு இரண்டு காரணங்கள் இருக்கின்றன. என்னை நீங்கள் இப்போது தங்களுடன் அழைத்துப் போனால் இந்த மூடர்கள் மேலும் நம்மைக் குறித்துப் பரிகசித்துச் சிரிப்பார்கள். ‘கிழவருக்கு இளைய ராணியிடம் அவ்வளவு நம்பிக்கை!’ என்று சொல்லுவார்கள். அதை நினைத்தாலே எனக்கு ரத்தம் கொதிக்கிறது. மற்றொரு காரணம் இன்னும் முக்கியமானது. சம்புவரையரைத் தங்களுடைய அத்தியந்த சிநேகிதர் என்று இத்தனை காலமும் தாங்கள் சொல்லி வந்தீர்கள்; நம்பியும் வந்தீர்கள். ஆனால் இளவரசர் வந்ததிலிருந்து அவருடைய பேச்சிலும், நடவடிக்கைகளிலும் ஏற்பட்டிருக்கும் மாறுதலைக் கவனித்தீர்களா? தாங்கள் கவனிக்காவிட்டாலும் நான் கவனித்துக் கொண்டு வருகிறேன்...’

‘நானும் அதைக் கவனித்துத்தான் வருகிறேன். அந்த மாறுதலுக் குக் காரணம் என்னவாயிருக்குமென்று ஆச்சரியப்பட்டுக் கொண்டிருக்கிறேன்...’

‘தாங்கள் கபடமற்ற உள்ளமுடையவர்; ஆகையால் ஆச்சரியப் படுகிறீர்கள். எனக்கு அதில் ஆச்சரியம் இல்லை. மனிதர்களுடைய பேராசை இயல்புதான், சம்புவரையரின் மாறுதலுக்குக் காரணம். இளவரசர் ஆதித்த கரிகாலர் பெண்களை முகமெடுத்தே பார்ப்ப தில்லையென்றும் கலியாணமே செய்து கொள்ளப் போவதில்லை யென்றும் வதந்தியாயிருந்தது. இங்கு அவர் வந்ததிலிருந்து அதற்கு நேர்மாறாக நடந்து வருவதைப் பார்த்திருப்பீர்கள். பெண்கள் இருக்குமிடத்துக்கு அடிக்கடி வருகிறார், கொஞ்சிக் கொஞ்சிப் பேசுகிறார். இதற்கெல்லாம் காரணம் சம்புவரையர் மகள் மணிமேகலைமீது அவருடைய மனது சென்றிருப்பதுதான். ‘மணிமேகலையை வேட்டையாடு வதற்கு அழைத்துப் போகலாமா’ என்றுகூடக் கரிகாலர் கேட்டார் அல்லவா? இது சம்புவரையருக்கும் தெரிந்திருக்கிறது. ஆகையால் பழைய ஏற்பாடுகளையெல்லாம் அவர் மறந்து விட்டார். தம் அருமை மகள் தஞ்சாவூர்த் தங்கச் சிங்காதனத்தில் வீற்றிருக்கப் போவதுபற்றிக் கனவு காணத் தொடங்கி விட்டார்...’

'ஆமாம்; நீ சொல்லுவதுதான் காரணமாயிருக்க வேண்டும். சம்புவரையன் இத்தகைய நீச குணம் படைத்தவன் என்று நான் கனவிலும் எண்ணவில்லை. இரண்டு மாதங்களுக்கு முன்புதான் இதே மாளிகையில் மதுராந்தகரைத் தஞ்சைச் சிம்மாதனத்தில் ஏற்றி வைப்பதாக எல்லோரும் கூடிச் சபதம் செய்தோம். சீச்சீ! இப்படிப் பேச்சுத் தவறுகிறவனும் ஒரு மனிதனா?' என்று பழுவேட்டரையர் சீறினார்.

'சுவாமி! அதனாலேதான் நான் தங்களுடன் வரவில்லை என்று சொல்கிறேன். தாங்கள் இல்லாத சமயத்தில் இவர்கள் இங்கே என்ன சதி செய்கிறார்கள் என்பதைக் கவனித்துக்கொள்வேன். ஏதேனும் இவர்கள் சூழ்ச்சி செய்தால் அது பலிக்காமல் செய்ய வழி தேடுவேன்.'

'நந்தினி! இதிலேயெல்லாம் நீ எதற்காகப் பிரவேசிக்க வேண்டும்?'

'கணவர் சிரத்தை கொண்டுள்ள காரியத்தில் மனைவிக்கும் சிரத்தை இருக்க வேண்டாமா? 'வாழ்க்கைத் துணைவி' என்று பிறகு எதற்காக எங்களைச் சொல்கிறது?'

'என்ன இருந்தாலும் இந்த மூர்க்கர்களுக்கும் நீசர்களுக்கும் நடுவில் உன்னைத் துணையின்றி விட்டுவிட்டு நான் போகிறதா? அது எனக்குச் சிறிதுமே சம்மதமாயில்லையே!'

'எனக்கு இங்கே துணையில்லாமல் போகவில்லை. மணிமேகலை இருக்கிறாள்; எனக்காக அந்தப் பெண் என்ன வேண்டுமானாலும் செய்வாள்...'

'அது உண்மைதான் நானும் கவனித்தேன். உன்னுடைய மோகன சக்தி அவளை உன் அடிமையாக்கி இருக்கிறது. ஆனாலும் அது எவ்வளவு தூரம் நிலைத்திருக்கும்? ஆதித்த கரிகாலன் சிங்காதனத்தில் ஏறி அந்தப் பெண்ணை சக்கரவர்த்தினியாக்கிக் கொள்ளப் போவதாக ஆசை காட்டினால்...'

'ஐயா! அது விஷயத்தில் தங்களுக்குச் சிறிதும் சந்தேகம் வேண்டியதில்லை. மணிமேகலை என் கருத்துக்கு மாறாகத் தேவலோகத்து இந்திராணி பதவியையும் ஏற்றுக்கொள்ள மாட்டாள். 'கரிகாலனை இந்தக் கத்தியால் குத்திக் கொன்று விட்டு வா!' என்று நான் சொன்னால், உடனே அவ்விதம் செய்து விட்டு வருவாள். என்னுடைய மோகன சக்தியைப்பற்றி அடிக்கடி தாங்களே சொல்வீர்கள் அல்லவா? அது மணிமேகலையை முழுதும் ஆட்கொண்டிருக்கிறது! வேணுமானால், இப்போதே தங்களுக்கு அதை நிரூபித்துக் காட்டுகிறேன்!' என்றாள் நந்தினி.

பழுவேட்டரையரின் உடம்பு படபடத்தது. அந்தக் கிழவர் உதடுகள் துடிக்க, தொண்டை அடைக்க, நாத்தழுதழுக்கக் கூறினார்: 'தேவி! உன்னுடைய சக்தியை நான் அறிவேன். ஆனால் கரிகாலன் விஷயத்தில் நீ அம்மாதிரி எதுவும் பரீட்சை பார்க்க வேண்டாம்; அவன் அறியாச் சிறுவன். ஏதோ தெரியாமல் உளறினான் என்பதை நாம் பெரிதுபடுத்தக்கூடாது. கரிகாலன் மணிமேகலையை மணந்துகொள்ள இஷ்டப்பட்டால் நாம் அதற்குத் தடையாக இருக்க வேண்டாம்!'

'ஐயா! நாம் தடை செய்யாமலிருக்கலாம். ஆனால் விதி ஒன்று இருக்கிறதே! அதை யார் தடை செய்ய முடியும்? மணிமேகலை என்னிடம் பிரியங் கொண்டவளாயிருப்பது போல் நானும் அவளிடம் பாசம் வைத்திருக்கிறேன். என் கூடப் பிறந்த தங்கையைப்போல் அவளிடம் ஆசை கொண்டிருக்கிறேன். அற்பாயுளில் சாகப் போகிறவனுக்கு அவளை மணம் செய்து கொடுக்க நான் எப்படி இணங்குவேன்?' என்றாள் நந்தினி. அப்போது அவளுடைய பார்வை எங்கேயோ தூரத்தில் நடக்கும் எதையோ பார்த்துக் கொண்டிருப்பது போலத் தோன்றியது.

பழுவேட்டரையர் இன்னும் அதிக பரபரப்பை அடைந்து கூறினார்: 'நந்தினி! இது என்ன வார்த்தை? சோழ சக்கரவர்த்தியின் வேளக்காரப் படைக்கு நான் ஒரு சமயம் தலைவனாயிருந்தேன். சக்கரவர்த்தியையும் அவருடைய சந்ததிகளையும் உயிரைக் கொடுத்தேனும் பாதுகாப்பதாகச் சத்தியம் செய்திருக்கிறேன்...'

'ஐயா! அந்தச் சத்தியத்தைத் தாங்கள் மீற வேண்டுமென்று நான் சொல்லவில்லையே?'

'உன்னால் கரிகாலனுக்கு ஏதேனும் தீங்கு நேர்ந்தாலும் அந்தக் குற்றம் என்னையே சாரும். 'சிறு பிள்ளையின் பரிகாசப் பேச்சைப் பொறுக்காமல் கிழவன் படுபாதகம் செய்து விட்டான்' என்று உலகம் என்னை நிந்திக்கும். ஆறு தலைமுறையாக எங்கள் குலம் சோழர்களுக்குப் பாதுகாப்பாக இருந்து எடுத்திருக்கும் நல்ல பெயர் நாசமாகும்...'

'அப்படியானால் தாங்கள் இந்த ஊரைவிட்டு உடனே போக வேண்டியது மிகவும் அவசியம்!' என்று நந்தினி மர்மம் நிறைந்த குரலில் கூறினாள்.

'எதனால் அவ்விதம் சொல்லுகிறாய்?' என்று பழுவேட்டரையர் கேட்டார்.

'தங்களிடம் எப்படிச் சொல்வதென்று தயங்கிக் கொண்டிருந் தேன். இப்போது சொல்ல வேண்டிய அவசியம் ஏற்பட்டு விட்டது. துர்க்கா

பரமேசுவரி எனக்குச் சில அபூர்வ சக்திகளை அளித்திருக்கிறாள். இது தங்களுக்கே தெரியும். சுந்தர சோழர் இளம் வயதில் ஸ்திரீஹத்தி தோஷத்துக்கு உள்ளானவர் என்பதை நான் என் மந்திர சக்தியினால் அறிந்தேன். அதைத் தங்களுக்கும் நிரூபித்துக் காட்டினேன். அதே போல் ஆதித்த கரிகாலனுடைய இறுதிக் காலம் நெருங்கிக் கொண்டிருக்கிறது என்பதையும் இப்போது என் அகக் கண்ணினால் காண்கிறேன். அது தங்கள் கையினாலும் நேரப் போவதில்லை; என் கையினாலும் நேரப் போவதில்லை. ஆனால் யமனுடைய பாசக் கயிறு அவனை நெருங்கிக் கொண்டிருக்கிறது என்பது மட்டும் நிச்சயம். காட்டிலே வேட்டையாடப் போன இடத்திலே அவனுக்கு இறுதி நேரலாம்; அல்லது அரண்மனையில் படுத்திருக்கும் போதும் நேரலாம்; புலி, கரடி முதலிய துஷ்ட மிருகங்களினால் நேரலாம்; அல்லது அவனுடைய சிநேகிதர்கள் விடும் அம்பு தவறி விழுந்தும் அவன் சாகலாம். அல்லது மென்மையான பெண்ணின் கரத்திலே பிடித்த கத்தியினால் குத்தப்பட்டும் அவனுக்கு மரணம் நேரலாம். ஆனால், ஐயா, அவனுடைய மரணம் தாங்கள் கைப்பிடித்து மணந்த என்னுடைய கரத்தினால் நேராது என்று தங்களுக்குச் சத்தியம் செய்து கொடுக்கிறேன்.

சாலை ஓரத்திலே அநாதையாக நின்ற என்னைத் தாங்கள் உலகறிய மணந்து இளைய ராணி ஆக்கினீர்கள். அத்தகைய தங்களுக்கு என்னால் ஒரு பழியும் ஏற்படாமல் பார்த்துக் கொள்வேன். அதற்காகவே தாங்கள் இச்சமயம் இங்கு இருக்க வேண்டாம், போய் விடுங்கள் என்று வற்புறுத்திச் சொல்கிறேன். தாங்கள் இங்கு இருக்கும் சமயம் கரிகாலனுக்கு என்ன விதமான விபத்து நேர்ந்தாலும் உலகத்தார் தங்களை அத்துடன் சம்பந்தப் படுத்துவார்கள். அருள்மொழிவர்மனைக் கடல் கொண்டதற்கு தங்கள் மீது பழி கூறவில்லையா? அம்மாதிரி இதற்கும் தங்கள் பேரில் குற்றம் சாட்டுவார்கள். தங்களால் விபத்து நேர்ந்ததென்று சொல்லாவிட்டாலும் தாங்கள் ஏன் அதைத் தடுக்கவில்லை என்று கேட்பார்கள்! ஆனால் தங்களுடைய வஜ்ராயுதம் போன்ற கரங்களாலும் கரிகாலனுக்கு வரப் போகும் விபத்தைத் தடுக்க முடியாது. ஆகையால், தாங்கள் உடனே போய்விட வேண்டும். என்னைத் தங்களுடன் அழைத்துக்கொண்டு போனால், அதைப் பற்றியும் வீண் சந்தேகம் ஏற்படும். முன்னதாகத் தெரிந்திருந்தபடி யினால் என்னையும் அழைத்துக்கொண்டுபோய் விட்டதாகச் சொல்வார்கள். ஆகையால், தாங்கள் மட்டுமே போகவேண்டும். என்ன நேர்ந்தாலும், எப்படி நேர்ந்தாலும் அதனால் தங்களுக்கு அபகீர்த்தி எதுவும் ஏற்படாமல் பார்த்துக்கொள்ள நான் இங்கிருப்பேன். ஐயா! என்னிடம் அவ்வளவு நம்பிக்கை தங்களுக்கு உண்டா?' என்று நந்தினி

கேட்டுவிட்டுத் தன் கரிய பெரிய விழிகளால் பழுவேட்டரையரின் நெஞ்சை ஊடுருவிப் பார்ப்பவள் போலப் பார்த்தாள்.

பாவம்! அந்த வீரக் கிழவர் நந்தினியின் சொல்லம்பினால் பெரிதும் கலங்கிப் போயிருந்தார். அவளுடைய கண் அம்புக்கு முன்னால் கதிகலங்கிப் பணிந்தார்.

நாற்பதாம் அத்தியாயம்

நீர் விளையாட்டு

இந்த வரலாறு நிகழ்ந்த காலத்துக்கு அறுநூறு ஆண்டுகளுக்கு முன்னால் தமிழகத்தில் மூவேந்தர்களைத் தவிர, சிற்றரசர்கள் எழுவர் புகழ்பெற்று விளங்கினார்கள். அவர்களுக்கு 'வள்ளல்கள்' என்ற பட்டப் பெயரும் வழங்கி வந்தது. அந்த எழுவரில் ஒருவன் கொல்லி மலையின் தலைவனான ஓரி என்பவன். இவன் வில் வித்தையில் இணையில்லாத வீரன் என்று பெயர் பெற்றிருந்தான். இவன் தன் வலிய பெரிய வில்லை வளைத்து நாணேற்றி அம்பை விட்டானாயின், அது இராமபிரானுடைய அம்பு ஏழு மரங்களைத் தொளைத்ததுபோல் முதலில் ஒரு புலியைத் தொளைத்து, பிறகு ஒரு மானைத் தொளைத்து பிறகு ஒரு பன்றியைத் தொளைத்து, பின்னர் ஒரு முயலைத் தொளைத்து விடுமாம். இவ்வாறு புலவர்களால் அவனுடைய வில் வித்தைத் திறன் பாடப் பெற்றிருந்தது. அதிலிருந்து அவன் 'வல்வில் ஓரி' என்று குறிப்பிடுவதும் வழக்கமாயிற்று.

கொல்லி மலை வல்வில் ஓரியின் மீது, அந்நாளில் வலிமை பெற்ற வேந்தனாக விளங்கிய சேரன் கோபம் கொண்டான். அவனைத் தாக்குவதற்குத் திருக்கோவலூர்த் தலைவன் மலையமான் திருமுடிக்காரியின் துணையை நாடினான். காரியின் வீரம் ஓரியின் வீரத்துக்குக் குறைந்ததன்று. அத்துடன் மலையமான் காரிக்குப் படைபலம் அதிகமாயிருந்தது. மலையமான், கொல்லி மலைமீது படை எடுத்துச் சென்று வல்வில் ஓரியைக் கொன்று அவனுடைய மலைக் கோட்டையையும் நிர்மூலமாக்கினான்.

அதே காலத்தில் கொல்லி மலையை அடுத்திருந்த நிலப் பகுதியில் அதிகமான் நெடுமானஞ்சி என்னும் குறுநில மன்னன் அரசு புரிந்து வந்தான். வல்வில் ஓரியுடன் அவன் உறவு பூண்டவன். வல்வில் ஓரியைக் கொன்ற மலையமான் காரியை அவன் பழிவாங்க விரும்பினான். தன்னால் மட்டும் அது முடியாதென்று எண்ணிச் சோழ மன்னனாகிய கிள்ளி வளவனின் உதவியை நாடினான். மலையமானின்

வலிமை அதிகமாகி வருவது பற்றியும் அவன் சேரனோடு தோழமை கொண்டிருப்பது பற்றியும் கிள்ளிவளவனுக்குக் கோபம் இருந்தது. எனவே சோழன் கிள்ளிவளவனும் தகடூர் அதிகமானும் சேர்ந்து திருக் கோவலூர் மலையமானைத் தாக்கினார்கள். மலையமான் போர்க் களத்தில் வீர சொர்க்கம் எய்தினான். மலையமானுடைய இரு இளம் புதல்வர்களைச் சோழ நாட்டு வீரர்கள் சிறைப்பிடித்து வந்தார்கள். மலையமானுடைய வம்சத்தையே அழித்துவிட வேண்டுமென்று கருதியிருந்த அதிகமானும் கிள்ளிவளவனும் அந்தக் குழந்தைகளைப் பூமியில் கழுத்தளவு புதைத்து யானைக் காலால் இடறிக் கொல்லும்படி கட்டளையிட்டார்கள். மலையமானுடைய வள்ளன்மையை அறிந்து, அதனால் பயன் துய்த்திருந்த புலவர் ஒருவர் அச்சமயம் அங்கு வந்து சேர்ந்தார். மலையமானுடைய குழந்தைகளின் உயிருக்காகச் சோழ மன்னனிடம் மன்றாடினார்.

'வேந்தே! அதோ பார்! கழுத்துவரை புதைக்கப்பட்டிருக்கும் குழந்தை களின் முகங்களைப் பார்! அந்த முகங்களில் தவழும் புன்னகையைப் பார்! தங்களைக் காலால் இடறிக் கொல்லப் போகிற யானையைப் பார்த்து, அதன் துதிக்கை ஆடுவதைப் பார்த்து, அக்குழந்தைகள் ஏதோ வேடிக்கை என்று எண்ணிச் சிரிக்கின்றன. இத்தகைய குற்றமற்ற குழந்தைகளையா கொல்லப் போகிறாய்? அந்தக் குழந்தைகள் என்ன பாவம் செய்தன? தகப்பன் செய்த குற்றத்துக்காகக் குழந்தைகளைத் தண்டிக்கலாமா?' என்றார் புலவர். அதைக் கேட்ட சோழன் மன மாற்றம் அடைந்தான். தன் கட்டளையை உடனே மாற்றினான். குழந்தைகளைத் தரையிலிருந்து எடுக்கச் செய்தான். வயது வந்த பிறகு அவர்களில் மூத்த பிள்ளைக்குத் திருக்கோவலூர் அரசையும் திரும்பக் கொடுத்தான்.

அது முதலாவது நூற்றாண்டு நூற்றாண்டாகச் சோழ குலத்து மன்னர்களிடம் திருக்கோவலூர் மலையமான் வம்சத்தினர் நன்றியுடன் நட்புரிமை கொண்டிருந்தார்கள். அந்த உறவு சுந்தர சோழர் காலம் வரையில் நீடித்திருந்தது. மலையமான் மகளாகிய வானமாதேவியைச் சுந்தர சோழர் மணந்து பட்ட மகிஷியாகக் கொண்டிருந்தார்.

கொல்லி மலை வல்வில் ஓரி - தகடூர் அதிகமான் இவர்களுடைய வம்சத்தினர் அழிந்துபட்டனர். ஆயினும் அவர்களுடைய கிளை வம்சத்தில் தாங்கள் தோன்றியதாகக் கடம்பூர் சம்புவரையர்கள் சொல்லிக் கொண்டார்கள். அவர்களுடைய முன்னோர்கள் திருக்கோவலூர் மலையமான் வம்சத்தாரிடம் கொண்டிருந்த பகைமையை சம்புவரையர்கள் மறக்கவில்லை. ஆதலின் மலைய மானுடைய பேரப்பிள்ளை சோழ சாம்ராஜ்யத்தின் சக்கரவர்த்தி யாக முடி சூடுவதை

அவர்கள் விரும்பாதது இயற்கையே யல்லவா? ஆதித்த கரிகாலனுடைய அகம்பாவமும், சிற்றரசர் களைச் சிறிதும் மதியாமல் அவன் நடந்துகொண்ட விதமும் சம்புவரையர்களின் வெறுப்பு வளர்வதற்கு மேலும் காரணம் தந்தது. ஆகையினாலேயே கண்டராதித்தருடைய குமாரன் மதுராந்தகனைத் தஞ்சை சிம்மாதனத்தில் ஏற்றிவைக்கும் முயற்சியில் சம்புவரையர்கள் ஊக்கமாக ஈடுபட்டார்கள்.

ஆனால் கரிகாலன் கடம்பூருக்கு வந்த நாளிலிருந்து பெரிய சம்பு வரையரின் உள்ளம் சிறிது சிறிதாக மாறுதல் அடையலாயிற்று. அவருடைய செல்வப் புதல்வியாகிய மணிமேகலையே அவருடைய மனமாறுதலுக்குக் காரணமாயிருந்தாள். ஆதித்த கரிகாலனுடைய உள்ளத்தை மணிமேகலை கவர்ந்து விட்டாள் என்பதற்குப் பல அறிகுறிகள் தென்பட்டன. பெண்களைக் கண்ணெடுத்தும் பாராதவன் என்றும், பிரம்மச்சாரியாகவே காலத்தைக் கழிக்கப் போகிறான் என்றும் கரிகாலனைப்பற்றி பேசப்பட்டு வந்தது. அத்தகையவன் கடம்பூர் மாளிகைக்கு வந்ததிலிருந்து அடிக்கடி பெண்கள் இருக்கும் இடம் போவதும் அவர்களுடன் உல்லாசமாகப் பேசுவதுமாக இருந்தான். முக்கியமாக அவன் மணிமேகலையின் 'சூடிகை'யைப் பற்றி அடிக்கடி பாராட்டிப் பேசினான். கரிகாலன் வந்ததிலிருந்து மணிமேகலையும் ஒரே உற்சாகமாக இருந்தாள். அதற்குக் காரணம் அவளும் கரிகாலனிடம் பற்றுக் கொண்டதுதான் என்று பெரிய சம்புவரையர் கருதினார். அவர்கள் இருவருடைய குதூகலத்தையும் பார்த்துப் பார்த்துச் சம்புவரையரும் உற்சாகம் கொண்டார். கரிகாலன் மணிமேகலையை மணந்துகொண்டால் தம் செல்வத் திருமகள் சோழ சாம்ராஜ்யத்தின் சக்கரவர்த்தினியாக விளங்குவாள்! அவளுக்குப் பிறக்கும் குழந்தையும் தஞ்சை சிங்காதனத்துக்கு உரியவனாவான்! இன்று திருக்கோவலூர் மலையமான் அடைந்திருக்கும் பெருமிதத்தை அப்போது தாமும் அடையலாம். அதற்கெல்லாம் தாமே எதற்காகத் தடையாக இருக்கவேண்டும்? தமது அருமைக் குமாரியின் ஏற்றத்துக்குத் தாமே ஏன் இடையூறு செய்ய வேண்டும்?

மதுராந்தகனுக்குத் தம் மகளை மணம் செய்விக்கலாம் என்ற யோசனை முன்னம் சம்புவரையருக்கு இருந்தது உண்மைதான். ஆனால் மதுராந்தகனுக்கு ஏற்கெனவே இரு மனைவியர் இருந்தனர். சின்னப் பழுவேட்டரையரின் மகளை அவன் மணந்திருந்ததுடன், அவளுக்கு ஓர் ஆண் மகனும் பிறந்திருந்தது. ஆகையால் மதுராந்தகன் சிங்காதனம் ஏறினால் பழுவேட்டரையரின் வம்சத்தினர்தான் பட்டத்துக்கு உரிமை பெறுவார்கள். மணிமேகலை தஞ்சை அரண்மனையில் உள்ள பல சேடிப் பெண்களில் தானும் ஒருத்தியாக வாழ வேண்டியிருக்கும்.

ஆனால் ஆதித்த கரிகாலனை மணிமேகலை மணம் செய்து கொண்டால் அவள்தான் பட்ட மகிஷியாயிருப்பாள். அவளுக்குப் பிறக்கும் பிள்ளைக்கே சிங்காதனம் உரியதாகும். மதுராந்தகனுக்குப் பட்டம் சூட்டுவதென்பது பிரம்மப் பிரயத் தனமான காரியம். மக்கள் அதற்கு விரோதமாயிருப்பார்கள். மலையமானுடனும் கொடும்பாளூர் வேளானுடனும் போராட்டம் நடத்தித்தான் அதைச் சாதிக்க வேண்டியதாயிருக் கும். மதுராந்தகனுடைய அன்னையே அதற்குத் தடையாயிருக் கிறாள். இவ்வளவு தொல்லையான முயற்சியை எதற்காக மேற்கொள்ள வேண்டும்?

ஆதித்த கரிகாலனுக்கு முடிசூட்டுவதென்பது ஏற்கெனவே முடிவான காரியம். அதை நிறைவேற்றுவதில் எவ்வித சிரமும் ஏற்படாது. பழுவேட்டரையர்களின் பிடிவாதந்தான் பெரிய இடையூறாயிருக்கும். அவர்களில் பெரிய கிழவனோ இளைய ராணியின் மோகத்தில் மூழ்கிக்கிடக்கிறான். இன்னும் எத்தனை நாளைக்கு அவன் உயிரோடிருப்பானோ, தெரியாது. இந்தக் கிழவனை நம்பி ஒரு பெரும் அபாயகரமான காரியத்தில் எதற்காகத் தலையிட வேண்டும்? மதுராந்தகன் பக்கம் இருப்பதாகத் தாம் சபதம் செய்து கொடுத்திருப்பது என்னமோ உண்மைதான். அதனால் என்ன? சபதத்துக்குப் பங்கம் செய்யாமலே காரியத்தை முடிக்க வழியில்லாமலா போகிறது? மதுராந்தகன் ஓர் அப்பாவிப் பிள்ளை என்பது தெரிந்த விஷயந்தான். அவனைக் கொண்டே 'எனக்கு இராஜ்யம் வேண்டாம்' என்றுகூடச் சொல்லும்படி செய்து விடலாம். அல்லது அவனுடைய அன்னையின் சம்மதம் வேண்டும் என்று வற்புறுத்தினாலும் போதுமே!...

இவ்வாறெல்லாம் சம்புவரையரின் உள்ளம் சிந்திக்கத் தொடங்கி யிருந்தது. ஆகையால் பழுவேட்டரையர் தஞ்சைக்குப் போகும் யோசனையை அவர் உற்சாகமாக ஆதரித்தார். அவர் இல்லாத சமயத்தில் கரிகாலனுடன் அந்தரங்கமாகப் பேசி அவனுடைய உள்ளத்தை நன்கு அறிந்துகொள்ளலாம் என்றும், பிறகு சமயோசிதம் போல் நடந்துகொள்ளலாம் என்றும் எண்ணினார். ஆதலின் பெரிய பழுவேட்டரையரை அவரே துரிதப்படுத்திப் பரிவாரங்களுடன் தஞ்சை அனுப்பி வைத்தார்.

பழுவேட்டரையர் பிரயாணப்பட்டுச் சென்ற பிறகு ஆதித்த கரிகாலனும், அவனுடைய தோழர்களும் வேட்டைக்குப் புறப் பட்டார்கள். அவர்களுடனே மணிமேகலையையும் மற்ற அந்தப்புரப் பெண்களையும் அனுப்பக்கூடச் சம்புவரையர் சித்தமாயிருந்தார். ஆனால் நடப்பதையெல்லாம் வேறு நோக்குடன் கவனித்து வந்த கந்தமாறன் அதை ஆட்சேபித்தான். கரிகாலன் மணிமேகலையிடம்

காட்டிய சிரத்தையெல்லாம் நந்தினியை முன்னிட்டுத்தான் என்பதை அவன் உணர்ந்திருந் தான். இதனால் கரிகாலன் பேரில் அவனுடைய வெறுப்பு வளர்ந்திருந்தது. இதை எல்லாம் தந்தையிடம் விளக்கிச் சொல்லவும் முடியவில்லை. ஆகையால், 'வேட்டையாடும் இடத்தில் பெண்களைக் கூட்டிக்கொண்டுபோய் என்னத்தைச் செய்வது? இவர்கள் பத்திரமாயிருக்கிறார்களா என்று பார்ப்பதற்குத்தான் சரியாயிருக்கும். மேலும் இது ஐப்பசி மாதம், எந்த நிமிஷத்திலும் பெரு மழை தொடங்கலாம். ஏரிக்கரைக் காடெல்லாம் வெள்ளமாகிவிடும். பெண்கள் திண்டாடிப் போவார்கள்!' என்று சொன்னான். அதன் பேரில் சம்புவரையரும் அந்த யோசனையைக் கைவிட்டு விட்டார். ஆதித்த கரிகாலன் தன் தோழர்களாகிய பார்த்திபேந்திரன், வந்தியத்தேவன், கந்தமாறன் இவர்களையும், மற்ற வேட்டைக்காரர்களையும் அழைத்துக்கொண்டு புறப்பட்டுச் சென்றான்.

எல்லோரும் சென்ற பிறகு சம்புவரையர் மாளிகை வெறிச்சென்று இருந்தது. நந்தினி, மணிமேகலையைப் பார்த்து 'புருஷர்கள் வீட்டில் இருக்கும்போது நமக்குத் தொல்லையாகத் தோன்றுகிறார்கள். ஆனால் அவர்கள் எங்கேயாவது போய்விட்டாலும் நமக்குச் சங்கடமாகத்தான் இருக்கிறது. பரிகசித்துச் சிரிப்பதற்குக்கூட விஷயம் கிடைப்பதில்லை!' என்றாள்.

'ஆம், அக்கா! நாம் கூட வேட்டைக்குப் போயிருக்கலாம். எனக்கு வேட்டை பார்க்கப் பிரியம் அதிகம். என் தந்தையோடும் தமையனோடும் சில சமயம் போவதுண்டு. ஆனால் இன்றைக்கு என்னமோ கந்தமாறன் பிடிவாதமாகத் தடை செய்து விட்டான். ஒருவேளை உங்களுக்கு வேட்டை பிடிக்காது என்று அவ்விதம் தடை செய்தானோ, என்னமோ?' என்றாள் மணிமேகலை.

'ஆமாம்; எனக்கு வேட்டை அவ்வளவாகப் பிடிப்பதில்லைதான். இரத்தத்தைக் கண்டாலே எனக்குத் திகிலாயிருக்கும். ஆனால் கந்தமாறன் அதற்காகச் சொல்லவில்லையடி! உன்னையும் உன் வீட்டு விருந்தாளிகளில் ஒருவரையும் பிரித்து வைப்பதற்காகவே அவ்விதம் அவன் தடை செய்து விட்டான்!' என்றாள்.

மணிமேகலையின் கன்னங்களில் சுழிகள் காணப்பட்டன. சிறிது நேரம் தரையைப் பார்த்துக் கொண்டிருந்து விட்டு, 'புருஷர்கள் எங்கேயாவது போய்த் தொலையட்டும், அக்கா! அவர்கள் சகவாசமே நமக்கு வேண்டாம். நாம் ஏரிக்கரை நீராழி மண்டபத்துக்குப்போய் நீர் விளையாட்டு விளையாடி விட்டு வரலாம்! வருகிறீர்களா?' என்றாள். நந்தினியும் அதற்குச் சம்மதிக்கவே தந்தையிடம் சொல்லி அதற்கு வேண்டிய ஏற்பாடுகளை மணிமேகலை செய்தாள்.

வீரநாராயண ஏரியின் கீழ்ப்புறத்தில் பெரிய கரையும் அதில் எழுபத்து நாலு மடவாய்களும் உண்டு என்பதைப் பார்த்திருக்கிறோமல்லவா? ஏரியின் மேற்புறத்தில் அத்தகைய பெரிய கரை கிடையாது. ஏரி நீரின் ஆழம் சிறிது சிறிதாகக் குறைந்து வந்து ஏரிக்கரை அங்கே சம தரையாக அமைந்திருந்தது. இன்னும் மேற்கே அடர்ந்த காடுகள் மண்டிக் கிடந்தன.

இவ்விதம் ஏரி நீர் குறைந்து சம தரையாகும் பிரதேசத்தில் ஆங்காங்கே சிறிய தீவுகள் காணப்பட்டன. தீவுகளில் மரங்களும் செடி கொடிகளும் அடர்ந்து வளர்ந்திருந்தன. அத்தீவுகளில் ஒன்றின் கரையில் படித்துறையும் நீராழி மண்டபமும் அமைக்கப்பட்டிருந்தன. இங்கே கடம்பூர் சம்புவரையரின் அந்தப்புரத்துப் பெண்கள் நீராடுவதற்காகவும் உல்லாசமாகப் பொழுது போக்குவதற்காகவும் வருவது வழக்கம். அந்த இடத்துக்கு வந்து சேர வேண்டுமானால் இரண்டு காததூரம் ஏரியைச் சுற்றிக்கொண்டு வரவேண்டும். இதனாலும் சம்புவரையர் வீட்டுப் பெண்கள் குளிக்குமிடம் என்று தெரிந்திருந்தபடியாலும் அன்னிய மனிதர்கள் அங்கே வருவது கிடையாது.

நந்தினியும் மணிமேகலையும் படகிலேறிக் கொண்டு அந்தத் தீவுக்கு இப்போது வந்து சேர்ந்தார்கள். படகு செலுத்தத் தெரிந்த இரண்டு தோழிமார்கள் உடன் வந்தார்கள். சமையல் செய்வதற்கு வேண்டிய பண்டங்களையும் படகில் கொண்டுவந்தார்கள். நீராழி மண்டபப் படித்துறையை அடைந்ததும் தோழிப் பெண்கள் படகை விட்டிறங்கி மண்டபத்தில் சமையல் செய்யத் தொடங்கினார்கள். நந்தினியும் மணிமேகலையும் சிறிது நேரம் படித்துறையில் உட்கார்ந்து வம்பு பேசிக் கொண்டிருந்தார்கள். மணிமேகலை, இயற்கை மதியூகமுள்ள பெண்; குறும்பில் பற்றுள்ளவள். அவள் பழுவேட்டரையர் பேசுவது போலவும் கரிகாலன், கந்தமாறன், பார்த்திபேந்திரன், வந்தியத்தேவன் ஆகியவர்கள் பேசுவதுபோலவும் நடித்துக்காட்டினாள். அதையெல்லாம் பார்த்தும் கேட்டும் நந்தினி 'கலீர், கலீர்' என்று சிரித்துக் கொண்டிருந்தாள். ஆயினும் அவளுடைய கவனம் முழுவதும் மணிமேகலையிடம் இல்லை என்பதும், அவள் மனம் அவ்வப்போது ஏதோ அந்தரங்க சிந்தனையில் ஈடுபட்டது என்பதும் வெளியாகி வந்தது.

திடீரென்று மணிமேகலை துள்ளிக் குதித்து எழுந்து நின்றாள்.

'அக்கா! வேட்டைக்கு நாம் போகவில்லை; ஆனால் வேட்டை நம்மைத் தேடி வந்திருக்கிறது!' என்று கூவிக்கொண்டே இடுப்பில்

செருகியிருந்த கத்தியை எடுத்தாள். நந்தினியும் திடுக்கிட்டு எழுந்து மணிமேகலை பார்த்த திசையை நோக்கினாள். அங்கே சாய்ந்து படர்ந்திருந்த ஒரு பெரிய மரக்கிளையின்மீது சிறுத்தைப் புலி ஒன்று காணப்பட்டது! அந்தச் சிறுத்தை அவர்கள்மீது பாயலாமா, வேண்டாமா என்று யோசிப்பதுபோலப் பார்த்துக் கொண்டிருந்தது. அதே சமயத்தில் சிறிது தூரத்தில் குதிரைகள் தண்ணீரில் இறங்கிப் பாய்ந்து வரும் சத்தமும் கேட்டது.

நாற்பத்தொன்றாம் அத்தியாயம்

கரிகாலன் கொலை வெறி

ஆதித்த கரிகாலன் தான் வேட்டையாடச் சென்று வெகு காலமாயிற்று என்றும், வில்வித்தையையே மறந்து போயிருக்கக் கூடும் என்று சொன்னான் அல்லவா? அன்று அவன் வீரநாராயண ஏரிக்கரைக் காட்டில் வேட்டையாடியதைப் பார்த்தவர்கள் அவ்விதம் எண்ணவில்லை. அவனுடைய வில்லிலிருந்து கிளம்பிய அம்புகளுக்கு அன்று எத்தனையோ காட்டு மிருகங்கள் இரையாயின. முயல்களும், மான்களும், கரடிகளும், சிறுத்தைகளும் செத்து விழுந்தன. விலங்கு எதுவும் கண்ணில் படாதபோது வானத்தில் பறந்த பறவைகள் மீது அவனுடைய அம்புகள் பாய்ந்தன. பருந்துகளும் இராஜாளிகளும் அலறிக் கொண்டு தரையில் விழுந்தன. கரிகாலனுடைய கொலை வெறி நேரமாக ஆக அதிகமாகிக் கொண்டிருந்தது. அவனுடன் சென்றவர்களுக்கு அதிக வேலை இருக்கவில்லை. குதிரைகளும் மனிதர்களும் கூட்டமாக இரைச்சலிட்டுக் கொண்டு சென்றதில் காட்டு மிருகங்கள் தத்தம் இடத்திலிருந்து கிளம்பிச் சிதறி ஓடின. மற்றவர்கள் வேட்டையில் செய்த உதவி அவ்வளவேதான். கரிகாலன் மீது பாய வந்த மிருகங்கள் மீது மற்றவர்கள் அம்பு விடுவதையும் வேலை எறிவதையும்கூடக் கரிகாலன் அனுமதிக்கவில்லை. கந்தமாறன் ஒரு தடவை அவ்வாறு கரிகாலன் மீது பாய்ந்து வந்த கரடியின் பேரில் அம்பு எய்தான். அப்போது கரிகாலன் அவன் பக்கம் திரும்பிப் பார்த்து, 'கந்தமாறா! நீ கரடியைக் கொல்லப் பார்த்தாயா? என்னைக் கொல்ல முயன்றாயா?' என்று கேட்டான். கந்தமாறன் முகத்தில் எள்ளும் கொள்ளும் வெடித்தன; பிறகு அவன் வில்லை வளைக்கவே இல்லை. ஏறக்குறைய சூரியன் உச்சி வானத்தை அடைந்த சமயத்தில் எல்லாரும் களைத்துப் போனார்கள். சற்று ஓய்வு எடுத்துக்கொண்டு வீடு திரும்பலாமே என்ற யோசனை எல்லாருடைய மனத்திலும் தோன்றியது. ஆனால் கரிகாலனோ களைத்துப்போன குதிரையை மேலும் காட்டு வழிகளில் செலுத்திக்கொண்டு போனான்.

காலை நேரத்திலெல்லாம் கந்தமாறன் கரிகாலனையொட்டிப் போய்க்கொண்டிருந்தான். 'என்னைக் கொல்லப் பார்த்தாயா?' என்று கரிகாலன் அவனைக் கேட்ட பிறகு கந்தமாறன் பின்னால் தங்கிப் பார்த்திபேந்திரனுடன் சேர்ந்து கொண்டான். அவனிடம் இளவரசரின் முரட்டுத்தனமான நடத்தையும் பேச்சையும் பற்றிக் குறை கூறத் தொடங்கினான். பார்த்திபேந்திரன் அதற்குச் சமாதானம் கூற முயன்றான். இந்தச் சமயம் பார்த்து வந்தியத்தேவன் கரிகாலனை அணுகினான். பிறகு அவர்கள் இருவருமே சேர்ந்து முன்னால் சென்று கொண்டிருந்தார்கள். வந்தியத்தேவன் வில்லும் அம்பும் எடுத்து வரவில்லை. அவனுக்கு வில்வித்தை அவ்வளவாகப் பழக்கமும் இல்லை. கையில் வேல் மட்டும்தான் கொண்டு வந்திருந்தான். ஆகையால் கரிகாலனுடைய வேட்டையில் குறுக்கிடாமல் அவன் ஜாக்கிரதையாகச் சென்று வந்தான். ஏதாவது அபாயம் நேருவதாக இருந்தால் வேலை உபயோகிப்பதற்கு மட்டும் எச்சமயமும் ஆயத்தமாகப் போய்க்கொண்டிருந்தான். அதற்கு அவசியம் உச்சி நேரம்வரை ஏற்படவில்லை.

கந்தமாறன் பார்த்திபேந்திரனிடம், 'இன்றைக்கு இவ்வளவு வேட்டை ஆடியது போதாதா? இன்று ஒரு நாளிலேயே இந்தக் காட்டிலுள்ள விலங்குகளையெல்லாம் கொன்று தீர்த்து விடுவார் போலிருக்கிறதே. இவருடைய வேட்டை வெறி தணிவதற்குக் கொல்லி மலைக்குத்தான் போக வேண்டும். இன்றைக்குப் போதும்; வீடு திரும்பலாம்' என்று சொல்லுங்கள்!' என்று கூறினான்.

அதற்குப் பார்த்திபேந்திர பல்லவன், 'தம்பி! இளவரசரின் உள்ளத்தில் ஏதோ கொந்தளித்துக் கொண்டிருக்கிறது. ஒரு பெரிய சாம்ராஜ்யத்தை விட்டுக் கொடுத்துவிடுவது என்றால் இலேசான காரியமா? அந்த ஆத்திரத்தையெல்லாம் வேட்டையில் காட்டுகிறார்; அதுவரையில் நல்லதுதான். இல்லாவிடில் உன்மீதும் என்மீதும் காட்டுவார். அவராகச் சலிப்புற்றுப் 'போதும்' என்று சொல்லட்டும்; நாம் தலையிட வேண்டாம்' என்றான்.

இந்தச் சமயத்தில் அந்த வனம் வனாந்தரமெல்லாம் நடுங்கும்படியான உறுமல் சத்தம் ஒன்று கேட்டது. கந்தமாறன் முகத்தில் பீதியின் அறிகுறி காணப்பட்டது. 'ஐயோ! காட்டுப்பன்றி! இளவரசரை நிற்கச் சொல்லுங்கள்!' என்றான்.

'காட்டுப்பன்றிக்கு என்ன அவ்வளவு பயம்? புலி, கரடியெல்லாம் இளவரசரிடம் பட்ட பாட்டில் பன்றி எந்த மூலை?'என்றான் பார்த்திபேந்திரன்.

'நீங்கள் தெரியாமல் சொல்கிறீர்கள். இந்தக் காடுகளில் உள்ள பன்றிகள் புலி கரடிகளை சின்னாபின்னமாக்கிவிடும்! யானையை முட்டிக் கீழே தள்ளிவிடும்! குதிரைகள் இலட்சியமே இல்லை, அம்பும் வேலும் காட்டுப்பன்றியின் தோலிலே பட்டுத் தெறித்து விழுமே தவிர அதன் உடலுக்குள்ளே போகாது!... ஐயா! ஐயா! நில்லுங்கள்' என்று கந்தமாறன் கூச்சலிட்டான்.

அதே சமயத்தில் காட்டுப் புதர்களிலே ஒரு சிறிய சுழற்காற்று அடிப்பது போன்ற அல்லோலகல்லோலம் ஏற்பட்டது. மறு நிமிடம் குட்டி யானைகளைப் போன்ற கரிய பெரிய உருவம் வாய்ந்த இரண்டு காட்டுப்பன்றிகள் வெளிப்பட்டன. அவை ஒரு கண நேரம் நின்று குதிரைகளையும் அவற்றின்மீது வந்தவர்களையும் உற்றுப் பார்த்தன.

கந்தமாறன், 'ஜாக்கிரதை ஐயா! ஜாக்கிரதை!' என்று கூச்சலிட்டான். பின் தொடர்ந்து வந்த வேட்டைக்காரர்களில் சிலர் இதற்குள் அங்கு வந்து சேர்ந்து விட்டார்கள். அவர்கள் தாரை தப்பட்டைகளைப் பிராணன் போகிற அவசரத்துடன் முழக்கிக் கொண்டு 'கா கூ' என்று கூச்சலிட்டார்கள்.

அந்தப் பன்றிகள் என்ன நினைத்துக் கொண்டனவோ என்னமோ தெரியவில்லை. ஒருவேளை அவற்றின் குட்டிகளை நினைத்துக் கொண்டிருக்கலாம். குட்டிகளுக்கு ஆபத்து வராமல் தடுக்க வேண்டுமென்ற உணர்ச்சியினால் தூண்டப்பட்டிருக்கலாம். அல்லது தாரை தப்பட்டைகளின் சப்தத்தைக் கேட்டு மிரண்டிருக்கலாம். பன்றிகள் இரண்டும் வெவ்வேறு திசையை நோக்கி பிய்த்துக்கொண்டு ஓடத் தொடங்கின.

கந்தமாறன் அதைப் பார்த்துவிட்டு, 'கோமகனே! அவை போய்த் தொலையட்டும், ஐந்தாறு வேட்டை நாய்கள் இல்லாமல் ஒரு காட்டுப்பன்றியைத் துரத்திக் கொல்ல முடியாது!' என்றான்.

கரிகாலன் அதைக் காதில் வாங்கிக்கொள்ளாமல் வில்லை வளைத்து அம்பை விட்டான். அது ஒரு பன்றியின் முதுகில் போய்த் தைத்ததைப் பார்த்து விட்டு இளவரசன், 'ஆஹா!' என்று உற்சாக கோஷம் செய்தான். அடுத்த கணத்தில் அந்தப் பன்றி உடம்பை ஒரு உலுக்கு உலுக்கியது. அம்பு தெறித்துக் கீழே விழுந்தது; பன்றி மேலே ஓடியது.

கந்தமாறன் அப்போது சிரித்த சிரிப்பில் ஏளனத்தின் தொனி தெரிந்தது. கரிகாலன் அவனைப் பார்த்து, 'கந்தமாறா! எங்கே ஒரு பந்தயம்! நானும் வந்தியத்தேவனும் அந்தப் பன்றியைத் தொடர்ந்துபோய் அதைக் கொன்று எடுத்துக்கொண்டு வருகிறோம். நீயும் பார்த்திபேந்திரனும் இன்னொரு பன்றியைத் துரத்திப்போய்க் கொன்று எடுத்து வாருங்கள்! இந்தப் பன்றிகள் இரண்டையும் கொல்லாமல் அரண்மனைக்குத் திரும்பக்

கூடாது!' என்று சொல்லிக்கொண்டே குதிரையைத் தட்டி விட்டான்; வந்தியத்தேவனும் அவனுடன் சென்றான்.

அவர்கள் தொடர்ந்து சென்ற காட்டுப்பன்றி எந்தத் திசையில் எந்த வழியாகப் போய்க் கொண்டிருக்கிறதென்பது கொஞ்ச நேரம் வரையில் தெரிந்து கொண்டிருந்தது. ஏனெனில் பன்றி சென்ற வழியிலிருந்த செடி கொடிகளும் புதர்களும் அந்தப் பாடுபட்டிருந்தன. பின்னர் ஒரு சிறிய கால்வாய் குறுக்கிட்டது. அது காட்டில் பெய்யும் மழைத் தண்ணீரை ஏரியில் கொண்டு வந்து சேர்க்கும் கால்வாய். அவ்விடத்துக்கு வந்த பிறகு பன்றி எந்தப் பக்கம் போயிற்று என்று கண்டுபிடிக்க முடியவில்லை. கால்வாயைக் கடந்து அப்பாலுள்ள காட்டுக்குச் சென்றதா? கால்வாய் ஓரமாக இந்தப் பக்கமாகவோ, அந்தப் பக்கமாகவோ சென்றதா என்பதை அறிய முடியவில்லை.

அச்சமயம் கால்வாயின் வழியாகத் தெரிந்த ஏரியின் விசாலமான நீர்ப்பரப்பில் தெரிந்த ஒரு காட்சி அவர்களுடைய கவனத்தைக் கவர்ந்தது. படகு ஒன்று வந்து கொண்டிருந்தது. அதிலிருந்தவர் கள் பெண்மணிகள் என்றும் அறியக் கூடியதாயிருந்தது. ஆனால் அவர்கள் யார் என்று தெரிந்துகொள்ள முடியவில்லை.

வந்தியத்தேவனும் கரிகாலனும் அச்சமயம் இருந்த இடத்தை நோக்கியே படகு வருவதாக முதலில் காணப்பட்டது. பிறகு திசை சற்றுத் திரும்பி, ஏரிக் கரையோரமாக இருந்த இன்னொரு தீவை நோக்கிச் சென்று படகு மறைந்து விட்டது.

'வல்லவரையா! படகில் வந்தவர்கள் யாராயிருக்கும்? பெண்மணிகள் போலத் தோன்றினார்கள் அல்லவா?' என்றான் கரிகாலன்.

'பெண்கள் போலத்தான் தோன்றியது; அதற்குமேல் எனக்கும் தெரியவில்லை' என்றான் வந்தியத்தேவன்.

'ஒருவேளை சம்புவரையர் வீட்டுப் பெண்களாயிருக்குமோ?'

'இருந்தாலும் இருக்கலாம்; ஆனால் அவர்கள் ஏன் இவ்வளவு தூரம் வரவேண்டும்?'

'ஆமாம்; அவர்களாயிருக்க முடியாதுதான்... காலையில் பழுவேட்டரையர் புறப்பட்டுப் போய்விட்டார் அல்லவா? நிச்சயந்தானே?'

'நிச்சயந்தான், ஐயா! அரண்மனை வாசல் திறப்பதையும் அவர் யானை மீது வெளியே போவதையும் நானே பார்த்தேன்.'

'அவர் மட்டுந்தான் போனாரா?'

'ஆமாம்; கிழவர் மட்டுந்தான் போனார்; இளைய ராணி போக வில்லை.'

'அந்தக் கிழவரைப் போன்ற வீராதிவீரனை எங்கே பார்க்கப் போகிறோம்? என் பாட்டனார் மலையமானைக் கூடப் பழு வேட்டரையருக்கு அடுத்தபடியாகத்தான் சொல்ல வேண்டும்...'

'ஐயா! அந்தக் கிழவர்களைப் பற்றியெல்லாம் பிறர் சொல்லித் தான் கேட்டிருக்கிறேன். தங்களுடைய வீரத்தைப் போர்க் களத்தில் நேரில் பார்த்திருக்கிறேன்; கடம்பூர் அரண்மனையிலும் பார்த்தேன். கிழவர்கள், குமாரர்கள் எல்லாரையும் எப்படி நடு நடுங்க அடித்துக் கொண்டிருந்தீர்கள்!' என்றான் வந்தியத்தேவன்.

'அது உண்மைதான். ஆனால் எதற்காக அவ்வளவு தடபுடல் செய்தேனோ, அந்தச் சந்தர்ப்பம் நெருங்கி வந்திருக்கும்போது எனக்கு உள்ளமும் உடலும் நடுங்குகின்றன. என்னைப் போன்ற பயங்கொள்ளிக் கோழையை இந்தச் சோழ நாட்டிலேயே காணமுடியாது...'

'இளவரசே! இன்று காட்டில் வேட்டையாடியபோது அப்படித் தாங்கள் பயந்து நடுங்கியதாகத் தெரியவில்லையே? வனவிலங்கு கள், பட்சிகள், பின்னோடு வந்தவர்கள் எல்லோரையும் அல்லவா நடு நடுங்கச் செய்தீர்கள்?'

'இவையெல்லாம் ஒரு தைரியத்தில் சேர்ந்ததா? கேவலம் ஒரு வேட்டை நாய் வேங்கைப் புலி மீது பாய்ந்து கொல்லுகிறது; காட்டுப்பன்றி மதயானையோடு சண்டைக்குப் போகிறது. வேட்டையாடும் தைரியம் ஒரு தைரியமா? வல்லவரையா, கேள்! நான் செய்த சூழ்ச்சி பலித்துவிட்டது. பழுவேட்டரையர் நந்தினியைத் தனியாக விட்டு விட்டுச் சென்று விட்டார். ஆயினும் அவளைத் தனிமையில் பார்த்துப் பேசுவதைப்பற்றி எண்ணினால் எனக்குப் பீதி உண்டாகிறது!' என்றான் ஆதித்த கரிகாலன்.

'ஐயா! அதற்குக் காரணம் உண்டு; இத்தனை காலமும் பழுவூர் இளைய ராணியைப்பற்றி ஒருவிதமாக எண்ணி இருந்தீர்கள். இப்போது அவர் தங்கள் சகோதரி என்பதை அறிந்திருக்கிறீர்கள். அவரோ தங்கள் குலத்தையே அழித்துவிட விரும்பும் பாண்டிய நாட்டுச் சதிகாரர் களோடு சேர்ந்து கொண்டிருக்கிறார். இதையெல்லாம் அவரிடம் சொல்வது கஷ்டமான காரியந்தான். எனக்கு அதற்கு ஒரு சந்தர்ப்பம் கிடைத்தும் என்னால் சொல்ல முடியவில்லையே?...'

'நண்பா! நீ அறிந்து வந்து கூறிய செய்தி ஒவ்வொன்றும் திடுக்கிடச் செய்வதாகவே இருக்கிறது. இன்னமும் என்னால் நம்ப முடியவில்லை. ஆனால் சிற்சில பழைய விஷயங்களை யோசித்துப் பார்த்தால்

உண்மையாக இருக்கலாம் என்று தோன்றுகிறது. எனக்கும் அவளுக்குமிடையில் எப்பொழுதும் ஒரு மாயத்திரை இருந்து வந்தது. பழையாறை பெரிய பிராட்டியார் - செம்பியன் மாதேவியார் - நந்தினியுடன் நான் சகவாசம் வைத்துக் கொள்ளக்கூடாது என்று அந்த நாளில் வற்புறுத்திச் சொன்னார். ஆனால் உண்மை முழுவதையும் சொல்லவில்லை; சொல்லியிருந்தால் இவ்வளவெல்லாம் நேர்ந்திராது...'

'செம்பியன் மாதேவிக்கு முழு உண்மையும் தெரிந்திராமலிருக் கலாம். யாரோ அநாதை ஊமை ஸ்திரீ பெற்றுப் போட்டுப் போன பெண் என்று மட்டும் அறிந்திருக்கலாம். சுந்தர சோழரின் மகள் பழுவூர் இளைய ராணி என்பது ஒருவேளை தெரியாமலிருக் கலாம்.'

நாற்பத்திரண்டாம் அத்தியாயம்

‘அவள் பெண் அல்ல!’

இளவரசன் கரிகாலன் சிறிது நேரம் யோசனையில் ஆழ்ந்திருந்தான். இளம் பிராயத்து நினைவுகள் அவன் உள்ளத்தில் அலை அலையாக மோதிக்கொண்டு தோன்றி, குமுறிக் கொந்தளித்து விட்டுப் பிறகு வேறு நினைவுகளுக்கு இடங்கொடுத்து விட்டு மறைந்தன. அந்த நினைவு அலைகளைப் பலவந்தமாகத் தடுத்து நிறுத்தி ஒரு தீர்க்கமான மூச்சு விட்டு விட்டுக் கரிகாலன்:

‘போனதைப்பற்றி இப்போது பேசவேண்டாம்; நடக்க வேண்டியதைப்பற்றி பேசலாம். அதற்காகவே உன்னைத் தனியாக அழைத்து வந்தேன். பந்தயத்தில் நாம் தோற்று விட்டோம்; பன்றி போய்விட்டது. இனி என்ன செய்வது, எப்படிச் செய்வது என்று யோசித்து முடிவு செய்யலாம். வல்லவரையா! நந்தினியிடம் அவளுக்கும் எனக்கும் உள்ள உறவை எப்படிச் சொல்வது என்று நினைத்தாலே எனக்குப் பீதி உண்டாகிறது. அவள் முகத்தை நன்றாக நிமிர்ந்து பார்க்கக்கூட என்னால் முடியவில்லை. தப்பித் தவறிப் பார்க்கும் போதெல்லாம், வீர பாண்டியனுடைய உயிருக்காக அவள் மன்றாடியபோது எப்படி முகத்தை வைத்துக் கொண்டாளோ, அப்படியே வைத்துக் கொள்கிறாள். அவளுடைய பார்வை நெஞ்சை வாள்கொண்டு அறுப்பது போலிருக்கிறது. என் சகோதரி வீர பாண்டியன்மீது காதல் கொண்டு அவன் உயிருக்காக என்னிடம் மன்றாடினாள் என்பதை நினைத்தாலே என் நெஞ்சு உடைந்துவிடும் போலிருக்கிறது. வல்லவரையா! உன் கருத்து என்ன? இன்னமும் அவளுக்கு உண்மை தெரியாது என்றா நினைக்கிறாய்? அவள் சுந்தர சோழரின் மகள் என்றும், எங்களுக்கெல்லாம் சகோதரி என்றும் அறியமாட்டாள் என்றா கருதுகிறாய்?’

‘கோமகனே! இவையெல்லாம் தெரிந்திருந்தால், இன்னமும் பாண்டிய நாட்டுச் சதிகாரர்களுடன் சேர்ந்திருப்பாரா? சோழ குலத்துக்கு விரோதமாக ஒரு சிறுபிள்ளையைச் சிம்மாசனத்தில் அமர்த்திப்

பாண்டிய நாட்டு மன்னனாகவும் சோழ சாம்ராஜ்ய சக்கரவர்த்தியாகவும் மணிமகுடம் சூட்டியிருப்பாரா? அந்த மணிமகுடத்தைத் தாங்கி நிற்பதாகக் கையில் கத்தி ஏந்தி சபதம் செய்திருப்பாரா? இவையெல்லாம் திருப்புறம்பியம் பள்ளிப் படையருகில் நள்ளிரவில் நடந்ததை நானே பார்த்தேன்..'

'இவ்வளவையும் பார்த்த உன்னை நந்தினி உயிரோடு விட்டு விட்டதை நினைத்தால் வியப்பாயிருக்கிறது.'

'ஐயா! எனக்கு அதில் வியப்பு இல்லை; பெண் உள்ளத்தில் இயற்கையாகக் குடிகொண்டுள்ள இரக்கம் காரணமாயிருக் கலாம் அல்லவா?'

'வல்லவரையா! நீ உலகமறியாதவன்; பெண் உள்ளத்தில் குடி கொண்டுள்ள வஞ்சகமும் வஞ்சனையும் எத்தகையவை என்பது உனக்குத் தெரியாது. என்ன நோக்கத்துடன் உன்னை அவள் உயிரோடு விட்டாள் என்பதை நான் அறியேன். ஆனால் என்னை எதற்காக ஓலை அனுப்பி வரவழைத்தாள் என்பது என் அந்தரங்கத்துக்குத் தெரிந்திருக்கிறது.'

'இளவரசே! அது என்ன காரணமாயிருக்கும்?'

'என்னைக் கொன்று வீர பாண்டியனுக்குப் பழிக்குப் பழி வாங்கு வதற்காகத்தான் வரவழைத்திருக்கிறாள்...'

'ஐயா! அப்படி ஏதாவது விபரீதம் நேர்ந்துவிடப் போகிறதென்று எண்ணித்தான் இளைய பிராட்டியும் முதன்மந்திரியும் என்னை அவசரமாக அனுப்பி வைத்தார்கள். ஆனால் அவர்கள் கடம்பூருக்குப் போக வேண்டாம் என்று சொன்னதைத் தாங்கள் கேட்கவில்லை...'

'வல்லவரையா! இளைய பிராட்டியும் முதன்மந்திரியும் மிக மிக அறிவாளிகள்தான். ஆனால் விதியை அவர்களால் கூடத் தடுக்க முடியாது அல்லவா? அருள்மொழிவர்மனைப் பற்றிச் சோதிடர்கள் சொல்லியிருப்பதையெல்லாம் உண்மையாக்கு வதற்காகவே விதி என்னை இங்கே கொண்டு வந்து சேர்த்திருக்கிறதோ என்னமோ, யார் கண்டது? வல்லவரையா! கந்தமாறன் என் பின்னாலிருந்து அம்பை விட்டானே? உண்மையில் அவன் கரடியைக் குறிப் பார்த்து விட்டானா? என்னைக் குறிப்பார்த்து விட்டானா? நீ கவனித்தாயா?'

'நான் கவனிக்கவில்லை, ஐயா! ஆனால் கந்தமாறன் அத்தகைய துரோகம் செய்யக் கூடியவன் என்று நான் ஒரு நாளும் ஒப்புக் கொள்ளமாட்டேன். வீட்டுக்கு வந்த விருந்தாளியை, அதிலும் சக்கரவர்த்தியின் குமாரனைப் பின்னாலிருந்து அம்பு எய்து கொல்லக்

கூடியவனா கந்தமாறன்? அவனுடைய அறிவுக் கூர்மையைப்பற்றி எனக்கு அவ்வளவு உயர்ந்த அபிப்பிராயம் இல்லைதான். முதுகில் குத்தப்பட்டு உணர்வற்றுக் கிடந்தவனை நான் தூக்கிக் கொண்டு போய்க் காப்பாற்றினேன். கண் விழித்ததும் என்னைப் பார்த்தபடியால் நான்தான் அவனைக் குத்தியதாக எண்ணிக் கொண்டான். அப்போது அவன் என் பேரில் கொண்ட பகைமை இன்னும் மாறவில்லை. ஆனால் அவனுடைய புத்தி கொஞ்சம் கட்டையாயிருந்தாலும், துரோக சிந்தையுள்ளவன் அல்ல!...'

'நண்பா! ஒரு அழகிய பெண்ணின் மோகனாஸ்திரத்துக்கு எவ்வளவு சக்தியுண்டு என்று உனக்குத் தெரியாது. எவ்வளவு நல்லவனையும் அது துரோகச் செயல் புரியச் செய்துவிடும்...'

'ஐயா! பெண்களின் மோகன சக்தியைப்பற்றி நானும் சிறிது அறிந்துதானிருக்கிறேன். அதனால் நான் ஒரு நாளும் துரோகியாகி விடமாட்டேன்...'

'ஆகா! மணிமேகலை நல்ல பெண். உன்னைத் துரோகமான காரியம் செய்யும்படி ஏவமாட்டாள்...'

'நான் மணிமேகலையைச் சொல்லவில்லை; பூரண சந்திரனைப் பார்த்த கண்களுக்கு மின்மினி கவர்ச்சிகரமாகத் தோன்ற முடியுமா?'

'பூரண சந்திரன் என்று யாரைக் குறிப்பிடுகிறாய்?'

'இளவரசே! கோபிக்க வேண்டாம்; பழையாறை இளைய பிராட்டியைத்தான் சொல்லுகிறேன்...'

'அடே! அதிகப் பிரசங்கி! உலகிலுள்ள மன்னாதி மன்னர்கள் எல்லோரும் குந்தவையின் கைப்பிடிக்கத் தவம் கிடக்கிறார்கள். அத்தகைய என் சகோதரியை நீ மனத்தினாலும் நினைக்கலாமா?'

'ஐயா! பூரண சந்திரனுடைய மோகனத்தையும் தண்ணொளி யையும் பூலோக சக்கரவர்த்திகளும் பார்த்து அனுபவிக்கிறார்கள்; ஏழை எளியவர்களுந்தான் நிலவில் நின்று களிக்கிறார்கள்; அவர்களை யார் தடுக்க முடியும்?'

'ஆமாம்; உன் பேரில் கோபித்துக்கொள்வதில் பயனில்லை. தெரிந்துதான் நான் உன்னை என் சகோதரியிடம் ஓலையுடன் அனுப்பினேன். நீயும் அவளுக்குத் திருப்தியாக நடந்து கொண்டாய். ஆனால் பார்த்திபேந்திரனிடம் மட்டும் இதையெல்லாம் சொல்லி விடாதே! அவன் சோழ குலத்துக்கு மருமகனாகித் தொண்டை நாட்டுக்கு மன்னனாக விளங்கலாம் என்று கனவு கண்டு கொண்டிருக்கிறான்...'

'ஐயா! அவ்விதம் சில காலத்துக்கு முன்பு வரையில் இருந்திருக்கலாம். இப்போது கந்தமாறன், பார்த்திபேந்திரன் இருவரும் நந்தினி தேவி காலால் இட்ட வேலையைத் தலையினால் செய்யக் காத்திருக்கிறார்கள்...'

'அதை நான் கவனித்து வருகிறேன்; ஆகையினால்தான் அவர்கள் விஷயத்தில் எனக்குப் பயமாயிருக்கிறது.'

'எல்லாவற்றையும் உத்தேசிக்கும்போது, தாங்கள் இளைய ராணியைச் சீக்கிரம் சந்தித்து எல்லா உண்மைகளையும் சொல்லி விடுவது அவசியம் என்று தோன்றுகிறது.'

'நண்பா! எனக்கு அவ்வளவு தைரியம் வரும் என்று தோன்றவில்லை. எனக்குப் பதிலாக நீயே அவளைச் சந்தித்துச் சொல்லி விட்டால் என்ன?'

'இளவரசே! நான் சொன்னால் இளைய ராணிக்கு நம்பிக்கை ஏற்படாது. ஒருமுறை நான் அவரை ஏமாற்றிவிட்டு தப்பித்துக் கொண்டு சென்றிருக்கிறேன். ஆகையால் இதுவும் ஏதோ ஒரு சூழ்ச்சி என்று கருதக்கூடும்.'

'ஆனால் நான் நந்தினியைத் தனியாகச் சந்திப்பது எப்படி? அவளோ அந்தப்புரத்தில் இருக்கிறாள்!'

'ஐயா! மணிமேகலையின் மூலம் அது சாத்தியமாகும்; அதற்கு வேண்டிய ஏற்பாடு நான் செய்கிறேன்...'

'மணிமேகலையை நீ கைக்குள் போட்டுக் கொண்டிருக்கிறாய் போலிருக்கிறது. நல்ல காரியந்தான்! எது எப்படியானாலும் மணிமேகலையை உனக்குத் திருமணம் செய்து விட்டேனானால், என் உள்ளம் ஓரளவு நிம்மதி அடையும்.'

'ஐயா! மணிமேகலையை நான் என் உடன் பிறந்த சகோதரியாகக் கருதுகிறேன். அவளுக்கு இன்னும் பன்மடங்கு மேலான அதிர்ஷ்டம் கிட்டக்கூடும் என்று எதிர்பார்க்கிறேன்...'

'எதைப்பற்றிச் சொல்லுகிறாய்?'

'தெரியவில்லையா, இளவரசே! சோழ சாம்ராஜ்யத்தின் பட்டத்து இளவரசரின் உள்ளத்தில் கன்னி மணிமேகலை இடம் பெற்றிருப்பதாக ஊகிக்கிறேன். சற்று முன் சம்புவரையர் குமாரியைப் பற்றி ஒரு மாதிரி பேசினேன். என் மனத்தைத் தங்களுக்குத் தெரிவிப்பதற்காக அவ்விதம் சொன்னேன். இளைய பிராட்டி ஒருவரைத் தவிர இந்த உலகில் பிறந்த வேறு எந்தப் பெண்ணும் மணிமேகலைக்கு அறிவிலும் குணத்திலும் இணையாக மாட்டார்கள். தாங்கள் மட்டும் மணிமேகலையை மணந்து

கொண்டால் நம்முடைய தொல்லைகள் எல்லாம் தீர்ந்து விடும். சம்புவரையரும் கந்தமாறனும் நம்முடன் சேர்ந்து விடுவார்கள். பழுவேட்டரையர்கள் தனித்துப் போய் விடுவார்கள். இளைய ராணியின் சக்தியும் குன்றி விடும். மதுராந்தகத் தேவர் பின்னர் இராஜ்யம் என்ற பேச்சையே எடுக்க மாட்டார். சிற்றரசர்களின் சூழ்ச்சியையும் பாண்டிய நாட்டு ஆபத்துதவிகளின் சதியையும் ஒரேயடியாக முறியடித்து வெற்றி காணலாம்...'

'எல்லாம் சரிதான், தம்பி! ஆனால் கடம்பூருக்கு நான் திருமணம் செய்து கொள்வதற்காக வரவில்லை. ஏதோ ஒரு பெரிய ஆபத்து நெருங்கிக் கொண்டிருக்கிறது. நான் சொல்கிறேன், கேள்! பழுவேட்டரையர் மதுராந்தகனோடு திரும்பி வரும்போது ஒரு பெரிய படையுடன் வரப்போகிறார்...'

'ஐயா! அப்படியானால் நாமும் திருக்கோவலூர் அரசருக்குச் சொல்லி அனுப்பிப் படை திரட்டிக்கொண்டு வரச்செய்தால் என்ன? எதற்கும் முன் ஜாக்கிரதையுடன் இருப்பது நல்லதல்லவா?'

'நானும் அதைப்பற்றி யோசித்து வருகிறேன். ஒவ்வொரு சமயம் எனக்கு என்ன தோன்றுகிறது தெரியுமா? இந்தக் கடம்பூர் அரண் மனையைத் தரை மட்டமாக்கி, இங்கே சதியாலோசனை செய்தவர்கள் அத்தனை பேரையும் அரண்மனை வாசலில் கழுவிலேற்ற வேண்டுமென்று தோன்றுகிறது. என் தந்தையை முன்னிட்டுத்தான் கோபத்தை அடக்கிக்கொள்கிறேன். அவரை மட்டும் நீ காஞ்சிக்கு அழைத்து வந்திருந்தால்...?'

'இளவரசே! அவரிடம் தங்கள் ஓலையைச் சேர்ப்பிப்பதே பிரம்மப் பிரயத்தனமாகி விட்டதே!'

'ஆமாம்; சக்கரவர்த்தி இந்தப் பழுவேட்டரையர்களிடம் நன்றாக அகப்பட்டுக் கொண்டிருக்கிறார். என் பெற்றோர்களுக்கென்று காஞ்சிமா நகரில் நான் கட்டிய பொன் மாளிகையில் வௌவால்கள் சஞ்சரிக்கின்றன. நான் உயிரோடிருக்கும்போது அவர்களை அம்மாளிகையில் வரவேற்கும் பாக்கியம் எனக்குக் கிடைக்குமோ, என்னமோ தெரியாது. இந்தக் கடம்பூரைவிட்டு உயிரோடு போவேனோ என்றுகூடச் சந்தேகமாயிருக்கிறது...'

'இளவரசே! தாங்கள் இவ்விதம் பேசப் பேச, மலையமானைப் படைகளுடன் வரச் சொல்வது மிக்க அவசியம் என்று தோன்று கிறது...'

'அந்தக் காரியத்துக்கு உன்னையே அனுப்பலாமா என்று பார்க்கிறேன்...'

'ஐயா! மன்னிக்கவேணும்! தங்களை விட்டு ஒரு கணமும் பிரியவே கூடாது என்று தங்கள் தமக்கையார் எனக்குக் கட்டளையிட்டிருக்கிறார்கள்...'

'அதை நீ இதுவரை நன்றாக நிறைவேற்றி வருகிறாய்.'

'பார்த்திபேந்திர பல்லவர் இங்கே சும்மாத்தான் இருக்கிறார்; பொழுது போகாமல் கஷ்டப்படுகிறார்...'

'ஆமாம்; பழுவூர் இளைய ராணியைப் பாராத ஒவ்வொரு கணமும் அவனுக்கு ஒவ்வொரு யுகமாக இருக்கிறது. பார்த்திபேந்திரன் பெண்ணழகுக்கு இவ்வளவு அடிமையானவன் என்று நான் கனவிலும் கருதவில்லை. அவனைத்தான் மலையமானிடம் அனுப்ப வேண்டும்.'

'சரியான யோசனை, ஐயா!'

'அவன் இல்லாதபோது எனக்கு ஏதாவது அபாயம் நேரிட்டால் உதவிக்கு நீ இருக்கவே இருக்கிறாய்...'

'இளவரசே! யார் இருந்தாலும் இல்லாவிட்டாலும், தங்களுக்குத் தீங்கு செய்யத் துணிவுள்ளவன் இந்த உலகில் இருப்பதாக நான் கருதவில்லை. தாங்கள் இல்லாதபோது தங்களைப்பற்றி ஏதேதோ பேசிய வீரக் கிழவர்கள் தங்களை நேரில் பார்த்ததும் கைகால் நடுங்கி வாய் குழறித் தடுமாறுவதை நேரில் பார்த்தேனே?'

'தம்பி! கையில் கத்தி எடுத்துப் போராடக் கூடிய எந்த ஆண் மகனுக்கும் நான் பயப்படவில்லை. பின்னாலிருந்து முதுகில் அம்பு விடக்கூடிய கந்தமாறன் போன்றவர்களுக்கும் நான் பயப்படவில்லை...'

'மறுபடி கந்தமாறனைப்பற்றி அப்படிச் சொல்கிறீர்களே...'

'கேள், தம்பி! ஒரு பெண்ணின் நெஞ்சின் ஆழத்தில் உள்ள வஞ்சகத்துக்குத்தான் அஞ்சுகிறேன். அவள் மனத்தில் என்ன வைத்துக் கொண்டிருக்கிறாளோ என்று எண்ணும்போதெல்லாம் என் உள்ளம் பதைபதைக்கிறது. அவள் என்னை மர்மமாகப் பார்க்கும் ஒவ்வொரு பார்வையும் என் நெஞ்சில் ஈட்டியைச் செலுத்துவது போலிருக்கிறது. அதைப்பற்றி எண்ணிய உடனே என் கை கால்கள் வெடவெடத்துப் போகின்றன.'

'ஐயா! நந்தினிதேவியின் வஞ்சகத்துக்குப் பயப்பட வேண்டியது தான் என்பதை நானும் ஒத்துக் கொள்கிறேன். அவருடைய உள்ளத்தில் எவ்வளவு பயங்கரமான துவேஷம் குடிகொண்டிருக் கிறது என்பதை

நான் உணர்ந்திருக்கிறேன். என்னை அவர் உயிரோடு போகவிட்டதை நினைக்கும்போது சில சமயம் அதில் என்ன சூழ்ச்சி இருக்குமோ என்று பீதி கொள்கிறேன். ஆனால் இதெல்லாம் அவருக்கு உண்மை தெரியாமலிருக்கும் காரணத்தினால்தான் அல்லவா? அவருடைய சகோதரர் தாங்கள் என்பதைத் தெரிவித்து விட்டால் அதற்குப் பிறகு எந்தக் கவலையும் வேண்டியதில்லையல்லவா?'

'அப்படியா எண்ணுகிறாய்? வல்லவரையா! நீ கெட்டிக்காரன் தான். ஆனால் பெண்களின் இயல்பு அறியாத அப்பாவிப் பிள்ளை. நந்தினிக்குத் தான் சுந்தர சோழரின் குமாரி என்பது தெரிந்தால், எங்கள் எல்லோரிடமும் அவளுடைய குரோதம் ஒன்றுக்கு நூறு மடங்கு ஆகும். தஞ்சை சாம்ராஜ்யத்தின் சக்கரவர்த்தினியாக அவளுக்குப் பட்டம் சூட்டுவதாகச் சொன்ன போதிலும் அவளுடைய கோபம் தீராது...'

'இளவரசே! அப்படித் தாங்கள் கருதினால் அந்தப் பொறுப்பை என்னிடமே ஒப்புவியுங்கள். நானே நந்தினியிடம் உண்மை வரலாற்றைச் சொல்வேன். அவருடைய கோபத்தையும் தணிக்க முயல்வேன்...'

'உன்னாலும் அது முடியாது, நண்பா! நந்தினியின் கோபத்தை யாராலும் தடுக்க முடியாது. நான் சொல்வதைக் கேள்! எங்கள் சோழ குலத்தைக் காப்பாற்ற வேண்டுமானால், ஒன்று நான் சாக வேண்டும்; அல்லது அவள் சாக வேண்டும்; அல்லது இரண்டு பேரும் சாக வேண்டும். வீர பாண்டியனைக் கொன்ற வாளினால் அவளையும் கொன்று விடுகிறேன்...'

'இளவரசே! இது என்ன பயங்கரமான பேச்சு?'

'வல்லவரையா! ஒரு சாம்ராஜ்யத்தைப் பாதுகாப்பதற்காக ஓர் உயிரைக் கொல்லுவது குற்றமா? அவள் பெண்ணாயிருந்தால் என்ன? என் உடன் பிறந்த சகோதரியாக இருந்தால்தான் என்ன? உண்மையில் அவள் பெண் அல்ல; பெண் உருக்கொண்ட மாய மோகினிப் பேய்! அவளை உயிரோடு விட்டுவைத்தால் விஜயாலய சோழர் காலத்திலிருந்து பல்கிப் பெருகி வந்திருக்கும் இந்தச் சோழ சாம்ராஜ்யம் சின்னாபின்னமாகிவிடும்... ஆகா! அது என்ன?' என்று ஆதித்த கரிகாலன் திகிலுடன் கேட்டு விட்டுத் திரும்பிப் பார்த்தான்.

அச்சமயம் அவர்கள் இருந்த இடத்துக்குச் சற்றுத் தூரத்தில் காட்டுப் புதர்களுக்கு மத்தியில் ஏதோ அல்லோலகல்லோலம் நடந்து கொண்டிருந்தது. இருவரும் குதிரைகளைத் தட்டிவிட்டு அருகில் சென்று பார்த்தார்கள். மிக அபூர்வமான காட்சி ஒன்று தென்பட்டது; காட்டுப்பன்றி ஒன்றும், சிறுத்தைப் புலி ஒன்றும் கொடூரமாகச் சண்டையிட்டுக் கொண்டிருந்தன.

'ஆகா! நாம் தேடி வந்தவன் இங்கே இருக்கிறான்!' என்றான் கரிகாலன்.

'சிறுத்தை நமக்கு வேலை இல்லாமல் செய்து விடும் போலிருக்கிறது!' என்றான் வந்தியத்தேவன்.

'அப்படியா நினைக்கிறாய்? பார்த்துக் கொண்டே இரு!' என்றான் கரிகாலன்.

சிறுத்தைக்கும் பன்றிக்கும் நடந்த அகோரமான யுத்தத்தை இருவரும் சிறிது நேரம் கண்கொட்டாமல் பார்த்துக் கொண்டிருந்தார்கள். சிறுத்தை பன்றியின் மீது பாய்ந்து அதை நகங்களினாலும் பற்களினாலும் தாக்க முயன்றது. ஆனால் காட்டுப்பன்றியின் கடினமான தோல், புலி நகத்திற்கும் பற்களுக்கும் சிறிதும் அசைந்து கொடுக்கவில்லை. ஆனால் பன்றி வேகமாக ஓடி வந்து சிறுத்தையை முட்டித் தள்ளித் தரையிலும் மரங்களின் வேர்களிலும் வைத்துத் தேய்த்த போதெல்லாம் சிறுத்தை படாதபாடு பட்டது. பன்றியின் கோரைப் பற்கள் சிறுத்தையின் தோலைச் சின்னாபின்னமாகக் கிழித்தன. கடைசியாக ஒரு முறை சிறுத்தையைப் பன்றி கீழே முட்டித் தள்ளியபோது அது செத்தது போலக் கிடந்தது.

'தம்பி! சிறுத்தை செத்து விட்டது! பன்றி இனி நம் பேரில் திரும்பும்! அதற்கு நாம் ஆயத்தமாக வேண்டும்!' என்று கூறிக் கரிகாலன் வில்லில் அம்பைப் பூட்டி, விட்டான்.

அம்பு பன்றியின் கழுத்தில் போய்த் தைத்தது. பன்றி கழுத்தை உதறிக்கொண்டே திரும்பிப் பார்த்தது. இரு குதிரைகளையும் அவற்றின் மீதிருந்தவர்களையும் ஒரு கணம் கவனித்தது. பிறகு ஒரு தடவை சிறுத்தையைப் பார்த்தது. அதனால் இனி ஒன்றும் ஆகாது என்று தெரிந்துகொண்டது போலும்! மூர்க்க ஆவேசத்துடன் குதிரைகளை நோக்கிப் பாய்ந்து வந்தது. கரிகாலன் இன்னொரு அம்பை வில்லில் பூட்டுவதற்கு முன்னால் அவன் ஏறியிருந்த குதிரையைத் தாக்கியது. தாக்குதலின் வேகத்தினால் சிறிது நகர்ந்த குதிரையின் பின்னங்கால் ஒரு மரத்தின் வேரில் அகப்பட்டுக் கொள்ளவே குதிரை தடுமாறிக் கீழே விழுந்தது. குதிரையின் அடியில் கரிகாலன் அகப்பட்டுக் கொண்டான். பன்றி சிறிது பின்னால் நகர்ந்து வந்து மறுபடியும் தரையில் கிடந்த குதிரையை நோக்கிப் பாய்ந்து சென்றது.

நாற்பத்து மூன்றாம் அத்தியாயம்

‘புலி எங்கே?’

ஆதித்த கரிகாலர் எப்பேர்ப்பட்ட ஆபத்தில் அகப்பட்டுக் கொண்டார் என்பதை வந்தியத்தேவன் கவனித்தான். கண்மூடித் திறக்கும் நேரத்தில் குதிரையைச் செலுத்திக் கொண்டுவந்து பன்றியின் மீது தன் கையிலிருந்த வேலைச் செலுத்தினான். வேல் பன்றியின் முதுகுத் தோலின் மீது மேலாகக் குத்தியது . பன்றி உடம்பை ஒரு குலுக்குக் குலுக்கிக்கொண்டு திரும்பியது. அந்த வேகத்தில் வந்தியத்தேவன் கையில் பிடித்திருந்த வேலின் பிடி நழுவிவிட்டது. பன்றியின் முதுகில் இலேசாகச் சென்றிருந்த வேல் நழுவிக் கீழே விழுந்தது.

பன்றி இப்போது வந்தியத்தேவன் பக்கம் திரும்பி ஓடி வந்தது. அவன் தன் அபாயகரமான நிலையை உணர்ந்தான். பன்றியின் தாக்குதலுக்கு அவனுடைய குதிரையினால் ஈடு கொடுக்க முடியாது; கையில் வேலும் இல்லை. இளவரசரோ இன்னமும் குதிரையின் கீழிருந்து வெளிப்படு வதற்கு முயன்று கொண்டிருக்கிறார். தான் குதிரை மேலிருந்தபடி ஏதாவது ஒரு மரத்தின் மேல் தாவி ஏறிக் கொண்டால்தான் தப்பிப் பிழைக்கலாம். சீச்சீ! எத்தனையோ அபாயங்களுக்குத் தப்பி வந்து கடைசியில் கேவலம் ஒரு காட்டுப்பன்றியினாலேயா கொல்லப்பட வேண்டும்?...

நல்ல வேளையாக அருகாமையிலேயே தாழ்ந்து படர்ந்த மரம் ஒன்று இருந்தது. வந்தியத்தேவன் குதிரை மீதிருந்து பாய்ந்து மரத்தின் கிளை ஒன்றைத் தாவிப் பிடித்துக் கொண்டான். கால் முதல் தோள் வரையில் அவனுடைய பலத்தை முழுவதும் பிரயோகித்து எழும்பி கிளை மீது ஏறிக் கொண்டான். அதே சமயத்தில் பன்றி அவனுடைய குதிரையை முட்டியது. குதிரை தட்டுத்தடுமாறி விழப் பார்த்துச் சமாளித்துக் கொண்டு அப்பால் ஓடியது. கரிகாலர் இன்னமும் குதிரையின் அடியில் கிடந்தார். வந்தியத்தேவன் மரக்கிளை மீது இருந்தான். காட்டுப்பன்றி இருவருக்கும் நடுவில் நின்று இப்படியும் அப்படியும் திரும்பிப் பார்த்தது.

இரண்டு எதிரிகளில் யாரைத் தாக்கலாம் என்று அந்தக் காட்டுப்பன்றி யோசனை செய்கிறது என்பதை வந்தியத்தேவன் அறிந்தான். இளவரசர் இன்னும் குதிரைக்கு அடியிலிருந்து விடுவித்துக்கொண்டு வெளி வந்தபாடில்லை. வெளி வந்துவிட்ட போதிலும் பன்றியின் தாக்குதலை அவரால் அச்சமயம் சமாளிக்க முடியுமா என்பது சந்தேகந்தான். அவர் கையில் உடனே பிரயோகிக்கக் கூடிய ஆயுதம் இல்லை. வில்லை வளைத்து அம்பு விட வேண்டும். குதிரைக்கு அடியில் விழுந்து அகப்பட்டுக் கொண்டதில் அவருக்குப் பலமான காயம் பட்டிருந்தாலும் பட்டிருக்கலாம். எப்படியும் இளவரசருக்குச் சிறிது சாவகாசம் ஏற்படுத்திக் கொடுப்பது அவசியம். இவ்வளவையும் மின்னல் மின்னும் நேரத்தில் வந்தியத்தேவன் யோசனை செய்து ஒரு முடிவுக்கு வந்தான். தான் ஏறியிருந்த மரக்கிளையைப் பலமாக உலுக்கி ஆட்டிக்கொண்டே 'ஆகா ஊ கூ' என்று பெரியதாகச் சத்தமிட்டான்.

அவனுடைய யுக்தி பலித்தது; பன்றி மூர்க்காவேசத்துடன் அவன் ஏறியிருந்த மரத்தை நோக்கிப் பாய்ந்து வந்தது. 'வரட்டும்; வரட்டும்... வந்து மரத்தின் பேரில் முட்டிக் கொள்ளட்டும்' என்று வந்தியத்தேவன் எண்ணிக் கொண்டிருக்கும்போதே, அவன் ஏறி உட்கார்ந்து உலுக்கிய மரக்கிளை மடமடவென்று முறிந்தது. கடவுளே! இது என்ன ஆபத்து?... கிளையுடன் தரையில் விழுந்தால்? அடுத்த நிமிடமே பன்றியின் கோரப் பற்கள் அவனைச் சின்னாபின்னமாகக் கிழித்து விடும். வேறு கிளை ஒன்றைத் தாவிப் பிடித்துக் கொண்டால்தான் பிழைக்கலாம்; அப்படித் தாவிப் பிடிக்க முயன்றான். பிடிக்க முயன்ற கிளை சற்றுத் தூரத்தில் இருந்தபடியால் ஒரு கை மட்டுந்தான் பிடித்தது. பிடித்த கிளை மெல்லியதாயிருந்தபடி யால் வளைந்து கொடுத்தது. கைப்பிடி நழுவத் தொடங்கியது. கால்கள் ஊசலாடின! சரி! கீழே விழ வேண்டியதுதான், உடனே மரணந்தான்! சந்தேகமில்லை. ஏதோ, கடைசியாக ஆதித்த கரிகாலரைக் காப்பாற்ற முடிந்தது அல்லவா? இளைய பிராட்டி இதை அறியும்போது மகிழ்ச்சி அடைவாள் அல்லவா? தன்னுடைய மரணத்துக்காக ஒரு துளி கண்ணீர் விடுவாள் அல்லவா?... ஏதோ ஒரு பயங்கரமான சத்தம் கேட்டது! அதே சமயத்தில் கைப்பிடியும் நழுவி விட்டது! வந்தியத்தேவன் கண்களை இறுக மூடிக்கொண்டான். தடால் என்று கீழே விழுந்தான்; விழும் போதே நினைவை இழந்தான்.

வந்தியத்தேவன் நினைவு வந்து கண் விழித்துப் பார்த்தபோது ஆதித்தகரிகாலர் அவன் முகத்தில் தண்ணீர் தெளித்துக் கொண்டிருப்பதைக் கண்டான். சட்டென்று நிமிர்ந்து எழுந்து உட்கார்ந்து, 'இளவரசே! பிழைத்திருக்கிறீர்களா?' என்றான்.

'ஆமாம்; உன்னுடைய தயவினால் இன்னும் பிழைத்திருக் கிறேன்' என்றார் ஆதித்தகரிகாலர்.

'காட்டுப்பன்றி என்ன ஆயிற்று?' என்று கேட்டான்.

'அதோ!' என்று இளவரசர் சுட்டிக் காட்டிய இடத்தில் காட்டுப்பன்றி செத்துக் கிடந்தது.

வந்தியத்தேவன் அதைச் சற்று உற்றுப் பார்த்துவிட்டு, 'அரசே! இவ்வளவு சின்ன உருவமுள்ள பிராணி என்ன பாடுபடுத்தி விட்டது? கந்தமாறன் காட்டுப்பன்றியைக் குறித்துச் சொன்னது அவ்வளவும் உண்மைதான். கடைசியில் அதை எப்படித்தான் கொன்றீர்கள்?' என்று கேட்டான்.

'நான் கொல்லவில்லை உன்னுடைய வேலும் நீயுமாகச் சேர்ந்துதான் கொன்றீர்கள்!' என்றார் இளவரசர்.

வந்தியத்தேவன் அதன் பொருள் விளங்காதவனைப் போல் இளவரசரின் முகத்தைப் பார்த்தான்.

'என்னுடைய வேலைத் தாங்கள் நன்றாக உபயோகப்படுத்தி யிருக்கிறீர்கள்! ஆனால் நான் ஒன்றும் செய்யவில்லையே? ஆபத்தான சமயத்தில் தங்களுக்கு உதவி செய்ய முடியாதவனாகி விட்டேனே?' என்றான்.

'நீ மரக் கிளையைப் பிடித்து உலுக்கிச் சத்தமிட்டாய் அல்லவா? அப்போது நான் குதிரை அடியிலிருந்து வெளிவந்து உன் வேலை எடுத்துக் கொண்டேன். என் மனத்தில் கொந்தளித்துக் கொண்டிருந்த கோபத்தையெல்லாம் பாவம், இந்தப் பன்றியின் பேரில் பிரயோகித்தேன். வேலினால் குத்தப்பட்டதும் அது பயங்கரமாகச் சத்தமிட்டது. என் காதே செவிடாகி விடும் போலிருந்தது. ஆனால் வேலினால் மட்டும் அது சாகவில்லை. நீ மரக் கிளையிலிருந்து நழுவி அதன் பேரில் விழுந்தாய்; அந்த அதிர்ச்சியினால்தான் செத்தது!' என்று கரிகாலர் சொல்லிவிட்டுச் சிரித்தார்.

வந்தியத்தேவனும் அதை நினைத்து நினைத்துச் சிரித்தான். உடம்பைத் தடவிப் பார்த்துக்கொண்டு 'பன்றியின் மேல் விழுந்ததினாலேயேதான், காயம் படாமல் தப்பினேன் போலிருக்கிறது. மகா விஷ்ணு வராக அவதாரம் எடுத்து இரணியாட்சனைக் கொன்றார் என்பதை இனி என்னால் நம்ப முடியும். அப்பா! எவ்வளவு மூர்க்கமான பிராணி' என்றான்.

'இந்தச் சிறு காட்டுப்பன்றியைப் பார்த்துவிட்டு வராகவதாரத்தை மதிப்பிடாதே, தம்பி! வடக்கே விந்திய மலையைச் சேர்ந்த காடுகளிலே

தலையிலே ஒற்றைக் கொம்பு உள்ள பன்றி ஒன்று இருக்கிறதாம். ஏறக்குறைய யானை அவ்வளவு பெரியதாயிருக் குமாம். அந்த மாதிரி பன்றியாயிருந்து, நீ ஏறியிருக்கும் மரத்தை முட்டியிருந்தால், மரம் என்ன பாடுபட்டிருக்கும் என்று யோசித்துப் பார்!' என்றார் இளவரசர்.

'மரம் அடியோடு முறிந்து விழுந்திருக்கும், தாங்கள் எறிந்த வேலும் முறிந்திருக்கும். நம் கதி அதோ கதியாகியிருக்கும். சோழ குலத்தின் எதிரிகளுக்கு வேலை மிச்சமாகப் போயிருக்கும்' என்றான் வந்தியத்தேவன்.

'தம்பி! உண்மையைச் சொல்லு! என் குதிரை தடுமாறி விழுந்த வுடனே நீ வேலை எறிந்தாயே? அந்தக் காட்டுப்பன்றியின் மேல் எறிந்தாயா? என் பேரில் எறிந்தாயா?' என்று ஆதித்த கரிகாலர் கேட்டார்.

வந்தியத்தேவன் ஆத்திரத்துடன், 'ஐயா! உண்மையாகவே தாங்கள் இந்தக் கேள்வி கேட்கிறீர்களா? அப்படித் தாங்கள் சந்தேகப்படுவதா யிருந்தால் பன்றியைக் கொன்று என்னைக் காப்பாற்றியிருக்க வேண்டிய அவசியம் இல்லையே?' என்றான்.

'ஆமாம்; ஆமாம்! உன் பேரில் சந்தேகப்படக் கூடாதுதான். நீ மரக் கிளையை ஆட்டிக்கொண்டு கூச்சல் போட்டிராவிட்டால் எனக்கே அந்தப் பன்றி யமனாக இருந்திருக்கும். ஆனாலும் நீ வேலை எறிந்தபோது ஒரு கணம் எனக்கு அத்தகைய சந்தேகம் உண்டாயிற்று. இப்போதெல்லாம் எனக்கு எதைப் பார்த்தாலும் யாரைப் பார்த்தாலும் வீண் சந்தேகம் தோன்றுகிறது. யமன் என்னைத் தொடர்ந்து வந்து கொண்டேயிருக்கிறான் என்ற பிரமையைப் போக்கிக்கொள்ளவே முடியவில்லை. யமன் இந்தப் பன்றியின் உருவத்தில் என்னைக் கொல்ல வந்ததாகவும் எண்ணினேன்...'

'அப்படியானால் மிக நல்லதாகப் போயிற்று. அரசே! தங்களைத் தொடர்ந்து வந்த யமன் செத்து ஒழிந்தான்; இனி என்ன கவலை? கந்தமாறனோடு நாம் போட்டியிட்ட பந்தயத்திலும் ஜெயித்து விட்டோம். பன்றியை இழுத்துக்கொண்டு போகவேண்டியது தானே? புறப்படலாம் அல்லவா?' என்றான் வல்லவரையன்.

'புறப்பட வேண்டியதுதான்! ஆனால் அவசரம் என்ன? சற்று இங்கே தங்கிக் களைப்பு ஆறிவிட்டுப் போகலாம்' என்றார் இளவரசர்.

'தாங்கள் களைப்படைந்ததாகச் சொல்லுவதை இப்போதுதான் முதன் முதலாகக் கேட்கிறேன். ஆம், குதிரையின் அடியில் சிக்கி ரொம்பக் கஷ்டப்பட்டுப் போயிருப்பீர்கள்.'

‘அது ஒன்றுமில்லை; உடலின் களைப்பைக் காட்டிலும் உள்ளத்தின் களைப்புதான் அதிகமாயிருக்கிறது. வந்த வழியாகவே அவ்வளவு தூரமும் காட்டு வழியில் திரும்பிப் போக வேண்டுமா? மறுபடியும் அந்த மூடர்களுடன் சேர்ந்தல்லவா பிரயாணம் செய்ய வேண்டி வரும்? அதைக் காட்டிலும் இந்த ஏரியைக் கடந்து போய்விட்டால் என்ன?’

‘கடவுளே! இந்தச் சமுத்திரம் போன்ற ஏரியை நீந்திக் கடக்க வேண்டும் என்றா சொல்கிறீர்கள்? பன்றியிடமிருந்து என்னைத் தப்பவைத்து ஏரியில் மூழ்கடித்துக் கொல்ல வேண்டும் என்று உத்தேசமா?’ என்றான் வந்தியத்தேவன்.

‘உனக்கு நீந்தத் தெரியாது என்பது நினைவிருக்கிறது. என்னால் கூட இவ்வளவு பெரிய ஏரியை நீந்திக் கடக்க முடியாது. ஒரு படகு கிடைத்தால் காரியம் சுலபமாகிவிடும். சற்று முன் ஒரு படகு பார்த்தோமே, அது எங்கேயாவது சமீபத்தில் கரையோரமாகத்தானே தங்கியிருக்கும்? அதைத் தேடிப் பிடித்தால் என்ன?’

‘குதிரைகளின் கதி என்ன ஆவது? காட்டு மிருகங்களுக்கு உணவாகட்டும் என்று விட்டு விட்டுப் போய்விடலாமா?’ என்றான் வந்தியத்தேவன்.

உடனே ஏதோ ஞாபகம் வந்து திடுக்கிட்டவன் போல் துள்ளிக் குதித்து எழுந்து, ‘ஐயா! புலி எங்கே?’ என்று கேட்டான்.

‘நானும் அதை மறந்துவிட்டேன்; பக்கத்தில் எங்கேயாவது மறைந்திருக்கப் போகிறது. யமன் பன்றி ரூபத்தில் வராமல் ஒரு வேளை புலி ரூபத்திலும் என்னைத் தொடரலாம் அல்லவா?’ என்றார் இளவரசர். இருவரும் சுற்றும் முற்றும் உற்றுப் பார்க்கலானார்கள்.

சிறிது நேரம் பார்த்த பிறகு வந்தியத்தேவன் ‘அதோ!’ என்று சுட்டிக் காட்டினான்.

ஏரியில் தண்ணீர் கொண்டுவந்து சேர்த்த அந்த வாய்க்கால் வடக்கே போகப் போக குறுகலாகிக்கொண்டு சென்றது. அவ்விதம் குறுகலாகியிருந்த இடத்தில் வாய்க்காலின்மீது ஒரு பெரிய மரம் விழுந்து இரு கரைகளையும் தொட்டுக் கொண்டிருந்தது. புலி அந்த மரப்பாலத்தின் மீது மெல்ல ஊர்ந்து சென்று அக்கரையை நெருங்கிக் கொண்டிருந்ததை இரண்டு பேரும் கவனித்தார்கள். இரண்டு பேருடைய மனத்திலும் ஒரே எண்ணம் உதித்தது.

‘ஆகா! படகிலே வந்த பெண்கள்!’ என்று இருவரும் ஏக காலத்தில் வாய்விட்டுக் கூறினார்கள்.

பின்னர், ‘இந்த வாய்க்காலை அடுத்துள்ள தீவின் கரையிலேதான் அந்தப் பெண்கள் இறங்கியிருக்க வேண்டும்’ என்றான் வல்லவரையன்.

‘காயம்பட்ட சிறுத்தை மிக அபாயகரமானது’ என்றார் இளவரசர்.

‘பன்றியுடன் புலியையும் கொன்று எடுத்துப் போகத்தான் வேண்டும்.’

‘இந்த வாய்க்காலை எப்படித் தாண்டுவது? குதிரைகள் மரப்பாலத்தின் மேல் போக முடியாதே?’

‘தண்ணீர் கொஞ்சமாகத்தான் இருக்கும்; இறங்கிப் போகலாம்.’

கரிகாலரின் குதிரையும் அதற்குள் எழுந்து வந்தியத்தேவன் குதிரைக்கு அருகே போய் நின்று கொண்டிருந்தது. எஜமானர்கள் அந்தரங்கம் பேசியதுபோல் அவையும் தங்களுக்குச் சற்று முன் நேர்ந்த அபாயத்தைப் பற்றிப் பேசிக்கொண்டன போலும். இருவரும் தத்தம் குதிரைமீது தாவி ஏறினார்கள்; வாய்க்காலில் குதிரைகளை இறக்கினார்கள். வாய்க்காலில் தண்ணீர் அதிகமாக இல்லைதான். ஆனால் சேறும் உளையும் அதிகமாயிருந்தன. குதிரைகள் தட்டுத் தடுமாறித் தத்தளித்துச் சென்றன.

கோடிக்கரைப் புதை சேற்றுக் குழிகளை நினைத்துக்கொண்டு வந்தியத்தேவன் ‘இந்தச் சேறு ஒன்றும் பிரமாதமில்லை’ என்று தைரியமடைந்தான். அதைப் பற்றி கரிகாலருக்குச் சொல்லவும் தொடங்கினான்.

‘நண்பா! வெளியிலுள்ள சேற்றைப்பற்றிச் சொல்லப் போய் விட்டாயே? மனிதர்களுடைய உள்ளத்தில் உள்ள சேற்றைக் குறித்து என்ன கருதுகிறாய்? ஒரு தடவை தீய எண்ணமாகிற சேற்றில் இறங்குகிறவர்கள் மீண்டும் கரை ஏறுவது எவ்வளவு கடினம் தெரியுமா?’ என்று கரிகாலர் கேட்டார். இளவரசரின் உள்ளம் உண்மையில் சேறு போலக் குழம்பியிருக்கிறது என்று வந்தியத்தேவன் எண்ணிக் கொண்டான்.

குதிரைகள் மிகப் பிரயாசையுடன் அக்கரையை அடைந்தன.

காட்டுக்குள்ளே மிக ஜாக்கிரதையுடன் நாலா புறமும் உற்றுப் பார்த்துக் கொண்டு இருவரும் சென்றார்கள்.

கரிகாலரின் கையில் வில்லும் அம்பும் தயாராயிருந்தன.

வந்தியத்தேவன் தன் வேலையும் புலியின் பேரில் எறிவதற்கு ஆயத்தமாக வைத்துக் கொண்டிருந்தான்.

திடீரென்று, காட்டில் சாதாரணமாகக் கேட்கும் சத்தங்களை அடக்கிக் கொண்டு ஒரு பெண்ணின் ‘கிறீச்’ என்ற குரல், ‘அம்மா! அம்மா! புலி!’ என்று கதறுவது கேட்டது.

‘புலி எங்கே?’

மணிமேகலை மரக் கிளையின் மீது சிறுத்தையைப் பார்த்த அதே சமயத்தில் வசந்த மண்டபத்தில் சமையல் வேலையில் ஈடுபட்டிருந்த தோழிப் பெண் ஒருத்தியும் அந்தப் புலியைப் பார்த்து விட்டு அவ்விதம் அலறினாள். அந்தக் குரல் இரு நண்பர்களின் செவிகளிலும் விழுந்து ரோமாஞ்சனத்தை உண்டு பண்ணியது. குதிரைகளை வேகமாகச் செலுத்திக்கொண்டு குரல் வந்த திசையை நோக்கி அவர்கள் சென்றார்கள்.

ஏரிக் கரையின் ஒரு திருப்பம் திரும்பியதும் அவர்கள் கண்ட காட்சி இருவரையும் திடுக்கிட்டுத் திகில் கொள்ளும்படிச் செய்து விட்டது.

நந்தினியும், மணிமேகலையும் படித்துறையில் குளிப்பதற்காக இறங்கிக் கொண்டிருந்த சமயத்தில், அருகில் சாய்ந்திருந்த மரக்கிளை ஒன்றின் மீது சிறுத்தை சிறிது சிறிதாக ஊர்ந்து மேலேறிக் கொண்டிருந்தது.

பன்றியோடு போட்ட சண்டையில் நன்றாக அடிபட்டுக் காய முற்றிருந்த அந்தச் சிறுத்தை அப்போது தன் உயிரைக் காப்பாற்றிக் கொண்டால் போதும் என்ற நிலையில் இருந்தது.

ஆனால் இது அந்தப் புலியைத் தவிர வேறு யாருக்கும் தெரிந் திருக்கவில்லை. அடுத்த கணம் சிறுத்தை தண்ணீரில் நின்ற பெண் களின்மீது பாயப் போகிறதென்று கரிகாலரும், வந்தியத்தேவனும் எண்ணினார்கள்.

வந்தியத்தேவன் வேலை உபயோகிக்கத் தயங்கினான். வேல் தவறிப் பெண்களின்மீது விழுந்துவிட்டால் என்ன செய்வது என்று பயந்தான்.

கரிகாலருக்கு அத்தகைய தயக்கம் ஒன்றும் ஏற்படவில்லை, வளைத்திருந்த வில்லில் அம்பைக் கோர்த்து நன்றாகக் குறிப்பார்த்து இழுத்து விட்டார்.

அம்பு விர்ரென்று சென்று சிறுத்தையின் அடி வயிற்றில் பாய்ந்தது.

சிறுத்தை பயங்கரமாக உறுமிக்கொண்டு அப்பாலிருந்த பெண்களின் மீது பாய்ந்தது.

அடுத்த கணத்தில் என்ன நேர்ந்தது என்பதைத் தெளிவாகப் பார்க்க முடியாதபடி ஒரே குழப்பமாகி விட்டது.

சிறுத்தையும் பெண்கள் இருவரும் திடீரென்று மறைந்து விட்டார்கள்.

சில கணநேரம் கழித்து மூவரும் வெவ்வேறு இடத்தில் தண்ணீருக் குள்ளிருந்து வெளியே தலையை நீட்டினார்கள்.

ஏரியின் நீரோடு இரத்தம் கலந்து செக்கச் செவேலென்று ஆயிற்று.

நாற்பத்து நான்காம் அத்தியாயம்

காதலும் பழியும்

இரு நண்பர்களும் மேற்கூறியவற்றையெல்லாம் திகிலுடன் பார்த்துக் கொண்டுதானிருந்தார்கள். குதிரைகள் மீதிருந்து குதித்தார்கள்; தண்ணீர் கரையோரம் பாய்ந்து வந்தார்கள்.

இதற்குள் சிறுத்தை தண்ணீரிலே சிறிது தூரம் சென்று விட்டது! அது மிதந்த விதத்தைப் பார்த்தால் அது ஒரு வழியாகப் பிராணனை விட்டு விட்டது என்று தோன்றியது.

பெண்மணிகள் இருவரும் புலியினால் எவ்வளவு காயப்படுத்தப் பட்டார்கள் என்பது ஒன்றும் தெரியவில்லை.

இருவரும் தண்ணீரில் குதித்துப் பெண்மணிகளை நோக்கிச் சென்றார்கள்.

முதலில் வந்தியத்தேவன் மணிமேகலையை அணுகிச் சென்றான். ஏனெனில் நந்தினியை நெருங்குவதற்கு அவனுக்கு அச்சமாக இருந்தது.

மணிமேகலைக்குக் காயம் எதுவும் ஏற்படவில்லை. புலி விழுந்த வேகத்தில் அவளும் தண்ணீரில் விழுந்து முழுகியதில் சிறிது மூச்சுத் திணறியதைத் தவிர வேறொன்றும் அவளுக்கு நேரவில்லை!

வந்தியத்தேவன் தன் அருகில் வருவதைப் பார்த்ததும் அவள் எல்லையில்லாத உள்ளக் கிளர்ச்சி அடைந்து கண்களை இறுக மூடிக் கொண்டாள்.

கரிகாலர் வந்தியத்தேவனுடைய கையைப் பிடித்து நிறுத்தி நந்தினியின் பக்கம் அனுப்பிவிட்டுத் தன்னை நோக்கி வருவதை அவள் அறியவில்லை. இரண்டு கைகளினாலும் கரிகாலர் அவளைத் தூக்கி அணைத்துக்கொண்டு படித்துறைப் படிகளில் ஏறி மேலே போய்ச் சேர்ந்து தரையில் மெதுவாக அவளை வைக்கும் வரையில் கண்ணை விழித்துப் பார்க்கவில்லை. மூக்கில் சுவாசம் வருகிறதா என்று

கரிகாலர் விரலை வைத்துப் பார்த்தபோதுதான் கண்களை மெல்ல மெல்லத் திறந்தாள். திறக்கும்போதே வந்தியத்தேவனிடம் தன் கரை காணாக் காதலைத் தெரிவிக்கும் பொருட்டு அன்பும் ஆர்வமும் ததும்பிய நோக்குடன் பார்த்தாள். அவளுடைய கண்ணின் முன் தெரிந்தவர் இளவரசர் கரிகாலர் என்று தெரிந்ததும் துள்ளி எழுந்து நகர்ந்து உட்கார்ந்து கொண்டாள்.

அவளுடைய முகத்தில் அச்சமயம் தோன்றிய ஏமாற்றத்தைக் கவனித்த கரிகாலர் கலீர் என்று சிரித்தார்.

'மணிமேகலை! இது என்ன துள்ளல்? என்னைக் கண்டு இவ்வளவு அருவருப்பு ஏன்?' என்றார்.

'ஐயா! வேற்று மனிதர் கை பட்டால் பெண்களுக்குக் கூச்சமாயிராதா?' என்றாள் மணிமேகலை.

'பெண்ணே! என்னை வேற்று மனிதனாக்கி விட்டாயா? எனக்கும் உனக்கும் கலியாணம் செய்துவைக்க ஏகப் பிரயத்தனம் நடக்கிறதே?' என்றார் கரிகாலர்.

'சுவாமி! அந்தப் பிரயத்தனம் பலித்த பிறகுதானே சொந்தமாக முடியும்? அதுவரையில் தாங்கள் வேற்று மனிதர்தானே?' என்றாள் மணிமேகலை.

'ஆனால் அது உனக்கு இஷ்டமா என்பதை நீ சொல்லலாம் அல்லவா?'

கடம்பூர் இளவரசி சற்று யோசித்துவிட்டு, 'ஐயா! தாங்கள் சோழ குலத்தோன்றல்; எல்லாம் அறிந்த புத்திமான். சிறு பெண்ணாகிய என்னிடம் இவ்விதம் பேசலாமா? என் தந்தையிடமல்லவா கேட்க வேண்டும்?' என்றாள்.

'பெண்ணே! உன் தந்தை சம்மதித்தால் நீ சம்மதிப்பாயா?'

'என் தந்தை சம்மதித்த பிறகு அவர் கேட்டால் சொல்லுவேன். தங்களிடம் இதைப்பற்றிப் பேசவே எனக்குக் கூச்சமாயிருக்கிறது. புலி என்னைக் கொல்லாமலும், நான் தண்ணீரில் முழுகிப் போகாமலும் என்னைக் காப்பாற்றினீர்கள். அதனால் தங்களிடம் ஏற்பட்டுள்ள நன்றி காரணமாக இத்தனை நேரமும் பொறுமையாக இருக்கிறேன்...'

கரிகாலன் சிரித்துவிட்டு, 'மணிமேகலை! நீ வெகு கெட்டிக்காரி; மிக அழுத்தமானவள். ஆனாலும் ஏமாந்து போனாய். அதற்காக என்னை ஏமாற்றப் பார்க்க வேண்டாம்!' என்றார்.

'ஐயா! இது என்ன வார்த்தை! தங்களை இந்த அறியாப் பெண் ஏமாற்றுவதா? எதற்காக? எந்த முறையில்?'

'வீணாக ஏன் சுற்றி வளைத்துப் பேசுகிறாய்? எனக்குப் பதிலாக வந்தியத்தேவன் உன்னைத் தூக்கிக் கொண்டுவந்து கரை சேர்ந்திருந்தால் இவ்வளவு கடூரமாகப் பேசுவாயா? வந்தியத்தேவன் என்று நினைத்துத்தானே நீ கண்ணை மூடிக் கொண்டாய்? அதே எண்ணத்துடன்தானே கண்ணைத் திறந்தும் பார்த்தாய்! பாவம்! ஏமாந்து போனாய்!' என்றான் கரிகாலன்.

மணிமேகலை வெட்கத்துடனே சிறிது பீதியும் அடைந்தாள். பின்னர் தைரியப்படுத்திக்கொண்டு, 'அரசே, தங்களுக்குத் தான் என் மனது தெரிந்திருக்கிறதே! அப்படியிருக்கும்போது, இந்தப் பேதைப் பெண்ணை எதற்காகச் சோதிக்கிறீர்கள்?' என்றாள்.

'மணிமேகலை! உன் மனது எனக்குத் தெரிந்திருக்கிறது. அது போலவே வல்லவரையனுடைய மனமும் எனக்குத் தெரிந்திருக்கிறது. உன்னுடைய பரிசுத்தமான அன்புக்கு அவன் பாத்திரன் அல்லவே என்றுதான் யோசிக்கிறேன். அதோ பார், இளைய ராணி நந்தினியும் வந்தியத்தேவனும் சல்லாபம் செய்வதை! நந்தினியின் முகத்தில் குடிகொண்டிருக்கும் குதூகலத்தைப் பார்!' என்றார்.

மணிமேகலை அவர் காட்டிய திசையைப் பார்த்தாள். அந்தக் கணத்தில் அசூயை என்னும் விஷம் அவளுடைய பால் போன்ற நெஞ்சில் ஏறிவிட்டது.

அதே சமயத்தில் வந்தியத்தேவனும் நந்தினியும் பேசிக் கொண்டிருந்தார்கள். நந்தினியின் தோள் ஒன்றில் புலி நகம் பட்டு இரத்தம் கசிந்து கொண்டிருந்தது. மணிமேகலையைப்போல் நந்தினி கண்ணை மூடிக்கொள்ளவும் இல்லை; வந்தியத்தேவன் கைகளிலிருந்து விடுவித்துக்கொள்ள அவசரப்படவும் இல்லை. வந்தியத்தேவனோ, தன் கையைச் சுட்டுக் கொண்டிருந்த நெருப்புத் தணலைக் கீழே போடுவதுபோல் அவசரமாக இளைய ராணியைக் கரையில் இறக்கிவிட்டான். தண்ணீரில் முழுகி இருந்த போதிலும் நந்தினியின் உடம்பு உண்மையிலேயே சுட்டுக் கொண்டிருந்தது.

வந்தியத்தேவன் உள்ளத்தில் இனந்தெரியாத பீதி குடிகொண்டது; அவன் உடம்பு பதறியது. நந்தினி புன்னகையுடன் 'ஐயா! ஏன் இவ்வளவு பதட்டம்? என்னைப் புலி என்று நினைத்துக் கொண்டீரா? அல்லது புலியைக் காக்க நினைத்துத் தவறாக என்னைக் கரை சேர்த்து விட்டதற்காக வருத்தப்படுகிறீரா?' என்றாள்.

'அம்மணி! இவ்வளவு கொடூரமான வார்த்தைகளைச் சொல்ல வேண்டாம். தங்களைத் தொட்டு எடுத்து வரும்படி நேர்ந்து விட்டதை நினைத்து நெஞ்சு சிறிது கலக்கம் அடைந்தது...'

‘குற்றம் உள்ள நெஞ்சு அல்லவா? அதனால் கலங்குகிறது!’

‘தேவி! நான் ஒரு குற்றமும் செய்யவில்லையே!’

‘குற்றம் செய்யவில்லை? தஞ்சைக் கோட்டைக்குள் பிரவேசிப்பதற்கு என் உதவியை நாடினீர். முத்திரை மோதிரத்தைக் கொடுத்து உதவினேன். பிறகு என் அந்தப்புரத்தில் திருட்டுத்தனமாகப் பிரவேசித்தீர். அப்போதும் உமக்குத் தீங்கு நேராமல் காப்பாற்றினேன். அதற்குக் கைம்மாறு என்ன செய்தீர்? எனக்குத் தெரியாமல், என்னிடம் சொல்லிக்கொள்ளாமல் திருடனைப் போல தப்பி ஓடிப்போனீர். பழையாறை இளைய பிராட்டியைச் சந்தித்த பிறகு என்னிடம் திரும்பி வருவதாகச் சொன்னீர். அந்த வாக்குறுதியை நிறைவேற்றவில்லை; இவையெல்லாம் குற்றமல்லவா?’

‘அந்தக் குற்றங்களை ஒப்புக் கொள்கிறேன். ஆனால் அவை ஒவ்வொன்றுக்கும் காரணம் இருக்கிறது. நான் பிறரிடம் சேவகம் செய்பவன். ஆதித்த கரிகாலருடைய கட்டளைக்குக் கட்டுப்பட்டவன். இதைத் தாங்கள் எண்ணிப்பார்த்தால் என் பேரில் குற்றம் சாட்டமாட்டீர்கள்...’

‘ஆமாம்; புலியின் வாயிலிருந்து ஒரு பெண்ணைக் காப்பாற்ற வேண்டுமென்றால்கூடக் கரிகாலன் கட்டளை உமக்கு வேண்டும். தண்ணீரில் மூழ்கும் பெண்ணைக் கரை சேர்ப்பதற்கும் அவருடைய அனுமதி வேண்டும். நான் கவனித்துக் கொண்டுதான் இருந்தேன். அடடா! மணிமேகலையைக் காப்பாற்றுவதில் இளவரசர் எத்தனை பரபரப்புக் காட்டினார்? நான் நீரில் மூழ்கி செத்துப் போயிருந்தால் சந்தோஷப்பட்டிருப்பார். அவருடைய மனத்தை அறியாமல் நீர் என்னைக் கரை சேர்த்து விட்டீர்...’

‘அம்மணி! அவ்வாறு சொல்ல வேண்டாம்! தாங்கள் ஓலை அனுப்பியபடியால்தான் கரிகாலர் காஞ்சியிலிருந்து இவ்வளவு தூரம் வந்திருக்கிறார்...’

‘ஆனால் அவர் இங்கு வராமல் தடை செய்வதற்காக நீர் அவசர அவசரமாக ஓடி வந்தீர். இளைய பிராட்டியின் செய்தியுடன் வந்தீர். ஆனால் உம்முடைய முயற்சி பலிக்கவில்லை. என்னுடைய காரியத்தில் நீர் தலையிடுவதற்குச் செய்யும் முயற்சியெல்லாம் இவ்வாறுதான் தோற்றுப் போகும்!’

நந்தினியின் இந்த வார்த்தைகள் வந்தியத்தேவனின் மனக் குழப்பத்தை அதிகமாக்கின. அந்த வார்த்தைகளின் உட்கருத்தை நந்தினியின் முகபாவத்திலிருந்து தெரிந்து கொள்ளும் நோக்கத்துடன் அவளை

உற்றுப் பார்த்தான். ஆனால் நந்தினியின் முகம் எவ்வித மாறுதலும் இன்றி வழக்கம் போலப் புன்னகை பூத்து விளங்கியது.

நந்தினி தொடர்ந்து, 'உம்முடைய குற்றத்தை உம்முடைய முகத் தோற்றமே ஒப்புக் கொள்கிறது. அமாவாசை இராத்திரி, பள்ளிப் படைக்கு அருகில் நீர் என் வசம் அகப்பட்டீர். என் ஆட்களிடம் ஒரு சமிக்ஞை செய்திருந்தால் போதும்; உம்மைக் கொன்றிருப்பார்கள். அப்போதும் உம் உயிரைக் காப்பாற்றி அனுப்பினேன். அதற்குக்கூட உமக்கு நன்றி இல்லை. உம்மைப் போல் நன்றி கெட்ட மனிதரை இந்த உலகத்தில் நான் பார்த்ததே இல்லை...'

'தேவி! என் மனத்தில் தங்களிடம் பரிபூரண நன்றி குடி கொண்டிருக்கிறது; சத்தியமாகச் சொல்கிறேன்.'

'ஆனால் இந்த ஊருக்கு நாம் வந்து இத்தனை நாளாகியும் உமது நன்றியைத் தெரிவிப்பதற்கு நீர் ஒரு முயற்சியும் செய்யவில்லையே? உமது வார்த்தையை நான் எப்படி நம்புவது?'

'தங்களைத் தனியாகச் சந்திக்கும்போது தெரிவித்துக் கொள்ளலாம் என்றிருந்தேன். அதற்குரிய சந்தர்ப்பம் கிடைக்கவில்லை...'

'சந்தர்ப்பம் ஏற்படுத்திக்கொள்ள நீர் ஒருவித முயற்சியும் செய்ய வில்லை. முகத் தோற்றத்தினால், கண் பார்வையினால் ஒரு குறிப்பு வெளியிடக் கூடவில்லை. ஏன்? இத்தனை நாளாக என் பக்கம் நீர் ஒரு தடவையாவது திரும்பிப் பார்க்கக் கூடவில்லை...'

'தேவி! தாங்கள் சோழ நாட்டுத் தனாதிகாரி பெரிய பழுவேட்டரையாரின் தர்மபத்தினி...'

'அதாவது கிழவனைக் கலியாணம் செய்துகொண்டவள் என்று என்னைப் பரிகசிக்கிறீர்; இல்லையா?'

'ஐயோ! தங்களை நான் பரிகசித்தால் கொடிய நரகத்துக்குப் போவேன்...'

'வேண்டாம், வேண்டாம்! எது எப்படியிருந்தாலும் சரி; பழுவேட்டரையரின் 'தர்ம பத்தினி' என்று என்னைக் குறிப்பிட வேண்டாம், நான் அவருடைய மனைவியே அல்ல...'

'ஐயோ! இது என்ன சொல்கிறீர்கள்?'

'உண்மையைத்தான் சொல்கிறேன்; பலவந்தமாக ஒரு பெண்ணைப் பிடித்துக் கொண்டுவந்து வைத்திருந்தால், அவள் மனைவி ஆகிவிடுவாளா?'

'தேவி! தாங்கள் தமிழ் நாட்டுப் பெண் குலத்தில் வந்தவர். பெண் குலத்தின் தர்மத்துக்கு மாறாகத் தாங்கள் எதுவும் செய்ய மாட்டீர்கள்!'

'பெண் குலத்தின் தர்மத்தை நான் அறிந்துதானிருக்கிறேன். பழந்தமிழ் நாட்டுப் பெண்கள் மனத்தினால் யாரைக் காதலித்தார்களோ, அவரையே கணவனாகக் கொண்டார்கள். பலவந்த மணத்துக்கு அவர்கள் உடன்படுவதில்லை!'

'ஆனால் தாங்கள்...'

'நீர் சொல்லப் போவது எனக்குத் தெரியும். பழுவேட்டரை யருடைய பலவந்த மணத்துக்கு நான் எப்படி உடன் பட்டேன் என்று கேட்கிறீர். ஒரு முக்கிய நோக்கத்துக்காகவே உடன்பட்டேன். பழந்தமிழ் நாட்டுப் பெண்களுக்கு மற்றொரு சிறப்பியல்பும் உண்டு. அவர்கள் தங்களுக்கு இழைக்கப்பட்ட அநீதிக்குப் பழி வாங்கியே தீருவார்கள். ஐயா! நீர் எனது காதல் நிறைவேறுவதற்குத்தான் உதவி செய்யவில்லை; என் விரோதிகள் மீது பழி வாங்குவதற்காவது உதவி செய்வீரா?'

கடைசியாக நந்தினி கூறிய மொழிகள் ஏககாலத்தில் வந்தியத் தேவனுடைய நெஞ்சை வஜ்ராயுதத்தினால் பிளப்பது போலவும், அவன் தலையில் திடீரென்று பேரிடி விழுவது போலவும் அவனைத் திணறித் திண்டாடச் செய்தன.

'தேவி! தேவி! இது என்ன?... காதலாவது? பழியாவது? எனக்கும் தங்கள் காதலுக்கும் என்ன சம்பந்தம்? காதலுக்கும் பழி வாங்கு வதற்கும் என்ன சம்பந்தம்?...

'சம்பந்தம் உண்டு; ஆனால் அதைப் பற்றிச் சொல்வதற்கு இப்போது நேரம் இல்லை. அதோ, இளவரசரும் மணிமேகலையும் நெருங்கி வந்து கொண்டிருக்கிறார்கள். நாளை நள்ளிரவு நேரத்தில் நான் இருக்கும் அறைக்குத் தனியாக வந்தால் சொல்லுகிறேன்...'

'அது எப்படிச் சாத்தியம், தேவி! தாங்கள் அந்தப்புரத்தில் இருக் கிறீர்கள். நான் எப்படி அங்கே நள்ளிரவில் தனியாக வர முடியும்?'

'அதே அந்தப்புர அறையிலிருந்தும் ஒரு நாள் நீர் யாரும் அறியாமல் தப்பித்துக் கொண்டு செல்லவில்லையா? போன வழியாகவே அங்கே திரும்பி வரலாம் அல்லவா? உமக்கு மனம் மட்டும் இருந்தால்...'

வந்தியத்தேவனுடைய திகைப்பு இப்போது பரிபூரணமாகிவிட்டது. ஆனால் நந்தினியின் முகத்தில் எவ்வித மாறுதலும் இல்லை. எப்போதும் போலப் புன்னகை தவழ்ந்தது.

நாற்பத்தைந்தாம் அத்தியாயம்

'நீ என் சகோதரி!'

நந்தினியும் வந்தியத்தேவனும் நின்ற இடத்தை அணுகி இளவரசரும் மணிமேகலையும் வந்து சேர்ந்தார்கள். அருகில் வரும் வரையில் இளவரசர் வந்தியத்தேவனை நோக்கிய வண்ணம் வந்தார். கிட்ட வந்ததும் நந்தினியை ஏறிட்டுப் பார்த்தார். அவளுடைய ஒரு கன்னத்திலும் ஒரு தோளிலும் சிவந்த கோடுகள் போன்ற காயங்களிலிருந்து இரத்தம் கசிவதைக் கண்டார்.

'ஐயோ! உங்களை அந்தப் பாழாய்ப்போன புலி காயப்படுத்தி விட்டதா, என்ன?' என்றார்.

'ஆம், ஐயா! ஆனால் அந்தப் புலி என் உடம்பைத்தான் காயப் படுத்தியது; நெஞ்சிலே காயம் உண்டாக்கவில்லை!'

இந்த வார்த்தைகள் கரிகாலருடைய நெஞ்சிலே பாய்ந்தன. அவர் மேலே எதுவும் சொல்லுவதற்குள் மணிமேகலை நந்தினியின் அருகில் பதட்டத்துடன் சென்று, 'ஆம், அக்கா! நன்றாகக் கீறி விட்டிருக்கிறதே! நல்ல வேளையாக அஞ்சனம் கொண்டு வந்திருக்கிறேன். வாருங்கள், போட்டு விடுகிறேன்! உடனே போட்டால் காயம் சீக்கிரம் குணமாகிவிடும்!' என்றாள்.

'தங்காய்! இந்த மாதிரி காயங்கள் எனக்குச் சர்வசாதாரணம். எத்தனையோ காயங்கள் பட்டு ஆறியிருக்கின்றன. நெஞ்சில் படும் காயத்தை ஆற்ற ஏதாவது அஞ்சனம் இருக்கிறதா, சொல்! என்றாள்.

'ஓ! இருக்கிறது, அக்கா! அதுவும் இருக்கிறது!' என்று மணிமேகலை சொல்லிவிட்டு நந்தினியைக் கையைப் பிடித்து அழைத்துக்கொண்டு பளிங்கு மண்டபத்துக்குச் சென்றாள்.

இளவரசரும் வந்தியத்தேவனும் சிறிது பின்னால் சென்று மண்டபத்துக்கு அருகில் ஒரு விசாலமான மாமரத்தின் அடியில் அமைந்திருந்த சலவைக் கல் மேடையில் அமர்ந்தார்கள்.

'ஐயா! எவ்வளவு சீக்கிரம் இங்கிருந்து போகிறோமோ அவ்வளவுக்கு நல்லது! அதிக நேரம் தங்கினால் கந்தமாறனும் அவன் தந்தையும் ஏதாவது தவறாக எண்ணிக் கொள்ளலாம்' என்றான் வந்தியத்தேவன்.

'யார் வேணுமானாலும் தவறாக எண்ணிக் கொள்ளட்டும். நம் தலையை வாங்கிவிடுவார்களா, என்ன? இந்தப் பெண்கள் நம்மைப் பற்றித் தவறாக எண்ணிக் கொள்ளாமலிருந்தால் போதும். அவர்கள் வந்ததும் சொல்லிக்கொண்டு புறப்படலாம்' என்றார் இளவரசர்.

சற்று நேரத்துக்கெல்லாம் நந்தினியும் மணிமேகலையும் புதிய ஆடைகள் அணிந்து அலங்கரித்துக்கொண்டு வந்தார்கள். நந்தினியின் கன்னத்திலும் தோளிலும் இரத்தக் காயம் தெரியாதபடி அஞ்சனம் தடவியிருந்தது.

'உங்களிடம் விடை பெற்றுக்கொண்டு போவதற்காகக் காத்திருந் தோம்' என்றார் கரிகாலர்.

'நன்றாயிருக்கிறது; உச்சி வேளைக்கு மேலாகிவிட்டது எங்களுடன் இருந்து உணவருந்திவிட்டுத்தான் போக வேண்டும். இந்த நேரத்தில் உங்களைப் போக விட்டுவிட்டால், சம்புவரையர் மகள் என்னை மன்னிக்கவே மாட்டாள்' என்றாள் பழுவூர் ராணி.

'ஒரு நிபந்தனையின் பேரில் இருக்கிறோம்; உங்களுடைய காயத்துக்கு அஞ்சனம் தடவியிருக்கிறாள் மணிமேகலை. நெஞ்சத்தின் காயத்துக்கும் ஏதோ அஞ்சனம் இருக்கிறது என்று சொன்னாள் அல்லவா? அது என்ன அஞ்சனம் என்பதைத் தெரிவித்தால் இருக்கிறோம்' என்றார் கரிகாலர்.

'அவளைக் கேட்காமல் நாமே அதை ஊகித்துச் சொல்லப் பார்க்கலாமே?' என்றாள் நந்தினி.

'ஒருவேளை காலப்போக்கினால் ஏற்படும் மறதியைச் சொல்லி யிருக்கலாம்' என்றார் கரிகாலர்.

'அதுவாக இருக்க முடியாது; காலப்போக்கினால் மாறாத நெஞ்சுப் புண்ணும் உண்டு அல்லவா?' என்றாள் நந்தினி.

'பெண்களின் விஷயத்தில் நெஞ்சுப் புண்ணுக்கு ஒரு நல்ல அஞ்சனம் இருக்கிறது! அதுதான் கண்ணீர்!' என்றான் வந்தியத்தேவன்.

'பெண்களைக் கேவலப்படுத்தச் சந்தர்ப்பம் எப்போது கிடைக்கும் என்று வல்லத்து இளவரசர் காத்திருந்தார்; ஆனால் அவர் சொல்வது

சரியல்ல. சில விதமான நெஞ்சுக் காயங்கள் ஏற்பட்டு விட்டால் கண்ணீர் விடும் சக்தியே போய்விடுகிறது. பிறகு அது அஞ்சனமாக எவ்விதம் பயன்படக்கூடும்?' என்றாள் நந்தினி.

'நாங்கள் இருவரும் சொன்னது சரியில்லையென்றால், நீங்கள் உங்கள் ஊகத்தைச் சொல்லுங்கள்?' என்றான் வந்தியத்தேவன்.

'அதற்கென்ன, சொல்கிறேன்; தங்காய்! நீ குறிப்பிடும் அஞ்சனம் செவியின் மூலமாக நெஞ்சுக்குப் போவதல்லவா? யாழிலும், குழலிலும், இனிய குரலிலும் எழும் இன்னிசையைத்தானே நெஞ்சின் காயத்துக்கு அஞ்சனம் என்று சொல்கிறாய்?' என்றாள் நந்தினி.

'ஆம், அக்கா! உங்களுக்கு எப்படித் தெரிந்தது?' என்று மணிமேகலை கேட்டாள்.

'நான்தான் மந்திரக்காரி என்று சொல்லியிருக்கிறேனே? பிறர் மனத்தில் உள்ளதை அறியும் சக்தி எனக்கு உண்டு. ஐயா! நீங்கள் இருவரும் இன்னிசையின் அந்த அபூர்வ சக்தியை ஒப்புக் கொள்கிறீர்களா?' என்று நந்தினி கேட்டாள்.

'ஆம், ஆம்! அதை ஊகிக்க முடியாமல் போனது எங்கள் தவறு என்பதையும் ஒப்புக்கொள்கிறேன். மணிமேகலை இசைக் கலையில் தேர்ந்தவள் என்றும் நன்றாக யாழ் வாசிப்பாள் என்றும் கந்தமாறன் கூறியதும் நினைவு வருகிறது' என்றார் கரிகாலர்.

'தமையன் என்றால் இப்படியல்லவா இருக்க வேண்டும்? தங்கையின் புகழை யாரிடமாவது சொல்லாத நாளெல்லாம் கடம்பூர் இளவரசருக்குப் பிறவாத நாள் போலிருக்கிறது. மணிமேகலையின் இசைத்திறனைப்பற்றி அவர் கூறியது உண்மைதான். மணிமேகலை யாழ்கூட எடுத்து வந்திருக்கிறாள். கானவித்தையின் மகிமை அறியாத என்னை மட்டும் வைத்துக் கொண்டு பாட வேண்டிய நிர்பந்தம் நல்ல வேளையாக அவளுக்கு இன்று இல்லை. ஐயா! பேதைப் பெண்களாகிய எங்களை இன்று புலிக்கு உணவாகாமல் காப்பாற்றினீர்கள். அதற்கு நன்றி நாங்கள் செலுத்த வேண்டாமா? எங்களுடன் உணவருந்தி விட்டு, மணிமேகலையின் இசை அமுதையும் அருந்திவிட்டுத்தான் போக வேண்டும்' என்று வற்புறுத்தினாள் நந்தினி. வந்தியத்தேவன் அதற்கு இணங்க வேண்டாம் என்று இளவரசருக்குச் சமிக்ஞை செய்தான்; அதை அவர் கவனிக்கவே இல்லை.

'இளவரசிகளின் சித்தம் எங்கள் பாக்கியம்' என்றார் கரிகாலர்.

'மணிமேகலை! உன் மனோரதம் நிறைவேறிவிட்டது. சமையல் ஆகிவிட்டதா என்று போய்ப்பார்! இல்லாவிடில், சற்று துரிதப்படுத்து' என்று ஏவினாள் நந்தினி.

மணிமேகலை உடனே எழுந்து சமையல் நடந்த இடத்தை நோக்கிச் சென்றாள். அதே சமயத்தில் வந்தியத்தேவனும் எழுந்து நின்று கொண்டு சுற்றும் முற்றும் பார்த்தான். அதை நந்தினி கவனித்துவிட்டு, 'சற்று முன் பிறருடைய மனத்தில் உள்ளதை அறியும் மந்திர சக்தி எனக்கு உண்டு என்று சொன்னேன் அல்லவா! அதை இப்போது பரீட்சை பார்க்க விரும்புகிறேன். வல்லத்து இளவரசரின் மனத்தில் இப்போதுள்ள எண்ணத்தைச் சொல்லட்டுமா?' என்று கேட்டாள்.

கரிகாலர் சிரித்துக்கொண்டே 'சொல்லுங்கள் பார்க்கலாம்!' என்றார்.

'அந்தப் புலியைக் கொன்று இந்தப் பெண்களைக் காப்பாற்றியது பெருந்தவறு என்று பச்சாதாபப்பட்டுக் கொண்டிருக்கிறார். இவர்கள் இருவரும் அந்தப் புலியின் வயிற்றுக்குள் போயிருந்தால் மிக்க நன்றாயிருக்கும் என்று எண்ணமிடுகிறார்!'

கரிகாலர் மேலும் சிரித்துக்கொண்டே, 'நண்பா! நீ இப்படி எண்ண மிடுகிறாயா?' என்று கேட்டார்.

'இல்லை, ஐயா! அப்படி நான் எண்ணவில்லை. ஆனால் புலியைப் பற்றியும் இவர்களைப் பற்றியும் எண்ணியது உண்மைதான். இவர்களிடம் அகப்பட்டுக் கொண்ட புலி எப்படி உயிரோடு தப்பிப் பிழைத்தது என்று ஆச்சரியப்பட்டுக் கொண்டிருக்கிறேன்!' என்றான்.

'என்ன, தம்பி! உளறுகிறாய்? புலி தப்பிப் பிழைத்ததா? மறுபடியுமா? செத்த புலியின் உடல் தண்ணீரில் மிதந்ததே! அது எங்கே?' என்று இளவரசரும் எழுந்து நின்று கேட்டார்.

'அதோ பாருங்கள்!' என்று வந்தியத்தேவன் சுட்டிக் காட்டினான்.

அவர்கள் இருந்த இடத்திலிருந்து கூப்பிடு தூரத்தில் மரக்கிளைகளின் இடையில் தண்ணீர்க் கரை தெரிந்தது. அங்கே இளவரசிகள் வந்த படகு கட்டிப் போட்டிருந்தது. அந்தப் படகின் முனையை முன்னங்கால் களினால் பற்றிக்கொண்டு சிறுத்தை படகில் ஏற முயன்று கொண்டிருந்தது.

'ஆகா! இந்தப் புலியின் உயிர் வெகு கெட்டி!' என்றார் கரிகாலர்.

'ஐயா! வாருங்கள், போய் அதைக் கொன்றுவிட்டு வரலாம். காயம் பட்ட புலியை உயிரோடு விடுவது தவறு!' என்றான் வல்லவரையன்.

'வாணர் குலத்து வீரரே! நீங்கள் இரண்டு வீரர்கள் ஒரு காயம் பட்ட புலிக்காக ஏன் சிரமப்பட வேண்டும்? மணிமேகலையைக் கூப்பிடுகிறேன்; அவள் தன் கையில் உள்ள சிறிய கத்தியினால் புலியைக் கொன்றுவிட்டு வருவாள்!' என்றாள் நந்தினி.

'பார்த்தாயா, நண்பா! பழுவூர் ராணி நமது வீர தீரத்தைக் குறித்து அவ்வளவு பெருமதிப்பு வைத்திருக்கிறார். நானும் வரவேண்டுமா? நீ மட்டும் போய் வருகிறாயா?' என்றார் கரிகாலர்.

'அல்லது மணிமேகலையை அனுப்பலாமா?' என்றாள் நந்தினி.

'மணிமேகலையை அனுப்பலாம். ஆனால் அந்தப் பெண் ஒருவேளை காயம்பட்ட புலிக்கும் அஞ்சனம் தடவிப் பிழைக்க வைத்துக் கொண்டு வந்து விட்டால் என்ன செய்கிறது?' என்று வந்தியத்தேவன் முணுமுணுத்தான்.

'என்ன யோசிக்கிறாய்?' என்றார் இளவரசர்.

'காயம்பட்ட புலியின் தலையை வெட்டிக்கொண்டு வந்து பழுவூர் அரசியின் காலடியில் சமர்ப்பிக்கலாமா என யோசிக்கிறேன். அப்போதாவது அவர் திருப்தியடைகிறாரா, பார்க்கலாம்' என்று சொல்லிவிட்டு வந்தியத்தேவன் விடுவிடு என்று நடந்தான்.

'அந்த மூடன் சொன்னதைக் கேட்டீர்களா? காயம்பட்ட புலியின் தலையை வெட்ட ரொம்ப வீரம் வேண்டுமா?' என்று கரிகாலர் கேட்டுக்கொண்டே சிரிக்கத் தொடங்கியவர், நந்தினியின் முகத்தைப் பார்த்து விட்டுப் பாதியில் சிரிப்பை நிறுத்தினார்.

'அதைப் பற்றித் தாங்கள் அல்லவோ அபிப்ராயம் சொல்ல வேண்டும்?' என்றாள் நந்தினி.

கரிகாலர் தேகமெல்லாம் சிலிர்த்தது.

தழதழத்த குரலில், 'நந்தினி! கந்தமாறனிடம் நீ ஓலை கொடுத்து அனுப்பினாய். அதனாலேதான் நான் இவ்விடம் வந்தேன்; இல்லா விட்டால் வந்திருக்க மாட்டேன்' என்றார்.

'என் வேண்டுகோளுக்கு இத்தனை காலங்கழித்தாவது மதிப்புக் கொடுத்தீர்களே! மிக்க வந்தனம்!' என்றாள் நந்தினி.

'சென்று போனதையெல்லாம் நீ மறந்துவிட்டாய் என்று நினைத்தேன். அதனாலேதான் ஓலை அனுப்பினாய் என்று கருதினேன்...'

'சென்றதையெல்லாம் மறக்க முடியுமா, ஐயா! நீங்கள் எல்லாவற்றையும் மறந்து விட்டீர்களா?...'

'மறக்க முடியாதுதான் என்னாலும் மறக்கமுடியவில்லை! நீ கண்ணும் கண்ணீருமாக நின்று என்னிடம் ஒரு வரம் கேட்டாய். அதை நான் கொடுக்கவில்லை; அந்தச் சமயம் ஏதோ வெறி கொண்டிருந்தேன். அதையெல்லாம் நான் இன்னமும் மறக்கவில்லைதான். ஆனால்

எதற்காக ஓலை கொடுத்து அனுப்பினாய்? எதற்காக என்னை இவ்விடம் வரச் சொன்னாய்?' என்று கேட்டார் இளவரசர்.

'ஐயா! தஞ்சாவூருக்குத் தாங்கள் மூன்று ஆண்டுகளாக வரவில்லை. நோய்ப்பட்டிருக்கும் தங்கள் தந்தையைப் பார்க்கவும் வரவில்லை...'

'அவர் எனக்கு மட்டும் தந்தை அல்ல, நந்தினி!...'

'ஆம், இளைய பிராட்டிக்கும் தந்தைதான்! பொன்னியின் செல்வருக்கும் தந்தைதான்! ஆயினும் தங்களைப் பார்க்காதது தான் தங்கள் தந்தைக்குப் பெருங்குறையாக இருக்கிறது. தாங்கள் வராமைக்குக் காரணம் நான் என்று சக்கரவர்த்தியிடம் யாரோ சொல்லியிருக்கிறார்கள். அதனால் அவர் என்னைப் பார்ப்பதே கிடையாது. ஐயா! எனக்கு ஏற்கெனவே தாங்கள் செய்த தீங்கெல்லாம் போதாதா? இந்தப் பழி வேறு எனக்கு ஏற்பட வேண்டுமா?...'

'ஆனால் அது உண்மைதானே? உன் காரணமாகத்தான் தஞ்சைக்கு நான் வரவில்லை..'

'அப்படியானால், நான் தஞ்சையை விட்டுப் போய் விடுகிறேன். தாங்கள் தஞ்சைக்கு வந்து, தங்கள் தந்தையின் சிம்மாசனத்தில் அமர்ந்து மணிமகுடம் சூட்டிக்கொண்டு...'

'நந்தினி! அது ஒரு நாளும் நடவாத காரியம். எனக்குச் சிம்மாசனத்தில் இப்போது ஆசை இல்லை. மதுராந்தகத்தேவன் சிம்மாசனத்தில் அமர்ந்து சாம்ராஜ்யத்தின் மணிமகுடத்தைச் சூட்டிக் கொண்டு இராஜ்யம் ஆளட்டும்...'

'ஐயா! மதுராந்தகரைத் தங்களுக்கு நன்றாகத் தெரியும். அவரால் இந்தப் பெரிய சாம்ராஜ்யத்தை ஒரு நாளேனும் ஆளமுடியுமா?'

'அவனால் ஆள முடியாவிட்டால், அவனுக்கு உதவி செய்யப் பழுவேட்டரையர்கள் இருக்கிறார்கள்; நீயும் இருக்கிறாய்...'

'ஐயா! தங்கள் விருப்பம் இப்போது நன்றாக எனக்குத் தெரிகிறது. நான் தஞ்சையிலிருந்து, பழுவூர் அரண்மனையிலிருந்து, போய் விடுகிறேன்... தாங்கள் தஞ்சைக்கு வந்து...'

'இல்லை, இல்லை! நீ தவறாக எண்ணுகிறாய்! எனக்கு அந்த எண்ணமே கிடையாது. உனக்கு நான் முன்னம் செய்த குற்றமெல்லாம் போதும். பழுவூர் அரண்மனையிலிருந்து உன்னைத் துரத்திய பாதகத்தையும் நான் சேர்த்துக் கட்டிக் கொள்ள வேண்டாம்...'

'ஐயா! நாம் இருவரும் தஞ்சையில் இருக்க முடியாதா? அந்தப் பெரிய நகரில் நாம் இரண்டு பேரும் இருக்க இடம் இல்லையா? ஒருவரையொருவர் பார்க்க வேண்டிய அவசியம்கூட இல்லையே?'

'பார்க்க வேண்டிய அவசியம் இல்லாமலிருக்கலாம். ஆனால் மனத்தில் நினைக்காமல் இருக்க முடியுமா? சற்று முன் நீதான் சொன்னாய்! சென்று போனதையெல்லாம் மறக்க முடியாது என்று, உன் நெஞ்சத்திலுள்ள காயத்தைப் பற்றியும் சொன்னாய். என் நெஞ்சத்திலும் காயம் பட்டிருக்கிறது என்னாலும் மறக்க முடியவில்லை.'

'மறக்க முடியாமல் இருக்கலாம்; ஆனால் மன்னிக்க முடியாதா? நான் செய்த குற்றங்களை இத்தனை காலம் கழித்த பிறகும் மன்னிக்க முடியாதா?'

'நந்தினி! நான் மன்னிக்கும்படியாக நீ ஒரு குற்றமும் செய்யவில்லை. குற்றம் செய்தவன் நான்; உன்னிடம் மன்னிப்புக் கேட்க வேண்டியவன் நான். காஞ்சியிலிருந்து புறப்பட்டபோதுகூட உன்னிடம் மன்னிப்புக் கேட்டுப் பெறலாம் என்ற எண்ணத்துடன் கிளம்பினேன். ஆனால் வழியில் நான் அறிந்த ஒரு செய்தி உன்னிடம் மன்னிப்புக் கேட்கவே என்னைத் தகுதியற்றவன் ஆகிவிட்டது.'

'கோமகனே! தாங்கள் என்னிடம் மன்னிப்புக் கேட்பது எந்த வகையிலும் தகுதியற்றதுதான். தாங்கள் புவி ஆளும் சக்கரவர்த்தியின் திருக்குமாரர், நான் பெற்ற தாய் தந்தையரால் கைவிடப்பட்ட அநாதைப் பெண்...'

'இல்லை, நந்தினி! நீ அநாதைப் பெண் அல்ல....'

'தனாதிகாரி பழுவேட்டரையர் என்னை மனமுவந்து தம் இளைய ராணியாக அங்கீகரித்தார். ஆனாலும்...'

'அதுமட்டுமல்ல, நந்தினி! எப்படி உன்னிடம் உண்மையைச் சொல்லுவது என்று தயங்குகிறேன்...'

'இந்தப் பேதைப் பெண்ணிடம் தாங்கள் எதை வேண்டுமா னாலும் தயங்காமல் சொல்லலாம். வழியோடு போகிறவர்கள் எல்லாரும் என்னிடம் ஏதேதோ சொல்லத் துணிகிறார்கள். என்னை வம்புக்கு இழுத்து அவமதிக்கிறார்கள்....'

'நந்தினி! இனி அவ்விதம் யாரேனும் நடந்து கொண்டால் என்னால் ஒரு கணமும் பொறுக்க முடியாது. நீ சொல்ல வேண்டியதுதான். அவனை உடனே யமனுலகுக்கு அனுப்பி விட்டு மறு காரியம் பார்ப்பேன்....'

'எப்போதும் என்னிடம் தாங்கள் அத்தகைய கருணைகாட்டி வந்திருக்கிறீர்கள். பழையாறை இளைய பிராட்டியோடுகூட

எனக்காகச் சிறு பிராயத்தில் சண்டை பிடித்திருக்கிறீர்கள். அவர் தங்கள் சகோதரி...'

'நந்தினி! நீயும் என் சகோதரிதான்! இளைய பிராட்டியைப்போல நீயும் என் சகோதரி; நான் உன் சகோதரன்!'

'கோமகனே! நான் இன்னொருவரை மணந்ததிலிருந்து என்னைத் தங்கள் சகோதரியாகப் பாவிக்கிறீர்கள். அது தங்கள் குலத்தின் பெருமைக்கு உகந்ததுதான். ஆனால் சக்கரவர்த்தியின் திருக்குமாரரை, மூவுலகும் ஆளப் பிறந்தவரை, நான் எவ்வாறு என் சகோதரராகக் கருத முடியும்...?'

'நான் சொல்வதை நீ சரியாகப் புரிந்து கொள்ளவில்லை நந்தினி! உண்மையாகவே நீ என் சகோதரி; மூவுலகும் ஆளும் சக்கரவர்த்தியின் திருக்குமாரி...!'

இதைக் கேட்ட நந்தினி கலகலவென்று சிரித்தாள்.

'தங்களுடைய சித்தம் குழம்பியிருக்கிறதா, எனக்குத்தான் பைத்தியம் பிடித்திருக்கிறதா, தெரியவில்லை!' என்று கூறினாள்.

'சித்தப்பிரமையும் இல்லை! பைத்தியமும் இல்லை.'

'அப்படியானால், இந்தப் பேதையைப் பரிகாசம் செய்கிறீர்களா?'

'என்னைப் பார்த்துச் சொல், நந்தினி! உண்மையாகவே உன்னைப் பரிகசிப்பவனாகத் தோன்றுகிறதா?'

'ஐயா! தாங்கள் என் முகத்தைப் பார்த்துச் சொல்லுங்கள்! என்னைப் பார்த்தால், சக்கரவர்த்தியின் திருக்குமாரி என்று தோன்றுகிறதா? இராஜ குலத்தின் இலட்சணம் என் முகத்திலே விளங்குகிறதா?'

'நந்தினி! நீ ஐந்து வயதுப் பெண்ணாக இருந்தது முதலாவது உன் முகத்தைப் பார்த்திருக்கிறேன். உன் முகத்தில் ஜொலித்த இணையில்லாத சௌந்தரியத்தைக் கண்டு வியந்திருக்கிறேன். அதற்குக் காரணம் மட்டும் இப்போதுதான் தெரிந்தது. காஞ்சியிலிருந்து புறப்பட்ட பிறகு நடுவழியிலேதான் தெரிந்தது. சோழ குலத்தில் வாழ்க்கைப் பட்டவர்களிலே வைதும்பராஜன் மகள் கலியாணிக்கு இணையான அழகுடையவர் யாரும் இல்லை என்பது உலகப் பிரசித்தம். அவர் என் பாட்டி; இன்னமும் பழையாறையில் உயிரோடு இருந்து வருகிறார். எழுபது வயது ஆன பிறகும் அவர் முகத்தில் விளங்கும் தெய்வீகமான அழகு கண்களைக் கூசச் செய்யும். அவருடைய அழகெல்லாம் இப்போது உன்னிடந்தான் தஞ்சம் புகுந்திருக்கிறது. அது என்னிடம் இல்லை; இளைய பிராட்டியிடம் இல்லை, அருள்மொழியிடமும் இல்லை; என் தந்தையின் மூலமாக உன்னிடத்தேதான் வந்திருக்கிறது...'

'ஐயா! இது என்ன சொல்கிறீர்கள்? உண்மையிலேயே எனக்குச் சித்தக் கோளாறுதான் போலிருக்கிறது. அல்லது என் காதுகளில் ஏதேனும் கோளாறு இருக்க வேண்டும்...'

'இல்லை, நந்தினி இல்லை! சித்தக் கோளாறும் இல்லை; உன் காதிலே கோளாறும் இல்லை; நீ என் தந்தையின் மகள்; ஆகையால் என் சகோதரி! சக்கரவர்த்தி என் அன்னையை மணப்பதற்கு முன்னால் ஈழ நாட்டைச் சேர்ந்த ஒரு தீவிலே ஒரு மாதரசியைக் காதலித்துக் காந்தர்வ மணம் புரிந்து கொண்டார். அவளுடைய புதல்வி நீ, ஆகையால் என் சகோதரி!' என்று கரிகாலர் ஆதுரம் ததும்பிய குரலிலே கூறினார்.

நந்தினி பெருந் திகைப்பு அடைந்தவள் போலச் சிறிது நேரம் ஆதித்த கரிகாலரைப் பார்த்துக் கொண்டிருந்தாள். பிறகு அவளுடைய முகத்தில் தெளிவு தோன்றியது.

'ஐயா! இந்தச் செய்தியைத்தானா தாங்கள் காஞ்சியிலிருந்து புறப்பட்ட பிறகு அறிந்தீர்கள்?' என்று கேட்டாள்.

'ஆம் நந்தினி! அதை அறிந்ததும் ஏற்கெனவே விளங்காமலிருந்த பல விஷயங்கள் எனக்கு விளங்கின.'

'கோமகனே! தங்களுக்கு இந்தச் செய்தியை வழியிலே சொன்னவர் யார்? வல்லத்து இளவரசரா?'

'அவன்தான்! ஆனால் அவனாகச் சொல்லவில்லை. இளைய பிராட்டி குந்தவை அவனிடம் சொல்லி அனுப்பினாள்!'

'ஆகா! தங்களையும் என்னையும் பிரித்து வைப்பதற்கு ஆதிநாளிலிருந்து எத்தனையோ சூழ்ச்சி செய்து வந்திருக்கிறார் கள். இன்னமும் அவர்களுடைய சூழ்ச்சிகள் முடிந்தபாடில்லை.'

'நீ நினைப்பது தவறு நந்தினி! இதில் சூழ்ச்சி ஒன்றுமில்லை. சிறு பிராயத்தில் உன்னையும் என்னையும் பிரித்து வைப்பதற்குப் பெரிய பிராட்டி செம்பியன் மாதேவி செய்த முயற்சிகள் எனக்குப் புரியாமலிருந்தன. அதற்காக அளவில்லாத கோபம் அடைந்தேன். அவர் எவ்வளவு பயங்கரமான விபத்திலிருந்து நம்மைத் தடுத்துக் காப்பாற்றினார் என்று இப்போதுதான் தெரிகிறது. ஆனால் உண்மையை அவர்கள் அப்போதே சொல்லியிருக்கலாம். சொல்லாத காரணத்தினால் உனக்குப் பெரும் அநீதி செய்தார்கள்; எனக்கும் தீங்கு செய்துவிட்டார்கள்; போனது போகட்டும். சென்றதையெல்லாம் நாம் இருவரும் மறந்து விடுவோம்; மறக்க முடியாவிட்டாலும் மன்னித்து விடுவோம்...'

'ஐயா! வல்லத்து இளவரசர் வழியில் தங்களைச் சந்தித்து இந்தக் கதையை மட்டுந்தான் சொன்னாரா? இன்னும் ஏதாவது சொன்னாரா?' என்று நந்தினி கேட்டாள்.

'கதை என்று ஏன் கூறுகிறாய், நந்தினி! உனக்கு நம்பிக்கை இல்லையா?' என்றார் ஆதித்த கரிகாலர்.

'தாங்கள் கூறிய செய்தி அவ்வளவு எளிதாக நம்பக் கூடியதா? சக்கரவர்த்தியின் குமாரியாகப் பிறந்து நான் இந்தக் கதியை அடைந்திருக்கமுடியுமா? இவ்வளவு கொடுமையான துன்பங்களுக்கு உள்ளாகியிருக்க முடியுமா? வந்தியத்தேவன் கூறியது உண்மையாகவே இருக்கட்டும். இது மட்டுந்தான் அவர் சொன்னாரா? வேறு ஒன்றும் சொல்லவில்லையா?' என்றாள் நந்தினி.

கரிகாலர் சிறிது தயங்கிவிட்டு, 'ஆம்; இன்னொரு செய்தியும் சொன்னான். நீ பாண்டிய நாட்டுச் சதிகாரர்களோடு சேர்ந்திருப்பதாகச் சொன்னான். சோழர் குலத்தையே கருவறுத்து விடக் கங்கணம் கட்டிக் கொண்டிருப்பதாகச் சொன்னான். அதற்காக, பிடியில் மீன் சின்னம் உள்ள கொலைவாள் ஒன்றை நீ வைத்துப் பூஜித்து வருவதாகவும் சொன்னான். கொள்ளிடக் கரைக் காட்டில் பள்ளிப்படையின் அருகில் யாரோ ஒரு சிறுவனை வைத்து மணிமகுடம் சூட்டியதாகவும் கூறினான். நந்தினி! அதையெல்லாம் நீ இனி மறந்துவிடு! சோழர் குலத்தின் பெருமைக்கெல்லாம் என்னைப் போல் உரிமையுள்ளவள் நீ. சுந்தர சோழ சக்கரவர்த்தியின் புதல்வி; எங்கள் அருமைச் சகோதரி. உனக்கு இதுவரை செய்த அநீதிகளுக்கெல்லாம் பரிகாரம் செய்வதே எனது முதற் கடமையாக இனி வைத்துக் கொள்வேன்...'

'ஐயா! இவ்வளவையும் தாங்கள் நம்புகிறீர்கள் அல்லவா? அப்படியிருக்கும்போது, கடம்பூருக்கு வந்து இத்தனை நாள் வரையில் காத்திருந்ததேன்? முன்னாடியே என்னைச் சந்தித்துப் பேச ஒரு முயற்சியும் செய்யாதது ஏன்?'

'என் மனத்தில் ஏற்பட்டிருந்த குழப்பந்தான் காரணம். நம்முடைய புதிய உறவை என் மனதில் நிலைப்படுத்திக் கொள்ள அவகாசமும் வேண்டியிருந்தது. எல்லாவற்றையும் விளக்கமாகச் சொல்லத் தக்க சந்தர்ப்பத்தையும் எதிர்பார்த்துக் கொண்டு இருந்தேன். பலர் முன்னிலையில் சொல்லக்கூடிய செய்தியா இது? அதிர்ஷ்டவசமாக, ஒரு காட்டுப்பன்றியும் ஒரு சிறுத்தைப் புலியும் இன்றைக்கு அத்தகைய சந்தர்ப்பத்தை எனக்கு ஏற்படுத்திக் கொடுத்தன...'

நந்தினி குறுக்கிட்டு, 'ஐயா! காட்டு மிருகங்கள் பொல்லாதவை தான்! ஆனால் மனிதர்களைப்போல் அவ்வளவு கொடுமை செய்யக்

கூடியவை அல்ல. இது இன்றைக்குத்தான் எனக்கு நன்கு தெரிந்தது' என்றாள்.

'சகோதரி! சென்று போனதையெல்லாம் மறக்க முடியுமா என்று சற்று முன்னால் நீ சொன்னாய். அதை நானும் ஒப்புக் கொண்டேன். மறக்க முடியாவிட்டாலும் மன்னிக்க வேண்டுமென்று கேட்டுக் கொண்டேன். அதற்கு நீ மறுமொழி சொல்லவில்லை.'

'கோமகனே! தாங்கள் இதற்கு முன்னால் எனக்குச் செய்த துரோகங்கள், குற்றங்கள் எல்லாவற்றையும் மன்னித்து விடுவேன்; ஒருவேளை மறந்தும் விடுவேன். ஆனால் இன்றைக்குச் செய்த துரோகத்தை என்றைக்கும் மறக்கவும் முடியாது; மன்னிக்கவும் முடியாது...'

'ஐயோ! இன்றைக்கு நான் என்ன செய்தேன்? நான் அறிந்து ஒரு துரோகமும் உனக்குச் செய்யவில்லையே?'

'சொல்லுகிறேன். அதோ வருகிறானே, அந்த தூர்த்தனைப் பாருங்கள்!'

'வல்லவரையனையா சொல்கிறாய்?'

'ஆமாம்; புலியின் தலையைக் கொண்டுவராமல் வெறுங்கையுடனே வருகிறானே, அவன்தான். ஒருநாள் அவன் தஞ்சையில் என்னைப் பார்த்தான். என்னுடைய பாதம் அவன் பேரில் பட்டால் அதை ஒரு 'பாக்கியமாகக் கருதுவேன்' என்று சொன்னான். அவனை என் காலால் தொட்டு உதைக்கவும் நான் இஷ்டப்படவில்லை. வேலைக்காரர்களை அழைப்பதாகச் சொன்ன பிறகு ஓடி விட்டான். அவனுடைய நீசத்தனமான எண்ணத்துக்கு நான் இணங்காததற்காகத் தங்களிடம் இத்தகைய பயங்கரமான கற்பனைகளைப் புனைந்து சொல்லி யிருக்கிறான். நான் விரும்பினால் தங்களுடைய தலையையே கொண்டு வந்து விடுவதாக உறுதி கூறினான். இதையெல்லாம் தங்களிடம் நான் சொல்லி விடப் போகிறேனோ என்று அவனுக்குப் பயம். அதற்காகவே தாங்கள் கடம்பூர் மாளிகைக்கு வராமல் வழியிலே தடுத்து விடப் பார்த்தான். அதனாலேயே தங்களுடன் இணைபிரியாமல் சுற்றி வந்து கொண்டிருக்கிறான். அப்படிப்பட்ட நீசன், என் காலினால் தொடுவதற்குக்கூட நான் விரும்பாதவன், - அவன் என் உடம்பு முழுவதையும் அணைத்துத் தூக்கிக் கரையேற்றும்படிச் செய்தீர்கள். அதைப் பார்த்துக் கொண்டும் இருந்தீர்கள்; இதை நான் மறக்க முடியுமா? அல்லது மன்னிக்கத்தான் முடியுமா?'

இவ்விதம் நந்தினி கண்களில் கோபக்கனல் பொங்கக் கூறி வந்த பயங்கரமான மொழிகளைக் கேட்டுக் கரிகாலருடைய தலை உண்மையிலேயே சுழலத் தொடங்கியது. பளிங்கு மண்டபம், ஏரியின் நீர், காட்டு மரங்கள் எல்லாம் சுழன்றன.

சற்று நிதானித்துக்கொண்டு, ‘சகோதரி! நந்தினி! நீ சொல்வது உண்மையாக இருக்க முடியுமா? எதை நம்புவதென்று எனக்கு மெய்யாகவே தெரியவில்லை. வந்தியத்தேவன் அவ்வளவு நீசனாக இருக்கக் கூடுமா? அவனுக்கு இந்தப் பேதைப் பெண் மணிமேகலையைத் திருமணம் செய்விப்பது என்று சற்று நேரத்துக்கு முன்னால்கூட எண்ணினேனே?’ என்றார்.

‘ஐயா! நான் சொல்வதை மட்டும் நீங்கள் நம்பிவிட வேண்டாம். எப்போதுமே அவசரப்பட்டுத் தாங்கள் காரியம் செய்து விடுவீர்கள். இந்தத் தடவை அப்படிச் செய்ய வேண்டாம். இரண்டு நாள் பொறுத்திருந்து இவனுடைய நடவடிக்கைகளைக் கவனித்து வாருங்கள். தாங்களே தெரிந்து கொள்வீர்கள்!’ என்றாள் நந்தினி.

நாற்பத்தாறாம் அத்தியாயம்

படகு நகர்ந்தது!

வந்தியத்தேவன் ஒரு பக்கத்தில் விரைந்து வந்து கொண்டிருந்தான். மற்றொரு புறத்தில் மணிமேகலை, 'அக்கா! உணவு சித்தமாயிருக்கிறது!' என்று சொல்லிக்கொண்டு நெருங்கி வந்து கொண்டிருந்தாள்.

கரிகாலர் இருபுறமும் பார்த்துவிட்டு, 'நந்தினி, என்னைக் கடம்பூர் மாளிகைக்கு வரவேண்டாம் என்று தடுக்க வந்தியத்தேவன் மட்டும் முயலவில்லை. ஆழ்வார்க்கடியான் என்னும் வைஷ்ணவனும் அதே மாதிரி செய்தியைக் கொண்டு வந்தானே! என் தந்தையின் உயிர் நண்பரும் என் பக்திக்கு உரியவருமான முதன்மந்திரி அநிருத்தரும் சொல்லி அனுப்பினாரே?' என்றார்.

'முதன்மந்திரி அநிருத்தர்! தங்கள் தந்தையின் பிராண சிநேகிதர்! ஆகையினால் தங்கள் தந்தையின் பிராணனைத் தாமே அபகரிக்கப் பார்க்கிறார். தங்களுடைய பக்திக்கு உரியவர்! ஆகையால் தங்களுக்கு அடுத்த பட்டம் இல்லாமல் செய்யப் பார்க்கிறார்...'

'ஏன்? ஏன்?'

'தாங்கள் வெறிபிடித்தவர் என்றும், தெய்வ பக்தி இல்லாதவர் என்றும் அவருக்கு எண்ணம். தங்கள் தம்பிக்குப் பட்டம் கட்டி வைத்து அவனை வீர வைஷ்ணவனாக்கி இந்தச் சோழ நாட்டையே வைஷ்ணவ நாடாக்கிவிட வேண்டுமென்பது அவருடைய விருப்பம். தங்களுடைய தம்பி நடுக்கடலில் காணாமல் போனபோது அவருடைய எண்ணத்திலே மண் விழுந்தது!'

'அதற்காக என்னைக் கடம்பூர் வராமல் தடுக்க வேண்டிய அவசியம் என்ன?'

'அவர்களுடைய அந்தரங்கத்தையெல்லாம் தங்களிடம் நான் சொல்லிவிடலாம் அல்லவா?'

‘உனக்கு எப்படி அவர்களின் அந்தரங்கம் தெரியும்?’

‘ஐயா! அந்த வைஷ்ணவன் ஆழ்வார்க்கடியான் சகோதரி நான் என்பதை மறந்து விட்டீர்கள்....’

‘உண்மையாக நீ அவனுக்கு உடன் பிறந்த சகோதரியா? அந்தக் கதையை என்னை நம்பச் சொல்கிறாயா?’

‘நானும் அந்தக் கதையை நம்பவில்லை. தங்களை நம்புமாறு சொல்லவும் இல்லை. அவனுடைய தந்தையின் வீட்டில் நான் வளர்ந்து வந்தேன். ஆகையால் என்னைச் சகோதரி என்று அழைத்து வந்தான். என்னை ஆண்டாளின் அவதாரம் என்று அந்த வைஷ்ணவன் சொல்வது வழக்கம். ஊர் ஊராக அவனுடன் நான் சென்று ஆழ்வார்களின் பாசுரங்களைப் பாடி வைஷ்ணவ சம்பிரதாயத்தைப் பரப்ப வேண்டும் என்று அவனுடைய ஆசை!’

‘புத்த சந்நியாசினிகளைப்போல் உன்னையும் வைஷ்ணவ சந்நியாசினி யாக்க அவன் விரும்பினானா?’ என்று ஆதித்தகரிகாலர் கேட்டார்.

‘அப்படி ஒன்றுமில்லை; நான் அவனைக் கலியாணம் செய்து கொண்டு தம்பதிகளாகப் பாசுரம் பாடிக்கொண்டு ஊர் ஊராகப் போகவேண்டும் என்பது அவன் ஆசை. வைஷ்ணவத்தைப் பிரசாரம் செய்ய நான் பல குழந்தைகளைப் பெற்று அளிக்க வேண்டும் என்பதும் அவன் விருப்பம்...’

‘சீச்சீ! அந்தக் குரங்கு மூஞ்சித் திருமலை எங்கே? நீ எங்கே? உன்னை அவன் தனக்கு மனைவியாக்கிக் கொள்ள விரும்பினானா?’

‘ஐயா! என் துரதிர்ஷ்டம் அது! நான் பிறந்த வேளை அப்படி! என்னை நெருங்கி வரும் ஆண் பிள்ளைகள் எல்லாரும் துர் எண்ணத்துடனேயே என்னை நெருங்குகிறார்கள்...’

‘கிழவன் பழுவேட்டரையனுடைய புத்தி போன பாட்டில் மற்றவர்களைப் பற்றிச் சொல்வானேன்?’

‘கோமகனே! பழுவேட்டரையரைப் பற்றி என் காதில் படத் தூஷணையாக எதுவும் சொல்ல வேண்டாம். அவர் என்னிடம் ஆசை கொண்டார்; என்னை உலகமறிய மணந்து கொண்டார். அநாதைப் பெண்ணாயிருந்த என்னை அவருடைய திருமாளிகை யில் பட்டத்து ராணியாக்கிப் பெருமைப்படுத்தினார்...’

‘ஆனால் உன்னுடைய விருப்பம் என்ன, நந்தினி? நீ அவரை உண்மையிலேயே உன் பதியாகக்கொண்டு பூஜிக்கிறாயா? அப்படியானால்...’

‘இல்லை; இல்லை அவரிடம் நான் அளவில்லாத நன்றியுடையவள். ஆனால் அவருடன் நான் மனை வாழ்க்கை நடத்தவில்லை. ஐயா! நான் ஏழைக் குடியில் பிறந்தவள்; பிறந்தவுடனே கைவிடப்பட்டவள். ஆயினும் என்னுடைய நெஞ்சை ஒரே ஒருவருக்குத்தான் அர்ப்பணம் செய்தேன். அதை ஒரு நாளும் மாற்றிக் கொண்டதில்லை....’

‘நந்தினி! அந்தப் பாக்கியசாலி யார்? வேண்டாம்; அதைச் சொல்ல வேண்டாம். நீ யார்? உண்மையைச் சொல்! நீ என் தந்தையின் மகள் இல்லாவிடில், என் சகோதரி இல்லாவிடில், ஆழ்வார்க்கடியானுடன் கூடப் பிறந்தவளும் இல்லை என்றால், பிறகு நீ யார்? அதை மட்டும் சொல்லிவிடு, நந்தினி! அதைத் தெரிந்து கொள்ளாவிட்டால் எனக்குப் பைத்தியம் உண்மை யிலேயே பிடித்துவிடும்!’ என்றார் கரிகாலர்.

‘அதை தங்களுக்குத் தெரிவிக்க வேண்டுமென்றுதான் நானும் விரும்புகிறேன். ஆனால் தங்களுடைய தோழரும் என்னுடைய தோழியும், இதோ நெருங்கி வந்துவிட்டார்கள். மறுபடியும் சந்தர்ப்பம் வாய்க்கும்போது அவசியம் சொல்லுகிறேன்’ என்றாள் நந்தினி.

மிகச் சமீபத்தில் வந்துவிட்ட வல்லவரையனைப் பார்த்துப் பழுவூர் ராணி, ‘ஐயா! இது என்ன வெறுங்கையுடனே திரும்பி வந்திருக்கிறீர்கள்? புலியின் தலை எங்கே?’ என்று கேட்டாள்.

‘தேவி! புலியின் தலையைக் கொண்டுவந்து தங்கள் காலடியில் சமர்ப்பிக்கும் பாக்கியம் எனக்குக் கிட்டவில்லை!’ என்றான் வந்தியத்தேவன்.

‘ஆகா! இவ்வளவுதானா உமது வீரம்? உமது முன்னோர்களின் வீரத்தைப் பற்றிப் பாட்டுகள் எல்லாம் சொன்னீரே? மூன்று குலத்து வேந்தர்களின் தலைகளைப் பறித்துக் கழனியில் நடவு நட்டார்கள் என்று சொன்னீரே?’

‘அது என்ன அப்படிப்பட்ட பாடல்?’ என்று கரிகாலர் கேட்டார்.

‘ஐயா! நீர் சொல்கிறீரா? நான் சொல்லட்டுமா?’ என்று நந்தினி வந்தியத்தேவனைப் பார்த்து வினவினாள்.

‘ராணி! அப்படி ஒரு பாடல் சொன்னதாக எனக்கு ஞாபகம் இல்லையே?’ என்றான் வந்தியத்தேவன்.

‘உமக்கு ஞாபகம் இல்லை; ஆனால் எனக்கு நன்றாக நினைவு இருக்கிறது நான் சொல்லுகிறேன் கேளுங்கள், ஐயா!

சேனை தழையாக்கிச் செங்குருதி நீர்

தேக்கி ஆனை மிதித்த அருஞ்சேற்றில் - மானபரன்

பாவேந்தர் தம் வேந்தன் வாணன் பறித்து நட்டான்

மூவேந்தர் தங்கள் முடி!

எப்படியிருக்கிறது பாட்டு! கோமகனே! தாங்கள் பாண்டியன் ஒருவனுடைய தலையை மட்டுமே கொண்டீர்கள். இந்த வீரருடைய முன்னோர்கள், சேர சோழ பாண்டியர்களுடைய தலைகளைப் பறித்துக் கொண்டுவந்து கழனியில் நடவு நட்டார்களாம்...!'

கரிகாலருடைய முகத்தில் அருவருப்பும் குரோதமும் தாண்டவம் ஆடின.

'நல்ல உழவு! நல்ல நடவு!' என்று சொல்லிவிட்டு அவர் இடி இடி என்று வாய்விட்டுச் சிரித்தார்.

வந்தியத்தேவன் கரிகாலருடைய முகத்தையே ஏறிட்டுப் பார்க்க முடியவில்லை. அவன் தட்டுத் தடுமாறி, 'தேவி! இத்தகைய பாடல் ஒன்றை தங்களிடம் நான் சொல்லவே இல்லையே?' என்றான்.

'அதனால் என்ன? ஏற்கெனவே தெரிந்து கொண்டிராவிட்டால் உமது குலத்தின் பெருமையை இப்போதாவது தெரிந்து கொள்ளும்! அவ்வாறு முக்குலத்து வேந்தர்களின் முடிகளைப் பறித்து நட்ட வம்சத்தில் கேவலம் காயம்பட்ட புலி ஒன்றின் தலையைக் கொண்டு வர முடியவில்லையே?' என்றாள்.

'தேவி! காயம்பட்ட அந்தப் புலி செத்துத் தொலைந்துபோய் விட்டது. செத்த புலியின் தலையை வெட்ட நான் விரும்பவில்லை.'

'அது எப்படி? புலி தத்தித் தத்திப் படகில் ஏறியதை நான் பார்த்தேனே?' என்றார் கரிகாலர்.

'நான்தான் அந்தக் காட்சியைத் தங்களுக்குக் காட்டினேன். படகில் ஏறிப் படுத்துக் கொண்ட பிறகு அது செத்துப் போயிருக்கிறது. பழுவூர் இளைய ராணியின் திருமேனியைக் காயப்படுத்தி விட்டோமே என்ற பச்சாத்தாபத்தினால் அது பிராணனை விட்டு விட்டதோ, என்னமோ?' என்றான் வந்தியத்தேவன்.

கரிகாலன் முகத்தில் கடுகடுப்புச் சிறிது தணிந்து புன்னகை அரும்பியது. 'ஆனால் அது தண்ணீரிலேயே செத்துப் போயிருக்கலாமே? படகில் ஏறிச் சாக வேண்டியதில்லையே?' என்றார் கரிகாலர்.

'என்னைப்போல் அதற்கும் தண்ணீரைக் கண்டால் பிடிப்பதில்லை போலிருக்கிறது. எல்லாச் சாவுகளிலும் தண்ணீரிலே சாவதுதான் எனக்குப் பயமளிக்கிறது!' என்றான் வந்தியத்தேவன்.

'ஆயினும் சற்று முன்னால் தைரியமாகத் தண்ணீரில் குதித்து விட்டீரே? இந்தப் பேதைப் பெண்களின் பேரில் அவ்வளவு கருணை போலிருக்கிறது?'

'தேவி! தண்ணீரைக் காட்டிலும் எனக்குப் பெண்களைக் கண்டால் அதிக பயம் உண்டாகிறது. இளவரசருடைய வற்புறுத்தலுக் காகத்தான் குதித்தேன். உண்மையில் அப்படிக் குதித்திருக்க வேண்டிய அவசியமே இல்லை என்று இப்போது தெரிகிறது' என்றான் வல்லவரையன்.

'ஆம், ஆம்! நீர் தண்ணீரில் விழுந்து சாவது பற்றித்தான் உமக்குப் பயம். பிறரை மூழ்க அடித்துச் சாகச் செய்வதுபற்றி உமக்குப் பயமே இல்லை!' என்றாள் நந்தினி.

இந்தப் பேச்சுக்கள் ஒன்றும் மணிமேகலைக்குப் பிடிக்கவில்லை என்பது அவளுடைய முகபாவத்திலிருந்து நன்கு வெளியாயிற்று.

'அக்கா, சமைத்த உணவு ஆறிப் போய்விடும்; வாருங்கள் போகலாம்!' என்றாள்.

நால்வரும் பளிங்கு மண்டபத்தை நோக்கி நடந்தார்கள். அப்போது இடையிடையே மணிமேகலை வந்தியத்தேவனை நோக்கினாள். அவனுடைய மனதில் ஏதோ சங்கடம் ஏற்பட்டிருக்கிறதென்றும், இளவரசரும் நந்தினியும் அவனுக்கு ஏதோ தொல்லை கொடுக்கிறார்கள் என்றும் அவள் தன் உள்ளுணர்ச்சியால் அறிந்தாள்,

'யார் தங்களுக்கு எதிரியானாலும் நான் தங்களுடைய கட்சியில் இருப்பேன்; கவலைப்பட வேண்டாம்!' என்று நயன பாஷையின் மூலம் வந்தியத்தேவனுக்கு ஆறுதல் கூற முயன்றாள்.

ஆனால் வந்தியத்தேவனோ அவள் பக்கம் திரும்பிப் பார்க்கவே இல்லை. அவன் கவலைக் கடலில் அடியோடு மூழ்கிப் போனவனாகக் காணப்பட்டான்.

நந்தினி தேவியின் வஞ்சக வார்த்தைகளும் வந்தியத்தேவன்மீது அவள் சுமத்திய பயங்கரமான பழியும் இந்தக் கதையைத் தொடர்ந்து படித்து வரும் நேயர்களுக்கு அருவருப்பை அளித்திருக்கக் கூடியது இயல்பேயாகும். எனினும், நாம் அறிந்துள்ள வரையில் அவளுடைய பிறப்பையும் வாழ்க்கை நிகழ்ச்சிகளையும் நினைவு கூர்ந்தால் அவ்வளவாக வியப்பு அடைய மாட்டோம். மனிதர்களின் குணாதிசயங்கள் பரம்பரை காரணமாக ரத்தத்தில் ஊறியுள்ள இயல்புகளில் அமைகின்றன. சூழ்நிலையினாலும் பழக்க வழக்கங் களினாலும் வாழ்க்கை அனுபவங்களினாலும் மாறுதலடைகின்றன. ஊமையும் செவிடு மான மந்தாகினி காட்டிலே பெரும்பாலும் வாழ்ந்திருந்தவள். வனவிலங்குகளிடமிருந்து தப்பித்துக் கொள்ள

அவள் எவ்வளவோ ஜாக்கிரதையாயிருக்க வேண்டியிருந்தது. தான் உயிர் தப்புவதற்காகச் சில சமயம் அந்த மிருகங்களைக் கொடூரமாகக் கொல்ல வேண்டியும் நேர்ந்தது.

வெகு காலம் வரையில் பால்போல் தூய்மையாக இருந்த அவள் உள்ளத்தில் ஒரு சமயம் அன்பு என்னும் அமுத ஊற்றுச் சுரந்தது. விரைவில், அந்த ஊற்று வறண்டு அவளுடைய நெஞ்சத்தை வறண்ட பாலைவனம் ஆக்கியது. விதியின் விளையாட்டு அவளை ஒரு பெரிய ஏமாற்றத்துக்கு உள்ளாக்கிவிட்டது. அதனால் ஏற்பட்ட அதிர்ச்சி அவளுடைய புத்தியே பேதலித்துப் போகும்படி செய்துவிட்டது. எனினும், நாளடைவில் அவளுடைய நெஞ்சின் காயம் ஆறியது. அன்பாகிய அமுத ஊற்று மீண்டும் சுரந்தது. சுந்தர சோழரின்மீது கொண்ட காதலையெல்லாம் அவருடைய அருமைப் புதல்வனாகிய அருள்மொழிச் செல்வனிடம் பிள்ளைப் பிரேமையாக மாற்றிக் கொண்டாள்.

மந்தாகினியின் புதல்வியாகிய நந்தினியிடம் தாயின் குணாதிசயங்கள் பல இயற்கையில் தோன்றியிருந்தன. ஆனால் தாயை உலகம் வஞ்சித்ததைக் காட்டிலும் மகளை அதிகமாக வஞ்சித்தது. பெற்ற தாயினாலும் கைவிடப்பட்டாள்; பிறர் வீட்டில் வளர்ந்தாள். காட்டு மிருகங்களினால் அன்னைக்கு ஏற்பட்ட தொல்லைகளைக் காட்டிலும் நாட்டு மனிதர்களால் மகள் அதிகக் கொடுமைகளுக்கு உள்ளானாள். இளம் பிராயத்தில் அரச குலத்தினரால் அவமதிக்கப்பட்டதெல்லாம் அவளுடைய நெஞ்சில் வைரம் பாய்ந்து நிலைத்து விஷத்தினும் கொடிய துவேஷமாக மாறியது. துவேஷத்துக்கு மாற்று அளிக்கக் கூடிய அன்பு என்னும் அமுதம் அவளுக்குக் கிட்டவில்லை. அவள் யார் யாரிடம் அன்பு வைத்தாளோ அவர்கள் ஒன்று, அவளை அலட்சியம் செய்து புறக்கணித்தார்கள்; அல்லது துரதிர்ஷ்டத்துக்கு உள்ளாகி மாண்டு போனார்கள். அவளை அவமதித்தவர்களும் அவளால் வெறுக்கப்பட்டவர்களும் மேன்மையுடன் வாழ்ந்தார்கள். ஒரு பெண்ணின் உள்ளத்தை நஞ்சினும் கொடியதாக்குவதற்கு வேறு என்ன காரணங்கள் வேண்டும்? தன்னை வஞ்சித்தவர்களையும் அவமதித்தவர்களையும் பழி வாங்குவதைத் தவிர அவளுடைய உள்ளத்தில் வேறு எதற்கும் இடம் இருக்கவில்லை. அதற்கு வேண்டிய சூழ்ச்சித் திறன்கள் அன்னையின் கர்ப்பத்தில் இருந்த நாளிலேயே அவளுடைய இரத்தத்தில் சேர்ந்திருந்தன. வாழ்க்கையில் அவள் பட்ட அல்லல்களும் ஏமாற்றங்களும் பயங்கர அனுபவங்களும் அவளுடைய உள்ளத்திலிருந்து இரக்கம், அன்பு முதலிய மிருதுவான பண்புகளை அடியோடு துடைத்து இரும்பினும் கல்லினும் கடினமாக்கியிருந்தன.

இக்கதையில் இனி வரப்போகும் நிகழ்ச்சிகளை நன்கு அறிந்து கொள்வதற்கு இந்தக் குணாதிசய விளக்கத்தை இங்கே குறிப்பிடுவது அவசியம் என்று கருதி எழுதினோம்.

★★★

உணவருந்தும் வேளையிலும் அவர்களுக்குள் உற்சாகமான பேச்சு எதுவும் நடைபெறவில்லை. நந்தினியும், கரிகாலரும் வந்தியத்தேவனும் அவரவர்களுடைய கவலையிலே ஆழ்ந்திருந் தார்கள். இதனால் மணிமேகலைக்குத்தான் மிக்க ஆதங்கமாயிருந்தது. பழுவூர் ராணியுடன் உல்லாசமாகப் பேசி உற்சாகமாகப் பொழுது போக்கும் எண்ணத்துடன் அவள், அன்று நீர் விளையாடலுக்கும் வன போஜனத்துக்கும் ஏற்பாடு செய்திருந்தாள். இளவரசரும் வந்தியத்தேவனும் எதிர்பாராமல் வந்து சேர்ந்து கொண்டவுடன் அவளுடைய உற்சாகம் அதிகமாயிற்று. ஆனால் அதற்குப் பிறகு மற்ற மூவரும் பேசிய வார்த்தைகளும் நடந்து கொண்ட விதமும் அவளுக்குச் சிறிதும் திருப்தி அளிக்கவில்லை. நந்தினியையும் வந்தியத்தேவனை யும் சேர்த்துப் பார்த்தபோது ஏற்பட்ட வேதனையை அவளுடைய குழந்தை உள்ளம் உடனே மறந்து விட்டது. அதைப்பற்றித் தவறாக எண்ணி அசூயைக்கு இடங்கொடுத்தது தன்னுடைய தவறு என்று எண்ணித் தேறினாள். அதற்குப் பிறகு மற்ற மூன்று பேரும் கலகலப் பில்லாமல் சிடுசிடுவென்று முகத்தை வைத்துக் கொண்டிருந்ததும் கபடமாகப் பேசி வந்ததும் அவளுக்கு விளங்கவும் இல்லை; பிடிக்கவும் இல்லை.

எனவே, உணவருந்திச் சிறிது நேரம் ஆனதும் மணிமேகலை 'அக்கா! நாம் திரும்பிப் பிரயாணப்படலாமா? படகைக் கொண்டு வரச் சொல்லட்டுமா? இவர்கள் இருவரும் நம்முடன் வருகிறார்களா அல்லது குதிரைமீது வந்த வழியே போகிறார்களா?' என்று கேட்டாள்.

அப்போதுதான் கரிகாலர் சிந்தனை உலகத்திலிருந்து வெளி உலகத்துக்கு வந்தார்.

'ஆ! ஆ! இந்தப் பெண்ணின் யாழிசையைக் கேட்காமல் திரும்புவதா? ஒரு நாளும் முடியாது. நந்தினி! மறந்து விட்டாயா, என்ன? மணிமேகலை! எங்களை ஏமாற்றி விடாதே!' என்றார்.

'அதை நான் மறக்கவில்லை; தங்களையும் தங்கள் சிநேகிதரையும் பார்த்தால் கானத்தைக் கேட்கக் கூடியவர்களாகத் தோன்றவில்லை. முள்ளின் மேல் நிற்பதுபோல் நிற்கிறீர்கள். ஆயினும் பாதகமில்லை; மணிமேகலை! எங்கே, யாழை எடுத்துக்கொண்டு வா!' என்றாள் நந்தினி.

'எதற்காக, அக்கா? விரும்பாதவர்களின் முன்னால் எதற்காக என்னை யாழ் வாசிக்கச் சொல்கிறீர்கள்?' என்று மணிமேகலை சிறிது கிராக்கி செய்தாள்.

'இல்லை, இல்லை! இளவரசர்தான் கேட்பதாகச் சொல்கிறாரே; அவருடைய நண்பருக்குப் பாட்டுப் பிடிக்காவிட்டால் காதைப் பொத்திக் கொள்ளட்டும்' என்றாள் நந்தினி!

'கடவுளே! அப்படியொன்றும் நான் இசைக்கலையின் விரோதி அல்ல! கோடிக்கரையில் பூங்குழலி என்னும் ஓடக்காரப் பெண்,

'அலைகடலும் ஓய்ந்திருக்க
அகக்கடல்தான் பொங்குவதேன்?'

என்று ஒரு பாட்டுப் பாடினாள். அதை நினைத்தால் இப்போதும் எனக்கு உடம்பு சிலிர்க்கிறது!' என்றான் வந்தியத்தேவன்.

'சில பேருக்குச் சிலருடைய பாட்டுத்தான் பிடிக்கும். என்னுடைய பாட்டு உங்களுக்குப் பிடிக்குமோ என்னமோ?' என்றாள் மணிமேகலை.

'பிடிக்காமற் போனால், யார் விடுகிறார்கள்? அதற்கு நான் ஆயிற்று. நீ யாழை எடுத்துக்கொண்டு வா!' என்றார் கரிகாலர்.

மணிமேகலை யாழை எடுத்துக்கொண்டு வந்தாள். பளிங்கு மண்டபத்தின் படிக்கட்டில் மேற்படியில் உட்கார்ந்து கொண்டாள். நரம்புகளை முறுக்கிச் சுருதி கூட்டினாள். ஏழு தந்திகள் கொண்ட யாழ் அது. ஒவ்வொரு தந்தியிலும் பாதி வரையில் ஒரு ஸ்வரமும் அதற்கு மேலே இன்னொரு ஸ்வரமும் பேசக் கூடியது.

சிறிது நேரம் யாழை மட்டும் வாசித்து இன்னிசையைப் பொழிந்தாள். கரிகாலரும் வந்தியத்தேவனும் உண்மையிலேயே மற்ற கவலைகளை யெல்லாம் மறந்துவிட்டார்கள். யாழின் இசையில் உள்ளத்தைப் பறிகொடுத்துப் பரவசமானார்கள்.

பின்னர், மணிமேகலை யாழிசையுடன் குரலிசையையும் சேர்த்துப் பாடினாள். அப்பர், சம்பந்தர், சுந்தரரின் தெய்வீகமான பாசுரங்களைப் பாடினாள்.

சிறிது நேரமானதும் இளவரசர், 'மணிமேகலை! உன்னுடைய கானம் அற்புதமாயிருக்கிறது. ஆனால் எல்லாம் பக்திமயமான பாடல்களையே பாடி வருகிறாய். அவ்வளவாக நான் பக்தியில் ஈடுபட்டவனல்ல. சிவபக்தியை யெல்லாம் மதுராந்தனுக்கே உரிமையாக்கி விட்டேன். ஏதாவது காதல் பாட்டுப் பாடு!' என்று சொன்னார்.

மணிமேகலையின் அழகிய கன்னங்கள் நாணத்தினால் குழிந்தன; சிறிது தயக்கம் காட்டினாள்.

'பெண்ணே! ஏன் தயங்குகிறாய்? இங்கே நீ காதல் பாட்டுப் பாடினால் என்னை உத்தேசித்துப் பாடுகிறாய் என்று நான் எண்ணிக்கொள்ள மாட்டேன். என் சிநேகிதனும் எண்ணிக் கொள்ள மாட்டான், ஆகையால் தயக்கமின்றிப் பாடு!' என்றார் கரிகாலர்.

'அப்படி யாராவது எண்ணிக் கொண்டால் மணிமேகலை அதற்காகக் கவலைப்படவும் மாட்டாள்!' என்றாள் நந்தினி.

'போங்கள், அக்கா! இரண்டு புருஷர்கள் இருக்குமிடத்தில் இப்படிப் பரிகாசம் செய்யலாமா?' என்றாள் மணிமேகலை.

'இவர்கள் புருஷர்கள் என்று நீ நினைப்பதுதான் பிசகு. ஒரு செத்த புலியின் தலையைக் கொண்டு வர முடியாதவர்களை ஆண் பிள்ளைகள் என்று சொல்ல முடியுமா? முற்காலத்தில் தமிழ்நாட்டு வீர புருஷர்கள் உயிருடன் புலியைப் பிடித்து அதன் வாயைப் பிளந்து பற்களைப் பிடுங்கிக் கொண்டுவந்து தங்கள் நாயகிகளுக்கு ஆபரணமாகச் சூட்டுவார்களாம்! அந்தக் காலமெல்லாம் போய் விட்டது! போனால் போகட்டும்! நீ பாடு! அன்றைக்கு என்னிடம் பாடிக் காட்டினாயே? அந்த அழகான பாட்டைப் பாடு!' என்றாள் நந்தினி.

மணிமேகலை யாழ் வாசித்துக் கொண்டு பின்வரும் கீதத்தைப் பாடினாள். அது என்னமோ, இத்தனை நேரம் பாடியதைக் காட்டிலும் இந்தப் பாட்டில் அவள் குரல் இணையற்ற இனிமையுடன் அமுத வெள்ளத்தைப் பொழிந்தது:

'இனியபுனல் அருவி தவழ்
    இன்பமலைச் சாரலிலே
கனிகுலவும் மரநிழலில்
    கரம்பிடித்து உகந்ததெல்லாம்
கனவு தானோடி - சகியே
நினைவு தானோடி!

★★★

புன்னைமரச் சோலையிலே
    பொன்னொளிரும் மாலையிலே
என்னைவரச் சொல்லி அவர்
    கன்னல்மொழி பகர்ந்ததெல்லாம்

சொப்பனந் தானோடி - அந்த
அற்புதம் பொய்யோடி?

★★★

கட்டுக்காவல் தான்கடந்து
கள்ளரைப்போல் மெள்ள வந்து
மட்டிலாத காதலுடன்
கட்டி முத்தம் ஈந்ததெல்லாம்
நிகழ்ந்த துண்டோடி - நாங்கள்
மகிழ்ந்த துண்டோடி!'

இவ்வாறு மேலும் மேலும் பல கண்ணிகளை மணிமேகலை வெவ்வேறு பண்களில் அமைத்துப் பாடி வந்தாள். அந்தக் கான வெள்ளத்தில் மற்ற மூவரும் மூழ்கிப் போனார்கள். பல காரணங் களினால் நெஞ்சைக் கல்லினும் இரும்பினும் கடினமாக்கிக் கொண்டிருந்த நந்தினியின் கண்களிலும் கண்ணீர் ததும்பியது. ஆதித்த கரிகாலர் இந்த உலகத்தை அடியோடு மறந்துவிட்டார். வந்தியத்தேவன் அடிக்கடி திடுக்கிட்டு விழித்துக் கொண்டவன்போல் மணிமேகலையை நோக்கினான். அப்போதெல்லாம் அவள் தன்னையே பார்த்துக் கொண்டிருந்தது கண்டு அந்த வீரனுடைய உள்ளம் மேலும் திடுக்கிட்டது.

'ஐயோ! இந்தப் பெண்ணுக்கு நாம் என்ன தீங்கு செய்துவிட்டோம்?' என்று அவன் நெஞ்சம் பதைபதைத்தது.

கான வெள்ளத்திலும், உணர்ச்சி வெள்ளத்திலும் மூழ்கியிருந்த வர்கள் வரவரக் காற்று கடுமையாகிக்கொண்டு வருவதைக் கவனிக்கவில்லை. ஏரியில் முதலில் சிறிய சிறிய அலைகள் கிளம்பி விழுந்ததையும் வரவர அவை பெரிதாகி வந்ததையும் கவனிக்கவில்லை. காற்று கடும் புயலாக மாறிக் காட்டு மரம் ஒன்றை அடியோடு பெயர்த்துத் தள்ளியபோதுதான் நால்வரும் விழித்துக்கொண்டு சுற்றுமுற்றும் பார்த்தார்கள். கடுமையான புயல் காற்று அடிப்பதையும் ஏரி கொந்தளித்துப் பேரலைகள் 'ஓ' என்ற இரைச்சலுடன் எழுந்து விழுவதையும் பார்த்தார்கள்.

திடீரென்று நந்தினி, 'ஐயோ! படகு எங்கே?' என்று அலறினாள்.

கட்டிப் போட்டிருந்த இடத்தில் படகைக் காணவில்லை.

உற்றுப் பார்த்தபோது வெகு தூரத்தில் படகு அலைகளால் மொத்துண்டு நகர்ந்து நகர்ந்து போய்க்கொண்டிருந்தது.

'ஐயோ! இப்போது என்ன செய்வது?' என்று நந்தினி அலறினாள்.

‘உங்கள் இருவருக்கும் குதிரை ஏறத்தெரிந்தால் ஏறிப்போய் விடுங்கள். நாங்கள் சமாளித்துக் கொள்கிறோம்’ என்றான் வந்தியத்தேவன்.

‘இந்தப் புயல் காற்றில் காட்டு மரங்கள் பெயர்ந்து விழுந்து எங்களைச் சாக அடிப்பதற்கு வழி செய்கிறீர்களா?’ என்று நந்தினி கேட்டாள்.

‘அதெல்லாம் வேண்டாம்; புயலின் வேகம் தணியும் வரையில் இங்கேயே இருந்து விடுவோம். அங்கே போய் என்ன செய்யப் போகிறோம்? சமையலுக்குப் பண்டங்கள் இருக்கின்றன; பாடுவதற்கு மணிமேகலை இருக்கிறாள். இவ்வளவு சந்தோஷமாகச் சமீபத்தில் நான் இருந்ததில்லை!’ என்றார் கரிகாலர்.

‘இளவரசே! அது சரியல்ல! சம்புவரையரும், கந்தமாறனும் என்ன நினைப்பார்கள்?’ என்றான் வல்லவரையன்.

‘இவரே புலியைத் தேடிச் சென்றபோது படகை அவிழ்த்து விட்டு விட்டார் போலிருக்கிறது!’ என்றாள் நந்தினி.

‘அக்கா! ஏன் வீண் பழி சொல்கிறீர்கள்? இவர் வந்தபோது படகு கரையோரமாகத்தானே இருந்தது. யாரும் கவலைப்பட வேண்டாம், என் தந்தை இந்தப் புயல் காற்றைப் பார்த்ததும் நம் துணைக்குப் பெரிய படகுகளை அனுப்பி வைப்பார்!’ என்றாள் மணிமேகலை.

அவள் கூறியது சற்று நேரத்துக்கெல்லாம் உண்மையாயிற்று. ஏறக்குறைய கப்பல் என்று சொல்லத் தக்க இரு பெரும் படகுகள் அத்தீவை நோக்கி வந்தன. அவற்றில் ஒன்றில் பெரிய சம்புவரையரே இருந்தார். நாலு பேரும் பத்திரமாக இருப்பதைக் கண்டு மிக்க மகிழ்ச்சி அடைந்தார்.

அவர்களை ஏற்றிக்கொண்டு அலைகடல்போல் பொங்கிக் கொந்தளித்த ஏரியில் இரண்டு படகுகளும் திரும்பிச் சென்றன. சம்புவரையரைத் தவிர, மற்ற நால்வரின் உள்ளங்களிலும் கடும் புயல் வீசிக் கொந்தளிப்பை உண்டாக்கிக் கொண்டிருந்தது.

(பொன்னியின் செல்வன் நான்காம் பாகம் முற்றிற்று)

www.ingramcontent.com/pod-product-compliance
Lightning Source LLC
LaVergne TN
LVHW100434051026
849518LV00004B/1495
* 9 7 8 8 1 8 4 9 3 6 8 6 5 *